D1771667

கய்த பூவு

கய்த பூவு

மலர்வதி

கன்னியாகுமரி மாவட்டம், தக்கலையை அடுத்த வெள்ளிகோடு பகுதியில் வசித்து வருகிறார்.

தொடக்கக்கால எழுத்துகள் நாடகங்களாக வெளிவந்தன. அதன்பின் சமயம் சார்ந்த கட்டுரைகள், தவக்கால வழிபாட்டு நூல்கள் ஆகியன மூன்று தொகுதிகளாக வெளிவந்தன. 'காத்திருந்த கருப்பாயி', 'தூப்புக்காரி', 'காட்டுக்குட்டி', 'கருப்பட்டி', 'முதல் காட்சிகள்', 'நாற்பது நாட்கள்', 'வெற்றுப் பக்கங்கள்', 'சராவின் ஊஞ்சல்' ஆகிய நூல்கள் வெளிவந்தன.

2012ஆம் ஆண்டு வெளியான 'தூப்புக்காரி' நாவல் சாகித்ய அகாதெமியின் இளம் படைப்பாளிகளுக்கான யுவ புரஸ்கார் விருதைப் பெற்றது.

மலர்வதி

கய்த பூவு

காலச்சுவடு பதிப்பகம்

● அன்பார்ந்த வாசகருக்கு,

வணக்கம்.

காலச்சுவடு நூலை வாங்கியமைக்கு நன்றி.

நூலின் உள்ளடக்கம், உருவாக்கம், அட்டைப்படம் இன்ன பிற அம்சங்கள் பற்றிய உங்கள் கருத்துகளையும் ஆலோசனைகளையும் காலச்சுவடு வரவேற்கிறது. தகவல், எழுத்து, வாக்கியப் பிழைகள் தென்பட்டால் கட்டாயம் தெரிவித்து உதவுங்கள். நூல் தயாரிப்பில் கடும் குறைபாடு இருப்பின் மாற்றுப் பிரதி உங்களுக்குக் கிடைக்கக் காலச்சுவடு ஏற்பாடு செய்யும்.

மின்னஞ்சல்: **publisher@kalachuvadu.com**

காலச்சுவடு நாகர்கோவில் அலுவலகத்துக்குக் கடிதம் அனுப்பலாம்.

தங்கள்

எஸ்.ஆர். சுந்தரம் (கண்ணன்)

பதிப்பாளர் – நிர்வாக இயக்குநர்

கய்த பூவு ◆ நாவல் ◆ ஆசிரியர்: மலர்வதி ◆ © மேரி புளோரா ◆ முதல் பதிப்பு: டிசம்பர் 2023 ◆ வெளியீடு: காலச்சுவடு பப்ளிகேஷன்ஸ் (பி) லிட்., 669 கே.பி. சாலை, நாகர்கோவில் 629001

காலச்சுவடு வெளியீடு: 1252

kaita puuvu ◆ Novel ◆ Author: Malarvathi ◆ © Mary Floran ◆ Language: Tamil ◆ First Edition: December 2023 ◆ Size: Demy 1 x 8 ◆ Paper: 18.6 kg maplitho ◆ Pages: 304

Published by Kalachuvadu Publications Pvt.Ltd., 669, K.P. Road, Nagercoil 629001, India ◆ Phone: 91-4652-278525 ◆ e-mail: publications @ kalachuvadu.com ◆ Printed at Mani Offset, Chennai 600077

ISBN: 978-81-19034-67-3

12/2023/S.No.1252, kcp 4800 18.6 (1) ass

1

வாழ்க்கையைத் திரும்பிப் பார்க்கிறேன். அன்று எனக்கு ஐந்து வயது.

மூத்த அண்ணன் வற்கீசு, சின்ன அண்ணன் பிரேம், மூத்த அக்கா சிசிலி, சின்ன அக்கா கமலம். அண்ணா, அக்கா என அழைத்து வளர நான்கு பேர் இருக்கிறார்கள்.

அம்மா புலோமினாளும் என் சகோதரங்களும் நடுவீட்டில் முக்குகள் பொத்த பிறுத்த பாயில் அம்மையின் பழைய சீலையை மூடு துணியாகப் போர்த்திக்கொண்டு கிடப்போம். எங்களில் சிலர் இரவு வேளைகளில் கிடையில் மோளுவதால் ஒன்றுக்கொன்று பெருக்கிவிடும் மோளு, எல்லோரின் மேலிலும் மூத்திர மொச்சையாக வீச, அடுத்த நாள் காலையில் எல்லோருமாகக் காட்டுக்குளத்தில் அந்த மூத்திரத் துணிகளை அடித்து நனைத்துக் குளித்துவிட்டு வருகையில் எங்கம்மா என் கையைப் பாசமாகப் பிடித்திருப்பாள்.

எங்க அம்மைக்கு மிகவும் அடர்ந்த தடிப்பான கறுப்பு முடி குண்டிக்கும் கீழ்வரைக்கும் கிடந்தாடும். குளிச்ச ஈரம் சொட்டுச் சொட்டாகப் பாய்கையில் நான் அதன் துளிகளில் கை நீட்டி முகத்தில் ஒப்பி சந்தோசிப்பேன். எங்க அப்பா, நிர்மலா டீச்சரின் வீட்டில் எடுபிடியாகவும், அங்குள்ள தோப்புகளில் மண்ணு வெட்டி பராமரிப்பாளராகவும் போய் வருவார். கிழமைக்கு எதோ சம்பளம் விழும்... அந்திதோறும் வடையோ உண்ணியப்பமோ எதங்கிலும் பண்டங்கள் வாங்கியிட்டு வருவார்... அம்ம கருப்பட்டி காப்பி காச்சுவாள்... எங்க அம்மையும் அடுக்களையும் கருப்பட்டி வாசமும் ரொம்ப சந்தோசமாக இருக்கும்...

இன்னுமான ஒரு சந்தோசம் என்னண்ணா... எங்க அப்பா சிலுவையின் இளைய தங்கச்சி சரோசா

மாமியை எங்கள் வீட்டின் பக்கத்தில் வசித்த தங்கசாமி மாமாவுக்கு கலியாணம் செய்து கொடுத்திருந்தார்கள். எங்கள் முற்றமும் சரோசா மாமியின் முற்றமும் ஒரே முற்றம் போலவே கிடக்கும். இரண்டு வீட்டுக்கும் ஒரு சின்ன இடஞ்சாடி மட்டுமே உண்டு. சரோசா மாமிக்கு அல்லி என்பவள் மூத்த மகள், அதற்கும் அடுத்தும் உள்ளவனின் பெயர் மாசில்லா மணி... என்கிற மாசி, என்னை விட மூன்று மாசத்துக்கு முன் பிறந்தவள், மல்லிகா என மூன்று பிள்ளைகள்.

கடைசி பெண் மல்லிகாவை எனக்கு மிகவும் பிடிக்கும். என் பிரத்யேக கூட்டுக்காரியும் அவளே...

தங்கசாமி மாமாவுக்கு மரமேறுதலே சோலி. ஊரில் பலருக்கும் மரமேறி கொடுத்தாலும் ராயப்பன் என்கிற பெரு முதலாளியின் வீட்டில் இவரே எல்லாமுமாக இருப்பார். மரமேறலோடு மட்டும் இல்லாமல் அங்குள்ள சகல எடுபிடிகளும் இவரே செய்வார். அப்படியெல்லாம் செய்வதால் கிடைக்கும் நக்காபிச்சைகள் வீட்டிற்கு பெரிதும் உதவின. ராயப்பனின் வீட்டில் உள்ள பழைய சோறு, தீராமல் கிடக்கும் அவியல், கூட்டு சாம்பாரெல்லாம் ராயப்பனின் மனைவி கொடுத்து விடுவாள். தங்கசாமி மாமா என்ன கொண்டு வந்தாலும் அதில் எங்களுக்கும் பங்கு உண்டு. எங்கள் இரண்டு குடும்பமும் ஒரு குடும்பமாக உலவி கிடந்தது. இதில் என் மூத்தக்காளுக்கும் அல்லியக்காளுக்கும் அடிக்கடி சண்டை வந்து விடும். மற்றப்படி நாங்களெல்லாம் ஒற்றுமையாகவும் பாசமாகவுமே வாழ்ந்தோம்...

'அழியா...' எண்ணு தான் எங்கப்பா தங்கசாமி மாமாவை அழைப்பார். அவரும் அப்படிதான் அழைப்பார். இருவரும் சேர்ந்தே கடைக்குப் போவார்கள். இரவு வெகு நேரம் வரைக்கும் கதைகள் பேசுவார்கள். எங்க அம்மையும் சரோசா மாமியும் அப்படியொரு ஐக்கியத்தில் இருப்பார்கள். ஊர்திருவிழாவுக்கு ஒத்துப் போவோம்... எங்கள் வீடுகள் ஏழ்மையாக இருந்தாலும் மகிழ்ச்சி என்கிற சந்தோசம் நிரம்பி வழியும். எங்க வீடுகள் ஓலை வீடுகளாகவே இருந்தன ... மழைக்காலங்களில் அலுமினிய பாத்திரங்களை ஒழுக்கு இடத்தில் வைப்போம் ... வெயில் காலங்களில் சூரிய முட்டைகளைப் பிடிப்போம்...

ஒன்றாம் வகுப்புக்குப் போகும் பருவம் வந்தேன்.

அப்போதெல்லாம் ஜூன் மாதம் என்றால் பருவமழை சரியாகப் பெய்யும். காட்டுக்குளமும் நெடுவரக்குளமும் மறுவால் போட்டுப் பாயும். கல்லுகுண்டில் பெருகிய வெள்ளம் ரோடு வரைக்கும் பாயும்... அம்பலத்தில் கிடக்கும் நீராழிக்குண்டும் பெருகி ஓடும்.

எங்கம்மா, என்னைப் பள்ளிக்கூடம் அழச்சிட்டுப் போனதை நினைக்கையில் இப்போதும் மனம் அம்மாவைத் தேடுது... ஆரம்ப நாள்களில் பள்ளிக்கூடம் போகுகையில் நான் மிகவும் அழுதேன். அப்போதெல்லாம் எங்கம்மா வழி பாதையில் உள்ள நீராழிக்குண்டு, அம்பலம், மானாடு பொத்தையையெல்லாம் காட்டித் தருவா.

'அம்பலமுண்ணா என்னப்பா?' என கேட்கையில் எங்கப்பா எங்களையெல்லாம் சேர்த்து அமர்த்தி,

'அதுவா ராஜக்காமாருகளின் காலத்தில் யாத்திரிகர்களெல்லாம் பயணப்பட்டு நடையாக நடந்துதான் போவாங்க... அப்படி பயணப்பட்டுப் போகிறவங்க களைச்சிப் போகிறப்ப, நடுராத்திரியில அல்லோலம் படுறப்ப படுத்து உறங்கி இளைப்பாறி போக ஊர்கள் தோறும் அந்தக் காலம் சத்திரங்கள் கட்டினாங்க... அதைத் தான் அம்பலமுண்ணு சொல்லுவாங்க...'

எல்லோராலும் காட்டித்தந்து பழக்கப்பட்டுப் பாசம் வைத்த அம்பலத்தின்மீது நாள்பட நானும் ஈர்ப்பமாகிப் போனேன். நீராழிக்குண்டருகே அம்பலம் கண்களில் பதிந்தது...

கற்களில் உருவாக்கம் பெற்ற அம்பலத்தின் தூண்கள் யானையின் கால்களைப் போலவே இருக்கும். அதன் மேல் பக்கம் முழுவதும் காட்டுப்பூக்களின் வள்ளிகள் படர்ந்து கிடக்கும்... மஞ்சள் மஞ்சளாக, இள நீலம் நீலமாகக் குப்பை நிறத்திலென எங்குமே காட்டுப்பூக்கள்.

இந்தக் காட்டுப்பூக்கள் ஓதுக்கி நிற்கும் ஓதவல் இடத்தின் மூலைகளில் ஆங்காங்கே கய்த செடிகள் நிற்கும். அந்தக் கய்த இலைகளின் ஓரத்தில் ஒட்டி வைத்தது போல் சின்னச் சின்ன முட்கள் மினுங்கும். ஊரின் ஓதுக்குப்புறமான இடங்களில் ஓதுங்கி நிற்கும் காய்த செடிகளின் பூக்களென்றால் எனக்கு மிகவும் பிடிக்கும். பழுப்பு நிறத்தில் கும்மென வெடித்து வரும் கய்த பூவின் வாசம் அப்பகுதி எங்குமே அப்படியொரு வாசத்தை வீசும். அவற்றை என் கைகளில் பறித்துக்கொள்ள மிகவும் ஆசைப்படுவேன். ஆனால் எங்கம்மா சரோசா மாமியெல்லாம் அனுமதிக்கவே மாட்டார்கள். 'அதுக்க கிட்ட போவாத மக்கா; கய்தையிலதான் உள்ளான சாத்தானுவ எல்லாம் வாசம் செய்யும். மூர்க்கன் பாம்புகளின் குஞ்சுகளெல்லாம் அந்தப் பூவிலதான் இருக்கும். அது ஒரு சாபம் பிடிச்ச செடி' என்று சொல்வார்கள்... நானும் தயங்கி போவேன். உலகம் வெறுத்து வைத்த அந்தப் பூவின் வாசம் எவரின் விருப்பு வெறுப்புகளைப் பார்க்காமல் தன் போக்கில் வாசம் பரப்புவதால் எனக்கு அதன்மீது எப்பேதும் பாசமே...

அம்பலத்தின் முன் பக்கம் கிடந்தது – என் நீராழிக்குண்டு.

பல்வேறு காட்டுப்பூக்கள் பலுகி பெருகவும், இந்தச் சுற்று வட்டார மக்கள் பயன் பெறவும் கிடக்கும் இந்த நீராழிக்குண்டு மனித தயவின்றி எந்தக் காலத்திலோ தோன்றியது என்பார்கள். மழை இல்லாத காலத்திலும் இதில் கருணையோடு நீர் கிடக்கும். மழை பெய்யும் நாள்களில் வெள்ளம் எதிரளிச்சி ஓடையாகப் பிரிந்து காட்டுக்குளம் நோக்கி ஓடும்... அப்படிப்பட்ட நாள்களில் எதிரேறும் மீன்களை, பள்ளிக்குப் போக அழும் என்னிடம் அம்ம காட்டித் தருவா...

'இங்க பாரு சுலோப்பியா... இங்க பாரு அயர... கையிலி... பிராட்டி...'

பிறகெல்லாம் பள்ளிக்கூடம் போக ஆசைப்பட்டதே இந்தப் பொழுதுகளோடு என்னைக் கலக்கவும், பலராலும் ஒதுக்கி விடப்பட்ட கய்த பூக்களின் வாசத்தை முகரவும்தான்.

பள்ளிக்குப் போகுகையில் இன்னும் அதிகமான பாசத்தோடு பார்க்கத் துவங்கினேன் 'மானாடு பொத்தை'யை.

எங்க அப்பாவின், அப்பா காலத்திலேயே இந்தப் பொத்தை இருப்பதாக எங்க அப்பா கதையாகச் சொல்லார். இந்தச் பொத்தை மக்கள் பெருக்கம் வருவதற்கு முன்னெல்லாம் இங்கு புலிகள் வரை உண்டு என்பாங்க. ஒருகாலத்தில் மான்களெல்லாம் ஏறி களிக்கும் காட்சிகளைக் கண்டதாலே... 'மானாடு பொத்தை' என்று பெயரிட்டிருக்கிறார்கள். முன்பெல்லாம் மானாடும் பொத்தையில் மலைப்பாம்பு கிடக்கும், பறக்கும் பாம்பு கிடக்கும்... காட்டெருமை கிடக்கும் என்றெல்லாம் பலரும் சொல்லுவார்கள்.

எங்கள் ஆரம்ப வாழ்க்கையில் பல பல வறுமைகள் கிடந்தன. பசிகள் கிடந்தன... ஆனால் எதோ சந்தோசமாகவே என்னை உணர்ந்தேன். எனக்காக ஒரு மானாடு பொத்தை இருந்தது; நீராழிக்குண்டும், அம்பலமும் கிடந்தது... எனக்காக மல்லிகாவின் கூட்டு இருந்தது. இதுபோலவே நான் சந்தோசப்பட எனக்காக ஒரு சிறுவனும் இருந்தான்... நிர்மலா டீச்சரின் இளைய மகனான சுதனே அந்தச் சிறுவன்.

நிர்மலா டீச்சருக்கு மாப்பிளையில்லை. சுதன் பிறந்த மறுவருசமே அவரும் காய்ச்சலில் இறந்துபோயிருக்கிறார். நான் படிக்கும் பள்ளியிலே நிர்மலா டீச்சர் அறிவியல் பாடம் எடுக்கும் டீச்சர். இவங்களுக்கு ஷீலா, மதன், சுதன் என மூன்று பிள்ளைகள். நிர்மலா டீச்சர் எப்போதுமே வாயல் சீலைகளையே உடுப்பாங்க. ஒல்லியான அவர்களின் தேகத்தோடு ஒட்டி நிற்கும் சேலை...

அவர்களின் ரூபத்தை மீறிய கனத்தில் தலைமுடி கனமோ கனம். வட்டைக்கொண்டை போட்டுட்டுப் போகிறதைப் பார்க்கும் போது கழுத்து ஒடிந்து விடுமோ என தோன்றும். மிகுந்த பக்திவசம் கொண்ட டீச்சர் அதிகாலை எழுந்து குளிச்சிட்டு, வீட்டில் உள்ள வேலைகளை முடிச்சிட்டு, கோயிலில் தின பூசைக்குப் போவாங்க. கோயிலுக்குப் போகும் போதெல்லாம் அவர்கள் வீட்டில் பூத்த தெற்றி பூவோ, ரோசா பூவோ ஏதோ ஒன்று கையில் இருக்கும்... பிள்ளைகளையும் இழுத்துட்டுத் தான் போவாங்க. உறக்கக் கலக்கத்தில் சுணுங்கி அழும் பிள்ளைகளையும் கோயிலில் கொண்டு இருத்துவாங்க... நிர்மலா டீச்சர் இப்பாதையில் நடக்கும் போதெல்லாம் பாண்ட்ஸ் பவுடர் அப்படியொரு மணம். பள்ளிவளாகத்தில் அவர்கள் சுழலும் போது வாசம் வீசியிட்டே இருக்கும்.

மூத்த மகள் ஷீலா அப்பா இல்லாத வீட்டில் மிகவும் கண்டிஷன் போடுவா. சுதன் ஒன்றாம் வகுப்பு படிக்கும் போது ஷீலா எட்டாம் வகுப்புக்காரி என்பதால் சுதனுக்கெல்லாம் அவளைக் கண்டால் பயம். சுதனுக்கு மட்டுமல்ல... எனக்கும் தான் அந்த அக்காளைக் கண்டு பயம். கண்களை முளைத்து பேசினாலே போதும் கிடுக்கம் வந்துரும்.

ஓயாத கண்டிப்பு வளையத்தில் வளருவதாலோ என்னவோ அப்போதெல்லாம் சுதனின் முகம் எப்போதுமே அப்பாவி போல், அழு மூஞ்சி போல் தெரிவான். நான் அவனைவிட கௌரம் கூடியவள் என்பதால் அவனுக்க பின்பெஞ்சில் இருப்பேன். சுதனின் வீடு எங்கள் வீட்டின் இடது பக்கம் கொல்லாவிளையின் அடுத்து இருக்கிறது. அவன் வீட்டு முற்றமெல்லாம் எங்க வீட்டில் நின்றாலே தெரியும். அவன் வீட்டின் பின் பக்கமும் எங்க வீட்டு பின் பக்கமும் திறந்தே கிடப்பதால் எப்போதுமே ஒரு பரிச்சயம் இருந்துட்டே இருக்கும். எங்க அப்பாவும் அந்த வீட்டில் எடு பிடிக்குப் போவதால், எப்படியோ ஒரு இயல்பான பாசம் எனக்குள் கிடந்தது. ஷீலா அக்கா மட்டும் தான் அங்கு எனக்கு ஒரு பயம்... இல்லாமல் சுதனின் அண்ணன் மதன் பார்க்கும் போதெல்லாம் சிரிப்பான். நிர்மலா டீச்சர் சின்னக்குறிப்பிடம் தந்து மனவல்லிய செபங்களைப் படிக்க வைப்பாங்க... அது கொஞ்சம் அல்ல நிறைய கசப்பாகவே எனக்கு இருந்தது. ஆனாலும் சுதன் மீதான அன்புக்காக எல்லா செபங்களையும் படித்து அவர்களோடு ஒப்புவிப்பேன்.

‘பாரு... அவா எப்பிடி படிக்கிறா... ஒனக்கெல்லாம் தெய்வபயம் இல்ல சுதா... போ போயிருந்து ரோசாளுட்டண்டு படி...’

நிர்மலா டீச்சர் நம்பி ஒப்படைப்பாங்க சுதனை. இருவருக்கும் ஒரே வயசு என்றாலும், சுதன் ஒன்றரை வாரம் பிந்தி பிறந்தவன்.

'ரோசா சுதன் தம்பிக்கு அர்ச்சிஷ்ட சிலுவை போட வரவே இல்ல... நீ போட்டுப் படிச்சி கொடு...'

நிர்மலா டீச்சர் சொல்லுகையில் எனக்குள் சுருக்கென ஏறும். சுதனை என் தம்பியென ஏற்றுக்கவே முடியவில்லை. சுதன் எனக்கும் சுதன் தான். அர்ச்சிஷ்ட சிலுவை அடையாளம் போட்டுப்படிச்சி கொடுக்கையில் உண்மையிலே சுதன் பல நாட்கள் கோபப்படவே செய்தான். பெருவிரலை பிடித்து அர்ச்சிஷ்ட சிலுவை அடையாளத்தினாலே நெற்றியில் வரைகையில்... 'போட்டி ரோசா கூசா...' என என் விரல்களைத் தட்டியெறிகையில் எனக்கு அவனை மிகவும் பிடித்திருந்தது. வீட்டில் அப்பாவி போலும் பள்ளியில் பரிதாபி போலும் காட்சியளிக்கும் சுதன் என்னோடு செய்யும் மீறல்கள்... எனக்கு அடங்காமல் என்னை திட்டும் இடங்களெல்லாம் எனக்கு மிகவும் பிடித்தமானது...

'இப்பிடியே நீ மந்திரங்கள் படிச்சலண்ணு வை... ஒங்கம்மை யிட்ட சொல்லியிருவேன்...'

'ஆமா கொம்ம பெரிய கொம்ம...'

கண்களில் சிவப்பேறி சொல்லுகையில் அவனின் திமிர் எனக்குப் பிடித்திருந்தது. ஏதோ ஒரு ஈர்ப்பம், பாசம் என்னையும் சுதனையும் இணைத்தது. ஷீலா மேல்நிலை பள்ளிக்கும் படிப்புக்கும் போன பிறகு அவன் எங்களோடு பள்ளிக்கு வர துவங்கினான். வழி பாதையில் என் கைகளும் அவன் கைகளும் இணைந்தே கிடந்தன... எனக்குப் பிடிக்கிறதெல்லாம் அவனுக்குப் பிடிப்பதைப் பார்த்தேன். அவர்களின் வீட்டில் கிடைக்காத பல வகை வாழ்க்கை சந்தோசங்களை என்னிடமிருந்து சுதன் அனுபவித்தான்... அவங்க வீட்டில் எப்போதுமே ரூல்ஸ் இருக்கும். காலையில் இந்த மணிக்கு எழும்பணும், பூசைக்கு போகணும், படிக்கணும்... என்கிற சட்டங்களின் வளையங்கள் மாட்டி விடப்பட்டிருக்கும்.

எங்க வீட்டில் அந்தச் சட்டங்களெல்லாம் அவிழ்ந்து கிடந்தன... அதற்கும் விதி நாதனே காரணம்...

2

ஒன்றாம் வகுப்பிற்குப் போய் ஆறுமாசம் ஆன ஒரு நாளில் கடுமையான மழை பெய்தது ஞாபகத்தில் வருகிறது. பள்ளிக்குப் போன பிறகு மழையினால் விடுமுறை என அறிவித்தார்கள். அந்த மழையில் நாங்களெல்லாம் கூவே என சந்தோசப் பட்டுட்டு ஓடிவந்தோம் வீட்டிற்கு ... மழையோ விடாமல் பெய்தது. அதன் ஓங்கியடிப்பும், காற்றும், மின்னலும், இடி முழக்கமும் எங்களைப் போகப் போக அச்சம் கொள்ள வைத்தது, அம்பலத்தில் போய் ஒதுங்கி நின்னோம். கய்த பூவின் வாசம் மழையில் இன்னும்அதிகமாக மணத்தது.

எங்களுக்கும் முன்னே அங்கே பலர் ஒதுங்கி நின்றார்கள். எங்கள் பள்ளி சஞ்சியெல்லாம் தொப்பு தொப்பாகி விட்டது.

எனக்கு மல்லிகா, லோட்டடஸ், பாமா, ரெம்மியா என பல கூட்டுக்காரிகள் உண்டு. இது போலவே எங்கள் வகுப்பில் படிக்கும் அப்பு, மிக்கேலு, ராஜி, ராபட் என பலரும் உண்டு. நாங்களெல்லாம் சுற்றிச் சுற்றிதான் வாழ்ந்தோம். பள்ளிக்கு போவதும், வருவதும் பெரும் சுவையான காட்சிகள் ... அழகுகள்; சுகங்கள்.

எங்கு போனாலும் வழிப் பாதையிலே அம்பலம் இருப்பதால் எனக்குப் பிடித்த கய்த பூ மணப்பதால் போகையிலும் வருகையிலும் அங்கு ஒரு இருப்பு இருந்தாலே மனசுக்கு ஆசுவாசம். அப்படி இருக்கையில் எங்கள் வீடுகளில் உள்ள ஏதேனும் வகைகளையும் கொண்டு வைத்து பவுந்து தின்போம். அப்புவின் வீட்டில் பெரும்பாலும் கிழங்குப் புட்டு செய்வார்கள்... அந்தப் புட்டு சூடோடு தின்ன மிகவும் ருசியாக இருக்கும். அப்புவின் அப்பா ஒரு கிழங்கு வியாபாரி என்பதால் எப்போதுமே கிழங்குக்கு

பஞ்சமே இல்லை. இதுபோல் ரெம்மியா அவங்க வீட்டில் காச்சும் பேரக்காய்களைக் கூடையில் போட்டுக்கொண்டு வருவாள். லோட்டஸ் இருக்காளே அவங்க அம்ம செய்யும் அரி உருண்டை என எதோ ஒன்று கொண்டு வருவாள். பள்ளிக்குப் போகும் போதே இந்த அம்பலத்தில் இருந்து எங்களுக்குள் பங்கிட்டுத் தின்னும் போது அம்பலமும் அருகே கிடக்கும் நீராழியும் பலவித சந்தோசங்களை என்னில் ஏற்படுத்தியது என்பதை நினைத்து இப்போதும் மருகி போகிறேன். இந்தக் கொள்ளை அழகின் லயிப்பில் ஆழப்படுகையில் ‘வா என்னைத் தொடு’ என கய்தப் பூ அழைக்கும். அப்போதெல்லாம் மிகவும் சங்கடம் ஆகவே இருக்கும். ஏனெனில் கய்த பூவைத் தொட பழக்கவில்லை எங்களை.

இப்படியான ரசிப்போடும் தவிப்போடும் நின்ற எங்களைப் போல் மழைக்கு ஒதுங்கி நின்றான் சம்மனசு.

வியாகுலம் என்பவர் எங்கள் வீட்டின் முன் பக்கத்தில் வசித்தார். அவருக்கு ஒரு பெட்டிக்கடை இருந்தது. அந்தப் பெட்டிக்கடையில் பல்லி மிட்டாய், ஆரஞ்சு மிட்டாய், கல்கோனா, எலந்தை கூடு என எங்களுக்கெல்லாம் பிடித்தமான பலவகை மிட்டாய்கள் பெரிய பெரிய ஹார்லிக்ஸ் குப்பிகளில் வைத்து முன் பக்க பலகைகளில் அடுக்கி வைத்திருந்தார். பாளையங்கோட்டை குலை, இரசகதளி குலை, பேயம்பழ குலையென பொட்டுப் பொடியாகப் பழக்குலைகள் அவர் கடையில் தொங்கும். குப்பியில் சர்பத், மோர் என இருந்தது. இதுபோலவே வெத்திலை, பாக்கு, சுண்ணாம்பு, தடப்போயிலையென உண்டு. எப்போது போனாலும் முறுக்கான் சுவைக்கலாம்.

வியாகுலம் தன் கடைகளுக்கான சாமானுகளை கருங்கல் சந்தையிலிருந்து வாங்கியிட்டு வந்த ஒரு நாளில், வனஜா என்கிற ஒரு பெண் இதே நீராழிக்குண்டில் விழுந்து சாவதற்காக துணிந்திருக்கிறாள். சந்தைக்குப் போயிட்டு வந்த வியாகுலம் இக்காட்சியைக் கண்டதும் அவளருகில் ஓடிப் போய் அவளைக் காப்பாற்றியிருக்கிறார். பிறகுதான் தெரிந்திருக்கிறது; அவளொரு வயிற்றுப்பிள்ளைக்காரி என்பது. மேடு வயிறு முட்ட கண்ணீரும் கம்பலையுமாக நின்றவள், தன்னைக் காப்பாற்றிய வியாகுலத் தோடு சண்டை போட்டிருக்கிறாள்...

‘நீ இப்ப என்னைக் காப்பாத்தி விட்டாலும் நாஞ்சாவத் தான் செய்வேன். காதலிச்ச பாவத்துக்கு என் வயித்துல பிள்ளையைத் தந்தவன் என்னை ஏமாத்தியிட்டுப் போயிட்டான். நான் செஞ்ச இந்த மாபாவம் தாங்க ஒக்காம என் அம்ம நஞ்சி தின்னு செத்துப் போயிட்டா... என் அண்ணனுகளெல்லாம்

என்னால மானம் போச்சிண்ணு அடிச்சி விரட்டியிட்டாங்க. அப்பா இல்லாம ஒரு பிள்ளை பிறந்தா இந்த ஒலகம் என்னையும் பிள்ளையையும் என்னெல்லாம் சித்ரவத செய்யுமுண்ணு எனக்குத் தெரியும்... எனக்கு இந்த ஒலகம் வேண்டாம்...'

கதறி அழுதிருக்கிறாள் அந்தப் பெண்...

அந்தப் பெண்ணின் நிலைமையும், அவள் கையறு நிலையும் கண்ட வியாகுலம் மனம் உருகிப் போயிருக்கிறார். 'நீ எங்கூட வாறியா? ஒனக்கு விருப்பமிண்ணா, ஒன்னையும் குழந்தையையும் நான் பாத்துக்கலாம் ஒரு அப்பனாட்டு...' கேட்ட வியாகுலத்திற்கும் மாமன் மகளான ராணிக்கும் முன்கூட்டியே கல்யாணம் பேசி வைத்திருந்தது.

வயிற்றுப் பிள்ளைக்காரியை வீட்டில் கொண்டுபோன போது மொத்த குடும்பமும் இவரை சபித்திருக்கிறது... வெளியேற்றியிருக்கிறது. வியாகுலத்திற்கென சின்னதாக ஒரு மாடம் அமைத்து, அதோடு ஒரு பெட்டிக்கடை வைத்து தான் அழைத்து சேர்த்த வனஜாளைப் பொன்னை போல் பார்த்திருக்கிறார். அந்த வனஜாளுக்குப் பிறந்த மகனே இந்த சம்மனசு...

இந்த இடையில் வியாகுலத்துக்கென பேசி முடித்த ராணி தூக்குப் போட்டுச் சாகப் போக, அதை கேள்விப்பட்டு வியாகுலம் அவளிடம் ஓடியிருக்கிறார். வியாகுலமும் அவளை மனசார காதலித்து வைத்திருந்தார்... ஆனால் விதி கோலம் மாறியே விட்டது.

அவளுக்கு என்னெல்லாமோ ஆறுதல் சொல்லி கடைசியில் அவளை இவ்வூரிலே அம்புரோஸ் என்கிறவனுக்கு கலியாணம் கெட்டி வைத்திருக்கிறார்கள். அவனோ ஒரு குடிகாரன்.

வியாகுலம் கூட்டி சேர்த்த பெண்ணை இங்கு பலருமே நல்ல நிலையில் பார்த்திருக்கவில்லை. வியாகுலத்தையும் 'பெண்ணன்' என்றே பரிகாசம் அடிச்சிருக்காங்க. சம்மனசையும்... 'காட்டுக்குட்டி' என்றே அழச்சாங்க.

குடும்பத்தில் எந்த ஒரு நல்லது கெட்டதிலும் சேர்ப்பதில்லை வியாகுலத்தை... அவரும் அதையெல்லாம் பெரிய துக்கம் போல் காட்டிக்கொள்ளவில்லை. வனஜாளையும் சம்மனசையும் தன் ஜீவன் போல் பாதுகாத்து வளர்த்தார். ஆனால் அக்கம் பக்கம் பலரும் அவர்களை வாழவிட்டிருக்கவில்லை. வனஜாளை ரொம்ப கிண்டலடித்து, மோசமாகப் பேசி நடத்தைக் கெட்டவளாகவே பலரும் பார்த்திருக்கிறார்கள்.

அது ஒரு மழை நாளாம்... ஒரு அந்தி வேளையாம்... ஊரில் முத்து என்கிற குடிகாரன் வியாகுலத்தின் கடையில் சாமான் வாங்க போகும் போது, வியாகுலம் அங்கு இல்லையாம். வனஜா கடையில் இருந்த வேளையில், கடைக்குள் ஏறி அவளை வன்மம் செய்திருக்கிறான். இதை அவளால் பொறுத்திருக்க முடியவில்லை. நடுவீட்டிலே நாணுதூங்கி செத்து போயிருக்கிறாள். அதிகாலை முழிச்சி பார்த்த போது மனைவி பிணமாகத் தொங்கியதைக் கண்ட அதிர்ச்சியில் வியாகுலம் அந்த இடத்திலே இரத்தம் கக்கி செத்திருக்கிறாராம். அதன் பின் இந்த சம்மனசு பய அனாதை ஆகி விட்டான்.

தாய் தகப்பன் செத்த பிறகும் அவனை ஆதரிக்க யாருமே முன் வந்திருக்காத நிலையில், வியாகுலம் காதலித்த அவரின் மாமா மகள் ராணி இவனை கவனிக்க துவங்கினாள். அவள் மாப்பிளையோ ஒரு குடிகாரன்... அடிகாரன்... ஆனாலும் அந்த வாழ்க்கை இடையிலும் இவனுக்கென சோறு கறிகள் கொண்டு வந்து உறியில் வைத்து விட்டுப் போவாள்.

சம்மனசோடு எனக்கெல்லாம் பேசி சிரிக்க ஆசைதான்... ஆனால் என்னோடு உள்ள யாருமே சம்மதிக்கவில்லை... அதற்கும் சில காரணங்கள் உண்டு...

அவங்க அம்மா அப்பா இறந்த பிறகு கடுமை கூடியவனாகி விட்டான் சம்மனசு. அவங்க வீட்டுத் திண்ணையில் இருந்த படியே தெருவில் போவோர் வருவோரை கல்லால் எறிவான். 'காட்டுக்குட்டி' என பலரும் அழைத்து அவனை ஒதுக்கிய மனவெம்மையில் அவன் இப்படி ஆகத் துவங்கினான். சுதனின் மூத்த பெரியப்பா ரெத்தினம் என்கிறவரின் காதை ஒருமுறை கடித்திருக்கிறான் சம்மனசு...

'தேவிடியா கூதியிக்க மொவனை ஊருலண்டு விரட்டணும்' என ரெத்தினம் சம்மனசைக் கேலியாகப் பேசியதை மனதில் வைத்த சம்மனசு ஒரு திருவிழா நாளில், பரிவாடிகள் பார்த்துட்டு வரும் வழியில் காத்திருந்து இப்படி செய்து விட்டான். இதை ஒரு பெரிய விசயமாக்கி ஊர் கோயில் கமிட்டியில் மனு கொடுத்து பின் சம்மனசை மனநல காப்பகத்தில் கொண்டு ஒப்படைத்தார்கள். அதன் பின் இரண்டு வருசங்கள் கழித்து ஊரில் வந்தவனை பலரும் இன்னும் அதிகமாக வெறுத்தார்கள்... துரத்தினார்கள். ராணியோடு அவனைக் கவனிக்க கூடாதென விலக்கிய பிறகும் வியாகுலத்தின்மீது கொண்ட பாசத்தால் அவனை அவள் மட்டுமே கவனிக்கவே செய்தாள்...

மலர்வதி

மழை பெய்த அந்த நாளிலும், நாங்களெல்லாம் அம்பலத்தில் ஒதுங்கி நிற்கையில் சம்மனசை என்னோடு உள்ள பலருமே ஒதுங்கினார்கள் ... வேண்டாதவன் போல் பார்த்தார்கள். சுதனின் ஜாம்பிறி பாக்சில் கிடந்த கடலை முட்டாயை எடுத்து எல்லோருக்கும் நளுக்கி நளுக்கி பங்கு வைக்கையில் அவன் எங்களையே பார்த்தான் ... அதிலும் குறிப்பாக என்னையே பார்த்தான். எனக்கு ஆதியிலே பயங்கர இரக்க சுபாவம். இதனாலே சுதன் எனக்கென தந்த கடலை மிட்டாயை அவனுக்காக நீட்டிய என் கையை சுதன் பிடித்து இழுத்தான் ...

'எங்க பெரியப்பாயை கடிச்ச கிறுக்கனாக்கும் அவன் ... அவனுட்ட பேசினா ... பிறகு நீ எனட்ட பேசவே பாது ...'

சுதன் சொல்லும் அந்த நொடி அவனை மீறவே முடிய வில்லை. மனசுக்குக் கஷ்டமாகவே இருந்தது ... மௌனமாகி நின்ற சம்மனசின் கண்களில் நீர் பெருகுவதைக் கண்டேன் ...

மழை ஓயாமல் பெய்ததால் நீராழிக் குண்டிலிருந்து எதிரேறிய கையிலி மீனொன்று வெள்ள ஓட்டத்திலிருந்து பிரிந்து தொழிக்குள் மாட்டித் துள்ளியது. தொழி மண்ணில் பிடைத்த மீனின் மூச்சுக்காகப் பரிதாபப்பட்டேன் நான். ஆனால் இந்த சம்மனசு பெரும் மழையையும் பொருட்படுத்தாமல் அந்த மீனை எடுத்து குண்டில் போட்டான். எனக்கோ விங்கென ஆகி போகிறது.

அன்பை இழந்தவனுக்குத்தான் அதன் தேவை புரியும். வாழ்க்கையைத் தொலைத்தவனுக்குத்தான் அதன் மதிப்பு தெரியும்.சொந்த அம்மா அப்பாவை இழந்து போனவனுக்கு அந்த மீன் ஏற்படுத்திய துடிப்பு புரிய அந்தா பெரும் தொழியில் இறங்கி துடிக்கும் மீனை எடுத்து நீராழியில் விட்டான். இந்த நேரத்தில் கய்தப் பூக்கள் மழையில் நனைந்த வாசத்தை நுகருகையில் அது சம்மனசின் மணம் போலவே இருந்தது. அப்போது பார்த்து, அங்கே ஒரு வாகனம் வந்தது. அதிலிருந்து, சில அதிகாரிகள் இறங்கினார்கள். அவர்கள் பின்னே தங்கசாமி மாமா மரமேறி கொடுக்கும் ராயப்பன் வறான் ...

'அவன் தான் சாறே ... அவனே தான் ... இந்த ஊருக்குண்ணு வந்த தறுதல இதுதான். பிடிச்சிட்டுப் போங்கா சாறே ...' சம்மனசைக் காட்டி சொல்லுகையில் அந்த அதிகாரிகள் விரைந்து வந்து பிடித்தார்கள். சம்மனசை ... எவ்வளவோ முயன்றும் சம்மனசை அவர்கள் விடவே இல்லை. அமுக்கிப் பிடித்த அதிகாரிகள் மத்தியில் சிக்கிய சம்மனசின் கண்கள் என்னைப்

பார்த்த பார்வையில்... 'எனக்கு உதவு... என்னை அன்பு செய்...' என்பது போலவே இருக்க... அச்சம் கூடியவளாக சுதனின் பின்னே ஒளிந்தேன்... பிறகு விசாரிக்கும் போது...

ராயப்பனின் தோப்பிலிருந்து கருக்குகளையெல்லாம் சம்மனசு வெட்டி எடுத்தானாம்...' என்கிற பழி பெயர் கிடைத்தது. சந்தைக்குப் போகிறவர்களை மானாடு பொத்தையின் மறைவில் இருந்து கற்கள் எடுத்து வீசுகிறானாம் பராதி சொன்னார்கள். இப்படியே போனால் அவன் ஒரு பெரிய கொலைக்காரனாகவும் கள்ளனாகவும் வருவான் என்று மீண்டும் ஊர் சார்பாக சிறுவர் சீர்த்திருத்த பள்ளிக்கு அழைத்துப் போனார்கள்... அப்போது சம்மனசுக்குப் பதினான்கு வயது.

அன்றெல்லாம் நான் மிகவும் சோகமாக இருந்தேன். மழை நின்றிருந்தது... குளிர்ந்த காற்றில் அப்படியொரு கனமான துன்பம்... அதை உணருகையில் சம்மனசின் கண்களே என்னை வலி படுத்தியது. எங்கள் வீட்டின் திண்ணையிலிருந்து பார்க்கும் போது அவன் வீடு தெரியும்... அம்மா அப்பா இல்லாத அந்த வீட்டின் முன் பக்கச்சுவர்களெல்லாம் பொடிய தொடங்கி யிருந்தன... பெட்டிக்கடையின் முன்பக்கம் கட்டியிருந்த கூரை சரிந்து போய்... அதில் தாளு பூக்கள் படர தொடங்கியிருந்தன... வீட்டின் முன் பக்கம் நிற்கும் மா மரத்தில் அணைந்த குயில்களும் சோகமாக இசைத்தன...

'அப்போ...'

'சம்மனசு தப்பாப்பா...' எங்க அப்பாவிடம் கேட்டேன்.

'ஆதரவில்லாத பிள்ளை... அன்புக்காக என்னங்கிலும் தப்பு தண்டா செஞ்சா அதையே பெருசு படுத்தியிருவாங்க... அவன் வாழ்க்கை இனி இப்பிடிதான் இருக்கும். கடைசிவரை செயிலு... இல்லியா கிறுக்கன்போல ஒரு வாழ்க்கை...'

சொன்ன அப்பா பெருமூச்சு விட்டார்.

மாமியின் பிள்ளைகளும் நாங்களுமாக வீட்டின் முன்பக்கம் அமர்ந்து பாடங்களைப் படிப்பதும் வீட்டுப்பாடங்களையும் செய்வதுமாக இருந்தோம். எங்களையெல்லாம் அரசாங்க உத்தியோஸ்தர்களாகப் பார்க்க எங்கள் பெற்றோர்களுக்கு ஆசை இருந்தது. நாங்களும் அந்தக் கனவுகளோடுதான் வாழ்க்கையை ஆரம்பித்தோம்.

அல்லியக்கா இருக்காளே... சும்மா நாங்க விளையாடுகையில் மருச்சினி கம்பில் நவுடக்கள்ளி முள்ளை குத்தி, அதை ஒரு ஊசி

போலாக்கி' அவளை ஒரு நர்சாக்கி 'ஊசி ஊசி' என்றே எங்கள் குண்டிகளை வட்டமிடுவாள். எங்க மூத்த அண்ணன் வற்கியும், மாசியும் மானாடு பொத்தையில் விளையாடும் போதெல்லாம் கள்ளன் போலீசாகவே விளையாடினார்கள். மஞ்சணாத்தி கம்பை லாத்தியாக்கிச் சுத்துவார்களோ சுத்து...

மண்ணுவெட்டுக்காரன் என எங்கப்பாவையும், மரமேறி என தங்கசாமி மாமாவையும் கீழ் இறக்கி வைத்திருக்கும் நிலையில் நாங்களெல்லாம் படித்துப் பெரிய நிலையில் வர எங்களின் பெற்றோர்கள் கனவு காண்கிறார்கள்... அந்தக் கனவெல்லாம் பலிக்குமென்றுதான் நம்பினோம்... ஆனால்...

எங்க அம்மாவின் மாமா ஒருவர் நெஞ்சுவலியால் செத்து போயிருக்க... அம்மாவும், சரோசா மாமியும் ஆட்டோவில் செத்த வீட்டுக்குப் போயிருந்தார்கள். இரண்டு பேரும் திரும்பி வரும்போது லாரி இடித்து அப்படியே அங்கே... முடிந்தது வாழ்க்கையின் முதல் பாகம்.

ஒரே குடும்பத்தில் இரண்டு பொதியல்களில் இரு பிரேதங்கள் வந்து இறங்குகையில் எங்கள் குடும்ப கூடுகளின் தாய் பறவைகள் கலைந்து போயிருந்தன... வாழ்க்கை மிகவும் துன்பகரமாயிருந்தது... மாபெரும் இருள் சூழ்ந்தது... பயம் கவ்விக்கொண்டது. அப்படியே ஸ்தம்பித்துக் கிடந்தோம்...

மாசங்கள் பல போன பிறகு மெல்ல மெல்ல எழும்பி வருவதற்கு எங்கள் வீட்டின் அப்பாக்காளே காரணமாக இருந்தார்கள். எங்க அப்பாவும் வேறு பெண் கிண் பார்க்கவில்லை. தங்கசாமி மாமாவும் வேறு எதுவும் யோசிக்கவே இல்லை. இருவருக்கும் தங்கள் பிள்ளைகளின் மீதான கவனமே பெரிய கவனமாக இருந்தது... நாங்கள் இன்னும் வாழ்க்கையை நம்பினோம்.

அன்று ஒரு மதிய வேளை... எங்கள் பள்ளியில் எங்களைத் தேடி அப்பா வந்திருந்தார். அவர் முகம் முழுவதும் கண்ணீர். மாசியை மட்டும் அழைத்து எதோ சொன்னார். அவன் பெருங்குரலெடுத்து அழுதபடியே வீட்டுக்கு ஓடினான். பறையங்குளத்தின் கரையில் பாயும் ஓடையருகே பிடித்தால் பிடிக்குள் அடங்காமல் நிற்கும் அயனி மரம்... அந்த மரத்தினடி யில் ஓடும் ஓடையில் மரத்தின் இந்த அயனியின் வேர்கள் மலைப்பாம்பு போல் மினுங்கும்... நிமிர்ந்து பார்த்தாலே தலைச்சுற்றும். மரத்தில் காய்கள் பறிக்க ஏறிய தங்கசாமி மாமாவுக்கு உச்சிக் கொம்பில் இருக்கும் போதே, நெஞ்சில் வலி வந்திருக்கிறது... அங்கிருந்தே கை சறுவி கீழே வந்தவர்... கீழ் கிடக்கும் பாறையில்

நெஞ்சடி பட விழுந்திருக்கிறார். தலை உடைந்து மூளை சிதறி, அய்யோ அக்காட்சிகளின் கோலம் மிகவும் கொடுமை. பச்சையும், உலருமாக கிடந்த அயனி இலைகளில் தங்கசாமி மாமாவின் சகலமும் தெறித்து கிடந்தது… ஆட்களின் கூட்டமும் கொலவாத விளியுமாகத் தங்கசாமி மாமா தன் வாழ்க்கை வழியை அங்கேயே முடித்து விட்டார்…

எங்கள் குடும்பம் கதி கலங்கி கிடந்தது… எங்கப்பா நொடிந்து விட்டார். தன் சகோதரிகளின் பிள்ளைகள் மூன்று பேர்… அவரின் குழந்தைகள் ஐந்து பேர்… ஆக மொத்தம் எட்டு பேர் அனாதைகளாக நிற்கையில் எங்களுக்கான அரவணைப்பையும் பொருளாதார வளமையையும் அப்பா ஒருவரின் மண்வெட்டு தொழிலால் ஏற்படுத்தி தரவே முடியாது.

ஒரு வியாழக்கிழமையது… தங்கசாமி மாமா இறந்த பதினைந்தாவது நாள் மோச்ச விளக்குப் பிரார்த்தனை முடிந்த மதிய நேரம், ராயப்பன் எங்கள் வீடு நோக்கி வந்தார். வந்தவரும் சோகமாக மாசியின் வீட்டு திண்ணையில் இருந்தார்… அப்பாவுடன் ஏதோதோ சொன்னார்… இறுதியில்…

‘லே மாசி… இனி இந்த குடும்பத்துக்கு நீ தான் உண்டு. உன்னை நம்பியே ஒனக்குண்ணு ரெண்டு சகோதரிகள். இடிஞ்சி பொடிஞ்சி கிடக்கிய வீடு… இதெல்லாம் நீ தான் பாக்கணும். அதுனால ஒண்ணு பண்ணு…’

பின் பக்க தலையை சொறிந்த படியே ராயப்பன் சொல்லுகையில் எங்கள் எல்லோரின் கண்களும் அவரிலே போயின… ஒருவேளை தன் சொந்த செலவில் மாசியை, அல்லியை, மல்லிகாளையெல்லாம் படிக்க வைக்க போகிறாரோ? அப்படியொரு எண்ணத்தில் பார்க்கையில்…

‘நீ நம்ம வீட்டுல வந்துருல மாசி… கொப்பனைப் போல நம்ம வீட்டுல எடு பிடியா நின்னா நானும் ஒன் குடும்ப முன்னேற்றத்துக்கு என்னங்கிலும் உதவுவேன் இல்லியா… ஒன் வீடு வேற என் வீடு வேறண்ணு நான் இது வரைக்கும் நினைக்கல… கொப்பனைப் போல ஒனக்கும் மரமேற தெரியும் தானே…’

ராயப்பன் இப்படியொரு விலங்கை மாசியிடம் எறிவான் என யாருமே நினைத்திருக்கவில்லை.

‘ராயப்பரே… நாங்க அவனை ஒரு போலீசாக்க நினச்சிருந்தோம்… அவன் தவப்பனுக்கும் அது தான் இஷ்டமாயிருந்தது’

கழுத்தில் கிடக்கும் துண்டை வாயில் பொத்தி அழுதார் அப்பா...

'அதெல்லாம் செரி தான் ஓய்... அல்லி பெண்ணு இவனை விட மூத்தது... அவா இன்னாண்ணு சொல்லக்குள்ள கலியாண பிராயத்துல வருவா... அவளைக் கெட்டி கொடுக்கணுமா? அதுக்கும் இளையதும் மூத்து வருது இல்லியா... இந்த வீட்டை நல்ல படியா மாத்தி புதுசா வச்சா தானே... நாளைக்கி இவனுக்கும் ஒரு நல்ல சம்மந்தமெல்லாம் வரும். படிச்ச ஆசையங்கி டீட்டோறியல போய் படிச்சட்டு... அந்த பைசையாயை நான் கெட்டுலாம்...'

சூழலைப் பிடித்து பேசினான் ராயப்பன். இந்த நேரம் விட்டால் மாசியை பின் அவனுக்குக் கொண்டு போக முடியாது. ராயப்பனுக்கோ இரண்டு பெண் பிள்ளைகள்... மூத்தவளின் பெயர் கிள்டா. சின்னவளின் பெயர் அனிதா. மிகவும் பணக்காரனே இந்த ராயப்பன்... ஊரில் பாதிக்கும் மேல் இவனின் சொத்துகள் எனலாம். ராயப்பனுக்கு அண்ணன் தம்பிகளெல்லாம் பெரிய வசதிக்காரர்களே... தங்கசாமி மாமா இவன் தூறி போட்டுட்டு வாரு என்றாலும் வாரும் சுபாவம் கொண்டவர். வீட்டுக்கான சகல வேலைகளையும் செய்வாரு. எங்க பே ாக சொன்னாலும் போவாரு... அதுக்காகவே ராயப்பன் கொடுத்த பணத்தில் ஒரு சைக்கிளையும் வாங்கி போட்டிருக்கிறார். இரண்டாம் விலையில் வாங்கினாலும், அது பார்க்க புதுசு போலவே இருந்தது.

'மாசியே நீ படிச்ச போ மோனே...' அப்பா சொல்ல... அப்பாவின் கையை இதமாகப் பிடித்தான் மாசி.

'படிச்செல்லாம் இனி ஒண்ணும் ஆகாது மாமோ... எனக்குண்ணு வீடு நிறைய கடமை கிடக்கு... அப்பாயைப் போல நானும் இவருக்க வீட்டுல போய் எடுபிடியா நிக்கியேன்... எனக்கும் மரமேற தெரியும் இல்லியா...'

மரமேறியிக்க மகன் அரசாங்க உத்தியோகம் பார்க்க கூடாதோ? விதி இப்படித் தான் எழுதுமோ?

பின் வந்த நாட்களில் மாசி ராயப்பனின் வீட்டுக்கு, தங்கசாமி மாமாவை போல் சைக்கிளில் போகத் தொடங்கினான்.

அடுத்து அல்லியக்கா...

படிச்சா மேல மேல படிச்சிட்டே போகணும். அதுக்கெல்லாம் இனி முடியவே முடியாது. மாசிகொண்டு வாறதை வச்சி வவுத்துப்

பாடை கழுவி விடுலாம். அது போக சம்பாத்தியம் வேணுமே என அவளும் தன் படிப்புக்கு முற்றுப்புள்ளி வைத்தாள்.

முடிவெடுத்து விட்டாள். மட்டுமல்ல... பக்கத்தில் உள்ள பொனுப்பாசி அக்காளோடு அண்டியாபீசு வேலைக்கி இறங்கினாள் அல்லியக்கா.

அல்லியக்கா ஸ்டாப் நர்சாக அவளை ஒருக்கி நிறுத்தி எங்களோடு விளையாடிய விளையாட்டெல்லாம் வெறும் ஒரு விளையாட்டாகவே முடிந்து போனது. கையில் சோற்றுப்பாத்திரமும் எடுத்துட்டு அண்டியாபீசு வேலைக்குப் போகுகையில் நாங்கள் எல்லோருமே அழுது விட்டோம். ஊசி பிடித்து நோயாளிகளோடு தன்னை நிறுத்த ஆசை பட்டவள் அண்டிக்கறை அப்பிய கைகளோடு ஆகி விட்டாள் பின்னாட்களில்...

3

எட்டாம் கிளாசில். பெரிய பருச்சை சமீபமாக இருக்கும் காலக்கட்டத்தில் இருந்தோம்.

அம்மாவை இழந்த பிறகு எப்போதுமே துன்பத்தோடு லயித்தேன். மகிழ வேண்டும் என்கிற இதம் சுதனிடமிருந்து மட்டுமே கிடைப்பதை உணர்ந்தேன்.

அம்மா இல்லாத வீடு, வாசல் இல்லாத வீடு போலவே... ஆகி கிடந்தது. அப்பா இல்லாத வீடு, மோடு இல்லாத வீடு போலவே மாசிக்கு ஆகி கிடந்தது. எங்களை ஒரு கட்டுக்குள் வைக்க அம்மா இல்லை... எனக்கான சகல சௌரிய சந்தோசங்களும் வீட்டுக்கு வெளியே கிடப்பதைக் கண்டு வீட்டிலிருந்து வெளியே போகத் தொடங்கினேன். சுதனுக்கெல்லாம் அப்பா இல்லாமல் போனாலும் அவன் குடும்ப பின்னணியில் எல்லோரும் அக்கரையோடு இருந்தார்கள். மூத்த பெரியப்பனாரு ரெத்தினம், சின்ன பெரியப்பா பாபு, ரோசிலி என்கிற மாமி என எல்லோரும் அவனின் படிப்பு விசயத்திலும் வாழ்க்கையிலும் அக்கறை காட்ட இருந்ததால் என்னை போல் வெளியுலகத்தில் வர இயல வில்லை... ஆனாலும் அவன் வந்தான் எனக்காக... என்மீது கொண்ட ப்ரியத்திற்காக...

எங்கள் மானாடு பொத்தை மிகவும் அழகானது. இத்தனைக்கும் அது எனக்கான நிலமோபொற்றையோ இல்லை. இதே சுதனின் குடும்பத்திற்கு உட்பட்டது. அண்ணன் தம்பிகளுக்கான பகுதியது.

பொத்தையை பார்க்கும் போதெல்லாம் ஞானதேச வகுப்பில் கற்றுத்தந்த இன்பவனம் போலவே இருக்கும். கடவுள் ஆதியில் படைத்த பகுதி யாகவே கண்டேன். பொத்தைக்கு ஏறி செல்லும் வழி முழுக்க இரு பக்கங்களிலும் காரக்காய்கள்

என்னே ஒரு அழகில் மஞ்சளாகப் பழுத்து... சும்மா எங்கள் தேகத்திலோட்டு தொட்டு களிக்கும் காய்களைப் பறிச்சி மடிகளில் போட்டுட்டு உச்சாணி பாறையில் இருந்து சவச்சுகையில் சந்தோசமாக இருந்தது... அங்கெல்லாம் பழம் தின்ன கூடும் பட்சிகள் இருக்கே... அம்மம்மா அவையெல்லாம் பல வகைகள்... பச்சைக்கிளி, மைனா, புறா, கொக்கு என பாடத்தில் கற்பது பறவைகள்... பொத்தையில் பார்க்கும் பல பல பறவை களுக்கு என்ன பெயர் என்றே தெரியவில்லை... வாலில் மஞ்சள் பூசிய பறவைகள்... மூக்கு வரைக்கும் கறுப்பு அப்பிய பறவைகள்... வெறும் கடைக்குட்டி விரல் அளவுக்கொண்ட சின்னச் சின்ன பறவைகளென மரங்களிலும், பாறைகளிலுமா பறக்கையில் என் மனசு மிகவும் சந்தோசம் கொண்டது...

'சுதா அதுக்க அழக பாரு... அய்யோ அத பாரு...'

சுதனின் கையைப் பிடிச்சிட்டுப் பொத்தை முழுவதும் நடந்தேன். ஈரோலி பழங்கள் குலைகுலையாகக் காய்த்து கிடந்தன... சக்கச்சொளைகள் கண்டமட்டுக்குத் தொளிந்து விழுந்தன... இது போலவே அயனி சொளைகளும். இது போக பாறை இடுக்கு களில் முளைத்து வரும் காட்டுப்பிச்சிகள். என்னே ஒரு மணம்... இதழ் சிவந்து உள் வெளுத்து விரியும் காட்டுப்பிச்சியைப் போலவே, பச்சை இலைகளில் கொண்டை கொண்டையாகப் பூக்கும் அக்கானி பூக்களின் மணம் பொத்தை முழுவதும் விரவியடித்தது.

லீவு நாள்களில் இந்த மானாடும் பொத்தையிலே என் வாழ்க்கை, என்னைப்போன்ற சிலரின் வாழ்க்கை கழிந்தது. அக்கம் பக்கமுள்ள என் வயசுக்கு ஒத்த பலரும் இங்கு தான் விளையாட கூடினோம். அந்த விளையாட்டுகளெல்லாம் எனக்கு பிடித்திருந்தது. குறிப்பாகக் கல்யாணம் வைத்தும் விளையாடிய விளையாட்டும் பிடித்திருந்தது...

ரெம்மியா அப்பு ஒரு சோடி, மல்லிகா ராஜு ஒரு சோடி, லோட்டஸ் பாபு ஒரு சோடி என சோடிசோடியாக எங்களுக் குள்ளே கல்யாணங்கள் நடந்தன... இந்த சோடிகளெல்லாம் சில நாளுகளில் மாறிமாறியும் கல்யாணம் செய்தார்கள். ஆமா, ஒரு நாள் அப்புவுக்கு மல்லிகா சோடியாகுவாள். லோட்டஸுக்கு ராஜுவும் சோடியாகுவான். ஆனால் நானும் சுதனும் மட்டும் ஒரு நாளுமே சோடி மாறுவதில்லை. இதனால் அப்புவுக்கு சுதன் மீது கோபம்.

கலியாண விளையாட்டை எல்லோரும் வெறும் ஒரு விளையாட்டாகவே நினைத்தார்கள் போலும்... ஆனால் என்னால் அப்படி நினைக்க முடியவில்லை.

(சுதனுக்கும் எனக்கும் கலியாண விளையாட்டு நடக்கையில் என் கூட்டுக்காரிகள் அவன் வீட்டுக்குப் போய் சம்மந்தம் பேசுவார்கள்). எங்களுக்கெல்லாம் வீடுகளாகப் பொத்தையில் கிடக்கும் சிறு பாறை குகைகளே இருந்தன. பாறையால் மூடிய குகைகளுக்குள் வீடுகள் போல் தஞ்சம் அடைந்தோம். அங்கு எங்களுக்கான கல் அடுப்புகள், செரட்டையில் பாத்திர வகை களெல்லாம் இருந்தன… சுதனுக்கு அம்மாவாக பெரும்பாலும் லோட்டஸே இருப்பாள். ரெம்மியா என் அம்மாவாகப் போய் சம்மந்தம் பேசுவாள். பின் அங்கிருந்து என்னைப் பார்க்க வருவார்கள். பெண் பார்ப்பார்கள். எங்களுக்குரிய கலியாண தேதியைக் குறிப்பார்கள்… கலியாணமும் நடந்தது.

சின்னஞ்சிறுசுகளின் கலியாணங்களில் பொத்தை முழுவதும் கொண்டாட்டம் கொள்வதை பார்த்தேன். கொன்ன கொம்பில் சுதனும் அவன் கூட்டாளிகளும் ஏறியிருந்து சடக்சடக்கென அடித்து என்னைக் கலியாணம் கெட்ட வந்தான். எங்களை விட சின்ன பிள்ளைகள் மலசொரி பாட்டு பாடினார்கள். எதிர்மாலையும் சந்தனமும் போட்டு மாப்பிளை வரவேற்புக்குப் பெரும்பாலும் அண்ணனாக அப்புவே நின்றான்… அவனை என் அண்ணனாக நிறுத்துவதில் கொஞ்சம்கூட அப்பு விரும்பவே இல்லை.

‘ஏண்டே சுதா… நான் ரோசாளுக்கு ஒரு நாளங்கிலும் மாப்பிளையா வாறண்டே… நீ மட்டும் என்னிக்கும் அவளுக்கு மாப்பிளையா நிக்கிற?’ முடுங்கி முடுங்கி பல நாட்கள் கேட்கவும் செய்தான்… இவனோ…

‘ரோசாளுக்கு நான் தான் மாப்பிளை…’ பொத்தை முழுவதும் எதிரொலிக்கும்படி சொல்லுவான்… நான் பேரின்பம் அடைந்த நாட்கள் அவை.

மருச்சினி தண்டை ஒடித்து தாலி மாலை கெட்டுவான் சுதன். சாமியாக நிற்கும் ராஜுவோடு எல்லா சத்தியப் பிரமாணங் களுக்கும் சத்தியம் சொல்லுவான்…

‘இன்பத்திலும் துன்பத்திலும் உடல் நலத்திலும், நோயிலும் ரோசாளுக்குப் பிரமாணிக்கமா இருப்பியா?’

‘ஆமா ஃபாதர்…’ மெல்லிய குரலில் சொல்லுவான்.

‘ரோசாவாகிய நீ இங்கிருக்கும் சுதனை உன் கணவனாக ஏற்றுக்கொள்ள சம்மதம் சொல்லுகிறாயா?’

‘ஆமா ஃபாதர்…’

'இன்பத்திலும் துன்பத்திலும் உடல் நலத்திலும் நோயிலும் நீர் இவருக்குப் பிரமாணிக்கமா இருப்பாயா?'

'ஆமா ஃபாதர்...' வெறுமனே உதட்டிலிருந்து அல்ல மனசிலிருந்துதான் சத்திய பிரமாணம் செய்தேன். சுதனை கவனிப்பதும், வாழ்விப்பதும் என் பொறுப்பு போலவே இல்லாமல் நிஜமாகவே சத்தியம் செய்தேன்.

'திருமணம் செய்துகொள்ள விரும்புவதால் இருவரும் தங்கள் வலது கைகளைச் சேர்த்து பிடியுங்கள்...'

என்று சொல்லும்போது மனம் ஒத்து சுதனின் கையைப் பிடிக்கையில் மானாடு பொத்தை முழுவதும் எங்களை ஆசிர்வதிப்பதை உணர்ந்தேன்.

வெறுமனே பூத்து கிடக்கும் காட்டுச்செடிகளின் பூக்களைப் பறித்து கல்யாண மாலையாக்கி, நவுடக்கள்ளியின் பூவை கையில் செண்டாகப் பிடித்துக் கொண்டு பொத்தை முழுவதும் மாப்பிளை பெண் ஊர்வலம் நடக்கிறப்ப, அம்மா இல்லாத வலி எனக்குத் தெரியவே இல்லை. வீட்டின் சூழல் என்னை இறுக்கவில்லை... எனக்காக சுதன் என்கிற அன்பும், என்னைப் புரிய பொத்தை என்கிற அம்மாவும் இருப்பதாக நினைத்தேன்.

கல்யாணம் முடிந்ததும் அம்மா வீட்டிலிருந்து சுதனின் வீட்டுக்குப் போகுகையில் ரேடியோ செட்டுக்காரனாகச் சமீபத்தில் மாறும் அப்பு ரேடியாவாக தன் வாயைப் பிளந்து பாடுவான்... 'புருசன் வீட்டில் வாழ போகும் பெண்ணே தங்கச்சி கண்ணே...' பாட்டை பாடுகையில் எனக்கு கிலேசம் கூடும். அழகாகப் பூத்து செழிப்பாக வேரூன்றி நிற்கும் ஒரு வனப்பான செடியைப் பிடுங்கி இன்னொரு இடத்தில் நடப்போவது போல் ஒரு வலியை இந்த பாட்டு ஏற்படுத்தி விடுகிறது...

அக்கம் பக்கமுள்ள கிறுத்தி, கிரேசி அக்காக்களுக்கெல்லாம் நிஜமான கலியாணம் நடக்கையில் அவர்கள் மாப்பிள்ளை யோடு போகுகையில் இந்தப் பாட்டைப் போட்டு விட்டபோது, அது எனக்கு மட்டுமல்ல அங்கு எல்லோருக்குமே துக்க பாட்டாகவே ஒலித்தது. ஒலிக்கிறது.

கல்யாணம் முடித்த ஆணுக்குச் சொல்லாத அறிவுரை களெல்லாம் பெண்ணுக்கு எழுதி வைத்து பாடும் பாட்டாகவே இருக்கிறது. 'மாமானாரை மாமியாரை மதிக்கணும்' மாலை யிட்ட கணவனையே துதிக்கணும்... சாமக்கோழி கூவையிலே முழிக்கணும்... சாணம் தெளிக்கணும்...' அது இது என

இந்தப் பாட்டை அப்பு பாடுகையில்...

'பாட்டை நிறுத்து...' என்பேன்.

'எதம் சந்தோசமான பாட்டு பாடு அப்புவே... எனக்கு இந்தப் பாட்டை கேட்டா கரச்சியா வருது... எங்கோ கண்ணைக் கெட்டியிட்டுப் போய் ஒரு பாங்குண்டுல போடுறதுபோல பேடியா இருக்குல...'

விங்கிகொண்டு சொல்லுவேன். எல்லோரும் சிரித்து விடுவார்கள்...

'குட்டே இது விளையாட்டு கலியாணம்... அது போக அப்பு பாடிய பாட்டை தான் எல்லா கலியாண வீடுகளிலும் போடுறாங்க...' ரெம்மியா சொல்லுவாள்...

'பாட்டை மாத்தி எழுதணும்...'

'ம்... கிழிப்ப...' மல்லிகா சொல்லுவாள்.

'எழுதுவங்குட்டி...' ரொம்ப சீரியசாகவே சொன்னேன்... ஆனால் யாரும் என்னை நம்பவில்லை.

சுதனின் வீட்டில் போகுகையில் லோட்டஸ் என்னை மாமியாராக வரவேற்பாள்... அங்கே 'மணமகளே மருமகளே வா... வா... உன் வலது காலை எடுத்து வச்சி வா...' கோரசாகப் பாடுவார்கள் கூட்டுக்காரிகள்.

கலியாணத்தில் கலந்துகொண்டவர்களுக்கெல்லாம் மண்ணால் குழச்ச சோறு, வெள்ளம் கலக்கிய தொழியைச் சாம்பாராக்கி, பிலா நெட்டியில் விளம்பல்... சுதனின் குகை வீட்டில் நானும் அவனும் சேருகையில்... அங்கே விரித்துப் போட சேனை இலைகள் பாயாகக் கிடந்தன. அங்கு நாங்கள் வெறுமனே படுத்துக் கிடப்போம்... வேறு எதுவுமே தெரியவில்லை... அவன் இவளைத் தொட்டுக் கூட பேசவில்லை... நான் தான் அவன் கை மேல் என் தலையை வைப்பேன்... அழுகை பொத்து சாடும்... ஏனெனில் சுதனின் வாசத்தில் என் அம்மா மணப்பாள்...

'கிறுக்கி இப்ப எதுக்கு அழுற... நான் ஒன்ன நல்லா தான் வச்சுக்குவேன்... பெரிய வேலைக்கெல்லாம் போய் பணம் பணமா கொண்டு வருவேன்... நம்ம பிள்ளைகளையெல்லாம் பெரிய படிப்பெல்லாம் படிக்க வைக்கணும் இல்லா...'

என் தலையை வருடிய படியே சொல்லுகிறவன்... அடுத்த விளையாட்டில் மா மர கொம்பில் ஏறி வேலைக்குப் போவான்.

வரும் போது கொன்ன இலைகளைப் பெரும் பணமாக என்னிடம் கொண்டு தருவான். பழமாக பேரக்காய் இலைகளை வாங்கியிட்டு வருகிறான்... பண்டமாக தொழி மண்ணைக் கொண்டு தருவான். எனக்கு வாழ்க்கை பசிக்கவே இல்லை... எல்லாமே பொத்தையில் கிடைத்தது...

வீடு நிறைய பிள்ளைகள்கூடக் கிடந்தார்கள்... எனக்கும் சுதனுக்குமாக ஆறேழு கல் பிள்ளைகள்... இந்தப் பிள்ளைகளை நாங்கள் பெரிய அளவில் கொண்டு வர பேசிக்கொள்வோம்... அந்தக் கற்களை வெறும் கற்களாகப் பார்க்க முடியவில்லை. ரீனா, ரீத்து, அபித், ஆகாசு, என ஒவ்வொரு கற்களுக்கும் பெயரிட்டு அவர்களை பராமரிக்கப் பாடுபட்டோம்... அவர்களுக்காக அழ கூட முடிந்தது... தாலோலிக்க முடிந்தது... எனக்காகப் பெரும் குடும்பம் இருக்கிறது என்கிற நிறைவை... சுதனும், என் குடும்பமும் கலியாணமும் கூட்டாளிகளும் தந்துகொண்டிருந்த தால் என் உலகம் சந்தோசமாகவே இருந்தது அன்று...

4

சுதனின் அறிவுக்கு எதிர்காலத்தில் பெரிய ஆளாக வருவான் என பள்ளியிலும் அக்கம் பக்கத்திலும் சொல்ல துவங்கினார்கள்.

வளர, வளர அவன் மேல் படிப்பிற்காக என்னிடமிருந்து பிரிய தொடங்கினான். ஸ்பெசல் கிளாஸ் டியுவிசன் கிளாஸ் என பொத்தையில் வருவதை நிறுத்தினான்.

ஒரு நாள் அந்திக்கு என்னோடு வீட்டுக்கு வராமல் ஸ்பெசல் கிளாசுக்கு அவன் போன வருத்தத்தில் இருந்தேன். என் கண்கள் பள்ளி காம்ப்பவுண்ட் சுவரில் முளைத்து வரும் புற்களையே பார்த்துக் கொண்டிருந்தன.

என்னையறியாமலே சிரித்தேன். அப்போது என்னைத் தேடி மல்லிகா வந்தாள்.

'ரோசா பள்ளியில இப்ப சீக்கிரமா ஸ்கூல் டே வரும் இல்லியா...'

'அதுக்குக் கவிதைப்போட்டி வைக்கிறாங் களாம்... நான் ஒனக்க பேரை கொடுக்கட்டா?'

மல்லிகா சொல்லி முடிக்கும் முன் நான் வாய் விட்டுச் சிரித்தேன்...

'ஒனக்கென்ன பைத்தியமா பிடிச்சிருக்கு... சும்மா பொத்தையில போகிறப்ப அங்கெல்லாம் கிடக்கும் அழகுகளைக் காணுறப்ப என் போக்குல எதோ சொல்லுவேனே அதெல்லாம் கவிதையிண்ணு ஒனட்ட யாருட்டி சொன்னது?'

பூவோ, புல்லோ என என் ரசிப்பு அதிகமாகும் போது அழகாகத் தமிழ் பேசுவேன்... மிகவும் ரசனையோடு எதோதோ சொல்லுவேன்... அதைத் தான் மல்லிகா வரைக்கும் கவிதை என்கிறாள்.

‘யானைக்குத் தனக்க உருவம் தெரியாதுண்ணு மாமா ஒரு சுலோகம் சொல்லுவாரே அதுபோல தான் நீயும். ஒனக்குக் கவிதை வருதுண்ணு சொன்னா நீ நம்பவா போற? யாரங்கிலும் சும்மா நருநருண்ணு எழுதி கொடுத்திட்டு முதல் பரிசை வாங்கியிட்டுப் போட்டு... எனக்கென்ன வந்துட்டு...’

மல்லிகா என்னோடு சுணுங்கி போனாள்... நான் அவளை அழைக்கவும் இல்லை... காம்பவுண்ட் சுவரில் பூத்த பூவையையே பார்த்து நின்றேன்...

பொத்தையில் நாங்களெல்லாம் கூடி கிடந்தோம்... அது ஒரு அந்தி வேளை... கருப்பான முகடு தூக்கி நிற்கும் குட்டி குட்டியான பாறைகளின் மேல் பக்கங்களில் பல தினுசு மரங்களின் கிளைகள் பச்சையமாகக் கிளைகளைத் தாழ்த்தி கிடந்தன... இந்தக் கிளைகளின் பச்சையத்தூனுடே யாரோ உருட்டிவிடுவது போல் மிதந்தது ஆரஞ் நிறத்தில் சூரியன்... அடி வானின் கீழ் பக்கமெல்லாம் தீ பிழம்புகள் போல் கட்டிக் கட்டியாக மேகங்கள் சொலித்தன... அந்தி நேர பறவைகள் கூடணையை விரைந்தன... அந்தி அப்படியொரு அழகில் மிதந்து கிடக்க... நீராழிக் குண்டின் ஒதுங்கிட மூலையில் கய்த பூவின் வாசம் என்னை அணைக்க நானோ, யானைபோல் தெரிந்த பாறையின்கீழ் பக்கம் இருந்தேன்... அங்கே பொளுபொளு மணல் கிடந்தன... பாறையருகே நிற்கும் நாவல் மரத்திலிருந்து பழங்கள் விழுந்து கறுப்பு சாறு எங்கும் சிதறி தெரிந்தன... இயன்ற மட்டும் அவைகளை ஆளாளுக்குப் பறக்கித் தின்று பற்களும் நாவும் கடுப்பேறி போன நிலையில் வாயில் கடுப்பு பரவி கிடந்தது எங்களுக்கு...

டியுவிசன் முடித்து விட்டுப் பொத்தைக்கு வருவதாகச் சொன்ன சுதனை அடிக்கடி தேடியபடியே இருந்தேன். வேலி களில் செழிப்பாக நின்ற கற்றாழைகளின் ஊசி போன்ற முள் முனைகளில் ஊசி புட்டான்கள் உராவி போவதை வியப்பாகப் பார்த்தேன்... அப்பு, ராஜி, ராபட், ரெம்மியா, மல்லிகா, லோட்டஸ் பலரும் கிளியாந்தட்டு விளையாடி களித்தார்கள்...

என் கண்கள் வரைக்கும் சுதனின் காலடி ஓசைக்காகக் காத்திருந்த வேளையில் அவன் வந்தான்... அவன் எல்லோருக்கும் கை அசைவை காட்டியிட்டு நேராக என்னிடம் வந்தான்... நான் மூஞ்சியைக் கொஞ்சம் திருப்பி வைத்தேன்... அவனுக்குச் சிரிப்பு வந்தது...

‘மகராணிக்கு என்ன கோபமோ?’

‘ஆமா ஒனக்குப் பள்ளியில வச்சி என்னைக் கண்ணுல காணேலியே...

'ஏன் சுதா நீயும் நானும் ஏதோ ஒருநாள் வளருவோம்... அப்ப நீயெல்லாம் பெரிசா படிச்சி பெரிய ஆளா வருவ... அப்ப நீ இதுபோல எங்கிட்ட பேசுவியா? ஒனக்கெல்லாம் ஒங்க வீட்டுல வசதியான பெண்ணைக் கலியாணம் பண்ணி வைக்க சொன்னா நீயும் சம்மதிச்சிருவியா?' மனசிலிருந்து கேட்க... அவன் இன்னுமாகச் சிரித்தான்...

'நான் தான் ரோசாண்ணு ஒருத்தியைத் தாலி கெட்டி யிட்டேனே...' சொல்லி சிரிக்கையில் அங்கே எல்லோரும் சிரித்தார்கள்... எனக்கு நிறைவாக இருந்தது.

'சும்மா கலியாணத்தையே நினச்சிட்டு இரு மக்கு...' என் தலையில் தட்டினான்... கலியாணம் தான் என்னையும் அவனை யும் பிரிக்காமல் பாதுகாக்கும் என்றே நம்பி தொலைத்தேன்.

'ரோசா நீ எனக்கு ஒரு ஹெல்ப் பண்ணணும்...'

என்ன என்பது போல் பார்த்தேன்... அவனோ என்னருகில் நெருங்கி வந்தான். என் விரல்களைப் பிடித்தான்... பிசைந் தான்... நானும் அவனருகில் இன்னுமாக நெருங்கி இருந்தேன். முன்னெல்லாம் அவனோடு நெருங்கி இருக்கையில் தோன்றாத சில உணர்வுகள் இப்போது தோன்றியது... எனக்கு இது பிடித்திருந்தது... ஜெம்பருக்குள் குருத்து வரும் மாரு பூக்களின் அடி நாதத்தில் ஒரு வித குடைசல் எடுப்பதும்... பிடித்திருந்தது...

'எனக்கு நீ ஒரு கவிதை எழுதி தாயேன்... பள்ளியில எல்லோருமே என்னையே எதிர்பாக்கிறாங்க... இப்ப விளையாட்டுல எனக்கு பஸ்ட்... ஓவியத்துல செகண்ட்... பேச்சு போட்டியிலேயும் பஸ்ட்... ஆனா இந்தக் கவிதை மட்டும் எனக்கு வரவே இல்ல ரோசா... எனக்குப் போட்டியா வகுப்புல இருப்பாளே ஆனி... கவிதையில அவா தான் பஸ்ட் எடுப்பேண்ணு எங்கிட்ட சவால் வைக்கிறா... அதான் எனக்கு...'

நானோ இப்போதும் சிரித்து விட்டேன்...

'ஏன் நீங்க எல்லாருமே என்னைக் கவிதைக்காரியா சொல்லுதியா? லே அதெல்லாம் பெரிய விசயம்... அது பெரிய ஆளுகளுக்கான விசயம்... நம்ம தமிழ் வாத்தியாரு லிஜோ இருக்காரே பத்துக் கவிதைப் புத்தகம் எழுதியிருக்காராம்... நம்ம கமிட்டியில இருக்காளே செயலாளர் நிமி அக்கா அவா ஏழு கவிதை புக் எழுதியிருக்காளாம்... அதெல்லாம் பெரிய ஆளுகள் செய்யுற வேலை... நீ எங்கிட்ட கேட்டா எப்பிடியிடே...' பரிதாபி போல் சொன்ன என் சுண்டை விரல்களால் பிடித்தான் சுதன்... அது குவிந்து அவனை நோக்கின...

'இந்த வாயால நீ என்ன சொன்னாலும் கவிதையா இருக்குண்ணு ஏமுட்டி ஒனக்குத் தெரியல...'

என் கண்கள் அப்படியே நிலைகுன்றி போயின... சும்மா ஒரு சுண்டு... அது வச்சி ஒரு சிரிப்புதான் சிரிக்க முடியுமென நினைத்த நினைப்பை அவன் விரல்கள் குலைத்து நின்ற போது என் வாய் முழுவதுமே வறண்டு போய் விட்டது...

லேசாக அரும்பும் மீசை முகத்தைப் பார்த்தேன்... மென்மையான குரலில் அதிகமான தடிப்பம் உணர்ந்தேன். கால் கைகளில் சுருள்சுருளாக முடிகள் பார்த்தேன்... சுதன் வளர்ந்துவிட்டான் என்பதை உணர்ந்தேன்...

'சொல்லுவியா மாட்டீயா?' உதடை இங்கும் அங்குமாக ஆட்டினான்...

'லே அங்க பாரு இந்த சுதனை...'

விளையாடிட்டு இருந்த அப்பு வேகமாக வந்தான்...

'சுதன் இது என்னது நீ பண்றது?' கோபமாகக் கேட்டான்...

'ஏன் ஒனக்கு என்ன வந்துட்டு?' சுதனும் கேட்டான்.

'இல்ல விளையாட்டுக்கு ஒரு கலியாணம் செய்தா... நிஜமாகவே இவா ஒனக்கு பெண்டாட்டியா என்ன? இப்படியெல்லாம் செய்யுறது ரொம்ப தப்பு ஆமா...'

அப்புவுக்கு இந்தக் கோபமும் குசும்பும் தேவையே இல்லை என நினைத்துட்டு அவனைப் பார்த்தேன்... அவன் கண்களின் சிவப்பில் தெரிந்த விதம் முற்றிலும் புதுசு... திருகி நின்ற என் சுண்டை சரி செய்தேன்... அப்புவை பார்த்தேன்...

'ஏன் அப்பு அண்ணா...'

'கொண்ணன் ஒனக்க கொப்பன்...'

கோபமாகச் சொல்லிவிட்டு வேகமாகப் பொத்தையிலிருந்து கீழ் இறங்கினான்... இவனுக்கு என்ன ஆச்சு? என்னும் கேள்விகளோடு எல்லோரும் போனார்கள்... பொத்தையில் சுதனோடு நான் மட்டும்... அந்தி வானில் கறுப்பு லேசாக மூடல் போட்டுட்டு வந்துட்டே இருந்து...

'தன்னம்பிக்கை என்கிற தலைப்பில இரண்டே வரியில கூடப் போதும், இப்ப நீ கவிதை சொல்லுவியா மாட்டியா?' மீண்டும் கெஞ்சினாள்.

இப்படி படக்கென கேட்டால் நான் எங்கே போவேன்? ரசனையோ, பார்வையோ இல்லாமல் எப்படி கவிதை சொல்லுவேன்... என் கண்கள் மீண்டுமாக யானை பாறையில் போயின... அங்கே அதன் கீழ் பகுதியில் முளைத்து வரும் புற்களைப் பார்த்தேன்... எனக்கு என்னவோ தோணுது...

அமுக்கினாலும் முட்டி முளைப்பேன்...
மண்ணோடு சொன்னது
விதை...

படக்கென சொல்லிவிட்டேன்... சுதன் அதிர்ந்துபோனான்...

'வாவ் சூப்பர் சூப்பர்... ரோசா நீ கவிதைக்காரியிட்டி... நீ மட்டும் ஒன்ன மெருகேத்தினா நிச்சயமா நீ நம்ம தமிழ் சாரை விட பெரிய ஆளா வருவ?'

சொன்னவன் நான் கொஞ்சமும் எதிர்பார்க்காமல் என் கொவுட்டில் முத்தி விட்டு ஓடினான்... நான் சிலிர்ப்போடு நின்றேன்... இதுதான் கவிதையென்றால் இது போல் தினம் தினம் சொல்லி முத்தங்கள் வாங்கலாமே...

பள்ளி ஆண்டுவிழாவில் கவிதைக்கான முதல் பரிசை சுதன் வாங்கும்போது எனக்குப் பெருமையாகவே இருந்தது. பள்ளி ஆண்டு மலரில் அவன் போட்டோ போட்டு... கீழ் பக்கம் நான் எழுதிய கவிதையை அவன் பெயரில் பார்த்த போது எனக்கு மகிழ்ச்சியாகவே இருந்தது...

பெரிய பருச்சையின் லீவு நாள்கள்... சுதன் அவங்க சித்தி வீட்டிற்குப் போக ஆயத்தமானான். அவன் சித்தப்பா காலேஜ் ஒன்றில் ஆங்கில பேராசிரியர் என்கிற வகையில் விடுப்பு நாட்களில் சிறப்பு ஆங்கில பயிற்சிக்காக அவன் அக்கா அவனைப் போக ஆக்குகையில் எனக்கு உயிர் போனது போலவே ஆகினேன். சுதன் இல்லாமல் ஆகும் இந்நாள்கள் என்னால் எப்படி சகிக்க முடியும்? அவனுக்கும் என்னை விட்டுட்டுப் போக மனசே இல்லை. அவன் போவதற்கும் ஒரு நாளைக்கும் முன்னே பொத்தையில் நானும் அவனும் சந்தித்தோம்...

'எனக்கெல்லாம் அங்க போக பிடிக்கல ரோசா... எங்க சித்தப்பா இருக்காரே ரொம்ப கண்டிசன். புக்ஸ்லயிருந்து கண்களைத் திருப்பவே விட மாட்டாரு. எல்லாம் என் ஷீலா அக்கா செய்த வேலை...'

தக்கலை பகுதியிலிருக்கும் சித்தியின் வீடு இங்கிருந்து ஆறு கிலோ மீட்டர் என்றாலும் எனக்கும் அவனுக்கும் அது ஆறாயிரம் கிலோ மீட்டராகவே இருந்தது... அடுத்த நாள் அவன் சித்தப்பா

வந்து அவனை அழச்சிட்டுப் போகுகையில் ஏங்கி அழுத எனக்குக் காய்ச்சலே வந்து விட்டது...

லீவு நாள்களை ஓய்வில் போக்கியெடுக்க முடிந்திருக் காமல் வீட்டுக்கு வீடு கைத்தொழில்கள் புழுங்கிய காலமாக அது இருந்தது. எங்கள் வீட்டைச்சுற்றி பீடி சுற்றும் அமலி போன்ற அக்காக்கள் இருந்தார்கள். கைத்தைய்யல் தைக்கும் புனிதாக்கா, லீமாக்கா, எலிசாக்கா என இருந்தார்கள். மிசியன் தைய்யல் தைக்கும் கலாக்கா, ரெத்தினக்கா என இருந்தார்கள். கைத்தைய்யலில் மட்டும் என்னென்ன வகைகள் இருந்தன...

வெள்ளை நிற துண்டு துணிகளின் கரைகளில் காசா உருட்டி தைக்கும் காசா தைய்யற்காரிகள் இருந்தார்கள்... மெருண் நிற பட்டு நூலில் உருட்டி தைக்கும் காசா தைய்யலின் மினுப்பை பார்க்கும் போதெல்லாம் மண் புழுவின் நெளிவை காண்பேன். இதபோல உள்பாவாடையின் கரையில் பூக்கள் தைப்பார்கள். பன்றி முள் வைத்து ஓட்டைகள் எடுத்து அதைச்சுற்றி லேசு வைத்து கையால் தைப்பார்கள். இதுபோகக் குச்சித்தைய்யல் தைக்கும் குச்சித் தைய்யலில் மட்டும் ஒரு குத்தி விசிற, ஏழு பொட்டு, கோணப்பூ, ஸ்டார், மணிப்பூ, சாரி பார்டர், என குச்சித்தைய்யலின் பூக்களுக்கு எத்தனை விதமான வகைகள் இருந்தன. வெறும் நூலால் நெய்யும் இந்த வடிவங்களெல்லாம் போகப் போகத் தொலையும் என்று நினைக்க இல்லை.

காஞ்சிரங்கோடு, புலிப்பனம் பகுதியில் ஏராளமான தைய்யல் ஆபிசுகள் இருந்தன... ஆனாலும் பெயரும் புகழுமாக இருந்தது முளகுமூடு மடத்தின் தைய்யலே... எங்க அப்பனுக்க அப்பனுக்க அப்பன் காலத்திலே முளகுமூடு பகுதியில் வெள்ளைக்கார துரைகள் இங்கு வந்து சபைகள் அமைத்து அனாதைகளுக்கான மடங்கள் நிறுவியிருக்கிறார்கள். வியக்கத் தக்க கோயிலும் கல்வி நிறுவனங்களும் தொழில் ஸ்தாபனங்களும் ஏற்படுத்தியிருக்கிறார்கள். அப்படி ஏற்படுத்தியதில் முக்கியமான ஒன்றே தைய்யல் அலுவலகம். கைத்தைய்யல், தடி தைய்யல், குச்சி தைய்யலென பலவகை தைய்யல்கள் கற்றுக் கொடுப்பார்கள் கன்னியாஸ்த்திரிகள்...

இங்குத் தைய்யல் கற்றுக்கொள்ள வெறும் ஏழைகளே தேர்வு செய்வார்கள். நான்கு ஆண்டுகள் பயிற்சி மாணவிகளாகப் போய் தைய்யலைக் கற்ற பின் வீடுகளுக்குக் கொடுத்துவிட, பின் வீட்டிலிருந்து தைத்து வாரா வாரம் மடத்தில் கொண்டு ஒப்புவிப்பார்கள். இங்குத் தைய்யல் படிக்கும் பெண்களெல்லாம் சாலை வெளிகளில் போவதைப் பார்த்திருக்கிறேன். மடத்து

கன்னியர்களால் வளர்க்கப்படும் பெண்கள் என்கிற வகையில் இவர்களின் ஒழுக்கம் மிகவும் பரிசோதிக்கப்படும். போக்கு வரவில் எதேனும் ஆண்கள் இப்பெண்களைச் சுற்றினால் அப்பெண் களுக்கு தையல் பயிற்சியில் இடமில்லை. காதல் கீதல் என்கிற நாமமே இருக்க கூடாது. அப்படி ஏதேனும் கேள்விப்பட்டாலும் சேர்த்து கொள்ளவே மாட்டார்கள். ஏழை பெண்களை மட்டுமே அங்குப் பதிமூன்று வயதிலிருந்து சேர்த்துக்கொள்வார்கள். பயிற்சி வகுப்பில் சேரும் பெண்கள் ஏழைகளா என நிர்வாகிகள் வீடுகள் தோறும் பார்வையிட்டே சேர்த்துகொள்வார்கள்.

படிக்க போகும் காலேஜ்பிள்ளைகளைப் போல நோட்டு புக்குகளும் பேக்கும் கையுமாக மடத்துத் தையலுக்குப் போகும் பெண்களின் காட்சி பின்னொரு காலம் இல்லை என்பதை அன்று நினைக்கவே இல்லை. வீடுகளில் தைய்யல் வாங்கி தைக்கும் வல்சக்கா, புனிதாக்கா, இன்னும் பீடி சுற்றும் அமலி எல்லாம் எங்க வீட்டின் முன் நிற்கும் கொல்லா மரத்தடியில் பல பகல் வேளைகளில் வந்திருந்து கைத்தொழிலைச் செய்வார்கள்.

எலிசா வீட்டில் உள்ள பிலிப்ஸ் ரேடியோ பெட்டி இவர்கள் நடுவில் கொழும்பு வானொலி நிலையம் பரப்பும் பாட்டுகள் பிருபிருப்பாக விழுந்தாலும் ரசிப்பார்கள்.

விடுப்பு நாள்களில் எங்களையும் தொழில் கற்றுக்கொள்ள இவர்கள் அழைப்பார்கள். எங்க வீட்டின் மூத்த அக்கா சிசிலியாவுக்கு மற்றவர்களைப் போல படிப்பில் பெரிய சூதரணம் இல்லாமல் ஆனாள். அம்மா இல்லாத வீட்டில் அடுக்களை முதல் திண்ணை வரைக்குமான எல்லா வேலைகளையும் அவளே தான். வீட்டை மணி மணியாக வைத்திருப்பாள். ஆறாம் கிளாஸ் படிக்கும் போதே பள்ளியை விட்டுட்டு, அப்பா கொண்டு வருவதை வைத்துக் குடும்பத்தை நடத்துவாள். மிச்சமுள்ள நேரங்களில் அமலி அக்காளிடமிருந்து கற்ற பீடியை உருட்டுவாள். வீட்டில் சும்மா கிடக்கையில் ‘குட்டே இந்த இலையை வெட்டு’, ‘குட்டே இந்தப் பீடியளை எண்ணி போடு…’ ‘இந்தப் பீடியளை சைசு பண்ணு…’ என்று என்னை அழைக்கையில் அது எனக்குப் பிடிக்கவில்லை. என்னதான் பிடிக்காமல் போனாலும் அவளைப் பார்க்கையில் எனக்குள் குற்றஉணர்வு வரும்…

வீட்டில் உள்ள மூத்த அண்ணன் போலீசு கனவை விட்டுட்டு குடும்ப நிலை கண்டு கொத்தனுக்குக் கையாளாகப் போனான். சின்னவனும் இசுக்கன் அம்புரோஸ் வீட்டில் லீவு நாட்களில் சாணாங்கி சுமக்கப் போவான். கமலம் அக்காளும் ரெத்தின பாய் வீட்டுக்கு லீவு நாட்களில் வெள்ளம் கோரி கொடுக்கப் போவாள்.

இப்படியானவர்களை கண்டு வளரும் எனக்கும் சும்மா கிடப்பது என்பது என் வீட்டிற்குச் செய்யும் துரோகம் போலவே நினைத்தேன். ஒவ்வொரு பெரிய பருச்சை லீவுக்கும் என்னோடு உள்ள, என் போன்ற வீடுகளில் வளரும் பெண் பிள்ளைகளும் எதோ ஒரு வேலைக்கு என போவார்கள். இல்லையா கைத்தொழிலைக் கற்பார்கள்... மல்லிகாவும் வல்சலாக்காளிட மிருந்து குச்சி தைய்யல் கற்றாள்...

எனக்கோ தைய்யல் கற்றுகொள்ள வரவே இல்லை. வயல் வெளிகளில் கம்போருக்கு வைக்கும் பொம்மைகளைப் போலவே இந்தக் குச்சித்தைய்யல் சாக்கைச் செய்வாள் வல்சக்கா. வைக்கோல் இல்லண்ணா மிதமான சருகுகள்... தாளுகள் எடுத்து சின்ன வடிவான சாக்கில் நூத்தி அதைப் பெருக்குவாள். பின் சாக்கைச்சுற்றி ஒரு மிதமான துணியை வைத்து மூடுவாள்... அதன்பின் வெண் துணியால் கவசம் செய்வாள். முன் பக்கம் கட்டியான அட்டை வைத்துக் கெட்டுவாள். அதெல்லாம் மிகவும் நுட்பமான வடிவங்கள்... அதன் மேல் பக்கம் மொட்டூசிகள் குத்தி வைத்திருக்க... அந்த மொட்டூசியின் மூட்டில் கட்டி விட்டிருக்கும் வெண் நூல்களைக் கீழ் பக்கம் கிடக்கும் அட்டைப் பேப்பரில் கிடந்தாடுமே ஆட்டம்... அதுதான் குச்சித்தைய்யல். கும்புடு புட்டான்களின் சைசில் அடி பருத்து இடை சிறுத்து கழுத்து மெலிந்து தலை கனத்து கிடக்கும் மரக்குச்சிகளின் இடையில் சுற்றப்பட்டிருக்கும் வெண் நூல்களின் முடிச்சு முன் பக்கம் சொருகி வைத்திருக்கும் மொட்டூசிகளில் இருக்கும்.

இந்த மரக்குச்சிகளைக் கைவிரல்களால் செய்யும் ஜாலமே குச்சித்தைய்யல். விரல்களால் சும்மா கிண்டி மேஞ்சது போல் கொட்டிக் கொட்டித் தலையைக் குனித்து ஆட்டுவாள் வல்சக்கா... இடையிடையே குச்சிகளைப் பிடித்து இறுக்குவாள்... கீழ் பக்கம் அவள் செய்யும் ஜாலம் மேல் பக்க அட்டையில் மாத்திமாத்தி வைக்கும் மொட்டூசிகளின் அடிப்பாகத்தில் அழகான வெண் பூக்களை வடிவம் செய்யுமே... நானெல்லாம் பார்த்துப் பார்த்து வியந்து போவேன். அவளெல்லாம் எங்களை அவளருகில் சேர்த்துக் கொள்வதில்லை.

தைய்யற்காரிகளின் அருகில் போக வேண்டுமென்றால் சுத்தம் வேண்டும். கை, கால்களில் அழுக்கு இருக்கக் கூடாது. தலை முடி தொளிய கூடாது. தலையில் பேன்கள் இருக்கக் கூடாது. தைத்துக் கொண்டு கொடுக்கும் வெண் நிற நூல் பூவில் ஒரு சின்ன அழுக்கு இருந்தால்கூடத் தைய்யல் ஆபிசில் எடுக்காமல் திரும்ப விடுவார்கள். அப்படி திரும்ப விடும் நாளில் துக்க வீட்டில் அழுவது போல் வல்சலாக்கா அழுவாள். என்

தலையில் அதிகமாகப் பேன் இருப்பதால் என்னைக் கண்டாலே துரத்துவாள்.

தனியாருகள் நடத்தும் தையல் ஆபிசில் தைக்கும் அமுதாக்கா எனக்குக் குச்சித் தையல் படித்துத் தந்தபோது என்ன மாயமோ மந்திரமோ எனக்கு அது புரியவே இல்லை. ஒவ்வொரு வித பெயருக்கும் ஏற்றது போலவே குச்சிகளைக் கறக்கித் திருக்க எனக்கு வரவே இல்லை. ஆனால் மல்லிகாளுக்கு வந்தது...

பக்கத்தில் தீப்பெட்டி கம்பெனி இருக்க... அங்கிருந்து என் போன்ற பிள்ளைகளும் என் போன்ற ஏழை வீட்டு அம்மாக்களும் கட்டை வாங்கியிட்டு வந்து அடுக்கும் காலமது. ஒரு கட்டை அடுக்கினா சில்லறை பைசாக்கள் தான் கிடைக்கும்... மணிச் சட்டம் போல் இருபக்கமும் ஓட்டையோடு கம்பிகள் இருக்கும்... சீம்பிளி கணக்கில் ஒவ்வொரு கட்டையும் இருக்கும். அதன் குண்டுகளில் குச்சிகளைப் பரப்பி வைத்து அந்தக் கம்பி வழியாக நுழைக்கணும். எல்லா சீம்பிளி கட்டைகளையும் அடுக்கிய பிறகு குச்சிகளை அமுக்கி வைத்து கம்பெனியில் கொண்டு கொடுக்க வேண்டும்.

எனக்கு அந்தக் கட்டை அடுக்கல் பிடித்துப் போக...

நானும் மாசியை அழச்சிட்டு தீப்பெட்டி கம்பெனிக்குப் போவேன். மாசியின் சைக்கிளில் போகுகையில் தங்கசாமி மாமா இருக்கும் போது கொடுக்காத முக்கியத்துவம் மாசி சைக்கிளுக்குக் கொடுப்பதைக் கவனித்தேன். முன் பக்கம் ஜிகுனா பேப்பர்கள் தொங்க விட்டிருந்தான். சைக்கிள் வீல் கம்பிகளில் முத்துகள் போட்டு வைத்திருந்தான்... அவன் கறக்கி ஓட்டுகையில் முத்துகளும் கறங்கும் பல நிறங்களில்... முன் பக்க லையிட் வரைக்கும் நிற துணியால் கட்டி விட்டிருந்தான். மாசியும் அழகோடு தெரிந்தான்... முகத்தில் மீசை... கன்னங்களில் பொட்டுப் பொட்டாக இளம் புற்கள்போல் முடிகள்...

மாசியோடு தீப்பெட்டி கம்பெனிக்குப் போகும் போதுதான் கிள்டாக்காவுக்கு இவன்மீது இருந்த காதலை முதன்முதலாகக் கண்டேன். மிருக ஆஸ்பத்திரிக்குத் தகப்பன் ராயப்பனோடு வந்தவள், தகப்பன் ஆஸ்பத்திரிக்குள் நின்ற சமயத்தில் தீப்பெட்டி கம்பெனியின் பக்கம் வந்தாள்.

அவளைக் கண்டதும் மாசியின் முகம் வியர்த்தது... கைகளில் ஒரு வித நடுக்கம். கிள்டாக்காவிடம் சேண்டல் பவுடரின் வாசம் அப்பியது. கரண்டைக்கும் கீழ் வரைக்கும் அவள் பட்டுபாவாடை உரசி கிடந்தது. வெள்ளிக்கொலுசின் முத்துகள் உப்பூத்தியில் தொட்டு ஒலியை எழுப்பியது. பாவாடையின் பாடர்

நிறத்தில் அமெரிக்கன் ஜார்ஜண்ட் தாவணி பிங்க் நிறத்தில் காற்றில் ஆடியது... பாவாடையின் நிறத்திலே கரை வைத்த ஜெம்பர். நீளமான முடியை பின்னி போட்டிருந்தாள், கனகாம்பரமும் முல்லையும் வைத்துக் கட்டிய பூச்சரம் கொண்டையில் மணத்தது...

இப்பிடாவையில் கிள்டாக்களைப் போல் அழகு யாருமே இல்லையென அன்று நினைத்தேன். கோதம்பு நிற தேகத்தில் மினுக்கம்... கண்கள் பெரிசு... இமைகள் நீளம். சிரிக்கையில் முன் பக்க தெற்றிப்பல்லும் அழகே... குட மஞ்சள் அரச்சி போடுவாள் போலும்... அதுதான் முகத்தில் இன்னுமொரு அழகு... ராயப்பனின் வசதிக்கு கிள்டாக்களைப் பெரியபெரிய படித்தங்களுக்கு விடலாம். ஆனால் விடவே இல்லை... என்று தான் ஊரில் சொன்னார்கள்.

‘ஆமா பெட்டச்சிக்கிப் பெரிய படிப்பு... இவா எல்லாம் படிச்சி வேலைப்பாத்துத் தான் குடும்பத்தை ஓட்டணுமோ. பத்துத் தலைமுறைக்கான சொத்து சுகம் இருக்கிறப்ப படிப்பாம் படிப்பு...’

கிள்டாக்களைப் பத்தாம் வகுப்போடு முடக்கிவிட்டான். எப்படியெல்லாமோ சண்டை போட்டு டைப் கிளாசுக்கென போனவளின் போக்குவரவிற்கும் மாசியே காவலனாக இருந்தான்.

மாசியின் அருகில் வந்தவள், என்னையும் கண்டு கொள்ளாமல்... ‘என்னிக்கு ஆனாலும்... நான் ஒன்னதான் கலியாணம் பண்ணுவேன்’ என்று தைரியமா சொல்லிவிட்டுப் போனாள். அவள் போனதும் மாசி என்னைப் பார்த்தான்.

‘இங்கேரு... அவளுக்கு எதோ கிறுக்கு வாக்குல என்னங்கிலும் சொல்லியிட்டுப் போறதை நீ மனசுல எடுத்து, வீட்டுல போய் சொல்லியிராத... அவா வயசு அப்பிடி... நம்ம நிலைக்கு இவளை யெல்லாம் நினச்ச ஒக்குமா? குடும்பம் பொறுப்பு கடமையிண்னு முங்கி போற எனக்கு இவளை சினேகிச்ச ஒக்குமா? கிறுக்கியிட்ட எம்புடு சொன்னாலும் கேட்கியா இல்ல.... போட்டிருக்கிய துணிமணியளைக் கண்டியா?

மாசி சொல்வது உண்மையே... வாரா வாரம் துணிக்காரன் பாலன் என்பவன் இவர்கள் வீட்டிற்குத் துணி மூட்டையைக் நாலுகெட்டுத் தளத்தில் கொண்டு போவான். வீட்டின் நாலு பெரிய கோரம்பாய் விரித்து துணிகளைப் பறக்கிபோடுவான். பட்டு பாவாடைகள், தாவணிகளென கண்டமட்டுக்கு எடுப்பார்கள்.

‘வீட்டுல நீ சொல்லுவியா...’ என்னை உலுக்கி கேட்டான்... நான் அவனைப் பரிதாபியாகவே பார்த்தேன்.

'காதலுக்கெல்லாம் தகுதி வேணும் பிள்ளே... இதெல்லாம் சொன்னா புரியல இவளுக்கு. வீட்டுல தவப்பன் டிவியும் டெக்கும் வேண்டி போட்டிருக்கு... அதுல கண்ட கண்ட சினிமாயளைப் பாத்துட்டு இப்பிடி சொல்லியது...'

நான் பதில் சொல்ல வில்லை.

மாசி வெளியில்தான் பேசினான்... அவன் மனதில் கிள்டா இருக்கிறாள் என்பதை அவன் கண்களில் கண்டேன்.

மாசி நல்ல சுபாவக்காரன். குடும்பம் சகோதரிகள் என்கிற உருத்துக் கொண்டவன்... அவனை இங்கு பல பெண்களுக்குப் பிடிப்பதைக் கவனித்தேன். அவன் சைக்கிளுக்குப் பல ரசிகைகள் இருந்தார்கள். அவன் போகும் வழியில் அவனைப் பார்க்க பல பெண்கள் நிற்பார்கள்... அவனோடு பேச ஆசை கொள்ளும் பல பெண்கள் என்னோடும் மல்லிகாவோடும் கூட்டு வைப்பார்கள். கோயில் திருநாளில் மஞ்சுளா என்னும் அக்கா எங்களை அழைத்து ஐஸ் வாங்கி தந்தாள். ரிப்பன் வாங்கி தந்தாள்... எங்கள் கொவுடுகளில் முத்தினாள்...

'மாசியிட்ட என்னைப்பத்தி சொல்லுவிங்களா?' பாவம் போல் கேட்டாள்.

காலை வேளையில் மாசி தன் சைக்கிளைக் கழுவ காட்டுக்குளத்திற்குப் போகும் போது அங்கே குளிக்கக் கூடும் பெண்களில் பலரும் மாசியை விரும்பினார்கள். யாரோடும் தன்னை ஒப்புவிக்காமல் கடந்து போகிறவனை கிள்டாக்கா ஆக்கிரமிக்கத் தொடங்கினாள்...

'அல்லியக்காளுட்ட ஒண்ணும் சொல்லியிராத... அவா அறுத்து உரிப்பா...'

என் நாடியைப் பிடித்துச் சொல்லும்போது கஷ்டமாயிருந்தது.

5

எங்க வீட்டில் சில மாறுதல்கள். எனக்கும் பல இழப்புகள் ஏற்பட்ட காலமது...

முன் போல் பொத்தையில் விளையாட்டு இல்லாமலே ஆனது. பிள்ளைகளெல்லாம் வளர வளர வாழ்க்கையின் குட்டிக்கால பேரழகுகள் உரிக்கப்படுவதை உணர்ந்தேன். கய்த பூவின் வாசம் அனாதையாகக் கறங்கத் தொடங்கியது. மாலைநேர விளையாட்டுகளிலிருந்து பிள்ளைகளைப் பிரித்து டியுவிசன்களில் அக்காமாருகளிடம் கொண்டு விட்டார்கள்.

பொத்தை நீராழிக்குண்டெல்லாம் மாபெரும் அமைதியில் ஆக தொடங்கியது. எனக்கோ மனசு வலிக்க ஆரம்பித்தது. ஒரு கூட்ட பிள்ளைகள் பெரியவர்களென ஆள்களின் அரவத்தில் கிடந்த பொத்தை தனிமையில் ஆகும் போது நானும் மல்லிகாளும் பொத்தையில் போனோம்... அங்கே கிடக்கும் யானை பாறை, சொக்கன் பாறை, முயல் பாறையிலென உட்கார்ந்து எங்கள் அன்றாட பாடங்களைப் படித்தோம்...

எனக்குப் படிப்பெல்லாம் அவ்வளவாக வரவேயில்லை... ஒவ்வொரு பாறைகளும், மரங்களும், சிறு சிறு புல்லுகளும் எல்லாமே எனக்கும் சுதனுக்குமான பாசத்தின் சாட்சிகளாகவே தெரிந்தன...

அவைகளை ஊடுருவி பார்த்துக் கொண்டிருந்த போது சுதனும், அவன் நண்பர்களும் அங்கே வந்தார்கள்.

'பொத்தைக்கெல்லாம் வழி தெரியுமோ?' மல்லிகா கொறுக்கு வச்சி கேட்டாள்...

'ஆமா நீயெல்லாம் சொல்லுவ...'

ஒரு வித சலிப்பில் சொல்லி கொண்டு சுதன் என்னருகில் வந்து அமர்ந்தான்... நானோ முகத்தை வேறுபக்கமாகத் திருப்பி வைத்துக்கொண்டேன்.

'மகராணிக்கு எதோ பெரிய கோபம்போல...'

'ஆமா கோவம் தான். எங்களுக்கெல்லாம் ஒன்னபோல சித்தி சித்தப்பா இருக்காங்களா?'

'லூசு...' என் தலையைத் தட்டினான்.

'ஒன் வாழ்க்கையே இனி வேறண்ணு எங்கக்கா போட்டு நச்சரிச்சியா... நான் என்ன செய்வேன் சொல்லு..?' ஒனக்கொரு விசயம் தெரியுமா? எங்கம்மாவுக்கு இதயத்தில பிரச்சினை... அவங்க மனசுக்குக் கஷ்டம் கொடுக்கக் கூடாதுன்னு டாக்டர் வேற சொல்லியிருக்கு. எங்க பெரியப்பா ரெத்தினம் பற்றி ஒனக்குத் தெரியும் தானே... எதுக்கெடுத்தாலும் அக்கா ஒடனே அவருட்ட போய் சொல்லியிருவா...'

'அப்ப நீ கொஞ்சம் கொஞ்சமா இந்த ரோசாளை விட்டு போயிருவ இல்ல...'

நான் கேட்கையில் சுதன் காட்டிய மௌனம் இருக்கே... என்னை ஓங்கியடித்தது.

போக மாட்டேன் என ஒரு வாக்குச் சொல்லியானா?

'ஒனக்க மௌனமே ஒன் மனசை காட்டுது சுதன்... என்ன கஷ்டம் வந்தாலும் நீ என்னை விட்டுப் போ மாட்டேண்ணு ஒரு நாளு இல்ல பல நாளு இதே கையைப் பிடிச்சிட்டுச் சத்தியம் செஞ்சிருக்க... ஒனக்கு எல்லாமே விளையாட்டா கடந்து போக முடியும்... ஆனா எனக்கு அப்பிடியில்ல... எங்கழுத்துல நீ பல நாளு கட்டின தாலி என் மனசுக்குள்ள அப்பிடியே கிடக்கு...'

நான் சுதனோடு பேசுவதைக் கவனித்துக் கொண்டு சொக்கன் பாறையில் அமர்ந்திருந்த அப்பு பய என்ன நினைத்தானோ சள்ளென சாடினான் கீழே... அங்கே பழுத்து நின்ற காரைக் காய்கள் அவனால் சில உதிர்ந்தன... பாறையருகே படர்ந்து நின்ற காட்டு ரோசாவில் பூத்து நின்ற பூக்களைப் பார்த்தான் அப்பு. கடும் சிவப்பில் சின்னச் சின்னதாகப் படர்ந்து பாறைவரைக்கும் நீவி கிடந்ததில் ஒன்றை இதமாகப் பறித்தான் அப்பு... எங்களருகே வந்தான்...

'விளையாட்டையெல்லாம் நீ நிஜமா நினச்சி வச்சிருக்க... நிஜமான என்னையெல்லாம் நீ நினைக்கிறதே இல்ல. நீயிண்ணா எனக்கு உயிரு ரோசா... இவனெல்லாம் பணக்கார பய...

நிமிசத்துக்கொருக்கா மனசு மாறி போறவன் ... நானும் எங்காதலும் ஒனட்டண்டு எப்பவும் மாறாது ... நான் ஒன்ன காதலிச்சியேமுட்டி ...'

யாருமே எதிர்ப்பார்க்காத வேளையில் அப்பு என்னோடு நீட்டினான் காட்டு ரோசாவை... நான் வெடவெடத்துப் போனேன். அப்புவா இப்படி? ஆமா அவனேதான். சுதனுக்கும் எனக்கு மான கலியாண விளையாட்டுகளில் ...' எனக்கு ஒரு நாளு பெண்டாட்டியா வர மாட்டியா?' ஏக்கம் பொங்க கேட்கையில் இப்படியெல்லாம் நினைக்கவே இல்லை. எனக்கு அண்ணன் ரோலில் விளையாடும் போதெல்லாம் கண்களைச் சுருக்கி என்னைப் பார்க்கையில் எனக்கு அது புரியவில்லை... ஆனால் அவன் ரோசாப் பூவை நீட்டி பேசுகையில் சகலமும் புரிந்தது...

'இம் இன்னா பிடி ...'

நீட்டிக்கொண்டே நின்றான் ... நானோ சுதனைப் பார்த்தேன் ... அவன் முகத்தில் கோபம் தெரிந்தது ... கண்கள் சிவந்தது போயிருந்தது ... கைகளை முறுக்கி எடுத்தான். எனக்கு பூ நீட்டி நின்ற அப்புவின் முகத்தை இடித்தே விட்டான். மட்டுமா அவன் கையில் இருந்த பூவைப் பிடுங்கித் தூரமாகப் போட்டுட்டு, அவனைப் பாறையில் சாச்சி இடித்தான்.

'நான் இருக்கம்ப ரோசாளுக்குப் பூ கொடுக்கிறியா ... அவா எனக்க ரோசால ... எனக்கு மட்டும் ரோசால ...'

சுதன் ஓங்கி நின்று இவ்வார்த்தைகளைச் சொல்லுகையில் அப்புவின் அடி முகமோ, அவனின் சுண்டில் பாயும் இரத்தமோ, கீழே கிடக்கும் பூவோ எதுவுமே தெரியவில்லை. சுதன் என்னைக் காதலிக்கிறான் என்பதை இப்பொத்தையில் வைத்து கண்டு கொண்டேன் ... என் மன வனமெல்லாம் பூக்கள் உதிர ... ஓடினேன் சந்தோசத்தில் ...

❍

எனக்குச் செடிகள் பிடிக்கும்... இந்தச் செடி ஆசைகளெல்லாம் கிள்டாக்களைப் பார்த்து வந்தது என்றும் சொல்லலாம். ராயப்பன் வீட்டில் தேங்கா வெட்டும் நாள்களிலெல்லாம் மாசியோடு மல்லிகாளும், நானும் போய் விடுவோம். எங்களைக் கண்டால் கிள்டாக்கா சும்மாளே நிற்க மாட்டாள். அவள் வீட்டுக்குள் கூட்டியிட்டு போவாள் ... அவளுக்க பெரைவரைக்கும் எங்களை இழுப்பாள். எங்கள் தலையை வலிச்சி, அவள் வச்சும் சிலேய்டை வச்சி, அவள் போடும் சேண்டல் பவுடரை போட்டுத் தந்து, அவள் குத்தும் சாந்தூர் ஐடெக்ஸை வைத்து அய்யோ

என்னெல்லாமோ செய்வாள். இப்படி செய்கையில் எல்லாம் அவள் எங்களோடு கேட்பதும் சொல்லுவதும் மாசியைத்தான்…

‘மாசி சிரிச்சா ஏன் அவ்வளவு அழகா இருக்கான்… மாசிக்கு ரஜினி படம்தான் பிடிச்சுமோ? மாசிக்குப் பிடிச்ச நிறம் பச்சை என்கிறானே…’

இப்படியே அவனைப் பேசி அவனைச் சிரித்து அவனாகவே வாழ்கிறவளின் வீட்டின் நாலு பக்கமும் பெரும் சோலை வனமே வைத்திருக்கிறாள். அங்கு இல்லாத பூக்களே இல்லை எனலாம்… ஒரு வரிசை முழுக்க ஆலாவர்ஜம் மஞ்சள், ஆரஞ் என நின்றாடும்… இன்னொரு பக்கம் பல வண்ணங்கள் கொண்ட ஒற்றை அடுக்கில் ஜினிகா பூக்கள், இது போலவே மேரி கோள்டு பூக்கள் பல அடுக்குகளில் நிறங்களில் தெரியும்… ரோசாவில் பட்டன் ரோசாக்கள், வெள்ளை, கடுஞ்சிவப்பென ஏகப்பட்ட ரகங்கள்… வேலி முழுக்க முல்லை, பிச்சி, தெற்றிகளென வைத்து விட்டிருப்பாள். கிள்டாக்களின் காம்ப்பவுண்ட் சுவரை அணுகும் போதே பூக்களின் வாசம் அப்படியே பிடித்து இழுக்கும். அவள் வீட்டைச்சுற்றி அக்கம் பக்கமுள்ள என் போன்ற பிள்ளைகள்… எதோ ஒரு பூ கேட்டு, பூக்களின் வித்துகள் கேட்டு கேட்டைத் தட்டியிட்டுக் கிடப்பாங்க… நானும் அவள் வீட்டுக்குப் போகும் போதெல்லாம் மடி நிறைய வித்துகளோடு வருவேன்… அவளைப் போல எங்க வீட்டில் சோலையாக வைக்க நிலமே இல்லை. ஆக மொத்தம் மூன்றரை செண்ட்டில் வீடு இருக்கு… சுத்தி கொஞ்சம் இடம் கிடக்கு… பின் பக்கம் முழுவதும் கள்ளிவேலிகள்… வலது பக்க இடஞ்சாடியில் நட முடியாது. இதனாலே மல்லிகாளின் வீட்டு முற்றமும், எங்கள் முற்றமுமாகச் செடிகளை வைக்கத் தொடங்கினேன்.

மாசி தோப்புகளுக்குப் போகும் முன் காலையில் கிள்டாலின் வீட்டில்தான் போவான். சைக்கிளை திண்ணையருகே சாச்சி வைப்பான். அங்கு போனதும் ராயப்பனின் மனைவி இவனுக்குப் பழஞ்சியும் பழங்கிழங்கும் போட்டு கலக்கி இடிசம்மந்தி யோடு கொடுப்பான்… அப்படியே பாலு, பசு என ராயப்பனின் மனைவி நிற்கையில் மாசியைக் கவனிப்பது முழுவதும் கிள்டாக்காளாகவே இருக்கும். பழஞ்சியோடு கருப்பட்டித் துண்டைக் கடிக்க கொடுத்துட்டு, அவன் தின்னும் அழகை வீட்டின் முன் பக்க தூணில் சாஞ்சி நின்று பார்ப்பாள்…

‘எனக்கெல்லாம் அவா ஒரு அம்மையை போலாக்கும்.’

கிள்டாக்களைப் பற்றி பேசும் போதெல்லாம் மாசி இப்படி சொல்லுவான் என்னோடு… தோப்பில் வெட்டுக்குப்

போகும் நாளில் கிள்டாக்கா மாசியைக் கவனிப்பதை நானும் பார்த்திருக்கிறேன். பெரும்பாலும் லீவு நாளில் தேங்கா வெட்டு இருக்கிறதால் கொதும்பு, கிலாஞ்சி, ஔணந்த ஓலையெல்லாம் இழுக்க நான் மல்லிகா எல்லாம் போவதுண்டு. அப்போது தோப்பில் ஒரு தேவதைபோல கிள்டாக்கா உலவுகையில் அவளின் முழு கவனிப்பும் மாசி மாசியென்றே இருக்கும்.

'மாசி பாத்துப் பாத்து . . .' என்பாள். இளங்குடியாகக் கொண்டு வரும் வேக வைத்த கிழங்கை இவளே பச்சை இலையில் தட்டி கொடுப்பாள். தேங்கா சம்மந்தி ஸ்பெசலாக எடுத்து வைப்பாள். கூடவே கிண்ணம் கணக்கில் கருப்பட்டி காப்பி ஊத்தி கொடுப்பாள். அருகே பாயும் ஓடையிலிருந்து வெள்ளம் கோரி கையை கழுவ வைப்பாள்... வசம் உண்டங்கி தாவணி தும்பை துடைக்கவும் கொடுப்பாள்.

ராயப்பனுக்கு இந்த மாசி வலதும் இடதுமான கைகளாகக் கிடப்பான். காலையில போனா இரவு வரைக்கும் தோப்பு தொறவு, பசு, ஆடு, கோழிகள் வரைக்கும் மேய்க்கணும். எப்ப பாரு கடைகளுக்கு ஓடணும். சின்ன பெண்ணைப் பள்ளிக்குக் கொண்டு விடணும்; கூட்டியிட்டு வரணும். மூத்தவளை வெளியே கிளியே கொண்டு போகணும் வரணும். குடும்பங்களின் விசேசங்களுக்கு ராயப்பனின் மனைவி ஒத்தெய்க்கி போனால் அவளை பஸ் டாப்புல கொண்டுவிட்டு, வரும் போது கூட்டி யிட்டு வரணும், அங்கு எல்லோருக்குமே மாசி என்கிற நாமமே கிடக்கும்... அப்படியெல்லாம் பெரிய சம்பளம் போட்டு விடுவது போல் தெரியவில்லை. தேங்கா வெட்டு நாளில் பத்தோ ஐந்தோ தேங்காய்கள்... வீட்டுக்குத் தேவையான விறகுகள் . . . இங்கு மிச்சம் வரும் பழையதோ, கழிவோ என எதோ சில நக்கா பிச்சைகள். மாசம் விழுந்தால் கை நீட்டி சம்பளம் வாங்கும் முன் கொஞ்சம் கொஞ்சமாகச் செலவுகளுக்கு வாங்கியிருக்கும் நிலையில்... மிச்சமாகப் பெரிசாக எதுவும் இல்லை...

'நீ எனக்கொரு மொவம்புல...'

ராயப்பன் அடிக்கடி இவ்வாக்கைச் சொல்லி சொல்லியே பழக்கப்பட்ட மனசுக்கு இவ்வீட்டை விட்டுப் பிரிய முடிய வில்லை.

'ஒஞ் சகோதரங்களுக்கு அவசரம் என்னதும் வரம்ப நான் இருக்கியேம்புல...'

இப்படி சொல்லுகையில் மாசிக்கு அப்படியொரு நம்பிக்கை. மகன் போல் என வீட்டின் உள்ளறை வரைக்கும் உலவும் சுதந்திரம் கிடைத்திருக்கும் நிலையில் கிள்டாக்களின்

சினேகத்தைக் காதலாக ஏற்றுக்கொள்ள மாசிக்கு முடியவில்லை. இவளோ அவனை விடவே இல்லை.

மாசி கொண்டு விட்டிருக்கும் சைக்கிளைக் கூட என்னே ஒரு அன்பு செய்வாள். காலையில் தோட்டத்தில் போய் அங்கு பூத்துக் குலுங்கும் பூக்களைப் பறித்து சைக்கிளில் வைப்பாள். பிச்சி பூக்களால் கட்டிய சரத்தைக் கைப்பிடியில் போடுவாள்... போதா நிலையில் சைக்கிளை அவள் முத்தம் செய்வதைப் பார்க்கணும்... சைக்கிளின் பக்கவாட்டில் 'கிள்டா – மாசி' என்று எழுதியும் வைத்திருக்கிறாள். காம்ப்பஸ் வைத்து எழுதியிருப்பதை அழிக்கவும் முடியாம... கொண்டு சுமக்கவும் முடியாம, மாசி அவஸ்தை பட்டான்...

அவளிடமிருந்து பெற்றுக்கொண்ட விதைகளைத் தூவி மண்ணைக் கிளைத்துக் கொண்டிருந்த அந்த நாள்களெல்லாம் இப்போதும் ஞாபகத்தில் இருக்கிறது.

பத்துமணி பூக்கள் சரியாகப் பத்து மணிக்கு விரிந்து வந்து அழகு படுத்தும் நேரமது... மல்லிகா என்னருகே இருந்தாள். குத்த வச்சி இருந்த என்னை உன்னிப்பாகப் பார்த்தாள்...

மேரி கோள்டு பூவின் வித்துகளைப் பாவ வெட்டோத்தி வைத்து மண்ணைக் கொத்தியிட்டு இருந்த என்னைப் பிடித்து எழுப்பினாள்...

'ரோசா குட்டி சடங்காகியிருக்கியா?'

மல்லிகா சொல்லுகையில் என் தொடையோடு ஒட்டும் இரத்த பிசுப்பை உணர்ந்தேன். உடுத்தியிருந்த உள் பெற்றிக் கோட்டின் பின் பக்கம் முழுவதும் சோரையின் பிசுபிசுப்பு. மல்லிகா இவ்விசயத்தைச் சொல்லுகையில் எங்க வீட்டில் யாருமே சந்தோசப்படவில்லை. பெரிய ஒரு துன்பம் மூடி கொண்டதை போலவே அப்பாவின் முகம் இறுகி போனது. எதுவும் கேட்காதது போல சிசிலியா அக்கா வீட்டிற்குள் போனான். கமலமக்கா அப்பாவைப் பார்த்தாள்... ஆனால் அல்லியக்கா இருக்காளே என்னை ஓடி வந்து முத்தினாள்...

'நீயும் பெரிய மனுசியாகியிட்டியா... என்னை அணைத்தாள்.'

நான் அப்பாவையே பார்த்தேன். அவரின் கண்களில் ஈரம் கண்டேன்... தோர்த்தால் ஒத்துகிறவரின் சுண்டில் விம்மல் கண்டு சிதைந்து போனேன். நான் பெரிய மனுசி ஆகியிருக்கிறேன்... ஏன் யாருமே சிரிக்கவில்லை.

எல்லோரும் என் சடங்கு ஆவுதலை சந்தோசமா பாருங்களேன்... மனம் மன்றாடியது. யாருமே சந்தோசிக்கவில்லை என் வீட்டில்.

எதோ நான் ஒரு தப்பு செய்துவிட்டது போலவே எனக்குத் தோன்றியது.

அல்லியக்கா என்னை எங்க வீட்டின் ஒரே பெரையின் முக்கில் கொண்டு இருத்தினாள். வீட்டின் உள் பக்கம் சின்ன ஒரு தளம்... அதில் ஒரு சின்ன ஒரு சுவர் எழுப்பிய மறைவு. பெரைதான் துணி மாற்றும் இடம்...

'ஏன் எல்லோரும் எதையோ பறிகொடுத்ததுபோல ஆளாளுக்கு உம்முண்ணு இருக்கீங்க? சிசிலியே வீட்டுல பச்சரிசி கிடக்கா?'

இந்த நேரத்தில் அல்லியக்கா என் அம்மா போலவே தெரிந்தாள்.

'சடங்கான நாளுகளில்' பெண்ணுவளுக்குக் கொடுக்கிய ஆகாரம் தான் அவருக்க பலம் என்பாங்க. மாமோ, கடையில போய் முட்ட, நல்லெண்ண, தேனு, பயறு எல்லாம் வேண்டியிட்டு வாரும்.

சொன்னதோடு நில்லாமல் அவள் பர்சில் கிடந்த அந்த வார சம்பள ரூபாயையும் அப்பாவிடம் கொடுத்தாள்.

அல்லியக்காளின் செயலால் அப்பா மட்டுமல்ல நானும் கசிந்தேன்.

'பெத்த தள்ளபோல முன்ன நின்னு செய்தியே மக்கா' அப்பா கண்கலங்கினார்.

என் மூத்த அக்காக்கள் அனங்கவே இல்லை. அவர் களெல்லாம் சடங்கான போது, அப்பா வேலைக்குப் போகும் தெம்புக்காரர். அக்கம் பக்கம் உள்ளவர்களிடம் சொல்லி, அவர்களெல்லாம் முட்டை, நல்லெண்ணைய் என கொண்டு வந்தார்கள். எகதேசம் மூணு நாலு மாசம் தேன் குடிக்க வாங்கி கொடுத்தார்.

அவர்கள் சடங்குக்கு வீட்டில் வந்தவர்களுக்குப் பச்சரிசி மாவில் கருப்பட்டியும் தேங்காயும் விரவி கொடுத்தார்கள்.

நான் சடங்கானபோது வீட்டில் மூன்று பெண்கள் வயசுக்கு வந்து விட்டார்களே என எங்களைச் சுமையாகவும் தரித்திரமாகவுமே எங்க அப்பா பார்த்தார். சிசிலியாக்கா சடங்காகி ஆறேழு வருசங்கள் ஆன பிறகும் அவளுக்கொரு கலியாணம்

அமையும் முன் நான் சடங்கானேன் என்பது ஒருவித கஷ்டம். அல்லியக்கா எங்க வீட்டின் ஆட்ட ஓட்டங்களைப் பார்த்துட்டு அவள் வீட்டு பானையில் கிடந்த பச்சரிசியைக் கொவுர போட்டு இடிக்கத் தொடங்கினாள்... கால் வழியே சோரை வடிய பரிதாப மாகப் பெரையின் மூலையில் இருக்கும் என்னருகே மல்லிகா வந்து இருந்தாள். எனக்கு ஏனோ கரச்சியாக வந்தது... நான் சடங்காகமலே இருந்திருக்கலாம் என்றே நினைத்தேன்...

'முக்குல விழுந்தாச்சிண்ணு இனியங்கிலும் ஓர்மை யிருக்கணும்... இனி மேல பொத்தையிக்கிப் போறேன்... அம்பலத்துக்குப் போறேன்... அது இதுண்ணு கண்ட பயலுகளுக்க கூடச் சுத்தியிட்டுத் திரிஞ்சா காலுகளை ஒடிச்சி அடுப்புல வச்சிருவேன்... சும்மா இங்கேயும் அங்கேயும் கவ்வாத்துப் போட்டுட்டுத் திரியாம பெண்ணா ஒழுங்கா தலையைக் குனிச்சிட்டு நடக்கணும் இனி, கேட்டுதா?'

கொதிச்ச கஞ்சியை ஆத்தும் ஆப்பையோடு பெரை வாசலில் நின்று மூத்தக்கா சொல்லுகையில் என் மனவனத்தில் குண்டுகள் போட்டது போல் ஒரு அதிர்வு. என் பரந்த உலகைக் கடிவாளம் போட்டு இறுக்க பார்க்கிறாளே...

'அவா சொன்னது கேட்டா?' கமலக்கா அவளுக்கு ஒத்தாசை யாகவே பேச. 'சே' வெறுப்பாகி போனேன். சடங்கு ஆகுதல் என்கிற இரத்த குறி ஏன் என்னுடலில் வந்தது? வெறுத்தேன்...

நான் சடங்கான விசயத்தை மல்லிகா வழியில் சுதன் அறிந்திருந்த படியால் வீட்டின் முன் பக்க பாதையில் அவனின் புதிய சைக்கிளில் இங்கும் அங்குமாக கறங்கினான்.

எப்படியாவது என்னை அவன் பார்க்க வேண்டும்; நானும் அவனைப் பார்க்க வேண்டும் என்ற ஆவலில் பெரை வாசலில் வந்தேன்.

'தொலச்சி போடுவேன்...' சிசிலியக்கா ஊது குழலைத் தூக்கிக் காட்டினாள்.

'அப்போ... இனி இவா வீட்டுலண்டு பழயதுபோல இறங்கினா தொலச்சி கெட்டியிருவேண்ணு சொல்லும். உள்ள பயலுகளுக்க கூடப் பொத்தை முழுக்க மேஞ்சிட்டுக் கிடக்கிய பிறவர்த்தியெல்லாம் இனி வேண்டாமுன்னு சொல்லி வையும். பிறவு அவனுவா வவுத்துல ஏத்தி வச்சிட்டுப் பெயிட்டே இருப்பானுவா. ஏண்ணா இவா அங்க போய் கலியாணம் வச்சி இல்லியா விளையாடிளாம்... அப்பு பய எல்லாம் கதை கதையா சொன்னான் சொல்லு...'

அப்பு இவளோடு ஊதி விட்டான் என்பது புரிந்தது. கண்டிசனோடு நின்ற அக்காளை மீறி அப்பாவைப் பார்த்தேன். அப்பா என்னோடு சொன்னால் அதில் ஒரு நியாயம் இருக்கும் என்றே பார்த்தேன்.

'கொக்கா சொல்லியதுபோல கேளு மக்கா...'

இப்பதில் என்னைச் சில்லி சில்லியாக்கி விட்டது. சடங்கு என்கிற உதிரம் பெண்ணுடலில் வருவதால் இப்படியொரு பெரும் சிறைகளா?சுதனின் சைக்கிள் வெளியே அனாதையாகக் கறங்கிய சத்தம் கேட்டுட்டே இருந்து...

எனக்கு இந்தச் சடங்கு இரத்தம் பிடிக்கவே இல்லை. வானம் முழுவதும் எனக்கு என பறக்கும் பறவைகளின் இறகுகளை வெட்டி விட்டால் எப்படி இருக்குமோ... அது போலவே என்னையும் நினைத்தேன் ... விம்மலோடு பெரையில் இருக்கும் என்னருகே அல்லியக்கா வந்தாள். அவள் கையில் பச்சரிசி மாவு சர்க்கரையும் தேங்காய் விரவலோடும் இருந்தது. அரிசி இடித்து விசர்த்தவளின் முகம் பார்க்கையில் என் அம்ம போலவே தெரிய அவளைக் கட்டியணைத்தேன். சிசிலியா அக்காளோ, கமலம் அக்காளோ எனக்குத் தராத அன்பை இவளிடமே கண்டேன். அல்லியக்காவைப் பார்க்கையில் எனக்கு அம்மையின் ஓர்மைகளே கசியும். ஒவ்வொரு சனிக்கிழமையும் அண்டியாபீசு சம்பள நாளில் இவள் வட்டப்பாத்திரத்தில் எனக்கும் மல்லிகாளுக்குமான காரக்காய், எலந்தை பழ முட்டாய், கல்கோனா என வாங்கியிட்டு வருவா. ஒவ்வொரு ஞாறச்சேயும் எங்களை அழச்சி தலையில் பேன் பார்ப்பா ... தினமும் குளிச்சும் முன் தலைக்கு எண்ணெய் வைப்பா ... அல்லியக்கா அவுச்சும் ஆகாரங்களே எனக்கு மிகவும் பிடிப்பதால் அங்குதான் என் மிரையல்... அல்லியக்காளோடு தான் பல நாள் என் உறக்கமும்...

'சடங்கானது பிடிச்சேலட்டியக்கா ...' சொல்லும் என் தலையைத் தட்டினான்...

'கிறுக்கி கணக்கா பேசாதாட்டி. இம்புடு சடங்கும் ஆகலண்ணா பின்ன எப்பிடி பிள்ள பெறுவ.?'

'சடங்கு ஆகலண்ணா பிள்ள பெற ஒக்காதோ...' அன்று வெகுளிபோல் கேட்கையில் என் தலையைச் செல்லமாகத் தட்டினாள்.

'பெட்டச்சி சடங்காகலன்னு அறிஞ்சா அவளை இருளியின்னு சொல்லும் இவ்வுலகம். அப்படியெல்லாம் விரும்பி எவனும் கெட்டவும் மாட்டான். ஒரு பூ பூத்தா தானே அதிலிருந்து

காயும் கனியும் வரும். பெட்டச்சி ஏதோ ஒரு வகையில் பூக்கணுமுட்டி ...' சரி, நிக்கரெல்லாம் வச்சிருக்குதியா?

அல்லியக்கா சொல்லுகையில் பொத்தையில் எனக்கும் சுதனுக்குமாகப் பிறந்த கல் பிள்ளைகளுக்கெல்லாம் உயிர் வந்தது போலவே இருந்தது.

'ம்' என்றேன். ஏதோ தேடி போவது போல் அவள் வீட்டுக்குள் போனாள்.

நாப்கின்கள் அதிகமான மலிவில் இல்லாத காலமது. பெரிய பணக்கார வீட்டுப் பெண்கள், டவுனில் படிக்க போகும் பெண்களெல்லாம் டிவியில் இது பற்றிய விளம்பரங்களெல்லாம் வரும்போது நமுட்டு சிரி சிரிப்பார்கள். கிள்டாக்கா வீட்டு செல்பில் இவைகளெல்லாம் இருக்கும். என் போன்ற வீடுகளில் மலிவு பெற்றிருக்கவில்லை.

அல்லியக்கா திரும்பி வரும் போது அவள் கையில் சிறிய தலோணி அளவில் நூல் துணி மடித்து வைத்திருந்தாள்.

இதை நிக்கரில் பொருத்தி வச்சி போடு; வேளா வேளைக்கு மாற்றி வைக்கணும். இல்லண்ணா, நாறி முடங்கும். கழட்ட கழட்ட அலவி போட்ரு. அவள் நீட்டிய சுமையை கலவரமாகப் பார்த்தேன்.

இவ்வளவு பெரிய சுமையைச் சுமக்க முடியுமா? ஒரு மணி நேரம் இரண்டு மணி நேரமல்ல இந்த சுமை? குறைந்த அளவில் எண்பத்தியொரு மணி நேரம் மூன்று நாட்கள் ... அதுவும் ஆரம்ப நாட்களில் ஐந்தாறு நாட்கள் ... முடியுமா? திகைத்தேன் ... எவ்வளவு மிருதுவான இடத்தில் இந்த உதிரம் களைகிறது ...

'கொஞ்ச நேரம் போனாலே பிசு பிசா ஊரல் எடுக்கும் காலுக்க இடையில... நீ என்ன செய்யுண்ணா வேளா வேளைக்கி தேங்கண்ண தொட்டுப் போடு இன்னா ...' அல்லியக்காளை பரிதாபமாகப் பார்க்கையில் அவள் என்னை அணைத்தாள் ...

'எப்படியும் அம்பது அம்பத்தியஞ்சி வயசு வரைக்கும் இந்தப் பாடுசூடை பெட்டச்சியள் அனுபவிச்சி தான் ஆகணும். கையாளு வேலைக்கிப் போறாளே புசுப்பம் ... அவளை நினச்சிப்பாரு இப்படிப் பட்ட நாளுகளில் இப்படியொரு அவஸ்தையும் சுமந்துட்டு வேலை செய்யுறா? நம்ம மரக்கறிக்காரி ராணி இருக்காளே இந்த நாளுகளில் எல்லாத்தையும் வாரி கெட்டியிட்டு வெயிலோ மழையோ வியாபாரத்திற்குப் போயிட்டு இருக்கா? எவளுமே இதை வச்சி ஓம்பியிட்டு இருக்கல ரோசா ...

பெட்டச்சி உண்டான காலத்திலிருந்து இப்ப வரைக்கும் எவளுமே இதைக் கடக்காம வாழ்க்கையை உருட்டேல. ஏன் நாங்கூட அண்டி தல்ல போகிறப்ப என்னெல்லாம் பாடுகள் அனுபவிப்பேன் தெரியுமா? பெரிய கலெட்டரானாலும் சரி. போலிசுக்காரியானாலும் சரி... எவளுக்குமே இதுக்கான ஓய்வை யாருமே கொடுக்கல தெரியுமா? எப்பிடி காலுக்கிடையில வெந்து நீறி புண்ணா வந்தாலும் இதையும் சுமந்துட்டு வாழ வேண்டியிருக்கு...'

அடி வயிற்றில் புரண்டேறிய வலியைவிட அல்லியக்கா சொல்லுவதில் பெண்களின் வாழ்க்கை வலி பெரிதாகத் தெரிந்தது...

'பணக்கார வீடுகளில உள்ள குட்டியா பஞ்சுபோல உள்ள வகையளை வேண்டி வச்சுதுவா... இந்தப் பொன்னையன் வாத்தியாருக்க வீட்டுல டிவியில கூட இதெல்லாம் விளம்பரமா காட்டுவாங்களே பாத்துருக்கா... அதெல்லாம் நம்ம வசதிக்கு ஒக்காது பிள்ளே. மிருதுவான துணிகளை வச்சி பழகியதுதான் நல்லதும்கூட... அந்த நாப்கின் வகைகளெல்லாம் பயங்கர சூடாமே... அதை வச்சா கெர்ப்ப பை வரைக்கும் சூடு ஏறி வித விதமான கட்டிகள் வருமாமே... போன கிழமை எல்சிக்க ரேடியோ பெட்டியில யாரோ பேசினாங்களா கேட்டுட்டு நின்னேன்... போ போய் இத வச்சிட்டு வா...'

கையில் தந்த கனத்த துணிகளோடு நடந்தேன்...

மலர்வதி

6

குடும்பத்தில் பல மாற்றங்கள். சிசிலியா அக்கா டஜகவும் கோப படத் தொடங்கினாள். எல்லோருக்கும் மூத்தவளாக இருந்து, எங்களுக் கெல்லாம் அவிச்சி பறக்கி பரிமாறும் போதும் கோபம் அடைகிறாள். அவள் பீடி சுற்றும் சம்பளம் பொது பணம் போல் பரிமாறுவதில் எரிச்சல் கொள்கிறாள்.

அப்பாவோடு தினமும் சண்டை போடு கிறாள். அவளுக்குக் கம்மல் இல்லையாம் . . . மாலை இல்லையாம்... அவக் கூட உள்ள குட்டி களுக்கெல்லாம் கலியாணம் நடக்குதாம்... இது போலவே மூத்த அண்ணனும்...

இளையவியளை எல்லாம் சுகமா படிச்சி விட்டிருக்கு இல்லியா . . . அவ்வியளையும் வேலையளுக்கு போச்சொல்லும் ஓய்... அப்ப தான் சுமை குறையும்...' மூத்தவனும் அடிக்கடி இப்படி அப்பாவோடு முசும்புவான்.

பிரேம் அண்ணன் கமலக்கா, நானெல்லாம் படிப்பதில் அவனுக்குப் பெரிய பிடித்தமில்லை. சிசிலியக்கா பீடி சுற்றும் ரூபாயை வீட்டில்தான் போடுகிறாள். மூத்தவனின் உழைப்பும் வீட்டில் தான் போடுகிறான். ஆறு பேரின் வயிற்றுப் பாட்டுக்கு எங்க அப்பாவின் தனி உழைப்பு உதவவில்லை. அரும்பெரும் சேமிப்பில் குடும்பமில்லை. இதை உற்றுப்பார்க்கும் போது மூத்தவர்களுக்குக் கோபம் வருகிறது...

அல்லியக்காளுக்கும் மாசி சம்மந்தம் பார்க்கத் தொடங்கியிருந்தான்... சிசிலியாவுக்கும் சம்மந்தம் வரத் தொடங்கின. எங்கள் வீடுகளில் இப்போதெல்லாம் தினம் தினம் பல கலியாண ஓட்டன், ஓட்டத்திகள் வரத் தொடங்கினார்கள்.

கையிடுக்கில் கறுப்பு பேக், வெள்ளை வேட்டி சட்டை, கக்கத்தில் குடை, என ஓட்டனுகள் வருகையில் அல்லியக்கா, சிசிலியக்கா எல்லாம் பெரைக்குள் ஓடுவார்கள். ஆனால் அவர்கள் காதுகள் ஓட்டன் என்ன சொல்லுகிறான்... வீட்டில் என்ன பதில் சொல்லுகிறார்கள் என்பதில் கவனம் கொள்வதைப் பார்த்திருக்கிறேன்.

இப்படியெல்லாம் ஓட்டன்கள் வருவதும் அக்கா குட்டிகளைப் பேரம் பேசுவதைப் பார்க்கும் போதும்... பஞ்சாயத்து கிணறருகே வாழும் எலிசபெத்தின் வீட்டில் அவள் வளர்க்கும் ஆடு மாடுகளைப் பார்க்க வரும், பல பல வியாபாரிகள்...

'எலிசோத்தே... ஆடுக்கு என்ன விலை வச்சிருக்கிய?' வியாபாரி கேட்கையில்.

'ஆடு நல்ல இனம்... ஆடுக்கு நல்ல பாலு கறவை உண்டு... ஒரு சூலுல மூணு குட்டி போடும்... கிடாய்க்கக் கூடச் செணம் சேர்ந்து கிடைக்கும்... நல்லா வெள்ளம் குடிச்சும்... அதுனால ஒரு ரெண்டாயிரம் தரணும்...' என்பாள். (ரெண்டாயிரம் அன்றைய விலை)

'நீ என்னத்த கொள்ள விலைச்சொல்லிய? ஆடுக்க வாலு தேஞ்சியிருக்கு...காலு சூம்பியிருக்கு...தலையை சுழத்தியடிச்சிது... தோலை உரிச்சிட்டு இறச்சி விலைக்கி போட்டாக் கூடக் கட்டுப்படியாகாது... நல்லா யோசிச்சி சொல்லு ஒரு ஆயிரம் ருபா வேணுமங்கி தல்லாம்...' வியாபாரி இப்படி சொல்லுகையில்...

'அதெல்லாம் ஒக்கவே ஒக்காது... நான் வேற வியாபாரியைப் பாக்குலாம்...' என்பாள்.

இதுபோல் எங்கள் குடும்பத்திலும் அல்லியக்கா, சிசிலியக்காவுக்கான பெண் பார்க்கும் படலங்களும் பேரம் பேசுதல்கள் நடப்பதைப் பார்க்கையில்... எனக்கு ஒரு வித பரியெடும், துக்கமும் வரும்.

எங்க சிசிலியக்கா கொஞ்சம் கறுப்புதான். ஆளும் வண்ணம் தான். அதற்கெல்லாம் ஈடாக கல்யாண சந்தையில் அதிக பணம் கேட்கிறாங்க.

'எனக்க மொவா நல்லாவே குடும்பத்தை பாப்பா... நல்லாவே அவுச்சி பறக்குவா...' எங்கப்பா இப்படி மாப்பிள்ளை வீட்டில் கெஞ்சுகையில் இவ்வுலகிலிருந்து விடுபட்டு எங்கேனும் ஒளிச்சி இருக்க ஆசைபட்டேன்.

இப்படியெல்லாம் தன்னைப் பேரம் பேசி நடக்கும் கலியாணம் வேண்டாமென அல்லியக்காளோ, சிசிலியக்காளோ

சொல்லாமல் இருப்பது எனக்கு இன்னும் பயங்கர சங்கடமாக இருந்தது அன்று.

சிசிலியக்காளுக்கெல்லாம் எனக்குத் தெரிந்து பத்திருபது பெண் பார்ப்புகள் நடந்தாச்சு. ஒன்றில் ஆளு கட்டை, இல்லையெனில் அர பவுன் நகையில், இல்லையெனில் கையில் கொடுக்கும் தொகை குறைவில் என விலகி விலகி போனது. ஆனால் எங்க அக்காமாருகளோ எப்படியேனும் ஒருவன் கிடைத்தே தீருவான் என கலியாணச்சந்தையில் நிற்கும்போது அவர்கள்மீது பரிதாபம்... சங்கடம் வந்தது. சுதன் என்கிற காதல் என்னோடு கிடப்பதால் அக்காமாருகளைப் போல் எனக்கெல்லாம் பெண் பார்ப்பு இல்லையென்றே நினைத்தேன் அன்று. ஆனால் இந்த ரோசாளுக்கும் நடந்தது என்ன?

எப்படியெல்லாமோ அரும்பாடுகள் பட்டு எங்க சிசிலியாவுக்கு ஒரு கலியாணம் அமைந்து வந்தது. மாப்பிளையாக வந்தவனுக்கு வலது கண் சரிவு. அதையெல்லாம் பெரிய விசயமாக சிசிலியாவும் நினைக்கவில்லை. எதோ ஒரு கலியாணம் நடந்தால் போதும். கண் சரிவாக இருந்தபடியால் வெறும் ஐந்து பவுன் உருப்படியும், கையில் பத்தாயிரம் ரூபாயும் கேட்டான். அவன் வீட்டில் நல்ல வசதி வாய்ப்புகள் இருந்தும், இப்படியான ஒரு குறையால் பெண் அமையவில்லை போலும். கலியாணச்செலவு நகை நட்டு, வீடு காண போகுதலென எங்கள் வீட்டில் குறையாமல் ஐம்பதாயிரம் ஆகும் என்கிற நிலையில் இதற்கான பொறுப்பை யாருமே எடுக்கவில்லை. மூத்தவனோ இளையவனோ பங்கு எடுப்பார்கள் என அப்பா நினைத்தார்...

‘அப்பா நான் பருச்சை எழுதியிட்டு இருக்கேன். எப்படியும் எனக்கு ஆறுமாசத்துல வேலை கிட்டும்... கமலாளுக்க கலியாணத்துக்கு நான் பொறுப்பு எடுக்குலாம்... இந்தக் காரியத்தை மூத்தவனுட்ட பாக்கச்சொல்லுங்க...’ சின்னவன் சொல்லி விட்டான்.

மூத்தவனுக்கு அப்போது கேரளத்தில் வேலை... எதேனும் திருவிழா, குடும்ப விசேசங்களுக்கு வந்து போவான்.

மூத்தண்ணன் வரும் போதெல்லாம் எங்கள் வீட்டில் விழாக்கோலமே பூண்டு விடும். சிசிலியா அவன் வரும் நாளில் வெட்டு மீனு வாங்குவாள். பப்படம் வாங்கி பொரிப்பாள்... எதோ பேர்சியாவிலிருந்து வருவது போலவே அவனை எதிர் கொள்வோம். அவனுக்க விஐபி பேக்கைக் காணுகையில் எங்களுக்கெல்லாம் பெரிய சந்தோசம். அந்தப் பேக்கை ஒதுக்கி பறக்க நீ நானென சண்டை வைப்போம்... அதுக்குள் அண்ணன் போட்டு மிச்சமான ஃலைபாய் சோப்பு இருக்கும், லையிட்டர்

கிடக்கும். தோர்த்துக் கிடக்கும். வண்டிப் பண்டம் வேண்டி போட்டிருப்பான்... அண்ணன் பேசும் பஞ்சார மலையாளம் கேட்டுட்டு இருக்கையில் நேரம் போவதே தெரியாது. ரெயில் பார்த்திருக்காத நிலையில்... அதை அவன் சொல்லும் விதம் கேட்டுட்டு இருக்கையில் வாயிலண்டு எங்க எல்லோருக்குமே வெள்ளம் பாயும்... எங்க ஊரிலிருந்து வெறும் நாப்பத்திரெண்டு கிலோ மீட்டர் தொலைவில் இருக்கும் கேரளத்தை எங்கோ உலகின் மூலையில் இருப்பது போல் நினைக்கும் அளவுக்குப் பிரமிப்பை ஏற்படுத்தும் அண்ணனை நாங்க எல்லோருமே நம்பினோம்... எங்கள் வாழ்கைக்கான ஒளி அவனே என...

சிசிலியா அக்காளின் கலியாணம் முழுத்து வந்த ஒரு இரவு வேளையில்... மழை புளு புளா தூத்தியிட்டே இருந்து... நாங்க எல்லோரும் படுத்து உறங்கி கொண்டிருக்கையில் எங்க வீட்டின் பேந்த கதவு தட்டப்பட்டது ... இப்படியான இரவுகளில் எங்க அண்ணன் மட்டுமே இப்படி கதவைத் தட்டுவான்... எல்லோரும் ஆர்வமாகக் கதவைத் திறந்தோம். சிசிலியாளின் கலியாண ஒருக்கங்களை முன் கூட்டியே செய்து முடிக்க அண்ணன் வந்துட்டான் என்று கதவைத் திறக்கையில்அ...ங்கே அவன் பின்னே... ஒரு மலையாள பெண் நின்றாள்... அவள் கழுத்தில் கிடக்கும் தாலி கயிறின் நடுவில் அரசு இலை போல் மின்னியது அண்ணன் கெட்டிய தாலி. அப்படியே எல்லோரும் சிதறி போனோம்...

'அய்யோ எனக்க ஆண்டவரே ...' எங்கப்பா நெஞ்சில் கை வைத்து சரிந்தே விட்டார்... அப்பா கீழே விழுகையில் நாங்களெல்லாம் இறந்த வீட்டில் அழுவது போல் சத்தம் போட்டு அழுதோம். மாசியும், அல்லியக்காளும், மல்லிகாளும் என்னவோ ஏதோ என ஓடி வந்தார்கள். அக்கம் பக்கமுள்ள வீடுகளிலிருந்து எத்தி பார்த்தார்கள்...

'லே லே ஒனக்கு நாங்க என்னல துரோகம் செஞ்சோம் . . . வீடு முட்டி குமருகள் இருக்கம்ப இப்பிடி போய் பெண்ணை இழுத்துட்டு வந்திருக்கியே . . . இவளுக்க கலியாணத்தை முடிச்சிட்டங்கலும் இப்படியொரு காரியம் செஞ்சிருக்கப் பாதா ?அய்யோ நான் இனி என்ன செய்வேன் ?'

அப்பா ஏங்கி அழுதார்.

'எங்கலியாணம் இனி எப்பிடி நடக்கும். . .' சிசிலியா சிதறினாள்.

பிரேம் அண்ணன் வியர்த்துப் போனான்... கமலம் அக்கா விசும்பினாள்.

'இப்ப என்னத்துக்கு எல்லாரும் இப்பிடி செத்த வீட்டுல ஒப்பாரு வச்சியது போல வச்சுதியா ... நான் என்ன கொலவாதமா செஞ்சேன்... எனக்க வாழ்க்கைக்கு ஒரு பெண்ணைக் கொண்டு வந்திருக்கேன் ... அதுக்கு இப்ப ஒங்க எல்லாருக்கும் என்ன ஆச்சி?' ரொம்ப அசட்டையாகக் கேட்டான்...

'லே இதுவளுக்கெல்லாம் ஆருல சமானம் சொல்லியது... இதுவா எல்லாம் ஒனக்க சகோதரங்க இல்லியா... இதுவளுக்கு நீ என்ன சிட்டம் சொன்னல..?'

எங்கப்பா இருக்காரே எங்களைப் பிடிச்சி முன்னுக்கு விட்டு கேட்கையில் மூத்த அண்ணன் சிரிச்சான் ஒரு புளிச்ச சிரி... இறுதியில் அவன் முகத்தில் கோபம் புரள...

'என்னவோ இதுவா எல்லாம் நான் பெத்துப் போட்டது போல எனட்ட கேக்குது... ஓய் இதெல்லாம் நீரும் பெண்டாட்டியும் உண்டாக்கின மக்கா... நான் மூத்தவனா பிறந்தேண்ணு இதுவளுக்கு நானா சிட்டம் சொல்லணும். எல்லாத்தையும் தூக்கி எனக்கக் குறுக்குல ஏத்தி விட்டுட்டு நீரு சும்மா இருக்க உத்தேசமா? '

இப்படியொரு தூக்கியெறியும் பேச்சு மூத்தவனிடமிருந்து வருமென அப்பா நினைத்திருக்க முடியாது... பாவம் அவர் கண்கள் வெளிறி போயின வெட்கத்தாலும் அவமானத்தாலும். எங்களை அணைத்த அவர் கைகளில் நடுக்கம் கண்டேன்...

'ஒ... ஒ... நான்தான் உண்டாக்கினேன்...'

அவமானம் பிடுங்க சொன்னவர் பின் எதுவும் பேசவில்லை... அப்படியே சுவர் சாய்ந்தார். மாசிக்கும் மூத்தவனுக்கும், பிரேமுக்கும் மூத்தவனுக்கும் ஏதேதோ தர்க்கங்கள் மூண்டது...

'லே அவனை விடுங்கா... அவன் காரியமாதான் எல்லாமே செஞ்சிருக்கான்...' அப்பா சொன்னார்...

எங்க வீட்டிலோ மாப்பிளை பெண்ணுக்கான கிடப்பிட வசதி இல்லவே இல்லை. பெரைக்குள் ஒருவர் நின்றால் அவரின் முகமும் தலையும் வெளியில் தெரியும் அளவுக்கே உயரம்... கிடந்தாலும் காலு தெரியும். இந்த நிலையில் அந்தப் பெரையில் எந்தக் கூசலுமின்றி மலையாள மனைவியை அழச்சிட்டு போனான் மூத்த அண்ணன்.

எங்க மூத்தண்ணன் இப்படியொரு கலியாணம் பண்ணியதால் எங்க வீடு துக்கவீடாகவே மாறி கிடந்தது. சிசிலியாக்காவுக்கு அவள் கல்யாணம் நின்று விடுமோ என ஒரே அழுகை...

‘பேசுன தேதிக்கு முதலு முடக்கம் இல்லாம கல்யாணம் நடந்தா சரி... இல்லியா நாங்க வேற பாக்லாம்.’ சிசிலியாக் காளுக்குப் பேசிய மாப்பிளையின் வீட்டினர் சொல்ல... அப்பா திகிலடமஞ்சி போனார்.

இப்படியொரு கெதி கேடு வீட்டில் கிடக்கையில் மூத்தவனோ பட்டாப்பகலிலும் வீட்டுக்குள் தன் புதுமனைவியோடு ஆகி கிடப்பான். இப்படி தான்... ஒரு நாளில் அப்பாவுக்கும், அவனுக்கும் சண்டை வந்தது. நாங்களெல்லாம் வீட்டில் இருக்கையில் ரெண்டு பேரும் பெரையில் கிடக்கையில் அங்கே எழும் மூணல்கள் எங்கள் காதுகளில் விழுகையில் சிசிலியா வுக்குக் கடுப்பு ஏறி வந்தது... குசு குசான பேச்சும் சில்லியான சிரிப்பும் முக்கலும் மூணலும் கேட்கையில் எங்கேனும் ஒரு நரக இருளுக்குள் சாடி விடவே தோன்றியது...

இந்த வீட்டில் இருந்தால் தனக்குப் படிப்பும் வராது; பருட்சையும் எழுத முடியாது என்று கமலாக்கா அவள் கூட்டுக் காரி பாமாவின் வீட்டிற்குப் போனாள். சிசிலியா அப்பாவோடு சத்தம் போட்டாள்.

‘ஒண்ணி இவனும் பெண்டாட்டியும் இந்த வீட்டுல இருக்கணும்... இல்லியா இப்ப நாங்க பெறத்த போயிருவம். மூணு பெட்டப்பிள்ளையா இருக்கிய வீட்டுல ஒரு அம அடைக்கலம் இல்லாம பரிமாறியான்...’

அப்பாவுக்குச் சகலமும் புரிந்த நிலையில், மூத்த அண்ணனை வீட்டை விட்டுப் போகச் சொன்னார்.

‘குடும்பத்துல மூத்த மகனா என்ன செய்த. சிசிலியாளுக்க கலியாணத்துக்கு என்ன பொறுப்பு நீ எடுத்த? அப்படி என்னங்கிலும் பொறுப்பு எடுத்தா ஒனக்கும் இந்த வீட்ல விகிதம் உண்டு. மூணு குட்டியா இருக்கிய வீட்டுல நீ என்ன பெரிசா மலத்துன?’ அப்பாவின் கோபம் கண்டேன்.

‘அப்பிடி மலத்திதான் எனக்கு விகிதம் வேணுமங்கி அது எனக்கு வேண்டாம்...’

சொன்னதோடு இல்லாமல் எங்க அண்ணன் வீட்டிலிருந்து இறங்கினான். இக்காட்சி மிகவும் கொடுமையாகவே இருந்தது. அவன் தன் மனைவியோடு வீடு விட்டு இறங்குவான் என அப்பா வும் நினைக்கவில்லை. ஏதோ ஒரு ஆத்திரத்தில் சொன்னாலும் அண்ணன் வீட்டை விட்டுப் போவது எங்களை மிகவும் சங்கடப்படுத்தியது.

மழை பெய்யுகையில், வெயிலடிக்கையில் காற்று வீசுகை யிலென எதோ ஒரு சூழலில் உலகம் மருளுகையில் அப்பனும் நாங்களும் ஒரு வீட்டுக்குள் ஆகுகையில் மனசில் வருமே ஒரு பாதுகாப்பு அந்த வளையத்திலிருந்து எங்க அண்ணன் பிரிகையில் இதயத்தின் நரம்புகள் அறுந்து போயின... அப்பாவும் கலங்கி விட்டார்...

'பேச்சுக்குப் பேச்சா ஒரு வாக்கு சொன்னவுடன வீட்டை விட்டுப் போணுமோ?'

அப்பா கண்ணீர் மல்க கேட்டார். மனைவியின் மீதான காதலில் கிடைத்த முதல் மகனை பெற்றெடுக்கும் போது இதே அப்பாவின் தோள்களில் எவ்வளவு வலிமை கூடியிருக்கும்... இதே மகன் அப்பா என அழைக்கையில் எவ்வளவு சந்தோசம் அனுபவித்திருக்க முடியும். எங்கள் குடும்பத்தில் ஒரே வாசல் என்று தான் இருந்தோம்... ஆனால் பல வாசல்கள் உருவாகத் தொடங்கின . . .

'லே மோனே வற்கி . . . நான் ஒனக்க அப்பன் தானல... லே வீட்டுல வால...' அப்பா அண்ணனின் பின்னே சென்ற போதும் அவன் திரும்பி பார்க்கவில்லை... அவன் தன் மனைவியின் ஊரான நெய்யாற்றிங்கரையில் போய் சேர்ந்தான்... எங்கள் குடும்பத்தின் மரக்கிளை ஒன்று அறுந்துபோனது.

சிசிலியாவின் கல்யாண பொறுப்புகளும் கடன்களும் அப்பாவின் தோளில் ஏறியது... அவளுக்கான விருந்து வேத்து என முடிகையில் அப்பா சரிந்துபோனார். பிரேம் அண்ணன் பல பல பருச்சைகள் எழுதி தோத்து போயிட்டே இருந்தான். மூத்தவள் பிரசவத்திற்கு வந்து நிற்கும் அளவிற்குக் காலம் ஓடுகையில் கமலமக்கா வந்து நின்றாள் கல்யாணம் என...

அவள் நெருங்கிய கூட்டுக்காரி பத்மாவின் அண்ணன் முறையானவனை காதலிக்கிறேன் என்று... காதல் தானே அப்படியென்றால் வரதட்சணை ஆகாதென்றே அப்பா நம்பினார்... அவள் கலியாணத்திற்குச் சம்மதமும் சொல்லி விட்டார்... ஆனால் அப்படியொரு இலகுவில் அவள் கலியாணம் நடக்கவில்லை.

கமலம் காதலித்திருந்த இன்பதாஸ் என்கிறவனின் அம்மா ஒரு நாள் எங்கள் வீட்டில் வந்தாள். வட்டைக்கொண்டை, சரிகை மினுங்கும் சீலை, கழுத்தில் முறுக்குத் தாலி, கைகளில் ரோசாப் பூ காப்புகள், தோளில் பேக். சகிதம் வந்தவள் எங்கள் வீட்டை இளக்காரமாகப் பார்த்தாள். ஏனெனில் அவளை இருக்க வைக்க செயர் கூட இல்லை. முக்குப் பொத்து வீட்டில் கிடக்கும்

கோரம்பாயை திண்ணையில் விரித்து இருக்க வைத்தோம்... அவளோ இருக்கவே தயங்கினாள்... ஏதோ வியர்வை வடிவது போல் சீலை தும்பால் வீசினாள்...

அவருக்கு எங்க வீட்டில் சம்மந்தம் செய்ய பிடிக்கவே இல்லை.

அவா குடும்ப வசதிக்கு நூறு பவுன் நகை போடுவுனுமாம். அவா வீடு மட்டும் அரைகோடி தேறுமாம்... மகன் மரியாதைக் காரனாம்...

எல்லாத்துக்கும் கூட்டிச் சேர்த்துக் குறைந்த பட்சம் ஐம்பது பவுன் நகையும், ஐந்து லெட்சம் தொகையும் பேசிய போது, நாங்கள் அனைவரும் அரண்டு போனோம்.

'ஏதோ காதலிச்சி தான் கலியாணமா இருந்தாலும் வரதட்சனை இருக்குமா?... காதலிச்சாலும் இப்படியெல்லாம் கொடுக்கல் வாங்கல் இருக்குமா?'

அப்பா அவளோடு கேட்பது ஞாயம் போலவே நானும் நினைத்தேன். எனக்கும் சுதனுக்குமான கலியாணம் பொத்தையில் நடக்கும்போது அவன் தான் எனக்கு வட்டப்புல்லை பிடுங்கி நிக்லஸ் போல் செய்து தருவான். பேரப்பூவை பறிச்சி நெற்றிச் சுட்டியாக வைத்து தருவான்...

'எங்க விளையாட்டுக் கல்யாணத்தில் ஒரு நாளும் வரதட்சனை பேசவில்லை. காதல் தானே வரதட்சனை வேண்டாம். காதல் காசு பணம் கேட்காது என்று தான் நானும் நினைத்தேன்... ஆனால் அது உண்மையல்ல என்பதை காலமே எனக்குப் புரியவைத்தது.

இந்தக் கருத்தை அப்பா கமலாக்காளின் மாமியாரோடு சொன்ன போது அவள் மிகவும் கோபப்பட்டாள்.

'என் வீட்டிலேயும் இப்படியெல்லாம் கட்டப்பட்டு வளத்த மொவன் ஒரு சல்லிப்பைசா கூட இல்லாம ஒருத்தியைக் கொண்டு வந்தான்... அதுபோல காதலிச்சா முதலு கிதலு பேச மாட்டாங்கண்ணு நினச்சேன்...' அப்பா சொன்னார் அவளோ...

'நான் கேட்டதுபோல தருவி மட்டும் தான் இந்தக் கலியாணம் நடக்கும்...'

உறுதியாகச் சொல்லிவிட்டு அவள் போனதும் போனாள். வீடே அமைதியாகி விட்டது. அந்த அமைதியால் மகா பெரும் கலவரம் தெரிந்தது கமலக்கா பெருமி கொண்டு அப்பாவை பார்த்தாள். பேத்துக்கு வந்து நின்ற சிசிலியக்கா கண்களை

மலர்வதி

முளைத்தாள் கமலாளை. பிரேம் அண்ணனோ வீட்டின் முன் பக்கம் நிற்கும் கொல்லாவில் சாஞ்சி நின்றான்...

'மோளே ... விரலுக்கு ஏத்ததுபோல தான் வீங்க ஒக்கும். எப்பிடி முக்கிமுக்கி தூறினாலும் ஆட்டுப் புழுக்கை யானை பீ ஆகாது. நம்ம நில ஒனக்கே தெரியும். பணம் காசு தான் பெரிசுண்ணு ஆனவனைத் தூக்கி தூரமா எறிஞ்சிட்டு மனசை அமைதி படுத்தியிட்டுப் படிப்பைப் பாரு... பருச்சையைப் பாரு... 'அப்பா சொல்லி முடிக்கும் முன் கமலாக்கா கீறி தள்ளினாள்.

'கண்டவன் சும்மா கொண்டு போவாண்ணா என்னை பெத்துரு ... வெளியில போய் ஒருத்தியைக் கெட்டினா அவனுக்குக் கோடிகள் வரைக்கும் கொடுப்புனம் ... எல்லாம் விட்டுட்டு காதலுண்ணு வாறவனுக்கு அம்பது பவுன் போட்டு விட ஒக்குமா? ஒக்காதா?' அக்கா நிமிர்ந்து கேட்டாள்.அப்பா கூனி விட்டார்.

... ...

'இப்பிடி உம்முண்ணு நின்னா என்ன அர்த்தம்?'

'என்னைக் கொண்டு களியாது மோளே ... கொக்காளுக்க கடனே கழுத்தை நெரிச்சுது. இப்ப அவா பேத்துக்கு வந்திருக்கியா... இனி அதுக்குத் தொகை பாக்கணும் ... ரோசாளுக்கு இப்ப வரைக்கும் ஒண்ணுமே இல்ல ... பிரேமுக்கு இன்னமும் வேல கிட்டேல... மூத்தவன் எல்லாம் தள்ளியிட்டு போயாச்சி... எனக்கும் வயசு போகுது ...'

'அதுக்காக நான் இப்பிடியே இருக்கணுமா? ஒம்மள நம்பி நீரு மக்களை பெறாம மூத்தவனையும் சின்னவனையும் எதுக்கு இழுக்குது?'

அக்காவின் இவ்வாக்கு அப்பாவைக் காயப்படுத்தியது...

'முடிவா சொல்லியேன் ... எனக்கு கலியாணமுண்ணு ஒண்ணு நடந்தா இன்பதாசுக்கக் கூடதான். அதுக்காகச் சும்மா எல்லாம் போக மாட்டேன்... அவ்விய கேட்டதுபோல உருப்படி போடணும். சீர் செனத்தி போடணும்...'

அழுத்தமாகச் சொல்லி விட்டாள் ... அதுவரைக்கும் எல்லாமே கவனித்துகொண்டிருந்த பிரேம் அண்ணன் கோபமாக வீட்டில் வந்தான்.

'ஒனக்கு இப்ப என்ன வேணும்?' கமலாக்காளோடு கேட்டான்.

'நான் அப்பாயிட்ட பேசியேன் . . .'

‘அவரு ஒனக்கு மட்டுமில்ல … எனக்கும் தான் அப்பா … நீ கேட்டதுபோல போட்டுட்டுப் போகணுமங்கி எனக்கொரு வேலை கிடைக்கிறது வரைக்கும் பொறுமையாதான் இருக்கணும். எதோ வரதட்சணைகளெல்லாம் ஆண்களால துடங்கிச்சுண்ணும் … அதுக்கு ஆண்கள் தான் காரணமுணுணு ஓலகம் சொல்லுது. ஆனா ஒனட்ட உண்மையைச்சொல்லட்டா … வரதட்சணைக்கு முழுக்க முழுக்க ஒன்னப்போல உள்ள பெண்ணுவா தான் காரணம் … பிறந்த வீட்டு நில தெரிஞ்சும், எனக்கு இதெல்லாம் தந்தே ஆகணுமுண்ணு கேட்கிறியே. உனக்கெல்லாம் என்ன பெரிய மனசு.’

‘என் வாழ்க்கைக்கு நான் அப்பாட்ட கேட்கக் கூடாதோ?’

‘அப்பனுக்கு என்ன முடியுமோ அதுக்க தக்கன கேளு … அப்பனே இருக்கிய ஒத்த குறியமுண்டை களஞ்சிட்டு நிக்கிய அப்பாவிபோல இருக்கிறப்ப ஈரலையும் பிடுங்கியதுபோல கேட்குதியே …’

பிரேம் அண்ணனை இதமாகப் பார்த்தேன் நான் … ஒரு புறம் கரச்சியே பொங்கியது. இவர்களோடு ஆறுதல் சொல்ல ஆசை பட்டேன். எனக்கான கலியாணம் வரும் போது சுதன் என்னை பெண் கேட்கும்போது எதையும் கேட்க மாட்டான் என்று சொல்லி ஆசுவசிக்க நினைத்தேன். ஆனால் எனக்கு நடந்தது என்ன? …

கமலாக்காளின் நல்ல காலம் என்று தான் சொல்ல வேண்டும் … பிரேம் அண்ணன் எழுதியிருந்த பருச்சையில் பாசாகி அவனுக்கு பேங்கில் வேலைக்கான உத்திரவாதம் வந்தது… நாங்களெல்லம் அப்படியொரு சந்தோசத்தில் ஆனோம். கமலாக்காளின் கலியாண பொறுப்பை அவனே எடுத்தான். லோண் போட்டு எல்லா செலவையும் அவனே ஏற்றுக்கொள்ளும் நிலையில் அப்பாவின் தோளின் கனம் பகிரப்பட்டது. அவரும் மனசு உருகி, எங்களுக்கென கிடக்கும் மூன்றரை செண்ட் நிலத்தில் இரண்டு செண்ட்டை அவனின் பெயருக்கு எழுதி வைத்தார். அக்காவை வசதி மிக்கவன் கலியாணம் பண்ணுவதால் பழைய வீட்டை கொஞ்சம் திருத்த வேண்டியதாக இருந்தது. ஓலைகளை மாற்றினோம். நல்ல ஓடுகளை வாங்கி பரத்தினோம். வீட்டு தளத்தில் சிமெண்ட் பூசினோம். சாணாங்கி திண்ணையைப் பூசினோம் … பெரையின் உயரம் கூட்டி தகரத்தில் ஒரு கதவும் சாத்தினோம் …

கமலாக்களின் கலியாணத்திற்கு மூத்தவனின் மனைவியும் இரு பிள்ளைகளும் வந்திருந்தார்கள். அவனை அவன் மனைவி வீட்டில் ஏற்றுக்கொண்ட படியால் அவனில் செழிப்பு தெரிந்தது.

சின்னவளின் கலியாணம் முடிந்த நாள்கள் மிகப்பெரும் துன்ப நாளுகள்... வீடு முழுக்க அப்படியொரு இருள். நித்தம் ஏதேனும் கடன்காரர்கள் வருவார்கள்... வட்டி கேட்பார்கள்... பிரேம் அண்ணனின் முகம் அப்படியொரு இறுக்கத்தில் கிடந்தது... அவனின் சம்பளம் லோணோடு போய் விடும். சம்பள நாளில் வெற்று சாப்போடுதான் வீட்டில் வருவான். அந்நாள்களில் சில்லறை கடன்கள் மீட்டவே முடியாமல் ஆகும் போது வருகிறவர்கள் ரொம்ப கேவலாமாகத் திட்டினார்கள். நித்த வட்டிக்காரன் முத்து என்பவன், திட்டியதோடு இல்லாமல் வீட்டுக்குள் வந்து சின்ன அண்ணனின் சட்டையைப் பிடித்து இழுத்து செவுட்டில் அடித்தும் விட்டான். ஒரு நாளில்...

கடனால் எங்க வீடு இருளில் கிடந்தது... அப்பாவோடும் அவன் பேசவில்லை. அப்பாவுக்கும் தர்மசங்கடமான நிலை. தன் பெண் பிள்ளைகளின் பாரம் தன் மகன் மீது ஏறி விட்டதே என்கிற துக்கம் பீடித்த நிலையில் அவரும் எதுவும் பேசவில்லை...

ஒரு நாள் விடியற்காலையில் எங்க வீட்டின் பின் பக்கம் நிற்கும் மரத்தில் எதோ ஒரு சலசலப்பு கேட்டது. மாசியின் அதிர்ந்த குரலும், அல்லியக்கா மல்லிகாவின் கரச்சியும் கேட்டது. அப்பா கூடப் புலம்பி அழுதார். வீட்டிலிருந்து வெளியே ஓடினேன்... அங்கே எங்க பிரேம் அண்ணனை மா மரத்திலிருந்து இறக்கினார்கள். அவன் கழுத்தில் மரண கயிறு கிடந்தது... அப்படியே அதிர்ந்தே விட்டேன். இந்த உலகில் வரதட்சணை கொடுமையின் பாதிப்பும், சுமையும் ஆண்களிடமே இருப்பதை உணர்ந்தேன். வீட்டுக்கு வீடு, அப்பா, அண்ணன், தம்பி என மிகப்பெரிய பாதிப்பு ஆண்களுக்கே... என்பதை ஆழமாகப் புரிந்தேன்.

அதிகாலை மா மரத்தில் தூக்குப் போட நின்றவனை தக்க நேரத்தில் மாசி கண்டதால் உயிரோடு காப்பாற்ற முடிந்தது . . . வீட்டின் இச்சூழல்கள் அப்பாவின் மன ஆளுமையை சிதைத்தது...

இந்தத் துன்பங்களையெல்லாம் உள்ளடக்கிய அப்பா நிர்மலா டீச்சரின் தோப்பில் வேலை செய்யும்போது மயங்கி விழுந்தார். பிரசர் அதிகமான நிலையில், கனமான வேலைகள் செய்ய முடியாத நிலைக்கு ஆளானார். அப்பாவின் வருமானம் வீட்டுச் செலவுக்கு, உதவிய நிலையில், இனி அவரால் கடினமாக உழைக்க முடியாது என்ற நிலை வந்தது.

அக்கா குட்டிகளெல்லாம் நல்ல நிலையில் தான்... மூத்த வளுக்கு மூன்று பிள்ளைகள் ... சின்னவளுக்கு இரு பிள்ளைகள்... இக்குழந்தைகளின் பிரசவக்காலங்களும், பிள்ளைகளுக்கு போடும் நகை நட்டுகளும் மிகப்பெரும் கொடுமையாகவே நடந்தன.

'மாப்பிளை வீட்டுல வசதியெல்லாம் உண்டு இல்லியா... அவன் செஞ்சி போடுவான் மாலையும் கம்மலும்...' அப்பா சிசிலியாக்காளோடு முதல் பிள்ளைக்குச் சொன்னபோது ஆடி பொடித்து விட்டாள்.

'அவா கலியாணத்துக்கு மட்டும் ஐம்பது பவுன் கொடுத்தியா இல்லியா ... என் பிள்ளைக்கு அரப்பவுன் வகை போடலண்ணா வீட்டிலண்டு போகவே மாட்டேன் ...' அடம் பிடித்தாள். பிள்ளை பணி போட வில்லையென்று அக்காவின் புருசன் இங்கு வரவே இல்லாமல் ஆனான். கடைசியில் வேறு வழியே இல்லாமல் என் கழுத்தில் கிடந்த அரப்பவுன் செயினைக் கழட்ட வேண்டி வந்தது. என் புது நன்மைக்கு என் ஞானம்ம தந்த வகையது...

ஒரு வகையில் எனக்க அக்கா பெண்ணுவா இந்த ரோசாவை மறந்துட்டாங்களோ என்னவோ... அவர்களின் பிரசவ காலங் களில் அதிகாலையில் எழும்புவேன்... அவர்கள் பிள்ளைகள் இரவுகளில் அழும் போது கொண்டு திரிவேன். அம்புலியை அழைத்து கதைச்சொல்லவும் ஆராட்டவும் எனக்கு முடிந்தது. கல்லுகளிலே உயிருள்ள பிள்ளைகளைச் செய்யும் வல்லமை பொருந்தியவளுக்குச் சகோதரர்களின் உயிரும் சதையுமான பிள்ளைகளைத் தாலோலிக்காமல் இருப்பேனா?

'சின்னக்குட்டி இஞ்ச வா... இந்தப் பீ துணியைப் பிழிஞ்சிப் போடு...'

'சின்ன குட்டி நாளையிலண்டு அரப்பு கறிக்கு எள்ளுபோல கூட புளி பக்குவம் ஊத்தணும்...'

'சின்ன குட்டி இந்தப் பிள்ளையை உறக்க வை...'

ஒவ்வொரு விசயங்களுக்கும் சின்ன குட்டியான என்னை தேடினார்கள்... வீட்டோடு ஆன அப்பா என்னோடு கூட அடுக்களையில் வந்து நின்று வேலைகள் செய்தாலும் அவரின் கைகள் தடுமாறி போகும்... கால்களில் கிடுக்கம். ஏதோ அரிசியைக் கழுவி தருவார்... தீ அணஞ்சால் ஊதி பெருக்குவார். மரக்கறி வகைகளை அரிந்து தருவார்... அக்காமாருகளின் குறுக்கில் ஊத்த சூடு வெள்ளம் அனத்துவார்... ஆனால் தூக்கி மாத்துவது நானே. வீட்டின் பின் பக்கம் கட்டியிருக்கும் பேத்து பெரையில் சூடு வெள்ளம் எடுத்து வைத்து அக்காமாருகளின் குறுக்கில் ஊத்துகையில் அங்கு பறக்கும் ஆவியின் சூடு என் கைகளை வேக வைத்து விடும்.

பேத்து மசாலா என்கிற அலுப்பு கறிக்காக மசாலா வகைகள் அரைப்பது எவ்வளவு கஷ்டம். பச்சையான கொத்த மல்லி, பச்சையான வத்தல் மிளகு, நல்ல மிளகு, வெந்தயம், சீரகம்,

கடுகு, மஞ்சள், கறிவேப்பிலை, ஓமம், உப்பு, புளியென வைத்து அரைக்கையில் என் அக்குள் பகுதியோடு நெஞ்சு வரைக்கும் உள்ளங்கையும் காந்தி போவும். குழந்தைக்கு வாந்தி மாந்தம் போக இந்த மசாலா கறியை நாற்பத்தியொரு நாள் அரைத்து அரைத்து கை ரேகைகள் வரைக்கும் தேஞ்சிதான் போகும்.

இப்ப எல்லாம் அடிக்கடி நினைப்பேன். வாழ்க்கையில் ஏழையா புறந்தாலும் கடைக்குட்டியா பிறக்க கூடாதென நினைக்கிறேன். மூத்தவர்களெல்லாம் எதோ ஒரு வழியில் தப்பி போய் விடுவார்கள். ஆனால் கடைக்குட்டிகள் மாட்டி விடுவார்கள். மூத்தவர்களுக்கெல்லாம் வழிகள் திறப்பது போல் இளையவர்களுக்குத் திறப்பதில்லை என்பதை அனுபவித்தேன்.

இந்தக் காலகட்டத்தில்தான் படிப்பும் பறி போனது. எங்க வீட்டு சூழலை போலவே, மாசியும் அல்லியக்காளின் கல்யாண விசயத்தில் மிகவும் துன்பப்படத் தொடங்கினான். இந்த இக்கட்டு காலத்தில் தான் மல்லிகாவும் தன் கல்வியை இழந்தாள். ‘மல்லியே நமக்காக மாசி கஷ்டப்படுறான். நீயும் ஏதாவது தொழிலப்பாத்தா தான் இனி நல்லது’ அல்லியக்கா, மல்லிகாவை தைய்யல் பயிற்சியில் சேர்த்து, அவளை ஒரு குச்சி தைய்யல்காரியாக்கினாள்.

இந்தச் சூழலில், அல்லியக்காளை பங்கி என்பவனுக்குக் கல்யாணம் பேசினார்கள். அவன் குடிகாரன் என்று அரசல் புரசலாக அறிந்தபோதும், அவ்வளவு பெரிய குடிகாரனாக இருப்பான் என யாருமே நினைக்கவில்லை.

மாசி பேசிய தொகைக்கு ஒரு குடிகாரனைத்தான் அல்லியக்காளுக்குக் கணவனாக்க முடிந்தது.

7

கொல்லாவில் பூக்கள் பூக்கும் நாட்களது . . . எங்கள் வீட்டின் திண்ணைவரைக்கும் கொல்லாம் பூக்கள் கிடந்தன... அதன் கடுத்த வாசம் விரவி கிடக்க. எங்கள் வீட்டின் முன் பக்கம் நட்டு விட்டிருக்கும் வாள்சம் செடியின் மொட்டுகள் ஒரு வித கனத்தில் தொங்கின...

முற்றத்து அழகில் லயித்து நின்ற என்னை அப்பா அழைத்தார்.

நான் ஐந்து வயசில் பார்த்த அப்பாவாக என் அப்பா இல்லை. அப்போதெல்லாம் அப்பாவிடம் அப்படியொரு நம்பிக்கை... எங்க அப்பாவால் எதையும் செய்ய முடியும் என்கிற வல்லமையை கண்டேன்... அவரின் விரிவான தோள் ஒடுங்கியது அவரின் நிமிர்ந்த முதுகில் கூனல்... முன் பக்க முடிகளில் வெளீர் மினுக்கம்...

என் கைகளைப் பிடித்துக் கொண்டு, யாசகம் போல் அவர் அழுத காட்சி இன்றும் மனதில் இருக் கிறது.

“ஒன்ன நினைக்கிறப்ப எனக்குப் பயமா இருக்கு மோளே; மூத்தவங்க ஒன்ன பாக்க மாட்டாங்க. நேற்றைக்கு ஒன் சின்ன கொண்ணன், எனட்ட பலதும் சொன்னான் மோளே, அவன் ஆபிசுல ஒருத்தியைக் காதலிச்சி வச்சிருக்கியனாம் அவளைக் கலியாணம் பண்றதுக்கு முன்ன, வீடு போட போறானாம். இனி ஒமக்க மக்களை யெல்லாம் போட்டு பாக்க ஒக்காது; ரோசாளையும் மல்லிகாளைப்போல ஏதாவது தொழிலைப் பாக்க சொல்லுண்ணு சொல்லிட்டான்... அதுனால நீயும் இப்பளே எதாவது தொழில் படிச்சா தான் நல்லது.”

‘என்னை பாக்க சுதன், சுதன் இருக்காப்பா...’

படக்கென சொல்லி விட்டேன்... அப்பா விரக்தியாக சிரித்தார்.

‘பன நிழலும் பணக்காரனுக்க உறவும் நிலச்சாது மோளே... சுதன் இப்ப விளையாட்டு பய. அவன் வீட்டில வேலச் செய்தவன் நான்... நீ அங்க போய் வாழ ஒக்குமா? அவன் இன்னும் வளரம்ப விவரம் வரும். அப்ப ஒனட்ட பேச கூடச் செய்யுறானோ என்னவோ?’

‘இல்ல... இல்லப்ப சுதனுக்கு என்னைவிட்டுட்டு வாழ ஒக்காது...’

படபடக்கும் என் விரல்களைப் பிடித்தார்.

‘பிரேமுக்கு நம்மா சுமைகளாயிட்டோம் மோளே...

‘ படிச்சி எப்படியங்கிலும் சீச்சர் ஆகியிரியேன் அப்பா...’ சொன்னேன் பட படப்பாய்...

அன்று இரவு அப்பா என்ன துன்பத்தில் படுத்தாரோ காலையில் விழித்த போது இயலாமையில் கீழே விழுந்து கிடந்தார். தூக்கி விடாமல் பிரேம் அண்ணன் திட்டினான்.

‘இராத்திரி முழுக்க என்னங்கிலும் நினச்சி முழிச்சி இருக்க வேண்டியது. பிறவு தலச்சுத்து மயிருண்ணு விழுந்து கிடக்க வேண்டியது... இனி எவனுக்க பணம் அழியுமுண்ணு தெரியுமா? முட்டை இடிய கோழிக்கு தானே மூலம் தரிச்சியது தெரியும். இனி இவரை ஆஸ்பத்திரியில இருக்க வச்சி விடம்ப ஆயிரக்கணக்கில் நான் தானே இறக்கணும்...’ பொரிந்தான்...

பிரேம் அண்ணன் மாறி விட்டான் என்பது முற்றிலும் உண்மையென அன்றுதான் புரிந்தேன்.

கல்வி என்னிடமிருந்து விடைபெற்றதும் அன்று தான். இனி என் வாழ்க்கைக்கு நான் தான் பொறுப்பு என்பதை உணர்ந்த போது வேலை என்கிற தேடலில் என் வாழ்க்கை போனது.

சுதனின் பெரியப்பா ரெத்தினம் சங்சனில் ஒரு எஸ்டி பூத் ஆரம்பித்தார்... அங்கே வேலைக்கு ஆட்களைத் தேடிய போது அப்பா என்னை அங்கே கொண்டு விட்டார். மாசம் ஐநூறு ரூபா சம்பளம்.

நான் பூத்தில் வேலைக்குப் போனதில் யாருக்கு கவலையோ இல்லையோ என் சுதனால் தாங்கிக்கொள்ளவே முடியவில்லை.

என்ன பெரிய சூழ்நிலை: படிப்புக்கு ஆகுற செலவே எங்கம்மாட்ட கேட்டு நான் வாங்கி தாறேன். அதுக்காக நீ படிப்பை விடக் கூடாது ரோசா. பெரியப்பனாரின் கடை என்பதால் அங்கும் வந்து புலம்பினான் பல நாட்கள்.

எனக்காக துடித்த இரு கண்களை அன்றெல்லாம் சுதனில் கண்டேன்...

❍

இந்தக் காலகட்டத்தில் அல்லியக்காளின் கல்யாணமும் முடிந்தது. பங்கிக்கென அம்மா அப்பா இல்லை. அவன் அக்கா சிந்தாமணி தான் அவனின் சகலமும். அவளுக்குக் கலியாணமாகிப் பிள்ளைகளெல்லாம் இருக்கிறார்கள். அவள் வீட்டில்தான் இவனும்... பங்கிக்குத் தான் அந்த வீடும் வீட்டடியும் என்று ஓட்டன் சொல்லியிருந்தான்.

அல்லியக்காளை பெண் பார்க்க வருகையிலே எனக்கு சிந்தாமணியைப் பிடிக்கவில்லை. ஆணின் அக்கா என்ற திமிர். கமலாக்காளின் மாமியாரும் இது போல் தானே ஆணின் அம்மா என்கிற திமிரோடு எங்கள் வீட்டில் வந்து பேசினாள். இவளும் அவளைப் போலவே தெரிந்தாள்...

‘பையனுக்கு ஒரு கெட்டப்பழக்கமில்ல... பெண் விசயத்தில் இல்ல... நல்ல ஒரு வேலைக்காரன்... அவனுக்கு நீங்க நிறைய கொடுத்தே ஆகணும்...’ என முதலு பேசத் தொடங்கினாள்.

ஆண்களைப் பெற்ற அம்மாக்களுக்கு, அக்காளுகளுக்கு, தங்கச்சிகளுக்கென பெண் வீட்டில் காட்டும் அதிகாரங்களில் சிந்தாமணியும் முதலிடம் பெறுவாள். அல்லியக்கா ஒரு அப்பிராணி... அஞ்சி போக கூடியவள். பெண் பார்க்க வருகையில் அவளெல்லாம் ஒருக்கா கூட நிமிர்ந்து பார்க்கவே இல்லை. குழைந்து குழைந்து விழுந்தாள்.

இதுதான் தோதுவென சிந்தாமணி காட்டிய லூட்டிகளை இன்று நினைத்தாலும் கசக்கிறது.

பங்கி ஒரு பகல் குடிகாரன்... அவனுக்கு குடி விசயத்தில் ஒளிவு மறைவு இல்லை. பங்கி குடிப்பான் என்பது மாசிக்கும் தெரியும்... ஆனால் இப்படி குடிப்பான் என்பது அல்லியக்காளின் கலியாணத்திற்க பிறகே தெரியும். வீடு அவன் பெயரில் இல்லை. அக்காளரின் சக்காயத்தில் வாழுகிறவனுக்கு ஒரு பெண் பார்த்து ஒதுக்கி விடலாமென ஓட்டனுகளிடம் வீடு பங்கிக்கு என சிந்தாமணி கள்ளம் சொல்லி வஞ்சித்து விட்டாள் அல்லியக்காளின் வாழ்க்கையை...

தம்பியாரு ஒரு போக்கத்தவன் என்று தெரிந்தும், சிந்தாமணி அவனுக்காக பெண் பார்த்திருக்கக் கூடாது. பெரிய அதிகார மிடுக்கோடு நடந்திருக்கக் கூடாது. முதலும் பேசியிருக்கக் கூடாது. ஆனால் இவையெல்லாம் அவள் எட்டு மடங்கு செய்தாள்.

பேளபெட்டி காப்பு மட்டும் ஒரு பவுனுக்குப் பேசினாள். எப்படியெல்லாமோ போட்டு விட்ட பத்துப் பவுன் உருப்படி யையும் கலியாணம் முடிந்த மறுநாளே கலியாணக்கடனுக்கு என கழட்டி வாங்கினாள். பங்கியும் கலியாணம் கெட்ட வரும் போது பட்டாளக்கொட்டில் வந்தான். பெண்ணு கெட்ட போகுகையில் கொட்டு அதுவும் பட்டாளக்கொட்டு இல்லை யென்றால் கெட்டப்போகும் மாப்பிளைக்குக் கொட்டை இல்லையோ என நினைக்கும் காலமது...

கையில் இருந்தால் சரி... ஆனால் பங்கியெல்லாம் கடன் வாங்கி பட்டாளக்கொட்டைக் கொட்டியிட்டு வந்தான். கையில் கொடுத்த இருபதாயிரம் தொகையில்தான் அல்லியக்காளுக்குக் கலியாணச்சீலையும், இரண்டு பவுனுக்கு தெங்கம் பூ தாலியும் கொண்டு வந்தான். கலியாணம் என்பதை வெறும் ஒரு பச்சை வியாபாரமாக அப்போதிலிருந்தே கண்டேன். பெண்ணுக்கும் பையனுக்கும் வெளி தோற்றங்களால் ஒரு அளவீடு செய்து அதற்கேற்ற தொகையை பேசி, அதை புனிதமாக்கி நிகழ்த்தும் வெறும் ஒரு சாதாரண கலியாணமே அல்லியக்காளுக்கும்...

பத்திருபது வருடங்களுக்கு முன்பெல்லாம் 'பெண் ஒருக்கம்' என்கிற பெண் அலங்காரத்தை மாப்பிளை வீட்டு பெண்களே பார்த்துக் கொண்டார்கள். மாப்பிளை கெட்ட வரும் போது அவனோடு வரும் உறவுக்கார பெண்கள், பெண் இருக்கும் அறையில், மாப்பிளைக்காரன் கொண்டு வந்த பட்டுச் சேலை, ஜெம்பர், பாடி, நவபாலீஷ், பவுடர், சிலைய்டு, ஊக்கு, செருப்பு, கர்ச்சிப் இன்னுமான பல அலங்கார பொருட்களை வைத்திருக்கும் சூட்கேசு பெட்டியோடு மணப்பெண்ணை சூழ்வார்கள்... இந்த சூட்கேஸ் வைத்திருக்கும் முறைக்காரியைத் தான் 'பேளைப்பெட்டிக்காரி' என்பார்கள். எங்க அப்பா காலத்திலெல்லாம் இந்தப் பேளைப்பெட்டி ஓலையால் செய்திருப்பாங்களாம்.

அல்லியக்காளை மண ஒருக்கம் செய்ய வந்த மாப்பிளை வீட்டில் உள்ள முறைக்கார பெண்கள், ஏதோ மாப்பிளைக்காரன் பாடுபட்டு உழைத்து அவன் சம்பாத்தியத்தில் வாங்கியது போல் அலங்கார பொருட்களைப் பரத்தினார்கள் சேலை, மாலையெல்லாம் மாசி கடன் வாங்கி கொடுத்த தொகையில் வாங்கியது என்பதே உண்மை.

பெண் அலங்காரம் என்ற பெயரில் அல்லியக்காளைக் குடைந்தெடுத்த காட்சிகள் இன்றுமே எனக்குள் கலவரமாகக் கிடக்கிறது.'

சிந்தாமணி இருக்காளே, சீலையின் நொறியை அவள் வயிற்றிடையில் சொருகிய போது கை விரல்களால் வயிறை அளைந்தாள். மார்புகளில் குலைவு இருக்கா என பாடி பூட்டுகையில் பார்த்தாள்.

மாப்பிளை என்கிற ஆணின் கையில் சேரும் பெண் புதிதாக இருக்க வேண்டுமென்கிற சிந்தனை பெண்களுக்கு அதிகமாக இருந்ததை அன்று கண்டேன்.

வயிறு குளைந்து தெரிந்தால் மார்பகங்கள் வலிந்து தெரிந்தால் முன் கூட்டியே ஆணோடு பழகியவள் என்கிற குறிப் பெடுக்கவே அல்லியக்காளை அப்படி போட்டுப் பரிசோதித் தார்கள்.

பங்கியை எதிர்மாலையும் சந்தனமும் போட்டு வரவேற்றார்கள். மங்கலம் பாடி வரவேற்றார்கள். மணவறையில் இருத்தினார்கள். மல்லிகா வாடாவிளக்கு கொண்டுக் வைத்தாள். அவளுக்கு ரோஸ் நிறத்தில் சின்னச் சின்ன மஞ்சள் பூக்கள் போட்ட பாலிஸ்டர் சேலையைக் கொடுத்தாள் சிந்தாமணி.

கல்யாணம் என்கிற பெயரில் ஏதேதோ கோலங்களுக்கு ஆன அல்லியக்கா பங்கியோடு படியிறங்குகையில் என் சந்தோச பிடிமானங்கள் அப்படியே தவிடு பொடியாயின... அல்லியக்கா அம்மா இல்லியா... என் உணர்விலும் மல்லிகாவின் உணர்விலும் அவள் தாய் அல்லவா? என் அக்காமாருகளை விட எனக்கு அவளைப் பிடிக்கும்.

புருசன் வீட்டில் பாட்டு போட்டிருக்க... வெட்டப்படும் ஆடு போலவே குடிகார பங்கியோடு படியிறங்குகையில் மல்லிகாளும் நானும் அல்லியக்காளை கட்டிப்பிடிச்சி அழுதோம். எப்படி ஆனாலும் அல்லியக்கா இனி எங்களுக்குரியவள் இல்லை என்பது போலவே சிந்தாமணி எங்களைக் கடிந்து, அவளை அழைத்துக்கொண்டு போனாள்.

ஆண் அழுவான் என்பதை மாசியிடம் அன்று கண்டேன்... கொல்லா மூட்டின் மறைவில் போய் மாசி குலுங்கினான்... ஒரு போக்கில் 'அல்லியே...' வாய் விட்டுக் கதறி விட்டான். மாசியின் அழுகையின் பின்னே மிகப்பெரும் காதல் வலி இருந்தது. அது எனக்கே தெரியும்...

அல்லியக்காளுக்கு கலியாணம் முடிவு ஆனபோது, ராயப்பனின் மகளுக்கும் கலியாணம் முழுந்திருந்தது. இதிலெல்லாம் கொடுமை, மாசியே மாப்பிளை வீட்டுக்காரர்களை பஸ்டாப்பில் இறங்கும் போது போய் கூட்டியிட்டு வருவது...

கிள்டாக்காளுக்கு சம்மந்தம் வரும்போது, சம்மந்தக் காரர்களை அழைத்து வரும் பொறுப்பு மாசிக்கு, அப்போதெல்லாம் மிகவும் கஷ்டப்படுவான். சில நாட்கள் வீட்டில் வந்து அழவும் செய்தான். கிள்டாக்காளுக்கு சேகர் என்பவனோடு கல்யாணம் முடிவானபோது மலசொரி பாட்டுப் படித்துக் கொடுக்க நான் தான் அவர்கள் வீட்டுக்குப் போனேன்.

சம்மந்தக்காரர்களைக் கொண்டு விட்டுட்டு மாசி வரும் போது ராயப்பனும் மனைவியும் தோப்பில் போயிருந்தார்கள். தங்கச்சியாரு பின் பக்க பெரையில் தூங்கியிட்டு கிடந்தா... கலியாணம் உறுதியான துக்கத்தில் கிள்டா என்னோடும் அழுதாள். நான் என்ன செய்ய முடியும்? மாப்பிளை வீட்டுக்காரர்களைக் கொண்டு விட்டுட்டு வரும் மாசியின் முகமும் கூராந்தே கிடந்தது. கண்கள் சிவந்துபோய் தெரிந்தன... அழுதிருப்பான்... அவன் திண்ணையில் ஏறி வரும் முன் கிள்டாக்கா ஓடி போய் அவனைக் கட்டிப்பிடித்து விட்டாள்...

'ஏன் என்னை விட்டுட்டுப் போகப் பாக்குற... நான் ஒங்கூட தான் வாழுவேன்... எனக்கு மட்டும் இந்த கலியாணம் நடந்தா நாஞ்செத்துருவேன்...' பாவம் மாசியின் மாரில் சாஞ்சி அழுதாள். மாசியால் என்ன செய்ய முடியும்? வழியற்றவன் போல் நின்றான்.

'காதலெல்லாம் கற்பனைக்குத் தான் உதவும்... நான் ஒரு தரித்திரன்... வீட்டுல என்னை நம்பி ரெண்டு சகோதரிகள் இருக்காங்க... எங்கூட வாழ்ந்தா ஒனக்கு எதுவுமே என்னால தர ஒக்காது. ஒங்கொப்பன் ஒனக்கு பாத்திருக்கியவன் ஒங்கொப்பனை விட பணக்காரன்... வெளிநாட்டுல சோலிக் காரன்... ஒன்ன கூட அங்க கொண்டுபோவான்... வசதியும் வாய்ப்புமா வாழுற வாழ்க்கையை எங்காதலை வச்சி அழிச்சாம அம்மா அப்பா சொல் போல நல்ல முறையில வாழு...' சொன்னவன்.

மாரில் சாஞ்சி கிடந்தவளை வலுக்கட்டாயாக தூக்கி னான்... அவளோ புளிபோல அப்பினாள்... அந்த நேரத்தில் தோப்பு விளைக்குப் போயிருந்தவர்கள் வந்தார்கள்... ராயப்பன் தன் மகளின் மனதில் மாசி இருப்பான் என துளி கூட நினைத்திருக்கவில்லை. மகன் போல் உலவவிட்ட மாசி

இப்படி தன் மகளை மாரில் சாச்சிட்டு நிற்பான் என நினைக்கவே இல்லை. இக்காட்சியால் இராயப்பனின் இரத்தம் சூடேறிபோனது.

'லே மாசி கள்ளக் கூதி... மோனே...'

முன்னும் பின்னும் யோசிக்காமல் தன் கையில் இருந்த ஆக்கோத்தியை எடுத்து மாசியை நோக்கி வீசினான். குறி தப்பிய ஆக்கோத்தி மாசியின் தோளில் சதக் என சதச்சல் ஏற்படுத்திக் கீழே விழுந்தது. இன்னும் ஆவேசம் அடங்காமல் மாசியின் சட்டையைப் பிடித்து இழுத்து செவுட்டில் சாத்தினான் சாத்து...

'அப்போ அவன் பாவம்... நான் தான் அப்போ... அப்போ என்னை அடியும்...'

கிள்டாக்கா புழு போல் துடித்தாள். ராயப்பனோ மாசியைக் கீழே தள்ளி போட்டுச் சவுட்டினான். இதெல்லாம் கவனித்த ராயப்பனின் மனைவி சள்ளென மாசியைத் துப்பினாள். மகளை வலுக்கட்டாயமாக இழுத்தாள் வீட்டில்.

'நாய கழுவி நடு வீட்டுல வச்சாலும் அது குப்பை குண்டுல தான் போய் மேயும். ஒன்னையெல்லாம் மனுசனா மதிச்சி என் வீட்டுல ஏத்துனதுக்கு நீ காட்டுன நன்றியா இது... ஒஞ் சகோதரியிக்க கலியாணத்துக்கு நூறு தேங்கா எண்ணி போட்டிருந்தம்புல... கலியாணத்துக்கான விறகெல்லாம் மட்டக் கூட்டத்துல ஒதுக்கி போட்டேமுல... எம் பெண்டாட்டி அர பவுன் ஜிமிக்கி செஞ்சால... ஒனக்க சகோதரியளை என் வீட்டு மக்களைப் போல நினச்சி தாமுல இதெல்லாம் செய்ய இருந்தேன்... இனி ஒனக்க நிழலு கூட இஞ்ச பட்டுண்ணு வை... வெட்டி அரிஞ்சிருவேன்... போல இதுலண்டு...'

ராயப்பன் மாசியை உருட்டி தள்ளினான்... அவன் சைக்கிளைத் தட்டி எறிந்தான். மாசி ஒரு வாக்குக் கூடப் பதில் சொல்லவில்லை. சட்டை கிழிந்திருந்தது... சுண்டு கீறி இரத்தம் பாய்ந்தது... ஆனாலும் அவன் ஒண்ணுமே சொல்லாம தோத்துப் போன ஒரு மனுசனாகக் கீழே கிடக்கும் சைக்கிளை எடுத்து உருட்டியிட்டு வெளியேறினான்...

'மாசி... என்னை விட்டுப் போகத மாசி...' அலறினாள் கிள்டாக்கா... அவள் வீட்டுத் தோட்டத்தின் பூக்களெல்லாம் காதலர்களின் வலியோடு மிரண்டு சுழன்றன...

அன்றோடு கிள்டாளின் வீடு முடிந்தது மாசிக்கு...

காட்டுக்குளத்திலிருந்து குளிச்சிட்டு வரும் ஒருநாள், கண்ணீரும் கம்பலையுமாக கிள்டாக்கா என்னிடம் வந்தாள். கலியாண தேதி குறித்த பிறகும் என் கையில் மாசிக்குக் கொடுக்க கடுதாசி ஒன்றை தந்தாள் ...

'எல்லா விவரமும் இதுல எழுதியிருக்கு ... மாசியிட்ட என்னை வந்து கூட்டியிட்டுப் போக சொல்லு ரோசா ...'

கிள்டாக்கா என்னோடு கை கூப்பி அழுதாள். மாசியோடு விவரம் சொல்லி கடுதாசியைக் கொண்டு கொடுக்கையில் அவன் அதைப் பிரித்துப் படிக்க கூடச் செய்யாமல் அப்படியே கிழித்து போட்டான்...

அல்லியக்காளின் கலியாணத்திற்கு வீட்டின் முன் பக்கம் பெரை கட்டியிருந்தோம். மழை பெய்துகொண்டிருப்பதால் சுற்றிலும் மண் வெட்டி வைத்துட்டு நின்றான் மாசி. மழை சண சணவென பெய்துகொண்டிருந்தது ... காற்றும் கூடவே கிடந்து அலைந்தது. தெருவிளக்குகளும் வெளிச்சம் இல்லை ... இரவு ஒன்பது மணிக்குரிய கூவலோடு கிடக்கையில் மழையும் வலுக்கத் தொடங்கியது. பெரையின் ஓரங்களில் வரப்பு வைத்து வெட்டி கொண்டிருந்தான் மாசி. அல்லியக்கா அடுக்களையில் காபி காய்ச்சு கொண்டிருந்தாள் ... நானும் மல்லிகாவும் மாசியின் வரப்பு வெட்டுக்குக் கண்ணாடி விளக்கால் வெளிச்சம் காட்டியிட்டு நின்றோம். அப்பா ஓட்டு திண்ணையில் இருந்தார். பிரேம் அண்ணன் புதிய வீட்டுக்கான வேலைதொடங்கி யிருப்பதால் செங்கல்கள், சல்லிகளென வீட்டைச்சுற்றியும் ஒரே கசாமுசா ...

மாசி மண் வெட்டி வைக்க வைக்க வெளிப்பக்கமிருந்து வெள்ளம் பொசுக்கென பெரைக்குள் ஓடி வருவதுமாக இருந்தது. தன்னால் இயன்ற வலுவுக்கும் மேலாக மண்ணை வெட்டி வெட்டி வைக்கையில் சொல்லி வைத்தது போல் காற்றும், மழையும், இடியும் மின்னலும் வலுத்துட்டே போனது ...

இந்தக் கொள்ளை மழையில் யாரோ முன் பக்க சாலையில் ஓடி வருவது போலிருக்க... நாங்களெல்லாம் கண்களை உயர்த்தி பார்க்கையில் அப்பெரும் மழையில் நனஞ்சிட்டே ஓடி வந்தது கிள்டாக்கா ... விடிந்தால் அவளுக்குக் கலியாணம். ஏன் இந்த இரவில் இப்படி ஓடி வருகிறாள். மாசியின் கையிருந்த நம்மாட்டி தன்னாலே வழுவி போனது. எங்கள் கைகளில் இருந்த விளக்கின் ஒளி முனைகளைக் காற்று இழுத்துப் பிடித்து விட்டது ...

'மாசி ... மாசி ... என்னை ஏன் கூட்டியிட்டுப் போகல ...'

மழை வெள்ளம் எது? வியர்ப்பு எது கண்ணீர் எதுவென இனம் காண முடியவில்லை கிள்டாக்காளின் முகத்தில்…

‘எல்லா விவரமும் எழுதி ரோசாளுட்ட கொடுத்து விட்டும் ஏன் மாசி என்னைக் கூட்டியிட்டுப் போக வரல… நானா வந்துட்டேன் இல்லா… என்னைச் சேர்த்துக்க மாசி…’

அவனைக் கட்டிக்கொண்டு அழுதாள். மாசி கலங்கியே விட்டான். அடுக்களையில் காப்பி காச்சிட்டு இருந்த அல்லியக்கா இக்காட்சியால் ஆடி போனாள். மாசி கிள்டாளை இழுத்துட்டுப் போனால் அடுத்த வாரம் நடக்கக் கூடிய அவள் கல்யாணம் நடக்கவே நடக்காது . . .

எங்கப்பா எழும்பி வந்தார்…

‘கிள்டா…’ இதமாக மாசி அழைத்தான்.

‘விடிஞ்சா ஒனக்குக் கலியாணம்… இப்ப இப்பிடி ஓடி வந்திருக்கியே… ஒங்க அப்பாவை நினச்சி பாத்தியா? அவருக்கு இது எவ்வளவு பெரிய அவமானம்?’

‘என் வாழ்க்கையை நான் வாழணும் மாசி . . . அது நீயின்னு நான் ஓடி வந்திருக்கியேன். இப்ப போய் அறிவுரை சொல்லுதியே… ஒன் வீட்டு பழஞ்சியோ பழஞ்சிலையோ எனக்கு போதும் மாசி…’

கையெடுத்துக் கும்பிட்டாள். சுதன் மீதான காதலில் மருகி கிடக்கும் எனக்கு இக்காட்சியால் பேரழுகை உருவாகி விட்டது. மாசி எப்படியேனும் கிள்டாக்காளைச் சேர்க்க வேண்டு மென்பதே என் ஆசையாக இருந்தது…

‘எங்கியாவது போய் கலியாணம் பண்ணியிட்டு ஒரு வாரம் கழிச்சி வந்தா எங்கப்பா சரி ஆகிடுவாரு மாசி…’

‘கிள்டா இது நீ பாக்ற சினிமாயில்ல… நிஜமான வாழ்க்கை. அப்பிடியெல்லாம் ஒன்ன இழுத்துட்டுப் போற வீரசாலி இல்ல நான். என்னை நம்பி என் வீட்டுல சகோதரிகள் இருக்கியாங்க. அல்லிக்கு அடுத்த வாரம் கலியாணம்… நான் இப்ப ஒன்ன கூட்டியிட்டு ஓடுறது பெரிய விசயமில்ல… பிறகு அவா கலியாணம் நிற்கும். மல்லிகாளுக்கு வாழ்க்கையை நினச்சி பாரு… நமக்காக மட்டும் யோசிச்சா நமக்கு நம்ம காதல் மட்டும் பெரிசா இருக்கும்… ஆனா நம்ம காதலால யாரெல்லாம் அழிவாங்க நினச்சி பாரு … நம்ம காதலை தியாகம் பண்ணவே தோணும்…’

‘இந்த இராத்திரியில எனக்குப் போட்டிருக்கிய காவலையும் மீறி எங்க பின் பக்க காம்ப்பவுண்ட் சுவர் ஏறி குதிச்சி இந்த மழையில ஒன்ன தேடி வந்தது என் வாழ்க்கைக்காக... என் காதலுக்காக... ஆனா நீ பிரசங்கம் வைக்கிறியே... ஒனக்கே இது நல்லா இருக்கா? சகோதரங்களுக்காக என்னை இப்ப விடுறேன் சொல்லுதியே... ஒன் சகோதரங்களெல்லாம் ஒருக்கா பிரிஞ்சாலும் பின்னும் சேர்த்துக்குலாம்... ஆனா இந்தீ காதலை இப்ப நீ விட்டேண்ணா பிறகு ஒரு காலமே சேர ஒக்காம போயிரும்...’ அழுதாள்.

‘லே ஒனக்குண்ணு எழுதுனவா இவா தான்... வீடு தேடி வந்துட்டா இல்லியா... இனி இவளைத் திருப்பி விடாத. அல்லிக்க கலியாணம் எப்படியங்கிலும் நடக்கும்...’

அப்பா சொல்ல கிள்டாக்கா அப்பாவைக் கும்பிட்டாள். மாசியோ அவளின் கூம்பிய கையைப் பிடித்து முத்தினான். அவன் கண்களில் கண்ணீர் ஒழுகியது...

‘எதோ ஒருத்தருக்கொருத்தர் சேர்ந்து மாப்பிளை பெண்டாட்டியாகி குழந்தைகளை பெறுறது மட்டும் காதல் வெற்றியில்ல கிள்டா... என் மனசுல நீயும், ஒன் மனசுல நானும் சாகிறது வரைக்கும் ஒருவருக்கொருவர் பிரியாம இருக்கிற நம்ம காதலும் காதல் தான்... நீ மனசைத் தேத்திக்கணும்...’ மீண்டும் அறிவுரைக்கு ஆயத்தமானவனின் சுண்டில் விரலை வைத்தாள் கிள்டாக்கா...

மாசி என்ன நினைத்தானோ... எதோ ஆவேசம் வந்தவனாக கிள்டாக்களின் கையை பிடித்தான்... இழுத்தான்... அவனின் சைக்கிளின் பின் பக்கம் ஏற்றினான்... எங்கோ போனான்.

நாங்களெல்லாம் கிடுவெட்டம் துள்ளியிட்டு அப்படியே இருந்தோம்... எங்கு கொண்டு போனானோ... என்ன ஆச்சோ? விடியும்போது ராயப்பனின் ஆட்கள் வீட்டில் வந்து யாரை வெட்டுவார்களோ... கொல்லுவார்களோ... பயத்தோடு இருந்தோம். அல்லியக்கா வீட்டில் கிடந்து ஒரே அழுகை...

❍

மழை திவர்ந்திருக்கிறது... குளிர்ந்த நிலத்திலிருந்து குசு குசான ஈர காற்று முகத்தில் அப்பும் நேரத்தில் மாசியின் சைக்கிள் வரும் அரவம் கேட்க எல்லோரும் எழும்பினோம். மாசியின் சைக்கிளின் பின் பக்கம் கிள்டாக்களைக் காணவில்லை. மாசி வந்து இறங்கியபோது சாராய முசும்பு எடுத்தது... மாசி அதற்கு முன் குடித்திருக்கவே இல்லை...

‘லே அவா எங்க?’ அப்பா கேட்டார்... அவன் எதுவும் சொல்லாமல் சைக்கிளைக் கொல்லா மூட்டில் சாச்சான்.

‘லே அவளை எங்கல கொண்டு விட்ட?’ அப்பா கொஞ்சம் பயத்தோடு கேட்டார்... எங்களுக்கும் பயம்தான்.

‘லே...’ அப்பா அடுத்து கேட்கும் முன்...

‘எங்க கொண்டு விடணுமோ அங்க கொண்டு விட்டுட்டு வாறேன்...’

‘அவளுக்க தவப்பனுட்டயா?’

‘ம் ...’ எங்களுக்கு வியப்பு மோலோங்கியது.

‘இத்ர வருசமா பெத்து வளத்த தவப்பனை வஞ்சிச்சிட்டு வீடு இறங்கி வாறது மரியாதியா ஓய்? நம்ம தான் ஆசையும் அன்புமா நம்ம வீட்டுல பெட்டயள வச்சிருக்கியோம்... அதுவா தோணிய வசம் காட்டினா நமக்கு பொறுக்குமா? அவன் பெத்தவன் ஓய்... அதுவும் நம்மளைபோல இல்ல மொவாண்ணா அவளுக்குப் பிராணன். இந்த தரித்திரம் பிடிச்சவனை நாளைக்கே அவா மறப்பா ஓய்...’

சாராய நெடியில் சொன்னவன் அல்லியைப் பார்த்தான்...

‘எனக்க சொந்த காதலை வாழ வச்சா இவா வாழ்க்கையை நினச்சிப்பாரும்... இனி தான் கையில கொடுக்கிய தொகை புரட்டணும். செட்டுக்காரன் ... ஆக்குக்காரனுட்ட எல்லாம் அட்வான்ஸ் கொடுத்ததோடு நிற்குது... நாளை மாப்பிளையிக்க கையில பிடிச்சி கொடுக்க நான் இல்லண்ணா அவா வாழ்க்கையை நினச்சி பாரும்... என் காதலு பத்திரமா இதுல கிடக்கும்...’ தன் நெஞ்சில் அடித்த மாசி அழுதான். கிள்டாக்கா போட்டு ஒருக்கிய சைக்கிளில் தலையை முட்டி அழுகிறான்...

‘கரஞ்சி ஆறட்டு...’ அப்பா சொன்னார்... அது முதல் மாசி குடிக்கத் தொடங்கியது...

○

இந்தப் பிரிவிவையெல்லாம் மனதில் வைத்து, அல்லியக்காளின் பிரிவில் தன் காதலுக்கும் சேர்த்து அழுதான்.

மாசியிடம் குடிப்பழக்கம் தொற்றிக்கொண்டது எங்கள் எல்லோருக்கும் மிகவும் சங்கடம் ஆகிவிட்டது. போகப் போகத் தன் சைக்கிளைக் கழுவுவது இல்லை... அது தூசு பிடித்து கிடந்தாலும். சைக்கிளில் இப்போது உய்... உய் என்கிற சத்தம் வரத் தொடங்கியது... சீட் பஞ்சுகூடப் பிஞ்சி போய்விட்டது...

மாசியின் முகத்தில் நிரந்தர தாடி ஒன்று உருவாகிவிட்டது. ராயப்பனின் வீட்டு வேலை முடிந்த பிறகு ஊரில் உள்ள பெஞ்சமின் என்கிற கட்டிட கண்ட்ராக் வழியாகக் கையாள் வேலைக்குப் போகத் தொடங்கினான்…

அல்லியக்காளின் கலியாணம் முடிந்தது. பிறகெல்லாம் வாழ்க்கை மிகவும் மாறி போனது. விருந்துக்கு வந்துட்டுப் போன மறுநாள் இரவு வேளை… மாசி சாராய நெடியோடு திண்ணையில் கிடந்தான்… எங்க அப்பாவும் திண்ணையில் உறக்கம் பிடித்திருந்தார். பிரேம் அண்ணனின் வீடு வார்க்கை மட்டம் முடிந்து தேய்ப்பு வேலை நடந்துகொண்டிருந்தது. வேலை முடிந்ததும் அவன் காதலித்து வைத்திருக்கும் பரிசுத்தம் என்கிற பெண்ணுக்கும் இவனுக்கும் கலியாணமென பேசி முடித்திருக்கிறார்கள். கல்யாணமும் பாலு காய்ப்பும் சேர்த்து நிகழ்த்தினான் பிரேம் அண்ணன்.

மல்லிகா வீட்டில் தைய்யல் வாங்கி தைக்கும் அளவுக்குப் பயிற்சி முடித்த நிலையில் வீட்டின் வெளிப்பக்கம் சின்னதாக ஒரு சாப்பு வைத்து அதிலிருந்தே தைக்கத் தொடங்கினாள். அந்த சாப்பில் இருந்து இரவு வேளையில் முல்லையில் வந்த மொட்டுகளைப் பறித்து தெற்றிக்கொண்டிருந்தோம். மிதமான அந்தியும், சுகமான காற்றும் முல்லை பூவின் வாசமும் எங்களோடு கலந்து கிடக்கும் அவ்வேளையில் கூடு தப்பிய ஒற்றைப் பறவையொன்று கொல்லாவின் கிளையில் சிலும்பும் சத்தம் கேட்டது . . .

அப்பறவை ஒற்றையாகி விட்டால்… அது தன் கூடை இழந்து போயிருந்தால் எவ்வளவுக்கு அதன் மனம் சங்கடம் கொள்ளுமென நினைத்தேன்… இந்நேரம் பார்த்து…

‘லே செல்ல தம்பியே… குட்டே மல்லிகாளே… ரோசாளே… என்னை கெட்டியவன் என்னை அடிச்சி நொறுக்கியாண்டியே…’ அல்லியக்காளின் கொலவாத சத்தம் கேட்டு மிரண்டு போனோம். பங்கி குடிகாரன் அல்லியாக்களை அடிக்க ஆரம்பித்திருந்தான்.

கலியாணம் முடிந்த அன்று இரவே அந்த வீடு சொந்த வீடு இல்லை என்பது அல்லியக்காளுக்குப் புரிந்தது.

‘இது ஒன் மாப்பிளையிக்க வீடு ஒண்ணும் இல்ல… இது என் வீடு… நாளைக்கே அவனையும் கொண்டு எங்கேங்கிலும் போயிரணும்…’

சிந்தாமணி விரட்டினாள். அவள் எங்கு போவாள்? அடுத்த நாள் மாசியும் எங்கப்பாவும் போய் பேசியதன் விளைவாக

பங்கியின் மாமனாரின் தயவில் அவரின் பழைய வீடு ஒன்றை வாடகைக்குக் கொடுக்கும் நிலையில் அதில் குடியமர்த்தினாள். ஒரு லெட்சம் ரூபாய் கொடுத்தால் அவ்வீட்டை எழுதி தரலாமென சொல்லியிருக்கும் நிலையில் அவற்றை வாங்கி போட அல்லியக்கா ஆசை பட்டாள்.

விருந்துக்கு வந்திருந்தபோது மயினியார் மொட்டையடித்த போக கிடந்த இரண்டு வளையல்களையும் காதில் கிடந்த ஜிமிக்கையும் வேண்டி வந்தால் தாலி மாலையையும் வித்தங்கிலும் வாங்குவதாகச் சொன்னவள் அதை வாங்கவும் செய்தாள். பங்கிக்கென வேலையில்லை... என்னிக்காவது போனாலும் வீட்டில் ஒரு நயா பைசா கொடுக்க மாட்டான். போதா நிலையில் அவளை அடிக்கவும் ஆரம்பித்தான். அவனின் அடியோடு அவள் ஓடி வரும் இரவு ஆரம்பமாகியது...

8

பிரேம் அண்ணனுக்கு கலியாண நாள்...
வீட்டில் மூத்தவர்களெல்லாம் வந்திருந்தார்கள்...
புதிய வீட்டிற்கு அவன் ஆயத்தமாகும் போதே
அவனுக்கென இவ்வீட்டில் இருந்த பொருட்களை
எடுத்து மாற்றினான். வேண்டாம் என்பவற்றை
எரித்தான். அவன் வீடு ஒதுங்குகையில் எனக்கு
வலியேறிபோனது. ஒரு காலத்தில் ஐந்து சகோதரர்கள்
வாழ்ந்த வீட்டில் என்னைத் தனியாக்கியிட்டு
எல்லோரும் அவரவர்களுக்கான திசைகளில்
போகிறார்களே... இப்படியெல்லாம் ஒரு பிரிவுக்
கான காலம் இருக்கும் என அப்போது நினைக்கவே
இல்லையே... மாசியின் வீட்டில் மூன்று பேர்...
நாங்கள் ஐந்து பேரென எட்டு பேர் வாழ்ந்த
இடத்தில் இப்போதெல்லாம் அனக்கங்கள் மிகவும்
குறைவு. எங்கள் வீட்டில் மூத்தவர்களெல்லாம்
சாப்பிட்ட பாத்திரங்களை மேல்பக்கம் அடுக்கி
வைத்திருக்கிறோம்... அண்ணனுக்க பாத்திரம்,
அக்காளுக்க பாத்திரம் கப்பெல்லாம் வழக்கில்
இல்லாமல் ஒதுங்கியே கிடந்தன... இப்போதும்
சின்ன அண்ணனும் போகிறான்... அவன் சட்டை
சூட்டெல்லாம் போட்டிருக்கும் அசையிலிருந்து
ஒவ்வொன்றாக எடுத்து மடித்து எடுக்கையில்
எனக்குத் துக்கமேறியது.

இதுபோலவே அவனின் செருப்பு வகைகள்,
சோப்பு டப்பி, டவ்வல் என எடுத்து ஒதுக்கி
வைத்தான்.

மூத்தக்கா வீட்டில் இருக்கும்போது வாங்கிய
தகர பீரோவில் ஒரு காலத்தில் எல்லோரின்
துணிகளும் இடம் பெற்றிருக்கும். இப்போதும் நான்
யாரையும் இழக்கவில்லை என்பது போல், மூத்தக்கா
பேத்துக்கு நின்னபோது விட்டுட்டுப் போன சீலை,
கமலக்காளின் ஒரு நைட்டி, மூத்தவனின் பழைய
ஒரு சட்டை, பிரேம் அண்ணனின் பனியன் என

என் துணிகளோடு வைத்திருந்தேன்... நாங்கள் யாரும் பிரிய வில்லை என எனக்கு நானே தேடிக்கொள்ளும் ஒரு சின்ன ஆறுதலிது... கடைக்குட்டி இல்லியா எனக்கு வலிக்கவே செய்யும்.

பிரேம் அண்ணனின் திருமண நாளிலே வீடு பாலு காய்ப்பும் நிகழ்ந்தது. அந்த நிகழ்வில் எங்க அண்ணன் அணிந்திருந்த இள நீல நிற பனியன் அழகாக இருந்தது. அண்ணனின் பழக்கமான அன்பில்.

'அண்ணனுக்க பனியன் அழகாயிருக்கு...'

எப்போதும் சொல்வது போல் சொல்லிவிட்டேன். இது பரிசுத்தம் மயினிக்குப் பிடிக்கவில்லை. அவள் என்னை ஒருவிதமாக செறைந்தாள். அண்ணனின் கையைப் பிடிச்சிட்டு உள் பக்க அறையில் போனாள். வரும் போது அவன் பச்சை நிறத்தில் இன்னொரு பனியன் போட்டிருந்தான். மறந்தும் என்னைத் திரும்பியும் பார்க்க வில்லை. கலியாணம் முடிந்த அண்ணனிடம் தங்கச்சிக்கு எந்த உரிமையும் இல்லை என்பதை யாராவது கற்றுக்கொடுத்திருக்க வேண்டுமோ?

அவன் பெண்ணு கெட்டினாலும் எனக்கு அவன் அண்ணன் என்று தான் நினைத்தேன். கல்யாணம் வரைக்கும்... 'சின்ன குட்டி என் சட்டையைத் தேச்சி போடு...' சின்ன குட்டி குளிச்ச வெள்ளம் எடுத்து வை...' சின்ன குட்டி சோறு போடுன...' சின்ன குட்டி பாயைப் போடு...' என்றெல்லாம் எல்லா வேலைகளும் செய்தவள் நான். அண்ணன் என்கிற பாசத்தை அவனின் கலியாணத்தோடு முடிக்க வேண்டுமென்று யாரும் கற்றும் தரவில்லை.

அதன் பிறகெல்லாம் அண்ணன் என்கிற உலகம் மிகவும் தூரமாகிப் போனது. ஒரு நாள் அலசி போட்ட துணிகள், மழை வந்து நனைத்து விடும் போலிருக்க அண்ணனின் துணி களையும் பறக்கினேன். அது மயினிக்குப் பிடிக்கவில்லை. பிறகெல்லாம்... பிரேம் அண்ணன் பக்கத்தில் வாழ்ந்திருந்த போதும் வெகுதூரம் ஆனான்.

○

பன்னிரெண்டாம் வகுப்பு பொது தேர்வு ரிசல்ட் வந்துவிட்டது. சுதன் ஊரிலே முதல் ஆளாக மார்க் வாங்கியிருந்தான். ஊர் அமைப்பு அவனுக்குப் பாராட்டு வழங்கியது. அவனின் வெற்றி என் வெற்றி போலவே நானும் சந்தோசித்தேன். அவனுக்கு அன்பளிப்பு கொடுக்க பேனா வாங்கி வச்சிருந்தேன். ரிசல்ட் முடிந்த மறு ஞாயிற்றுக்கிழமை எனக்குக் கடையில் லீவு... அன்று பொத்தையில் அவனை வர சொல்லியிருந்தேன்.

மலர்வதி

ஞாயிற்றுக்கிழமை காலையிலே நான் ஒருங்கி விட்டேன். சுதனை பார்க்கப் போகிறேன் என்கிற சந்தோசம்... கையில் பேனாவோடு போனேன்... அங்கே போகுகையில் பொத்தையின் வழியோரம் நின்ற கற்றாழைகள் பிடுங்கப்பட்டுக் கிடந்தன ... எனக்குச் சுகீரென்றானது ... இனி வேலியாக என்ன வைப்பார்கள்? கை கால்கள் வரைக்கும் கிடுங்கின ... பொத்தைக்கு என்னங்கிலும் ஆனால் அதை தாங்கும் வலிமை இல்லவே இல்லை. பொத்தை என்னுடையதல்ல. அதன் சொந்தக்காரர்களெல்லாம் சுதனின் குடும்பத்தினர்... ஆனால் அங்கு நிற்கும் பாறைகளும், மரங்களும், புற்களும் பூண்டுகளும் என் சீவித பங்காளிகள்...

திகிலம் கொண்டவளாக அங்கும் இங்கும் பார்த்தபடியே முயல் பாறையருகே நிற்கும் ஈரோலி மரத்தருகே நின்றேன். ஒதுங்கி நின்ற கய்த பூவின் வாசம் எனக்கு ஆறுதலாக இருந்தது. சுதனை காணவில்லை... ஊடு ஊடாகச் சிலர் பொத்தையில் திரிந்தார்கள் ... அதில் ஒருத்தி எலிசபெத் ... ஆடுகளுக்குப் புல்லறுக்கத் திரிந்தாள். இன்னும் இதுபோல ஆடு மாடுகளுக்குப் புல்லறுக்க என அம்புரோஸ் கிழவன் தெரிந்தான்... இவர்களை மீறி சில அளவுக்காரர்கள் கையில் சங்கிலிகளோடு வந்தார்கள்... பொத்தையைப் பிரிக்கிறார்களோ ?விகிதம் வைக்கிறார்களோ... ஆமா, சுதனின் ரெத்தினம் பெரியப்பா, பாபு சித்தப்பா, இன்னும் அவனின் கடைசி மாமியென சிலர் வருவதைப் கண்டேன்... என்னைக் கடந்து அவர்களெல்லாம் போனார்கள்... இவர்கள் யாரின் பார்வைக்கும் நான் பொருட்டே இல்லை. ஒதுங்கி நின்றேன். மேல் பக்கம் கீழ் பக்கம் நடு பக்கமென சொன்னார்கள். முக்கிய அளவுக்காரன் வரவில்லையென திரும்பி போனார்கள்... நான் தளர்ந்து போய் அமர்ந்தேன்... அங்கே நிற்கும் காட்டுச் செடிகளெல்லாம் பயமோடு அலறுவது போலவே இருந்தன.

வெண் நிற அக்கானி பூக்களெல்லாம் யாரேனும் எங்களைக் காப்பாற்றுவார்களா? என்பது போலவே இதழ்களைக் காற்றில் பரப்பினார்கள். நான் யாரோடு போய் சொல்லுவேன் ... விக்கித்து போன நிலையில் சுதன் வருவது தெரிகிறது. போன உயிர் திரும்ப கிடைத்தது போல் ஆகிவிட்டேன் ... ஆனால் சுதன் என்னைப் பார்க்க வருவதற்குரிய பழைய வித சந்தோசம் எதுவுமே இல்லை. சுதனில் இந்த ஆறேழு மாசங்களால் பல பல மாற்றங்கள். சின்ன அண்ணனின் கலியாணத்திற்கு வர வில்லை... நான் எவ்வளவோ விரும்பி அழைத்தும் 'படிக்கணும்...' விலகி விட்டான். பழையது போல் என்னோடு கவிதை கேட்பதில்லை... சிரிப்பதில்லை... முகத்தில் ஒரு வித தீவிரம்... இப்போதும் அப்படித்தான் வந்தான்...

'வரசொன்னியே எதுக்காம்?'

'நீ பஸ்ட் வாங்கியிருக்க இல்லியா... ஒனக்குப் பிறையிஸ் தராண்டாமா?'

'ப்ச... அதெல்லாம் எதுக்கு?'

'ஏன் நான் ஒனக்குத் தராம வேற யாரு தாறதாம்...'

'இப்ப எதுக்கு வர சொன்ன ரோசா... எனக்கு வீட்டுல நிறைய சொந்தக்காரங்களா இருக்காங்க... என்னைத் தேடுவாங்க. ஏற்கனவே நான் ஒனட்ட பேசுறது எங்க அக்காளுக்குப் பிடிக்கவே இல்லை. அப்பு ஏதேதோ தப்பா சொல்லி கொடுத்திருக்கான் போல...'

'அப்பிடி என்ன தப்பா சொல்லி கொடுத்திருப்பான்? நீயும் நானும் பழகுனோம்... பாசம் வைக்கிறோம் இது ஒரு தப்பா சுதா?'

'தப்புதான்...' எறிந்தான் கற்களை...

'ஏன் தப்பு? எப்பிடி தப்பு?'

'வீட்டுல பிடிக்கல இல்லியா? அப்புறம் எதுக்கு இந்தப் பழக்கம்?'

'வீட்டுல கேட்டுத்தான் ரோசா எனக்கு மட்டும் பெண்டாட்டி யிண்ணு சொன்ன... வீட்டுல கேட்டுத் தான் அப்பு எனக்கு பூ தந்தாக்கில அவனை அடிச்ச? ரோசா எனக்கு மட்டும் தாண்ணு அவனுட்ட கறுவியிட்டு சண்டை போட்டதெல்லாம் வீட்டுல கேட்டுட்டுத் தான் பண்ணுனியா?'

மானாடு பொத்தையின் மரங்களெல்லாம் என் கேள்வியின் வலிகளால் சுருண்டேறின...

'அப்ப எல்லாம் எனக்கு இருந்த மனசு வேற? இப்ப நான் வளந்துருக்கேன்... அது போல நீயும் வளரப்பாரு... எப்பவும் ஒரே சட்டையைப் போட்டுட்டு இருக்க முடியுமா? ஒண்ணாம் கிளாசுல பிடிச்சதெல்லாம் இப்பவும் பிடிச்ச முடியுமா?' சுதனா இப்படி சொன்னான். ஆமா அவன்தான் சொன்னான்.

ரோசா ரோசாண்ணு இருந்தவன் தான் இப்படிச் சொன்னான்...

'நான் ஒன்னப்போல படிக்கலண்ணு தானே ஒனக்கு இப்ப என்னைப் பிடிச்சல சுதா...'

அழக் கூடாது என்று கறுவிய பிறகும் கண்ணீர் பொட்டி விட்டது... கொண்டு சுமந்த காதல் உயிரில் எழுதிய காதல் குலையுமோ?

'நீ எப்பவுமே ஒரே இடத்துல இருக்கிற? நான் அப்பிடியில்ல... எனக்குப் பெரிசா போகணும். இந்தப் பொத்தை, நீராழிக்குண்டு, ஒனக்க கய்த... இதெல்லாம் வெறும் ஒரு சின்ன ஒலகம்...'

'சுதா...'

'ஆமா ரோசா ஒன் ஒலகம் வேற... எனக்க ஒலகம் வேற... நான் இனி எங்க அக்கா கூடப் போகப் போறேன்... அவளை மதுரை பக்கம் ஒரு டாக்டருக்குக் கலியாணம் பேசி முடிச்சாச்சி.'

முன் கூட்டியே சுதனின் அக்காவைப் பெரிய இடத்தில் கலியாணம் பண்ணி கொடுக்கும் சேதி அறிந்திருந்தேன்... ஆனால் அதை நான் நம்பவில்லை. ஏனெனில் சுதன் என்னோடு சொல்லாமல் இருப்பானா? என்கிற நம்பிக்கையில் இருந்தேன்...

'அக்கா கலியாணம் மதுரையிலதான் நடக்குது. எல்லாரும் அடுத்த வாரமே கிளம்புறோம்... இனி நானெல்லாம் இங்க எப்ப வாறேண்ணே தெரியாது. நீ ஒன் வாழ்க்கையில எது அமையுமோ அதை ஏத்துக்கிட்டுச் சந்தோசமா வாழு...'

அப்படியே அறுத்து விட பார்த்தான் இந்த ரோசாளை... பாறைக்குகைகளெல்லாம் திகிலோடு பார்த்தன என்னை. புருசனாக விளையாடுகையில் 'நான் இருக்கேன்...' என்று தோளோடு அணைத்துச் சொன்னவன் இப்படி சொல்லுகையில் யாருக்கு தான் தாங்க முடியும்?

'சுதா...நீ என்னை ஒரு நாளுமே காதலிக்கிலியா?' கேட்கையில் தலையைச் சொறிந்தானே அது முற்றிலும் புதுசு... மட்டுமல்ல என் பேச்சை வெறுத்தான் என்பதன் வெளிப்பாடு...

'இன்னிக்குப் பிடிக்கிறது நாளைக்கி மாறுலாம் இல்லியா ரோசா... வாழ்க்கையில பெரிசா எதாவது பண்ண ஆசைப் படுற எனக்கு இங்கேயே தங்கி விட மனசில்ல...'

'சுதா நான் படிக்கல ஆனாலும் இப்பவும் எனக்குக் கவிதை வரும் சுதா... நீ மட்டும் சொல்லு இப்ப இப்ப கூடக் கவிதை சொல்லுவேன்...' கவிதை சொன்னாலாவது ஏற்றுக்கொள்வான் என்றே சொன்னேன்.

'எனக்கு வேண்டாம் ஒங்கவிதையும் நீயும்...'

சொன்னதோடு இல்லாமல் விறுவிறுவென கீழ் நோக்கி நடந்தான். இப்போது போனால் இனி இவன் கிடைக்க மாட்டானோ என்கிற வெப்புராளம் பெருக 'சுதா... ஆ,' அவன் கையைப் பிடித்துவிட்டேன். என் மூச்சை இழுத்து என்னைத்

கய்த பூவு ➔ 81 ⬅

தனியே தவிக்க விடுவது போல் துடித்துப் போன நிலையில் இருக்க 'நீ எனக்கு வேணும் சுதா ...' நெருங்கி முத்தமிட துணிந்தேன். அப்போது அவன் பெரியப்பா, சித்தப்பா, ஷீலா என எல்லோரும் வருவதும் சரியாக இருந்தது. திமிறும் சுதனைப் பிடித்து இழுக்கும் என் கோலத்தை எல்லோரும் பார்த்தார்கள். ஷீலாவுக்கு ஆத்திரம் பொங்கி வந்தது, எகிறிக்கொண்டு என்னிடம் வந்தவள் கொஞ்சம் கூட யோசிக்காமல் என் தலை முடியைப் பிடித்து என் கன்னத்தில் ஓங்கி அறைந்தாள்...

'அப்போதே ஒங்கதையை அப்பு சொல்லித் தந்தான் ... நான் தான் நம்பாம போயிட்டேன்... இப்ப தான் தெரியுது நீ யாருங்ணு... ஒனக்கு மாப்பிளை தேவையங்கி கொப்பனுட்ட போய் சொல்லு...'

என்றவள் அதோடு நின்றிருக்கலாம்... அவள் நிற்க வில்லை. என் கையைப் பிடித்து தரதரவென இழுத்துட்டுப் போனாள் எங்கள் வீட்டிற்கு. சின்ன அக்கா இளைய பிள்ளைக்குச் சுகமில்லையென எங்கள் வீட்டில் வந்து நின்றிருந்தாள். அப்போது பரிசுத்தம் மயினியைப் பேத்துக்கு அழச்ச அவள் அம்மா வீட்டிலிருந்து வந்திருந்தார்கள்... ஷீலா என்னை இழுக்கையில் சுதன் என்னை விட்டு விட ஒரு வார்த்தை கூடச் சொல்லவே இல்லை.

ஷீலா என்னை இழுத்துட்டு வருகையில் பிச்சியக்காளின் சாயக்கடையில் நின்ற சகலரும் பார்த்தார்கள். எலிசபெத்தின் வீட்டின் முன் இருக்கும் பஞ்சாயத்துக் கிணற்றில் நின்றவர்கள் பார்த்தார்கள். இன்னும் வழியோரம் போவோர் வருவோர் பார்க்கையில்...

'என் தம்பியை இவா கெடுத்திருப்பா... நாங்க யாரும் அங்க போகலண்ணா...'

அக்கம் பக்கம் விளம்பி விளம்பி வருகையில் பலரும் என்னை காறித் துப்பினார்கள். எங்கள் வீட்டின் முன் வருவதற்கும் முன்னே... 'அப்போ ஒ...' அவள் கையைத் தட்டி விட்டு அப்பாவிடம் ஓடினேன்... அவரின் தோள் எனக்குத் தேவை யாக இருக்க அங்கே சாய்ந்து கிடந்து அழுதேன்... என் பூக்களெல்லாம் என் அழுகையைக் கண்டும் சிரிப்பதை நிறுத்த வில்லை. இதற்குள் பலரும் கூடி விட்டார்கள்... சின்னவள் முகத்தைக் கறுத்துட்டு வெளியில் வந்தாள். சின்னவனின் மாமியார் குடும்பம் முழுவதும் என்னைப் பார்த்தார்கள்...

'இங்க பாரும் ஒமக்க மொவுளுக்க பிறவர்த்தி செரியே இல்ல... எங்க வீட்டுப் பயல பொத்தையில வச்சி கெடுத்துக்

குட்டி சுவராக்க பாக்கிறா...' நீட்டி முழங்கினான் ரெத்தினம்... எங்கப்பா காதுகளைப் பொத்தினார்.

'ஓங்க பயல தேடி வந்து என் மகா கெடுக்கல இல்லியா... அதுவரைக்கும் புண்ணியம்... சின்ன வயசிலே ஓனக்கு நான் எனக்கு நீயிண்ணு பழகி பாசம் வச்ச பய என் பிள்ளையை மறுதலிச்சிருக்கான் என்கிறதை பொது வெளியில சொல்லாம என் பிள்ளையைக் கேவலப்படுத்துறிங்களே... நீங்களெல்லாம் படிச்சி என்ன பிரயோசனம்? ஒரு பெட்டப்பிள்ளையை இப்பிடி கேவலப்படுத்திட்டிங்களே...'

'எங்க வீட்டுல எடு பிடி வேலை செய்யுற ஓமக்க மொவளை எங்க வீட்டு மருமகளா நாங்க ஏத்துக்க நினைக்கல... இனிமே ஓமக்க மொவா எனக்க தம்பியிட்ட கை கால நீட்டினாலோ பாத்தாலோ அப்ப இருக்கு...' உறுக்கி கொண்டு கிளம்பினாள் ஷீலா. கூடி வந்த பலரும் என்னைக் காறித் துப்பினார்கள்...

'இந்தக் குட்டி இப்பிடியா?' வாயை பிளந்தார்கள். நானோ சுதன் என்கிற காதலின் பொய்யால் பொள்ளி போனேன். இதுவரையிலும் ரோசா ஒரு ராசிக்காரி... நல்ல ஒரு பெண். ஐஸ்வரியக்காரி. சொன்னவர்களெல்லாம் துப்பத் தொடங்கினார்கள். எலிசபெத் இருக்காளே... அவள் ஆடை கிடாக்கிச் சேர்க்க கொண்டு போகும் வேளையில் என்னை அழைத்து ஆட்டுக்கு எதுப்புக்கு விடுவாள். இது போல் பள்ளி நாட்களில் என்னை காட்சை கண்டால் பள்ளியில் அடி கிடைக்காது என்று என் கூட்டுக்காரிகள் என் முகம் பார்க்க ஓடிவருவார்கள். மரக்கறிக்காரி இருக்காளே என்னையே முதல் வியாபாரம் செய்ய அழைப்பாள் . . .

இப்படிப்பட்ட என்னை தான், என் சுதனின் காதல் வீழ்ச்சிக்கு பின், நடத்தை கெட்டவளாக, தரித்திரம் பிடித்தவளாக ஒதுக்க தொடங்கினார்கள்.

'இவாளால எனக்க வாழ்க்கைக்குப் பங்கம் வந்தாலும் ஆச்சுப்பா . . . பிறகு எனக்குத் திண்டாட ஒக்காது. எப்பிடி மாப்பிளை ஆசை முட்டியிருந்தா இந்தப் பட்டாப்பகலில் அவனைப் போய் பிடிச்சிருப்பா . . . இவளெல்லாம் என் மாப்பிளையை மயக்க மாட்டாண்ணு எப்பிடி சொல்ல முடியும்?' எங்க சின்னக்கா உடனே கிளம்பினாள்.

சுதனுக்கும் எனக்குமான காதலின் அழகும், தூய்மையும் பொத்தைக்கு மட்டும் தானே தெரியும்... அம்பலபடிகர்க்கும் நீராழிக் குண்டிற்கும் கய்த பூக்களுக்கும் தானே தெரியும். அதுகளுக்கு வாய் இருந்தால் எனக்காகப் பேசியிருக்குமே?

எனக்குச் சாட்சி இல்லை... அக்கா போன வேகத்தில் கேட்டைத் திறந்து கொண்டு சின்னவன் வந்தான்...

'நீயெல்லாம் ஒரு பொட்டப்பிள்ளையா தானா வளரிய?' நிமிர்ந்து நின்று ஓங்கி அடித்தான் என் செள்ளையில்...

'லே குட்டியைக் கொல்லாத...' அப்பா அலறினார்...

'அவன் ஒரு ஆம்பிள... அவனுக்க கையைக் காலைப் பிடிச்ச போயிருக்கியாளா... இவளை வச்சி வாழிய நேரம் கொல்லும் ஓய்...' அப்பாவோடு ஏறி முடுவினான்...

என் மீது கூடை கணக்கில் பீ தட்டியது போல் ஆனேன்.

ரோசா என்கிற அழகிய நாமம் 'வேச' என்கிற பெயரை சூடத் தொடங்கியது...

பஞ்சாயத்துக் கிணற்றின் சுவரில், ஊர் புற கடைகளின் சுவருகளில்... 'ரோசா ஒரு வெடி... ரோசா ஒரு கேஸ்... ரோசா ஒரு வேசி...' என்கிற பொன்னெழுத்துகள் பொறிக்கத் தொடங்கின...

சுதன் என்கிற காதலனின் மௌனம் என்னை ஓங்கியடிக்கத் தொடங்கியது.

9

என் உலகம் சுருங்கி போனது... போக போக போக எஸ்டி பூத்துகள் மறையும் படி அலைபேசிகள் மலிந்து வந்தன.

வாழ்க்கை என்கிற ஓட்டத்தில் வேறு வழியே இல்லாமல் ராணி அக்காளிடம் போய் பீடி சுற்றி படித்துக் கேட்டேன்... முதலில் பேப்பர் உமி வைத்து உருட்டி பழகி பழகி பின் பீடி இலையை சுக்கா வைத்து உருட்டி பழகி விட்டேன்... எனக்குப் பிடிக்காத பீடி தொழிலாளியாக மாறி விட்டேன்.

சுதன் என்னைவிட்டு போய்விட்டான்... அவன் அம்மா, அக்கா, அண்ணன் என எல்லோருமே இவ்வீட்டை வாடகைக்குக் கொடுத்துவிட்டு போய் விட்டார்கள். அதன் பின் சுதனை நான் காண வில்லை... எல்லாம் முடிந்து விட்டது...

காலையில் அவிச்சி பறக்கல் என முடித்து விட்டு, மல்லிகாளோடு இருந்து பீடி சுற்றினேன். பீடி சொளவை கருங்கல் சந்தையிலிருந்து அப்பா வாங்கி தந்திருந்தார். வட்டமான இந்தச் சொளவில் பேப்பர் போட்டு, அதன் மேல் சுக்கா தட்டுவேன். இந்தச் சுக்கா பொடியைத் தட்டில் தட்டும் போதெல்லாம் எனக்கு தும்மல் வந்து விடும்.

ரெத்தினத்தின் கடையிலிருந்து வெளியேற்ற பட்ட பின், அக்கம் பக்கமுள்ள கடைகளில் என்னை வேலைக்கு எடுக்கவில்லை. ஏதோ நடத்தைக் கெட்டவள் போலவே விரட்டினார்கள். தூரமாகச் சில கடைகளில் கேட்ட போது, அவர்கள் தரும் சம்பளம் பஸ்சுக்கே தெவையாது. இதுபோக அப்பாவின் உடல் நிலை, சூழ்நிலையெல்லாம் பார்த்து பீடி சுற்றலில் போய் விழுந்தேன்.

ஒரு பீடி முழுசாக சுற்றி வர அதற்கு மூன்று விதமான வேலைகள் தேவை. இலையை

வெட்டணும், பின் நனைக்கணும்… அதன் பின் சுற்றணும். சருகு போல் ஒழுங்கமைவு இல்லாமல் வாங்கி வரும் இலைகளை அதற்குரிய அளவு ஆசில் வைத்து கத்தரியால் வெட்டி கூட்டி, பின் அவைகளைத் தேவைக்குத் தக்கன மிதமான வெள்ளம் ஊத்தி நனச்சி கொவுர வச்சிட்டுச் சுத்தணும். வெள்ளம் கூடினாலும் இலை பிளரும். வெள்ளம் குறைந்தாலும் இலைகள் பொட்டி போய் விடும். ஆயிரம் பீடிக்கென இலையும், தூளும் வாங்கினால் கம்பெனி தரும் இலை சுக்கா அளவுக்குள் பீடி இலைகள் பெரும்பாலும் நிற்பதில்லை. அந்த அளவுக்கு இலைகளில் நெரிவு, பொட்டல்கள் இருக்கும். தந்ததுக்கும் போக இலையோ சுக்காவோ தேவைப்பட்டால் கைக் காசு போட்டுத் தான் கம்பெனியிலிருந்து வாங்க வேண்டியிருக்கும்.

சில இலைகள் மிருக்கு மாடு போல் இருக்கும்… இன்னும் சில இலைகளோ கொழுந்து போல் இருக்கும். இந்த இலையில் சுக்கா பொடியை மேல் பக்கம் வைத்து கோட்டி சுத்தும்போது சரியாக ஒன்றரை சுத்தில் பீடியின் நூல் கெட்டு அமைய வேண்டும். இதுவே ரெண்டு சுற்று வந்தால் அதைக் கழிவு பீடியில் உருவி போடுவார்கள் கம்பெனியில். இது போல் பொட்டல் இலைகளில் சுத்த முடியாது… அப்படியே நூல் கட்டி இடையில் சொருகி வைத்தாலும் கம்பெனியில் கண்டுப்பிடித்து விடுவார்கள். சுத்து முடியும் இடத்தில் நூல் வைத்து கட்டி, மேல் பக்கம் விரிந்து நிற்கும் இடத்தில் பொட்டு மடக்கு வைத்து மூன்று அல்லது நான்கு மடக்கில் முடித்தாலே ஒரு பீடி முழுமையாகும். இப்படி சுத்தி போடுவதை பன்னிரெண்டு, இருபது என்கிற வகைகளில் கட்டி போட்டால் பீடி அழகாகவே இருக்கும்.

சப்பும் சடச்சலுமாகக் கொண்டு வரும் பீடி இலையை உரு தேத்தி இப்படியான பீடிகளைச் செய்வதிலும் கலை இருக்கலாம்… ஆனால் இந்தத் துக்குருமங்களால் எனக்குத் தினமும் தும்மல்… தலையில் கனம். ஆனால் எனக்கும் அப்பாவுக்கும் வாழ்க்கை இருக்கிறதே… நாங்கள் எங்கள் சகோதரங்களால் மறக்கப்பட்டு விட்டோமே… என் வாழ்க்கையின் பொறுப்பு என்னிடமும் இருக்கே… இப்படியே கிடந்தால் சரியாகாது என்று அப்பா பக்கத்தில் ஏசுவடியான் என்பவரின் பெருங்கடையில் அந்தி தோறும் வியாபார எடு பிடிக்குப் போய் வருகிறார். எதோ காபி குடி போகக் கிடைக்கும் நூறு ரூபாய் எங்கள் சாப்பாட்டுக்கு போகுது. அப்பாவின் கெச்சாப்புக்கு கிழமைக்கு ரெண்டு நாள் போவதே பெரிசு.

நான் கிழமைக்கு இரண்டாயிரம் வைத்துச் சுத்தும் பீடி சம்பளத்தை வாங்கி ஆட்டுக்காரி எலிசபெத்திடம் சீட்டுப் போடுகிறேன்.

பீடி தட்டில் கிடக்கும் சுக்கா பொடிகளை நவுடியிட்டே வெளிப்பக்கம் பார்த்தேன்... மாசி அவனின் கொல்லி மட்டை சைக்கிளில் இழு இழுவென போனான்...

'வேலைக்கோ?' கேட்டேன்...

'எனக்கு வேலைக்கிப் போக களியேலட்டி... ஒரே மண்டவெட்டா இருக்கு...'

மாசியிடம் அதிக சோர்வு வந்து விட்டது. வேலைச்செய்ய பயங்கர மடி. கிள்டாக்கா அவன் வாழ்க்கையிலிருந்து போன பிறகு ஒரு வித மாந்தையன் ஆகியிட்டான்.

'மருந்தும் வேண்டணும்... பின்ன களியக்காவிளவரைக்கும் போணும்... மாமன் வாறாரோ என்னதோ?'

'அவரு பிச்சியிக்க கடைக்குப் போயிருக்கியாரு...'

'பின்ன அதுல போய் கேட்கியேன்...' அவனும் பிச்சியின் கடைக்குச் சைக்கிளை விட்டான்.

பிச்சியக்காளின் சாயைக்கடை ஊர் சங்சனில் இருக்கிறது. பிச்சியக்காளுக்கு மாப்பிளை இல்லை. தன் மகன் பிறந்த ஆறாம் மாசமே அவன் செத்துப்போனான். சங்சனில் மாப்பிளையின் வீடு இருந்த படியால் வீட்டின் முன் பக்கமாக ஒரு சீற் போட்டு ஆரம்பித்தாள் சாயை கடையை. இப்போது அது சின்ன ஒரு ஹோட்டல் கணக்கில் உருவாகியிருக்கு. எனக்கு பிச்சியக்காளை மிகவும் பிடிக்கும். சுதனின் விசயத்தில் மல்லிகாளைபோல எனக்கு அவளும் ஒரு தேற்றரவாக இருந்தாள். எல்லோரும் என்னை வெறுத்த போதும் கம்பெனிக்கு பீடி கொண்டுபோகும் போதெல்லாம் அங்கே அவள் கடையில் போவேன்... எனக்கு காபி தருவாள். புரோட்டா தருவாள். பிச்சியக்காளின் நேர்மையும், உழைப்பும், தைரியமும் எனக்கு மிகவும் பிடிக்கும்.

ஆளைப் பார்த்தால் இந்தச் சினிமாக்காரங்க எழுதி வைக்கும் கவிதைபோல் இருக்க மாட்டாள். ஆள் பனை மரம்போல கறுப்பு... அப்படி தான் ஒரு நிமிர்வும். நீள கனமான முடியை வாரி கெட்டி வைத்திருப்பாள். அழகாகச் சிரிப்பாள் பிச்சியக்கா... பொதுவெளியில் ஒரு பெண் தனியாளாக நின்று கடை நடத்துவது என்பது லேசுப்பட்ட காரியமே இல்லை. அவள் கடையில் குடிகாரன் போவான்... கிறுக்கன் போவான்... கள்ளன் போவான். கசவாளி போவான்... எல்லோரையும் அனுசரித்தாலே அவள் கல்லாப்பெட்டியில் காசு. பாவம் பிச்சியக்கா... அவளை நினச்சிட்டே என் செடி தோட்டத்தைப் பார்த்தேன்... அதன் சில மூடுகளில் ஒருவித கரிச்சல்... பிறகு அங்கே போனேன்...

சுதன் தந்த ஏமாற்றத்திற்கு இவ்வுலகின் பலதிலிருந்தும் நான் விலகினேன்... எதன் மீதும் நம்பிக்கை வரவில்லை... இதனாலே செடிகளைக் கவனிச்சி ரொம்ப நாளாகியிட்டு என்பதை நினைக்கையில் குற்ற உணர்வு பெருகி வந்தது...

'இதுவா பாவம் ரோசா ... நம்மளை நம்பியே வளரும் எளிய சென்மங்கள் ... நமக்க தனிப்பட்ட சோகங்களை இதுவளுட்ட காட்டப்பாது ...' கிள்டாக்கா அவள் செடிகளைப் பராமரிக்கையில் சொன்னது ஓர்மையில் கசிய என் செடிகளோடு மன்னிப்பு கேட்டேன் . . .

'இனிமே ஒங்களை கைவிட மாட்டேன் ...' சொன்ன படியே வீட்டுப் பக்கவாட்டுச் சுவரில் சாச்சி வச்ச தொறப்பாயை எடுத்து செடி மூட்டில் கிடக்கும் ஒதவலுகளைத் தூத்து மாற்றினேன். வெடிச்சி நிற்கும் புது விதைகளைத் தூவினேன்... மனசில் ஒரு நம்பிக்கை வந்தது...

❍

சம்மனசின் வீட்டில் அரவம் கேட்டது. சம்மனசு வந்திருக்கிறான் என்பது புரிந்தது. அவனைப் பார்க்க வேண்டுமென்று வெளியே போனேன்.

வியாகுலம் வைத்த பெட்டிக்கடை செதில்களிலிருந்து மிஞ்சியிருக்கவில்லை. ராணி அங்கெல்லாம் தொறப்பா வைத்து இழுத்து மாற்றினாள்...

'விதி யாரை விட்டுது... எங்கழுத்துல ஒரு தாலி கெட்டி யிருந்தா இன்னிக்கு இந்த வீடு மங்கட்டையாகியிருக்குமா? என் வாழ்க்கை மங்கட்ட விழுந்துருக்குமா?' தன் போக்கில் புலம்பியவளிடம்...

சிறுவர் சீர்திருத்த பள்ளியிலிருந்து வந்த பிறகு சம்மனசு எங்கு போனான் என்பதை அறிய ஆசையாக இருந்தது.

'எம்பாடை புலம்பியேன் மக்கா...'

'எல்லாருக்கும் பாடு சூடெல்லாம் நிறைய இருக்கு ராணி மாமியே...' என்ன உறவோ முறையோ மரக்கறி வாங்க போகுகையில் இவளை மாமி என அழைத்து பழகி விட்டேன்...

எல்லாம் அடிச்சி தூத்து வாருற என்னங்கிலும் விசேசமோ?

'காரியம் இருக்கு மக்கா... இந்த சம்மனசு பய இப்ப நல்ல ஒரு பயலா ஆகியிட்டான்... சின்ன பிள்ளையளுக்க செயிலலண்டு வெளியில விட்டு பல வருசங்கள் ஆச்சு... பயலுக்கு இந்த மாசியில இருபத்திநாலு வயசு ஆகுது இல்லியா...'

அன்னிக்கு நீராழிக்குண்டில் வச்சி பார்த்தது... அதன் பின் ?

'பய கேரளத்துல போய் நல்ல ஒரு கொத்தனா ஆயிட்டானாமே... போன கிழம எனக்கு ஒரு கடுதாசி அனுப்பி யிருந்தான். ஊருக்கு வாறேண்ணு...'

'ஓ...' வியந்தேன்.

'இங்க அம்புரோஸ் கண்ட்ராக்கு கிட்ட கேட்டு வச்சிருக்கியேன்... இதுலோட்டு வேல செஞ்சி பத்து பைசா பாத்து இந்த வீடை மாத்தி வச்சட்டு... ஒரு பெண்ணோ கிண்ணோ கெட்டியிட்டு பய குடும்பம் ஆகட்டு...'

ராணி சம்மனசைப்பற்றி சொல்லுகையில் எனக்கும் அந்த ஆசை மனதில் வந்தது. பாவம் சம்மனசு வாழட்டும்...

ஒரு பெட்டச்சி தனியே வாழ்ந்தாலும் தனக்க பாடு சூடு களைக் கவனிச்சுக்க முடியும்... ஆனா பாவம் ஒரு ஆணால் அவ்வளவு எளிதில் முடியாது. எல்லாவற்றிலும் கொடுமை சம்மனசோடு யாருமே பேசுவதில்லை. அவன் வந்த அரவம் அறிந்தது எங்க அப்பா என்னோடு சொல்லி விட்டார்...

'ஒனக்க ஒடுக்கத்த இரக்கத்தை அவனுட்ட காட்டியிராத ... அவன் ஆளு பிழயாக்கும். கேரளத்தில யாரையோ வெட்டி யிட்டாக்கும் இஞ்ச வந்திருக்கியான். போலிசு எப்பண்ணு இல்லாம பிடிச்சிட்டு போயிரும்...'

அப்பா சொன்னதில் எனக்கும் பயம் இல்லாமல் இல்லை. சம்மனசும் வெளியில் வந்தான். சம்மனசின் முகத்தில் கருமை மிகுந்து போய் கிடந்தது. படப்பு போல் தாடி... முரடன் போலவே பார்க்கவும் இருந்தான். அங்கும் இங்கும் போகுகையில் என்னை அவன் பார்த்தான்... திண்ணை சுவரில் ஒளிந்தேன். எலிசபெத் தன் ஆட்டை மேய்ச்சலுக்கு இழுத்துட்டு வந்தாள்.

முற்றத்தின் வெளிப்பக்கம் நீண்டு கிடந்தது என் பிச்சி வள்ளியொன்று... வெளிப்பக்கம் கிடக்கும் பிச்சியின் வள்ளி தும்பை அவளின் கறுப்பு ஆடு கடிச்சி இழுத்தது நான் கவனிக்கும் முன் சம்மனசு ஆட்டை கவனித்தான். ஓடி வந்தான். எலிசபெத்தின் ஆட்டின் கயிறை வெட்டி இழுத்தான்...

'ஏம்புல எனக்க ஆடு ஒன்ன செஞ்சி?' எலிசபெத் கோபம் கொண்டாள்...

'அது... ரோசாக்க குட்டியிக்க செடியைக் கடிச்ச போவுதே... செடிக்கும் மனசு உண்டு... உயிர் உண்டு; வலியுண்டு' சம்மனசு இப்படி சொல்லுவான் என நான் நினைக்கவே இல்லை.

'கிறுக்கு கசவாளி பய எனக்குப் புத்தி சொல்ல வந்துட்டான்... த்தூ ... லே இப்ப போலீசுல சொன்னா ஒன்ன கொண்டு போயிருவுனம்... நீ கேரளத்துல ஒரு பெண்ணுக்குக் கையைப் பிடிச்சி இழுத்தியாமே... அதைத் தட்டி கேட்ட அவளுக்க தமையனை வெட்டிப் போட்டுட்டு இல்லியா இஞ்சோட்டு வந்தியாம்...' எலிசபெத் முழங்கினாள். அதிர்ந்தேன்...

'மரியாதியா போனியங்கி கொள்ளாம். இல்லிங்கி ஒன்னையும் வெட்டுவேன்...' ஓங்கி சொன்னவனின் கண்களைப் பார்க்கவே பயமாக இருந்தது.

'இந்த ஆளுவா எல்லாம் கள்ளம் சொல்லுனம் ரோசா... நான் வெட்டினதெல்லாம் உண்மைதான். ஆனா எல்லோரும் சொல்லியதுபோல இல்ல... நாங்க வேலை செய்ய இடத்துக்கும் கீழ ஒரு தோடு பாயும். அங்க ஒரு ஊம பிள்ள குளிச்ச வரும்... அதை அதுல ஒரு கசவாளி பய மோசமாக்கியிட்டான்... ஓங்கி கத்தக் கூட முடியாத பிள்ளையைத் தொட்டவனுக்க கையை வெட்டணுமா? வேண்டாமா?' கேட்டான் என்னோடு நியாயம்?

'ஆளுவா சொல்லியதை நம்பாத... ஒனக்குண்ணு ஒரு மனசு உண்டு இல்லியா... அதால என்னைப் பாரு?'

சம்மனசு என்னோடு அவனை அழுத்தமாகச் சொன்னான்... என் மனம் அவனைப் பரிசுத்தமாகவே பார்த்தது. நான் அவனோடு சிரித்தேன். அவனும் சிரித்தான்.

"ஒஞ் செடிகளை எனக்குப் பிடிச்சிருக்கு. அதிலும் அந்த ரோசா பூவை ரெம்ப பிடிச்சிருக்கு"

அவன் என்னோடு பேசியதை எங்க அப்பா, பார்த்து விட்டார். சுதனால் ஏற்கனவே பழி பாவம் சுமந்து பாவி என அடையாளம் ஆக்கப்பட்ட என் வாழ்க்கையின் எதிர்காலம்மீது அப்பாவுக்குப் பயம் இருந்தது. எனக்காகச் சில ஓட்டன்களோடு அப்பா வரன் பார்க்க சொன்ன போது ...

'ஓமக்க மொவுளுக்குப் பேரு தோசம் கிடக்கு ஓய்' சொன்னார்கள் கல்யாண ஓட்டன்கள். என் காதலால் அவமானம் பெற்ற நிலையில், ஊரின் பல சுவர்களில் என் பெயர் அம்பலமாகியிருக்கும் நிலையில் ரோசாளை நல்ல விதமாகப் பார்க்கவில்லை. சுதனின் குடும்பத்தில் உள்ள ரெத்தினம், பாபுவுக்கென ஊரில் சில சில்லறை சிங்கிடிகள் உண்டு. அவனுகளெல்லாம் பீடி கம்பெனிக்குப் போகும் வழியில் என்னோடு கொறுக்கு வைக்கிறார்கள்...

'எங்களையும் ஒருக்கா கெட்டி பிடிச்சா என்னவாம்?'

காது கூசக் கேட்கிறார்கள். சுதனை ஒரு உடலாக மட்டுமாக நான் பார்த்தது போலவே ஆக்கிவிட்டார்கள். வெறும் ஒரு காமமாகவே அவனை அணுகியதாக கணித்து விட்டார்கள். சுதன் என் ஜீவன்... எனக்குக் களங்கமில்லை அவனோடு... அவன் என்னோடு வேணும். இதைத் தவிர என் காதலில் வேறு என்ன இருந்தது? ஆனால் என்னை வெறும் ஒரு காம பெண்ணாகவே பலரும் பார்த்து விட்டதால், டெய்லர் தாசன் பல்லை இழிக்கிறான். பாலுக்காரன் ரவி கையைப் பிடிக்கிறான்... பெட்டச்சிகளில் பலரும் கூட என்னை ஒதுக்கி வைக்கிறார்கள் நடத்தைக் கெட்டவளாக...

'நம்மளுட்ட கிடக்கிய அவமானத்தை நீக்கி போக்கி ஒருத்தனைக் கொண்டு வரக்கு நம்மளுட்ட பணமில்ல. அதுனால இனியங்கிலும் பேரு தோசம் இல்லாம வாழ பாரு. சம்மனசை யெல்லாம் நல்ல நிலையில யாரும் பாக்கல. அவனுட்ட பல்லை இழிச்சா அது நல்லதில்ல...'

அப்பா கடிந்துகொள்கையில் எனக்குள் சங்கடம் வந்தது. சம்மனசின் முகம் கோணியது... ரோசா நல்ல பெண் என்கிற என் அடையாளத்தில் கரி பூசிய என் காதலனை எங்கே போய் தேடுவது?

பலரும் சொல்வது போல் சம்மனசு ஒன்றும் கெட்டவனாக எனக்குத் தெரியவில்லை . . . அவனை ஒதுக்கி வைக்க இயல வில்லை. பொத்தையில் கிடந்த கற்களில் பலதையும் மகனாகப் பார்த்த என் தாய்மை சம்மனசை கருணையாகவே பார்த்தது. சற்றும் எதிர்பாராத அந்த நேரத்தில் வீட்டின் முன் வந்தது காவல் வாகனம்.

வீட்டின் வெளிப்பக்கம் உடைந்து கிடக்கும் திண்ணையில் கிடந்தான் சம்மனசு... அவனருகில் அவனோடு வளரும் தெருப்பட்டியும் கிடந்தது. அந்தப் பட்டிக்கு ரோஸ் என பெயர் வைத்திருந்தான்... இது எங்க அப்பாவுக்குப் பிடிக்கவில்லை.

'கறு கறுண்ணு இருக்கும் பட்டிக்கு பைத்தியாறன் போட்டிருக்கிய பேரை பாக்கேலியா ரோசாம் ரோசு...' அப்பா இப்படி அறுக்கையில் எனக்கு சிரிப்பு முட்டி விடுகிறது...

'அவன் ஒரு காரியமா தான் இதுலோட்டு கறங்கியான்... அதுக்கு நீயும் வழி வச்சிராத...'

அப்பா சொல்லுகையிலெல்லாம் எனக்குள் கோபம் வரவே செய்யும். சம்மனசு என் செடிகளைபோல... என் காற்றைப் போல...

போலீஸ் வேன் வந்ததும், அவனின் ரோஸ் பட்டி குரைத்தது... அவனும் ஆவேறி முழித்தான்... அவனால் ஓடவும் முடியவில்லை. இடுப்பு கெட்டில் குலைந்த கையிலியைக் கெட்டவும் சம்மதிக்கவில்லை போலீசுகள்...

'கழுத்தடக்கி ஒருத்தனை வெட்டி சாச்சிட்டு நீ நிம்மதியா கெடந்து உறங்குதியோ...' அதிகாரத்தோடு தொப்பைச்சாடிய போலிஸ்காரன் இழுத்தான்...

'அவன் அந்த ஊமை... பெண்ணை...' சொல்ல வந்த சம்மனசின் சுண்டில் குத்தினான் இன்னொரு போலீசு. அக்கம் பக்கமுள்ளவர்கள் வேடிக்கை பார்த்தார்கள்.

'நீ பெரிய பிடுங்கியோ . . . சட்டமெல்லாம் ஓங்கையிலா இருக்கு . . . அங்கண்டு தப்பி வந்தவுடன ஒன்ன சும்மா விட்டுருவுனுமா? எங்களுக்கு போனுக்க மேல போனு...'

அவ்வளவு தான் சம்மனசை சுற்றி வளைத்தார்கள். கோழி குஞ்சை அமுக்குவது போல் அமுக்கினார்கள். அவனின் ரோஸ் பட்டி குய்யோ முய்யோ என கத்தியது... அதன் எரிச்சல் தாங்க முடியாமல் இன்னொரு போலீஸ் கல்லெடுத்து எறிந்தான். அதன் முன் காலில் கல் பட, வலி மிகுந்த காலைத் தூக்கி கொண்டு ரோஸ் பட்டி எங்கள் வீட்டின் முன் ஓடி வந்தது... எங்கப்பா அதை இன்னொரு கல்லால் எறிய முனைந்தார்... நான் அவரை தடுத்தேன்... என் கண்களின் கண்ணீர். சம்மனசுக்காக நான் அழுவது அப்பாவுக்குப் பிடிக்கவே இல்லை...

'இனி இவனையெல்லாம் விடாம இருந்தா சரி . . . ஊருல வந்து கிடந்து எவனை கொல்லியானோ யாரு கண்டா?' அப்பா சத்தம் போட்டு சொன்னார்.

பதுங்கிய பட்டிக்குட்டி என் செடிகளின் மறைவில் காலை ஒடுக்கி ஒதுங்கியது.

10

வழக்கம் போல் ஒருநாள் பீடி கம்பெனிக்குப் போயிட்டு, பிச்சியின் கடையருகே உள்ள ஸ்டாப்பில் இறங்கினேன். பெரிய ஒரு வேப்ப மரம் இங்கு நிற்பதால் வேப்பு ஸ்டாப் என்று டிக்கெட் எடுத்தால் லோக்கல் பஸ்ஸுகள் இப்பகுதியில் நிறுத்தும். பஸ்ஸிலிருந்து இறங்கும் போது உச்சை கழிந்திருந்தது. சாலையில் பெரிய நெருக்கம் இல்லை. வேப்பு மரத்தின் அருகில் நீள வாக்கில் ஒரு கல் கிடத்தப்பட்டிருக்க... அங்கே பலரும் தெரிந்தார்கள். இந்தக் கலுங்கு ஒரு தீர்வு மேடை என்றே சொல்லிக்கொள்ளலாம். அர்த்த ராத்திரி பார்த்தாலும் எதோ ஒருவன் இங்கு இருப்பான். ஊரில் உள்ள உள்ளடுக்கான விசயங்களெல்லாம் இந்த கலுங்கு கல்லில் பச்சை பச்சையாகக் காது மூக்கு கண்கள் என உறுப்புகள் வைத்து சொல்லும் கொலவாத இடமும் கூட. இங்கெல்லாம் நான் பல முறை பலியிடப்பட்டிருக்கிறேன். ரெத்தினத்தின் சிங்கிடிகளில் தங்கப்பன் என்று ஒருத்தன் இருக்கிறான்... அவனுக்கென பல சிங்கிடிகளைக் கூட்டி வச்சிட்டு இந்த இடத்தில் கூடியிருந்து பழி எழுதி தீர்ப்பெழுதி ஊர் முழுக்க பரப்பி விடுவார்கள். பெட்டச்சிகள் தான் குண்டணி சொல்லுவார்கள் என்று ஒரு நினைப்பு இருந்தது... ஆனால் போகப் போகத் தான் ஆண்களும் கோளு பரப்புவார்கள். கண்டமட்டுக்குக் கதைகள் இட்டுவார்கள் என்பதெல்லாம் புரிந்தேன்...

அந்தக் கலுங்கையே பார்த்துட்டு நடந்தேன் பிச்சியக்காளின் கடைக்கு. கல்லை பலரும் இருந்து பாலிஷ் ஆக்கி போட்டிருந்தார்கள். இதனால் உச்சி வெயிலில் அது மினுங்கியதோ மினுக்கம். பிச்சியக்காளின் கடையிலிருந்து சாயை வாங்கியிட்டு இதில் வந்திருந்து குடிப்பார்கள்... பீடி, சிசர்

வலிப்பார்கள். வெற்றிலை தின்னு துப்புவார்கள். வெற்றிலை ப்ரியர்கள் மிச்சமாகும் சுண்ணாம்பை வேப்பு மரத்தில் வெண் கோடுகள் இழுத்து விட்டிருந்தார்கள்...

கலுங்கில் ரெத்தினத்தின் சித்தப்பா இருந்தார்... அவனின் தோஸ்து கபிரியேல் இருந்தான். என்னைக் கண்டதும் தாசன் கிழவன் வேண்டுமென்றே காலைத் தூக்கி மடக்கி ஒரு இருப்புக்குப் போனான்... காலை வேண்டுமென்றே இழிச்சி இருந்தான். இவனின் போக்குச் சரியே இல்லை. குளிச்ச போகுகையில், பீடி கம்பெனி போகுகையில் வழியில் இது போல் அவனின் குஞ்சாமணியைக் காட்டுவான்... அங்கெல்லாம் அப்படியொரு உலக பேரழகை நான் காணவே இல்லை. நல்லது போல் கண்டால் நாலு நாள் வெள்ளம் இறங்காது என்பதே உண்மை... இது எதுவும் தெரியாமல் உலக அதிசயத்தை என்னிடம் காட்ட நிற்பது அவனின் முட்டாள் தனம்... ரோசா ஏதோ சுதனோடு அலந்து கேட்டது போலும், அது எங்களிடமும் இருக்கு என்பது போலும் சிலரின் பிறவர்த்திகள் மாறி யிருப்பதைக் காணுகையில் எனக்கு வலிக்கிறது... சுடுகிறது...

ஆனாலும் இது எதுவும் என்னைப் பாதிக்காதது போல்... வேப்புவைப் பார்த்தேன். சூரிய கதிருகள் ஊடுருவி இறங்கிய இலைகளெல்லாம் வெள்ளி போல் சிலிர்த்தன... பிச்சியக்காளின் கடையிலிருந்து வரும் கழிவுகளுக்காகச் சில பறவைகள் மரத்தில் இருந்து பசியால் கரைந்தன... வேப்பின் காற்று என் மனசுக்குள் புகாதா என்னை அணைக்காதா என்கிற ஏக்கத்தோடு பிச்சியக்காளின் கடைக்குள் போனேன். கையில் பீடி இலையும் சுக்காவும் கொண்ட பிக்சாப்பர் இருந்தது. கடைக்குள் ஏறுகையில் பிச்சியக்காளைக் காணவில்லை. வெளியில் அவள் ஸ்கூட்டியும் இல்லை. கடையில் சாயை ஆத்தும் செல்வமணி தாத்தா என்னோடு சிரிந்தார்...

'சந்தைக்குப் போயிருக்கியா... வற நேரம் தான் இரு... சாயை அடிச்சட்டா?'

'ஓ...' உச்சை பசி சுருட்டியெடுத்த நிலையில் ஒரு சாயை யுக்கும் கடிக்குமான தேவை இருந்தது. கடையைச்சுற்றிலும் பார்த்தேன். பிச்சியக்காளின் சுவாசம் எங்குமே மணப்பது போலவே இருந்தது. தக்க வயசில் மாப்பிளை இல்லாமல் ஆன பிறகும் மிகவும் தன்றேடமாக இந்த சாயைக்கடையைத் தொடங்கி இப்போது மினி ஹோட்டல் அளவுக்கு கொண்டு வந்திருக் கிறாளே... மாப்பிளை சாகும்போது அப்படி என்ன பெரிய வசதி இருந்தது? இப்போது இந்தக் கடையின் பின் பக்கம் போட்டிருக்கிறாள் வீடு. கழுத்தில் பெரிய மாலை, காதில்

ஜிமிக்கி, கைகளில் வளையல் எல்லாமே அவளின் உழைப்பு... பிச்சியக்காளை நினைச்சிட்டே சாயையை கையில் எடுக்கவும் கடையின் முன் அவள் ஸ்கூட்டியின் சத்தம் கேட்க நிமிர்ந்தேன்...

வியர்த்து வழிந்த அவள் முகம்... ஜெம்பர் கவஞ்சி கிடந்தது. ஸ்கூட்டியின் முன் பக்கம் கால் வைக்க முடியாத படிக்குக் காய்கறிகளை அடுக்கி போட்டிருந்தாள். பின் பக்கமும் இலை கட்டு, குலை கட்டென கட்டி வைத்திருந்தாள். தன்னாலே இறங்கி எல்லா சாக்குகளையும் கீழே உருட்டி தள்ளிவிட்டு ஸ்கூட்டியை வேப்பின் பக்கத்தில் கொண்டுவைத்தாள். பின் ஒவ்வொரு சாக்காகத் தூக்கி கடைக்குள் கொண்டு போனாள்...

'பிச்சியக்கோ ... பேசாம ஒனக்க கடையிக்கி சோலிக்கு வந்தாலும் கொள்ளாம்போல இருக்கு...'

'யாரு ஒன்ன வராண்டாமுண்ணு சொல்லிய? வந்தா ஒனக்குள்ள சம்பளம் மணி மணியா தருவேன்...' முகத்தை அலம்பி முந்தானையில் துடச்சிட்டே சொன்னவளின் வெள்ளி சிரிப்பில் நான் கலந்தே போனேன்.

'கம்பெனிக்கிப் போனியோ ... சம்பளம் என்னங்கிலும் போட்டுனுமா?' என் பீடி சஞ்சியில் குத்தி வச்சிருக்கும் இலைகளை உருவிய படியே கேட்டாள்...

'இது என்னட்டி இல... அம்படம் பொட்டலா இருக்கு . . . இதுல என்னத்தச் சுத்தி மலத்துவியோ... என்னைப் போல ஒரு கடையோ கிடையோ துடங்க பாரு...'

... ...

'நீ என்னைப் போல கெட்டுப்பட்டவளா? சின்ன குட்டியில்லியா... நல்ல ஒரு மாப்பிளை அமஞ்சி வந்தா ஒன் பாடு அந்தாக்கில போவும். அந்தக் கிறுக்குத் தொட்டி பய பழகி பாசம் காட்டி விட்டுட்டுப் போயிட்டானே...' சுதனை திட்டினாள்.

கழுத்து வழியே வழியும் வியர்வையை சீலை முந்தியில் துடைத்தாள். கறுப்பான அழுக்கு உருண்டு வந்ததை உதறினாள் பிச்சியக்கா...

'நேத்திக்கும் குளிச்சேல... கடையை ஒதுக்கியிட்டு வீட்டுல போய் கிடக்கம்ப விடியக்காலம் ஒண்ணர மணி. அடிச்சி போட்டது போல தேகம் மேலும் ஒரே நொம்பலமுட்டி ரோசா'

கைகளை முறுக்கி சொன்னாள். ஜெம்பர் துணி நுனிக்கும் உயர்ந்து மேலே அவள் மாருகள் முகம் காட்டின...

'மல்லிகா சொகமா இருக்கியாளா? அவளை இதுலோட்டு காணேல... தமையன் சம்மந்தம் என்னங்கிலும் பாக்கியானா?' மாசியை விசாரித்தான்.

'இதுல சாயை குடிச்ச வரம்ப வலிச்சி வச்ச ஒரு மூஞ்சியோட இருப்பான். எனக்க ஒரு மாமனுக்க பயலுக்கு மல்லிகா நல்ல சோடியா இருப்பா... அவனும் பேர்சியாவுல வேலை பாக்கியான். பெண்ணு பிடிச்சிட்டா பெரிய நக தொகையெல்லாம் பேச மாட்டான்... அதான் அதைப்பத்தி அவனுட்ட பேசுலாமுண்ணு வேளம் கேட்டா வேளம் சொல்லட்டு பாப்பம். எதோ பறி கொடுத்ததுபோல ஒரு இருப்பு... ஏன் அவனுக்கு என்ன நீக்கம்போ? இந்தக் கடையில வாறதிலே அவன் ஒரு தனி சைசு தான் பாத்துக்க... அவன் பாட்டுக்கு வருவான் . . . சாயையை குடிப்பான் போவான்... வலிய வலிய எத்ர பேரு பேசுவுனம்... ஆனா இவன் பேசவே மாட்டான் . . .' மாசியைப் பற்றி சொல்லுகையில் பிச்சியக்காளின் கண்களில் ஒரு வித ஒளி அலைந்ததைக் கண்டேன்...

'அங்கேரு வாறான்... மாசிக்கு ஆயுசு நூறு...'

பிச்சியக்கா மாசியைச் சொல்லுகையில் அவன் வரவும் சரியாக இருந்தது. கொல்லி மட்டை சைக்கிளை வேப்பருகே கொண்டு வைத்தான். பிச்சியின் கடையில் வந்தான். நல்லாவே உறங்கியிருப்பான் போல்... முகம் வீங்கி தெரிந்தது... அவன் என்னைப் பார்த்தான்...

'கழிவு பீடி கிடக்கா?' என் பீடி சஞ்சியைப் பார்த்துட்டே கேட்டான். கம்பெனியில் பீடியைக் கொண்டு கொடுக்கையில் பொருந்தாத பீடிகளைக் கட்டிலிருந்து எடுத்துக் கழிவு பீடியாகத் தள்ளுவார்கள். அதை சஞ்சியில் போட்டுகொண்டு வருவதை மாசி எடுத்துப் புகைப்பான்.

'நல்ல பீடியெல்லாம் கடையில இருக்கு...'

வேண்டுமென்றே பிச்சியக்கா மாசியோடு பேசினாள். அவன் எதுவும் சொல்லாமல் மேசையில் கை ஊணி இருக்க... இவள் சாயையைக் கொண்டு வைத்தாள். அந்த நேரம் பார்த்து தங்கப்பன் என்பவனும் அவன் சிங்கிடிகள் சிலரும் கடையில் வந்தார்கள். பிச்சியக்கா அவர்களைச் சிரித்து வரவேற்றாள்.

செல்வமணி சாயையை அடித்து வைக்க பிச்சியக்கா எடுத்தாள். தங்கப்பனின் சிங்கிடிகளில் கௌரம் கூடி, பற்கள் தள்ளிய ஒரு வெடந்தலையன் பிச்சியக்காளின் வயிற்று பக்கமாகக் கையை கொண்டு போனான். இவள் அதை கவனித்தாள்.

விலகினாள்… அவள் படக்கென அவனை அடிக்கவில்லை. திட்டவில்லை. முறைக்க கூட இல்லை… தங்கப்பன் இருக்கானே சாயை கப்பை வாங்குவது போல் அவள் கையை நவுடினான்… அப்போதும் அவள் தன்னைச் சிரிப்பில் பிடித்து நின்றாள். எனக்குக் குபீரென வந்தது… இதெல்லாம் கவனிச்சிட்டுப் பக்கத்து மேசையில் மாசியும் இருந்தான்… ஒரு பெண்ணோடு இப்படியெல்லாம் நடக்கிறவங்களை அடிச்சி ஒடுச்சாண்டாமா? மந்த மாசி. பிச்சியக்காளின் கையைப் பிடித்துக் கடைக்குள் இருக்கும் சின்ன ரூமில் கொண்டு வந்தேன்.

'தொட்டி கசவாளியா ஒனக்க கையைப் பிடிச்சியானுவா… நீயும் இளிச்சிட்டு நிக்குதியே…'

கோபம் பீறிட சொன்னேன். அவளோ, என்னைப் பார்த்து சிரித்தாள்.

'அவங்க எல்லாம் என் வாடிக்கையாளர்கள்… இவனுவா வந்தாதான் எனக்கு வாழ்க்கை. இப்படி தட்டு முட்டு படாம வாழணுமங்கி வீட்டுலதான் இருக்கணும். பொது வெளியில வாழ்க்கையைத் தேடி வந்திருக்கியேன் அப்ப நாலு பேரு இடிச்ச தான் செய்வாங்க… இப்படியெல்லாம் இடி படுதேண்ணு ஒளிச்சி ஓடி சாக சொல்லுறியா? பஸ்ஸுல போம்ப இடிச்சேலியா… அப்பிடியெல்லாம் இடிக்கப்படுறோமுண்ணு பெண் இனம் சாக துடங்குனா ஒலகத்துல ஒரு பெட்டச்சி உயிரோடு வாழ ஒக்குமா? அவங்க இடிச்சிட்டுத் தான் இருப்பாங்க… நாம நம்மளை கட்டியெழுப்பியிட்டே தான் இருக்கணும். கையைப் பிடிச்சாலும், இடுப்பைப் பிடிச்சாலும் நம்ம டிபாட்மெண்ட் உடம்புல இல்ல… அது மனசுல கிடக்கு. இது எதுவும் தெரியாம இடிச்சியானுவா… எனக்கென்ன மயிரு போயிட்டு?' சொல்லுகையில் பிச்சியக்காளின் கண்களில் கோபமும், அழுகையும் தெரியாமல் இல்லை.

'டாக்டருக்க கீழ வேலை பாக்கிய நேள்சு, மேனேஜருக்க கீழ வேல பாக்கிய செக்ரட்டரி, எல்லா மேலதிகாரிகளும் கீழப்பட்ட நிலையில போட்டு பெட்டச்சியளை இடிச்சிட்டுத் தான் இருக்கியாங்க… நம்ம மனசை மட்டும் இடிச்சாம பாக்கியது நம்ம பொறுப்புட்டி…' என் கன்னத்தில் அடித்தது போல் பேசினாள் பிச்சியக்கா…

அவள் சொல்வது போல் இந்த சங்சனில் தன் ஒருத்தியின் தைரியத்தில் கடையைப் போட்டு நடத்துகிறாளே… இடி படுதேண்ணு வீட்டுல போய் ஒளிச்சா… வாழ்க்கை என்ன வாகும்? நினைத்தேன்.

சிரிச்சிட்டே அவனுங்களுக்கு வடை எடுத்து கொடுத்தாள்... இவளின் மனசை புரியாத கயவன் தங்கப்பன் இருக்கானே பிச்சியக்காளின் கையை இறுக பிடித்தான் ஒரு பிடி.

'குடிச்சா வயித்துல கெடக்காதா தங்கப்பா ... எங்கையை விடு...' சிரித்தபடிதான் கூறினாள்.

உதறினாள். அவன் கையை விடவில்லை...

'எல்லாருக்கும் தான் சிரிச்சி சிரிச்சி கொடுக்குதியே... எனக்கும் தா ...'

காமம் மிதந்தது அவன் கண்களில். பிச்சியக்காவின் முகம் வெளிறியது.

'செல்வமணி மாமோ... லே புரோட்டாக்காரா...' கடையில் நின்றவர்களை அழைத்தாள்.

'லே அவளை விடுங்கல... மாப்பிளையும் இல்லாம இதுல யாருக்கும் ஓத்திரவமும் இல்லாம அது பாட்டுக்குப் பிழச்சிய பிழைப்பை நாசமாக்காம போங்கடே ...' சாயா அடிச்சியவர் விலக்கினார். அவரோ வயசு.

தங்கப்பனோ எதையம் பொருட்படுததாமல் பிச்சியக் காளை வலுக்கட்டாயமாகப் பிடித்தான். வெகுவாகச் சத்தம் போட்டாள். இதெல்லாம் கவனிச்சிட்டும் காணாதது போல் இருக்கும் மாசியின்மீது ஏகப்பட்ட கோபம் வந்தது எனக்கு. . . வம்பு வேண்டாம் என்பது போல் சாயையை மிச்சம் வச்சிட்டு எழும்பி கல்லாப்பெட்டியில் ரூபாயை வச்சிட்டு போக முயன்றவனை பிச்சியக்கா அழைத்தாள் . . .

'மாசியே... மாசியே ஒன் வீட்டு பெண்ணுவளா இருந்தா என்னா ஏதுண்ணு கேட்காம போவியா.

பிச்சியக்காளின் பரிதவிப்பு என்னை உருக்கியது. ஆனால் பிச்சியக்காவின் அழைப்பை மாசி உதாசீனம் செய்தான். தன் போக்கில் சைக்கிளை எடுக்க போனான்... தங்கப்பனோ சத்தம் போட்டுச் சிரித்தான்.

'அவனே ஒரு பெண்ணன்...' தங்கப்பன் சொன்ன பிறகும் சுரணையில்லாதவன் போல் போனான்.

'பெண்ணன் ... பெண்ணன் ...' தங்கப்பனும் கூட்டாளி களும் கோரசாகச் சிரித்தார்கள்... எடுத்த சைக்கிளை பின்னும் ஸ்டேண்ட் போட்டு வைத்தான் மாசி.

'கேக்க நாதி கெட்ட பெண்ணை இப்பிடி போட்டு பங்கம் செய்யுற ஓங்களை விடவா நான் கோழ ... நீங்க தாமுல கோமுட்டி பயலுவா ...'

மாசி இப்படியொரு பதிலைச்சொன்னதும் தங்கப்பனுக்கும், கூட்டாளிகளுக்கும் மாசியின்மீது கோபம் வந்தது.

'யாருல கோமுட்டி பய... நீ தாமுல கோமுட்டி' மாசியை அவர்கள் அடித்தார்கள்.

'அய்யோ அவன் பாவம்அ ...வனை விடுங்கா ...'

பிச்சியக்கா அழுதாள்... நான் அழுதேன்... என்ன பயன்? அவனுகள் மாசியைத் துவைத்தார்கள். முன் மண்டை கீறல்... இரத்தம் ஒழுகி பாய்ந்தது. 'எங்களையா சொறிய வாற?' பட்டியை அடித்து சிதைத்தது போல் மாசியைச் சிதைத்துவிட்டு போனார்கள், தங்கப்பனும் சிங்கிடிகளும்.

தனக்காக ஒருவன் இரத்தம் சிந்தி கிடக்கிறானே என்று பிச்சியக்கா உருகி போனாள்... அவனைத் தன் மடியில் கிடத்தினாள். அவனை மாரோடு சேர்த்து வைத்து அவன் முகத்தில் முத்தி முத்தி அழுகை...

○

பிச்சியின் விதி கோலம் இந்தச் சம்பவத்தால் மாறி போனது.

ஊரில் பலரும் கிசுகிசுக்கும் படிக்கு மாசிக்கும் பிச்சிக்கும் நெருக்கம் உருவானது. இவனென்றால் பிச்சிக்குப் பிராணன் போலவே ஆகிவிட்டான். மாசியும் அவள் கடையில் தஞ்சம் புகுந்து விட்டான். இவன் அவளோடு ஆன பிறகு பிச்சி தன்னை ஒரு பாதுகாப்பில் நிறுத்தியது போல் ஆசுவாசபட்டான்...

'இனி பிச்சியை எவனும் என்னவும் சொன்னா எனக்கு வேண்டி தட்டி கேட்க மாசி இருக்காண்ணு இந்த ஆளுகளுக்குத் தெரிஞ்சிட்டு ரோசா...' என்னோடு பல முறை இப்படி சொல்லி பெருமைப்பட்டுக் கொள்வாள்.

'அது என்னவோட்டி, இந்தப் பெட்டச்சிக்கு மட்டும் அவா பின்னால் எதோ ஒரு ஆண் தோலங்கிலும் இல்லண்ணு வை... தெருப்பட்டிகளெல்லாம் எத்திச்சாடியிட்டு வர நிக்கும். எனக்கும் ஒருத்தன் இருக்காண்ணு இந்தப் பாழப்போன ஒலகத்துக்குப் பெட்டச்சி காட்டலண்ணு வை... அவனவன் ஏறிசாடி வரக்கு நிப்பான். எனக்கும் ஒருத்தன் இருக்காண்ணு காட்டிக்க ஒரு ஆண் தொலி வேணுமுட்டி ரோசா...'

பிறகெல்லாம் பிச்சியக்காளின் பயலை பள்ளிக்குக் கொண்டு விடுவது கூட்டியிட்டு வாறது, நோய் நொடிகள் வருகையில் ஆஸ்பத்திரியில் கொண்டு போகிறது எல்லாமே மாசியாகி விட்டான். பிச்சியக்காளின் மகன் மாசியை அப்பா என அழைப்பது ஊருக்கே தெரிந்தது. இதெல்லாம் ஒருவகையில் நல்லா தான் போனது... ஆனால் மாசி இருக்கானே வேலைக்கே போகமால் ஆகி விட்டான். அப்படியே போனாலும் எதேனும் ஒரு பாதுகேடு இவனுக்கு வந்து விடும். சாரத்திலிருந்து விழுந்து இடுப்பு கெட்டில் அடிபட்டபோது, இவனை பிச்சியக்காளே வைத்தியக்குடிகளில் பணம் முடக்கினாள். இது மட்டுமா? அல்லியக்காளின் மூத்த மகளுக்கு தலையில் ஒரு கட்டியென திருவனந்தபுரம் பெரிய ஆஸ்பத்திரியில் ஆப்ரேசன் செய்ய சொன்ன போதும் மாசி பிச்சியக்காளோடு தான் அழுதான். அவளே சில இலட்சங்கள் புரட்டி அந்த குழந்தையைக் காப்பாற்றினாள்...

மாசியை விரும்புவதால் அவன் வீட்டின் பொறுப்பு களிலெல்லாம் தலை கொடுத்து விட்டாள். மல்லிகாளுக்கு வரன் தேடுவது. அல்லியக்காளின் பிள்ளைகள் வரைக்கும் கவனிப்பது... அடிக்கடி அவர்களை அழைத்து விருந்து கொடுப்பதென மாசியின் சகல பொறுப்புகளையும் தன் மீது போட்டு விட்டாள்.

மாசிக்குக் கையாள் வேலைக்காவது நினைத்தால் போகலாம்... ஆனால் போகிறதே இல்லை.

'ஒரே தலச்சுத்து...'

சொல்லி சொல்லி வீட்டுத்திண்ணையில் படுப்பதும், பிச்சியக்காளின் கடையில் போய் சுழன்று அங்கு கிடைக்கும் சில்லறைகளை வைத்து குடிப்பதுமாக சோர்வு ஆகிவிட்டான். மாசியில் பழைய எந்த அழகோ, குணமோ இல்லவே இல்லை என்பதில் எனக்கு மட்டுமல்ல... இங்கு பலருக்கும் வருத்தமே...

பிச்சியக்காளைப் பார்க்கையில் இப்போதெல்லாம் அய்யோ பாவமென்றே தோன்றுகிறது. தன்னை தானே ஒரு கடையில் முதலு போட்டு வியாபாரம் நடத்தி பொருள் சம்பாதிக்க பெரும்பாடு உண்டு. மாசி சேரும் முன் வந்த லாபமெல்லாம் சம்பாரிக்க முயலுவாள். இப்போது அந்த லாபமெல்லாம் மாசியிடமே போகின்றது. கழுத்தில் இப்போது பவுனில் செயின் இல்லை... போன கிழமை பார்க்கும் போது கவரிங் செயின் போட்டிருந்தாள். காதிலும் அப்படி தான்... இந்த நிலையில் மல்லிகாளுக்கு சம்மந்தம் பார்க்க விரைகிறாள்.

'ஒன் வீட்டுல என்னைக் கொண்டு போ...'

பிச்சியக்கா இப்படி மாசியோடு சொல்லுகையில் அவன் அதற்கும் சம்மதித்திருக்கவில்லை…

'வீட்டுல மல்லிகா இருக்கியா …அவளை அப்பறம் ஆக்கியிட்டு பாக்லாம்' என்பான். பிச்சியக்காளுக்குச் சொல்லிக்கொள்ளும் படி அவள் அம்மா குடும்பத்தில் ஒரு அண்ணன் மட்டுமே உண்டு. அந்த அண்ணன் பால்மணிக்கு இவனுக்கும், இவளுக்குமான உறவு தெரியும். என்னிக்கு ஆனாலும் மாசியோடு அவள் வாழ்வாள் என்றே இந்த விசயத்தில் அவன் பெரிதாக ஒன்றும் சொல்லவில்லை.

பிச்சியக்காளின் மாப்பிளை குடும்பத்தில் பலருக்கும் மாசியோடு இவள் இப்படி ஆனது பிடிக்கவில்லை. இதனால் மாசிக்கும் அவள் மாப்பிளை குடும்பத்தில் சிலருக்கும் அடிக்கடி வாக்குவாதங்கள் வரும்… அக்கம் பக்கம் ஒருவிதமாக மாசியைச் சிரிக்காமலும் இல்லை…

'கண்டவளை ஊம்பி பிழைக்கிற பட்டி பய; கண்டவனுக்க மொவனை அப்பாண்ணு விளிச்ச வச்சிருக்கிய ஊத்த பய…' என்றெல்லாம் சொல்லுகிறார்கள். மாசிக்குப் பழையது போல் சூடு சொரணை இல்லை. அவன் நினைத்திருந்தால் பிச்சியாக் களைக் கலியாணம் செய்து வீட்டில் கொண்டு வந்திருக்கலாம். மல்லிகாளை கலியாணம் செய்து கொடுக்க முயற்சி எடுக்க லாம்… எல்லாம் பிச்சி பாத்துக்குவா…' என்றே ஆகி விட்டான்.

போகப் போக மாசிக்கும், பிச்சியக்காளும் இடையிடையே கசாமுசா வராமல் இல்லை. கடையின் வெளி வேலைகளையும் பார்க்க மாட்டான். உள் வேலைகளையும் கவனிக்க மாட்டான்… சும்மா பணம் வேணும்… அவளுக்குக் கோபம் வராதா? இதை யெல்லாம் என்னிடம் சொல்லி வருத்தப்படுவாள்…

'மாப்பிளைக்கு அலந்து ஒருத்தி மரநாயை வச்சி அழுதாண்ணு நாட்டுல ஒரு சுலோகம் உண்டு ரோசா… எங்கதை இப்பிடி தான் ஆச்சி. கடையில ஒக்கேலண்ணா, கிழமையில மூணு நாளங்கிலும் கூலி வேலைக்கி போ… இல்லிங்கி கடையில பொறுப்பா நில்லு. மல்லிகாளை கெட்டிக்கொடுக்கணும் இல்லியா… காரியமா சொன்னா ஒடன மூக்குல மோண்ட தேச்சியம் வந்துரும்… அப்பிடியே கோவிச்சிட்டுக் கடை பக்கம் வராம போயிருவான்… அவன் அடுத்துட்டு ரெண்டு நாளு வரேலண்ணு வை … அவனை அலுத்து போலிருக்கு, இனி யாரை பிடிச்ச உத்தேசமோண்ணு பல்லை இழிச்சிட்டு வாறானுவா… இதுக்கு வேண்டியே பின்னும் பின்னும் அவனை அழச்சி சேர்க்க வேண்டியிருக்கு…'

நெக்கு உருகி அவள் அழுகையில் எனக்கும் அழுகை வராமல் இல்லை. பாவம் பிச்சியக்கா...

'அவனை போச்செல்லு... அவன் வரக்கு முன்ன நீ வாழேலியாக்கும்...'

'அப்பிடி ஈசியா தள்ள ஒக்காதுட்டி ரோசா... கிடந்து போனேனே... அவனுக்க கூட...'

ஆரும் என்னா ஏதுண்ணு கேட்காத போது, எனக்கு வேண்டி இடப்பட்டு ரெத்தம் சிந்தினான் பாரு... அந்தப் பாசத்தை இழக்க முடியல...' மீண்டும் அவனுக்காகவே உருகுவாள்... அழுவாள். இதில் நான் என்ன சொல்ல... செய்ய?

பிச்சியக்காளின் பொறுப்பில் எல்லா கடன்களும் சேர்ந்தது. கடையைத்தவிர எல்லாமே அடகு வைக்கிற நிலைக்கு ஆகி விட்டாள்.

கடை தொழில், மகனுக்கு அடிக்கடி வரும் நோய் என தளர்ந்து விட்டாள்... இந்நிலையிலும் வீட்டின் முன் பக்கம் திண்ணையில் கிடந்து மாசியால் உறங்க முடிந்தது. பிச்சியக்காளின் அரிய முயற்சியில் மல்லிகாளுக்கு, அவள் சித்தியின் சொந்தத்தில் ஒருவனோடு கல்யாணம் பேசி முடித்தாள். அந்தக் கடனும் இவன் தலையிலே ஆனது.

11

காலைவேளை... கருகரான இருள் இன்னமும் கிடக்கிறது. கொல்லாவில் சில குயில்கள் பாட்டு இசைத்துக் கொண்டிருக்கின்றன... மல்லிகாவின் கலியாணத்திற்குப் பிறகு தனிமை என்கிற வலி எனக்குள் அதிகம்... நானும் அவளுமாகக் குளிக்கப் போனோம்; வெள்ளத்துக்குப் போனோம்... கோயில் தலங்கள் போனோம்... சேர்ந்திருந்து தொழில் செய்தோம்... இப்போது அவளின் அனக்கம் இல்லாமல் ஆகிவிட... காலையிலே சோம்பலோடு எழும்பினேன்...

வீட்டின் முன் சாலையில் தலையிலும் தோளிலும் சில பைகளைச் சுமந்து போகும் வியாபாரி தெரிந்தார். முகத்தில் இந்த காலைவேளையிலே சோர்வு, அசதி, களைப்பு. எனக்குப் பாவம் போலவே இருக்க அவரைப் பார்த்தேன்...

'ஒரு படம் பத்து ருவாம்மா...' இந்த இளங் காலையிலே வியாபாரத்திற்கு திரிகிறாரே...

'என்ன படம் விக்க வச்சிருக்கு...'

'ரஜினி படம், கமல் படம்... இன்னும் நிறைய சினிமாக்காரங்களுக்க படமெல்லாம் இருக்கு...'

'வேற படம்?'

'புனிதர்கள் படமிருக்கு... இயேசுவுக்க படமிருக்கு...' எப்படியேனும் நான் ஒரு படமாவது வாங்க வேண்டுமென சொல்லுகிறவருக்குப் பத்து ரூபாய் செலவழிக்க நினைத்தேன்.

பல பல படங்கள் என் முன் நீட்டி காட்டினார்... சுருளைச் சுருளையாக வைத்திருக்கும் பாலிஸ்டர் படங்கள் ஒவ்வொன்றாக நிமிர்கையில் எனக்கு பிடித்துப் போனது, இயேசுவின் படமொன்று.

சுருளையான முடிகள் கழுத்தோரம் கிடக்க... சரிந்த பார்வையில் புன் சிரி சிரித்தார் கர்த்தர்... எல்லாவற்றிற்கும் மேலாக கண்களில் தெரியும் ஒரு வித வீரம் என்னை வியக்க வைத்தது... இயேசு என்றால் அழுகையும் சிலுவையும் ஆணியு மாகப் பார்த்துப் பார்த்துப் பழக்கப்படுத்திய நிலையில் சிரிப்போடும், ஒரு வித ஆத்திரமிக்க நியாயக்காரன் போலும் தெரியும் படத்தை பத்து ரூபா கொடுத்து வாங்கினேன்...

பெரையில் கிடக்கும் ஆணியில் அப்படத்தை மாட்டினேன்... என் பெரையில் மாட்டியதுமே அது வெறும் ஒரு படமாக இல்லை... என் சகக் கூட்டுக்காரன் போலவே தெரிந்தது... என் பெரையில் இந்தக் கர்த்தர் எனக்குத் துணையாகத் தெரிந்தார். வெளியே பிச்சியக்காளின் சத்தம் கேட்டது.

மகனின் கையைப் பிடித்துக் கொண்டு விறுவிறுவென வந்தாள் பிச்சியக்கா ... திண்ணையில் கிடந்துறங்கும் மாசி இன்னுமே உறக்கம் முழித்திருக்கவில்லை. மூடி கொண்டு படுத்திருந்தவனின் மூடலை இழுத்தாள்

'தலைக்கும் மேல கடனை வச்சிட்டு கிடந்து ஒறங்கியதை பாக்கேலியா?' பிச்சியக்கா புலம்ப, அவள் மகன் அபி மாசியின் மேலிலோட்டு விழுந்தான்...

'ப்பா...'

அவனின் முக முடிகளை அளைந்தான். குழந்தையின் ஸ்பரிசம் அனுபவித்த மாசி முழித்தான்... கட்டியணைத்தான்... முத்துனான். குழந்தையோடு இப்படி பாசம் வைத்திருக் கிறானே... வியப்பாகிப் பார்த்தேன்...

'காலத்த கடையை விட்டுட்டு இங்கோட்டு வந்திருக்கிய?' கொட்டாவி விட்டுட்டுக் கேட்டான் மாசி.

'ஒனக்கு நல்லதா சொன்னாலும் மனசுலாகேல. . . இன்னிக்குக் காலத்த பத்துமணிக்கு வட்டிக்காரனுக்க வட்டி கொடுக்கணும். அவன் கடையில தேடி வருவான் . . .'

'இப்ப நான் அதுக்கு என்ன செய்யணும்?'

'மல்லிகாளுக்க கலியாணத்துக்குக் கையில கொடுக்க வேண்டுன தொக... இப்பிடி கிடந்து ஒறங்கிய நேரம் தினம் இரு நூறு ருபாயங்கிலும் கொண்டு வரப்பாதா?' பிச்சியக்கா பாவம் போல் சொன்னாள். மாசிக்கு ஒரு வித கோபம் வந்தது. ஆனாலும் அதைக் கட்டுப்படுத்தியது போல் பிச்சியக்காளின் மகனின் சுருள் முடியை அளைத்தான்.

'இல்ல இப்பிடியே போனா எங்க போய் அவசானிக்குமோ ?'

குலைந்து கிடந்த தலைமுடியைக் கொண்டையாக்கிச் சுத்தியவளின் ஜெம்பரின் கமுக்கூடுப் பொத்து கிடப்பது தெரிந்தது.

'நீயா தலையை கொண்டு கொடுத்துட்டு இப்ப கனக்கு துண்ணா நான் என்ன செய்ய ஒக்கும்? எனக்கு வேலச்செய்ய களியேல. தலைச்சுத்தி பரானமெடுத்து என்னே பாடு படியேன் தெரியுமா ?', சொன்னவனின் முகத்தில் சோம்பலின் ரேகைகள் தெரிவதைக் கண்டேன்.

'நீ செலாக்கின ருபாயைச் சாவக்கு முன்ன நான் தந்துட்டுத் தான் சாவுவேன்.' வறட்டுக் கௌரவத்தில் பேசினான்.

'இது என்ன பேச்சு பேசிய... நீ வேற நான் வேறண்ணு நினச்சியா நான் இருக்கியேன். ஒன் பைசா என் பைசாண்ணு எதுக்குப் பிரிச்சி பேசிய? ' ஆதங்கப்பட்டாள் பிச்சியக்கா.

'நல்ல வசமா எதங்கிலும் சம்மந்தம் வந்தா ஒருத்தியை கெட்டுலாமுண்ணு நினச்சியேன்... அங்கண்டு கிட்டிய தொகையை வேண்டி ஒங்கடனைத் தீக்க தான் நானும் யோசிச்சிட்டுத் தான் இருக்கியேன்'

மனசற்று பேசினான் மாசி. இப்பேச்சை எனக்கே கேட்க முடிய வில்லை. அப்படிண்ணா பிச்சியக்காளுக்கு எப்படி இருக்கும்?

'ஒன் மனசுல அப்ப இப்படியும் ஒரு நினப்பு இருக்கு இல்லியா? ஒங்கணக்குல நான் அப்படியங்கி யாரு?'

சத்தமெழுப்பினாள் பிச்சியக்கா... அவளின் அழுகையை கவனித்த அவள் மகன் மாசியின் தோளில் ஏறி கழுத்தைச் சரித்தான்.

'என் பிள்ளைக்க மனசுல ஒரு அப்பனா ஏறினியே... அப்ப அது கூட கள்ளம் தானே... நினச்சா வச்சிருக்கியதுக்கும் வேண்டாமுண்ணா தள்ளி களையக்கும் நான் என்ன உயிரத்த கல்லா ?'

அவர்கள் இடையே போக வேண்டாமென என்னைக் கடிச்சிப் பிடிச்சிட்டு நின்னாலும் போய் தான் ஆக வேண்டுமென புரிந்தது. என்னைக் கண்டதும் பிச்சியக்காளின் விசும்பல் கூடி போனது . . .

'இவன் பேசுன பேச்சை கேட்டியா? நல்ல முதலோடு இனி வேற ஒருத்தியைக் கெட்டப்போறானாம்... இங்கேரு என்னைப் பாத்தா ஒனக்கு எளக்காரமா தோணுலாம். அப்பிடி நீ என்னை மீறி எவளையும் கெட்டிப்பாரு... அப்ப தெரியும் இந்த பிச்சி

யாருண்ணு ...' சட்டென தன் அழுகையை இறுக்கி ஆவேசம் ஆனவள் கோபமாகவே போனாள். இதையெல்லாம் கவனித்த அப்பா மாசியைக் கடிந்தார்...

'லே மாசி... தெய்வத்துக்கு அடுக்காத காரியம் ஒண்ணும் செய்யப்பாது இன்னா... அவா மட்டும் ஒனக்க வாழ்க்கையில வராம இருந்திருந்தா நல்லா இருக்கஞ்சி ஒனக்க வாழ்க்கை. ஒன்ன பிறம விட்டுட்டு இந்தக் குடும்பத்துக்க காரியங்களை யெல்லாம் பாத்துப் பாத்து இப்ப அவளுக்க தலையில கடன் ஏறி போயிருக்கு. எவால இப்பிடி செய்வா? எல்லாம் ஒன் மேல வச்ச பாசம் தாமுல... அதை நீ புரிஞ்சுக்க... அப்பிடி அவளை விட்டுட்டு வேற ஒரு கலியாணம் கெட்ட நினச்சியதே நீ அவளுக்குச் செய்யுற துரோகம் பாத்துக்க...'

அப்பா பேசுகையில் மாசி மௌனமாகத் தலையைக் குனிச்சான்...

'நான் சொன்னது காதுல விழுதா?'

'எல்லாம் விழுது.'

'முதல்ல அவா கழுத்துல ஒரு தாலியைக் கெட்டி இந்த வீட்டுல கொண்டு வா... ஒனக்க பெண்டாட்டியாட்டு...' அப்பா சொல்லுகையில்

மாசி கல் விழுங்கினது போலவே இருந்தான்.

இன்னா இன்னா என வயசும் இருபத்திரெண்டு ஆகிவிட்டது. கூட உள்ள குட்டியளுக்கெல்லாம் கலியாணங்கள் நடந்து முடிகிறது. அக்கம் பக்கம் பலரும் என் கலியாணத்தைப்பற்றி அப்பாவிடமும் கேட்கத் தொடங்கினார்கள்... என்னிடமும் மறைமுகமாகக் கேட்டார்கள். சுதன் என்னும் காதலை இன்னுமே மறக்க முடியவில்லை. மூளையின் எல்லா அதிர்வுகளிலும் உடலில் எல்லா அவயங்களிலும் உறுப்புகளிலும் இரத்தம் முழுவதும் சுதனின் காதல் படிந்து கிடக்கிறது. செழிப்பாக வளர்ந்து நிற்கும் ஒரு செடியைப் பிடுங்கும்போது எப்படி அதன் பிணைவு துடிக்குமோ அது போலவே நானும் ஆகி கிடக்கிறேன். நான் சுதன், எங்களுக்கான பிள்ளைகள் என்கிற காதல் உலகம் இப்போது இல்லாமல் ஆகி கிடந்தேன். இனி மனதையும் வாழ்க்கையையும் திருப்ப வேண்டும். கல்யாணத்தின் மீதான கசப்புதான் மிகுந்து கிடக்கிறது ... ஆனால் என் வாழ்க்கையின் இன்னொரு வாசலாகக் கல்யாணத்தையே காட்டுகிறது.

கான்வென்ட் போய் மறையலாம் என்றால் அதற்கான கல்வி இல்லை. அப்பாவுக்கும் மடத்துக்கு விட விருப்பம் இல்லை. எதோ ஒரு தரிசுபோல தன்னாலே பட்டு போகாம ஒரு கலியாணம் செஞ்சா... ஒன்னச்சொல்லி நாலு மக்க குட்டிகள் பிறக்கும். ஒங்கையில பாடு பட்டு தர ஒனக்குண்ணு ஒரு மாப்பிளை இருப்பான். ஒனக்கொரு கஷ்ட நஷ்டமுண்ணா குடும்பத்துல போய் நிக்குலாம்... நம்ம எளிமைக்குத் தக்கன ஒட்டன் ஆரோக்கியத்துட்ட சம்மந்தம் பாக்க சொல்லி யிருக்கேன்... எங்காலத்துல அப்பறம் போ பாரு...

அப்பா இப்படி சொல்லுகிறார்...

'இன்னும் சுதன் கிதனுண்ணு சொல்லி வாழ்க்கையைத் தொலச்சிட்டு இருந்தா அது நல்லதில்ல ... அவன் மட்டும் இப்ப வாழாமலா இருப்பான்.' மல்லிகா சொல்லுகிறாள்.

'அவன் முன்னால ஒனக்கும் ஒரு வாழ்க்கை அமச்சிக்கணும்...' பிச்சியக்கா சொல்லுவாள்.

எங்கூட உள்ள லோட்டஸ் அவங்கூட படிச்ச மகேசை லவ் பண்ணுனா... ஆனா கடைசியில அதை விட்டுட்டு வீட்டுல சொன்னவனை கலியாணம் பண்ணியிருக்கியா...

'நமக்குண்ணு ஒருத்தன் வரம்ப நாம தூக்கிச்சுமந்த காதலெல்லாம் ரொம்ப சின்னதாகப் போயிருமுட்டி ரோசா...'

லோட்டஸ் இப்படி தான் சொல்லுவாள்... வெறுமனே ஒரு பீடி சுத்தும், ஒரு அப்பாவுமாகத் தொடரும் வாழ்க்கையைத் தவிர்த்து இன்னும் ஒரு வாழ்க்கை இருப்பதை உணர்ந்தேன். அப்பா சொன்னது போல் நானொரு படித்தக்காரியும் இல்லை... பெரிய குடும்ப பின்புலமும் இல்லை... எனக்காகச் சில பிள்ளைகள் வேணும். சுதனுக்கும் எனக்குமான பிள்ளைகள் மனதில் பிறக்கும் போது அவைகளைப் பற்றி பேசும்போது...

'நமக்க சின்ன பயலை விவசாய பார்க்க படிச்ச வச்சணும் இன்னா...'

'நமக்க மூத்த பெண்ணை இயற்கையைப் பேணுற ஒரு பலசாலியா வளக்கணும்'

'நடு உள்ள பிள்ளையை அணுவுக்கு எதிராக போராட வைக்கணும்...'

கல்லு பிள்ளைகளைப் பெற்று போட்டுட்டு அப்பவே பெரிய சிந்தனைகளைச் சொல்லுவானே சுதன்... அந்த ஆசை இப்போதும் என் மனதில் கிடக்கிறது.

'சுவாச்கிற காற்றையும், வசிக்கிற பூமியையும். குடிக்கிற தண்ணீரையும், தின்னிய ஆகாரத்தையும் போராடி தான் வாங்கிக்கணுமுண்ணு சூழல் வரம்ப இவ்வுலகைக் காப்பாற்ற மனுச சக்திகள் தான் வேணும் ரோசா... அதுனால நமக்கெல்லாம் நிறைய பிள்ளைகள் வேணும்...' பதினொராம் வகுப்பு பெரிய பருச்சை லீவுக்குச் சொன்னான் என்னோடு... ஆனால் காலம் அவற்றையெல்லாம் குலைத்து விட்டது. இந்த ஆசைகளையும் கனவுகளையும் என்னில் எங்கோ ஒளிச்சி வச்சிருக்கிற படியால் கல்யாணத்தை மனதார விரும்பினேன்...

○

என் வாழ்க்கையில் நடந்த பெண் பார்ப்புகளை நினைக்கத் தொடங்கினேன். அன்று வீட்டில் நிறைய பேர்கள் வந்திருந் தார்கள்... மூத்த அக்காமாருகள், அல்லியக்கா, மல்லிகா சகிதம் நின்றார்கள். பிச்சியக்கா கூடக் கடையை விட்டுட்டு எங்க வீட்டில் உலவினாள். எங்க வீடு ஒரு குட்டி கலியாண வீடு போலவே காட்சியளித்தது...

மாசியின் சைக்கிளில் அப்பா அலைந்து திரிந்தார்... சிவப்பு பழம் படலைப் படலையாக... மிச்சர், பிஸ்கெட் என வாங்க, பால்வாங்க என மனுசன் அலைந்தார். என் கலியாண விசயத்தை அப்பா மூத்தவர்களோடு சொன்ன போது யாரும் பெரிய விசயமாக எடுத்துக் கொள்ளவில்லை.

'வீடும் வீட்டடியும் மொவுளுக்குத் தானே கொடுக்குது... பின்ன இனி என்ன பாக்கணும்...' மூத்தக்கா சொல்லி அனுப்பினாள்.

ஆமா பெரிய வீடு... ஓடுகள் பேந்து போய் கிடக்கின்ற... திண்ணை பூச்சில் வெடிப்பு. கதவுகளில் ஓட்டை ... வீடும் வீட்டடியுமா ஒன்றரை செண்ட். நிலமும் அதில் உட்பட்ட வீடு அப்படியெல்லாம் பெரிய விலையில் போகாது. விசாலமான வழியும் இல்லை.

சின்னவனோடு என் கலியாணத்தை அப்பா சொன்ன போது . . .

'என்னால என்னப்பா செய்ய முடியும்? கலியாணமெல்லாம் நல்ல படியா நடக்கட்டும்... என்னால முடிஞ்ச ஒரு பவுனோ அரப்பவுனோ தல்லாம். கமலத்துக்க கலியாண கடனெல்லாம் நான் தானே சுமந்தேன்... இன்னமுமே அதெல்லாம் தீரேலண்ணு தான் சொல்ல முடியும். என் பெண்டாட்டியிக்க தயவுல தான் நானெல்லாம் ரெட்சப்பட்டேன்...'

அவன் சொன்னது ஒருவகையில் உண்மைதான்.

கமலக்காளின் கலியாணக்கடனில் மூழ்கி கிடக்கையில், பரிசுத்தம் மயினியின் காதல் தான் இவனைப் பாதுகாத்தது... அவள் வீட்டில் கொடுத்த சீதனம்... முன் பணமெல்லாம் தான் இவனைக் கரைசேர்த்தது. இப்போதெல்லாம் சின்னவன் அவன் மாமி வீட்டில் சொல்லுவது போலவே தலையை ஆட்டுவான்... அவனைச்சொல்லியும் குற்றமில்லை. அவனுக்கு முதல் ரெண்டு பிள்ளைகள் பெண் பிள்ளைகள்...

நான் யாரையும் குறைச்சொல்லவில்லை. எங்கப்பா வீட்டடியைக் காட்டித்தான் ஆரோக்கியம் ஓட்டனிடம் சம்மந்தம் பார்க்க சொன்னார். நகை ஏழு பவுன் தேறியிருக்கு... கையில் அம்பது, நான் போட்ட சீற்றிடி பிடித்தம் இருந்தது.

வீடு கலார் மலாரென கிடந்தது அன்று... அல்லியக்கா அடுக்களையில் சாயை காச்சிட்டு நின்றாள். அவளுக்கு மூன்று பெண் குழந்தைகள்... பங்கியின் அடியும் குடியும் இப்போது பல மடங்கு கூடி போனது... அதற்கு அவன் புதிதாகச் சொல்லும் காரணம்...' எனக்கு ஆணடி இல்ல... எனக்கு ஒரு கொள்ளி இல்லை... அதான் குடிச்சியேன்...' நிமிர்ந்து நின்று சொல்லுவான். அல்லிக்கா பாவமே பாவம்... முதல் மகள் பிறந்த மூணாவது மாசமே மாப்பிளையின் சீர் கோலம் கண்டு அண்டியாபீசு வேலைக்குப் பழையது போல் போகத் தொடங்கி விட்டாள்.

இளைய மகளுக்கு ஒன்றரை வயதுதான் ஆகும்... அதையும் இடுப்பில் வச்சிட்டு சாயை காச்சுகிறவளைப் பார்த்தேன்... பிச்சியக்கா அடுக்களையில் வாங்கி வைத்திருக்கும் வகைகளைப் பேப்பர் சாசரில் வகைப்படுத்திக் கொண்டு நின்றாள்... எனக்க சகோதரிகள் சின்னவனின் வீட்டில் போய் இருந்தார்கள். மல்லிகா என்னருகில் நின்று என்னை ஒருக்கினாள்.

எங்கள் வீட்டில் மலசொரி பாட்டுக்காரிகள் வந்து கிடந்தார்கள்... முன் பக்க கொல்லா மூட்டில் அவர்கள் பாட்டு படிக்கும் சத்தம் கேட்கிறது...

'மச்சானைப் பாத்தீங்களா... ரோசாக்காளின் மச்சானை பாத்தீங்களா? மணிபோல இருப்பாரு... பூபோல சிரிப்பாரு...' என்று பிள்ளைகள் பாடும் மலசொரி பாட்டும் என் காதில் விழுகையில் பொத்தையில் எனக்கும் சுதனுக்கும் நடக்கும் விளையாட்டுக் கலியாணத்தில் பாடும் பாட்டுகள் ஓர்மையில் கசிந்தன...

'சுதன் ரோசா வாழ்க... வாழ்க...' காட்டுப்பூக்களைப் பறித்து எங்கள் மேல் தூவுவார்களே... அதெல்லாம் ஈரமாக ஓர்மையில் கசிந்தன...

'ராசாத்தி ரோசா ... அருளோடு சேர ... மலர்வாரி சொரிந்திடுவோம்...'

மலசொரி பாட்டுக்காரிகளின் பயிற்சி பாட்டில் எனக்காகப் பார்த்திருக்கிறவனின் பெயர் அருள் என்பதைப் புரிந்தேன்... சுதன் இருந்த இடத்தில் இனி அருளா? சுதன் ரோசா என்கிற சோடி பெயரில் சுதன் அழிக்கப்பட்டு இனி அருள்? வறண்டு போனேன் எனக்குள்...

'ஓய்...' ஓட்டனின் குரல் வெளியில் கேட்டது... அப்பா வெளியில் போனார். ஓட்டன் கொல்லா மூட்டில் போக... அப்பன் அவன் பின்னே போனார்...

'ஓய்... ஒரு அபத்தம்...' இவ்வாக்கால் நானும் மல்லிகாவும் நிமிர்ந்தோம். அப்பாவும் அப்படிதான்...

'ஒமக்க குட்டியிக்கி பேரு தோசம் இருக்காமே...'

'அய்யோ யாரு சொன்னா?' அப்பா பதறினார்...

'குட்டியை அன்னளிச்சி சாயை கடையில வந்துருக்கியாங்க ... அங்க கிடக்கிய கலுங்குல இருக்கிய பலரும் சொன்னதெல்லாம் மாப்பிளைக்காரனுக்குத் தெரிஞ்சிருக்கு...'

'அய்யோ...' அப்பா நெளிந்தார்.

'எதோ பொத்தையில எவனையோ கூட்டியிட்டுப் போனாளாம்... பிள்ள வரைக்கும் அழிச்சாளாம்...'

'அய்யோ... அப்பிடியெல்லாம் இல்ல...'

அப்பா துவண்டார். என் தலையை முடஞ்சிட்டு நின்ன மல்லிகாவிடமிருந்து என் தலைமுடியை இழுத்தேன்...

'பஞ்சாயத்து கிணத்துல பெயிண்ட் வச்சி எழுதி போட்டிருக்காமே...'

'அதெல்லாம் சும்மா ... சும்மா எம் பிள்ளையிக்க வாழ்க்கையை நசுப்பிக்க வேண்டி இப்படியெல்லாம் செஞ்சது...'

'ஓய் ஒமக்கு அதெல்லாம் முன் கூட்டியே அழிச்சி விட தெரியாதா?'

ஊர் சுவரில் கிடந்ததையெல்லாம் அப்பா முன் கூட்டியே அழித்திருந்தார் ... ஒருவேளை இது பெயிண்ட் பண்ணியதாலோ என்னவோ அழிபடாமல் போயிருக்கும்...

'ஒரு பெண்ணை பேசி முடிக்கம்ப ஊருல வந்து அன்னளிப்பாங்காண்ணு தெரியும் இல்லியா... ஒமக்கு முதலிலே

எனட்ட சொல்லி வச்சிருப்பி நான் என்னங்கிலும் சொல்லி சமாளிச்சிருப்பேன்... இது இப்ப நான் என்ன செய்ய?'

மல்லிகா என் தோப்பியத்தை அமுக்கி கொடுத்தாள். அக்கம் பக்கம் பலருக்குமே எனக்குப் பெண் பார்ப்பு நடப்பது தெரியும். அக்கம் பக்கம் சிலரோடு இதைப்பற்றி அப்பா சொல்லவும் செய்திருந்தார்... இனி இது இல்லையென ஆகும் போது...

'ஓய் எனக்க மொவா நல்லவா ஓய்... இனி இப்ப இந்த பெண்ணு பார்ப்பு நின்னு போனா... அதுவும் ஊர் முழுக்க பரவும்... பின்னும் அவா வாழ்க்கை நட்டப்பட்டுப் போயிரும் ஓய்...'

கழுத்தில் கிடக்கும் தோர்த்தால் கண்ணீரை ஒப்பினார் என் அப்பா. இதை கவனிக்கும் என்னால் கலங்காமல் இருக்க முடியவில்லை.

'பின்ன ஒண்ணு பண்ணும்... பேசுன தொகையில ஒரு பத்தாயிரம் கூட வச்சி பேசும். நகையும் ஒரு அரப்பவுன் கூடுதலா தல்லாமுண்ணு பேசும்... அப்பிடியங்கி நான் சம்மதிச்ச வச்சியேன்... பணம் இருந்தா போரும் ஓய்... எப்பிடி பட்ட பேரு தோசமும் போகும். நம்ம இதே ரெத்தினதுக்க மொவா ஒருத்தன் கூட ஓடி போய் பிள்ளை வரைக்கும் அழிச்சா... அவளைப் பிறகு வீட்டில கூட்டியிட்டு வந்து வேற சம்மந்தம் பாக்க சொன்னாக்கிலே மாப்பிளையிக்கி எத்ர லெட்சம் பேசுனாங்க தெரியுமா? மாப்பிளை பயலும் எல்லா விவரமும் தெரிஞ்சிதான் கெட்டினான்... பணம் அவன் வாயை அடச்சி போட்டது... அதுபோல ரொக்கம் எம்புடுக்கு அதிகமா கொடுக்குதோ... அவ்வளவுக்குக் குற்றங்குறைகள் ஒளிச்சி போயிரும்...'

ஓட்டன் சொல்லுகையில் கலியாண உலகின் கீறல்கள் என் மனசைக் கிழித்தது. அதன் புனித தன்மையில் கருமை பரவியது.

'அய்யோ ஓட்டரே... எனக்க பிள்ளை அதுக்கு அப்படியெல்லாம் இல்ல...'

'ஓய் அதெல்லாம் சரி தான். தப்பு செஞ்சாளோ இல்லியோ... அது இப்ப ஒரு தவறான காரியமா பேச்சு ஆகி கிடக்கு இல்லியா... இனி இப்ப இந்தப் பெண்ணு பாப்பும் கலியாணமும் நின்னு போனா அது இன்னும் ஒன் மொவுளுக்க மானத்தை இழுத்துட்டு போயிரும். இப்பிடியே நீரு இசுக்கி இசுக்கி இருந்துருண்ணா ஓமக்க மொவா அதே இருப்பா இருந்துருவா... எதுக்கும் முன்ன பின்ன பாக்காம தொகையைப் பேசும்...'

அப்பாவை அமுக்கினான்...

'ம்...' அப்பா முனகி கொடுத்தார்.

பெண் பார்ப்புக்கு ஆகும் செலவுகளுக்கே, வார வட்டிக்காரனிடமிருந்து மூவாயிரம் ரூபாய் வாங்கியிருக்கிறோம். இக்கலியாணம் நடந்து முடிகையில் அப்பாவின் கழுத்து இறுகும். இந்நிலையில் இன்னும் தொகை அதிகம் பேசினால் அப்பா என்ன ஆகுவார்..?

'இப்ப வரச் சொல்லணுமா வேண்டாமா?' ஓட்டன் முடுக்கினான்... அப்பா வரச் சொன்னார். ஓட்டன் அவனின் வாகனத்தை எடுத்துட்டு மாப்பிளை வீட்டுக்குப் போனான்.

என் முகத்தில் பவுடர் பூசிய மல்லிகாளைப் பார்த்தேன். கார் மேக சூழல் பரவியது என் மனதில்...

சுதனோடு பொத்தையில் கலியாணம் செய்கையில் கலியாணம் பற்றி மனதில் கிடந்த புனித கட்டுகள் பிரிந்து போவது போவது போலவே இருந்தது. என்னைப்பற்றி கிடக்கும் பழி சொல்லுக்கு பத்தாயிரம் ரூபாய் போதுமாமே? அப்படியானால் பாசம் என்னும் சாதனம் இல்லாமலா என்னைக் கலியாணம் செய்ய வருகிறான்...

'மல்லிகாளே...'

'எனக்கு இந்தக் கலியாணம் பிடிச்சேலட்டி... ரொக்கம் பேசி, தொகை பேசி என்னை ஒருத்தன் கெட்டியிட்டுப் போனா அதுல அப்பிடி என்ன பாசம் இருக்க முடியும் சொல்லு நீ..?'

நான் இப்படி சொல்ல... என் தலையைத் தட்டினாள்...

'பின்ன இந்த ஒலகத்தில எப்பிடி கலியாணமெல்லாம் நடக்குது...'

'ஆத்தங்கரை அகிலாளுட்ட போகிற ஆணுங்க எல்லாம் அம்பது நூறுண்ணு கொடுத்துட்டுப் போறாங்க வெறும் ஒரு சரீரத்துக்காக... அங்க அவளுட்ட போற ஒரு பயலுக்கும் அவளுட்ட பாசமே இல்ல... அவளும் அதைப்பத்தியெல்லாம் கவலையே படுறதில்ல... ஏண்ணா அது அவா தொழிலாகவே ஆக்கியிட்டா. அதுபோல தான் எனக்கும் இப்ப கலியாணம் நடக்கப்போகுது. எனக்கும் அந்த அருளை முன்ன பின்ன தெரியாது... அவனுக்கும் என்னைத் தெரியாது. எனக்கும் அவனுக்குமான மையம் பணமா சொல்லு மல்லிகா?'

என் வாயைப் பொத்தினாள் மல்லிகா...

‘இங்க பாரு நீ இந்த மாதிரியெல்லாம் யோசிச்சி வாழ்க்கையைத் தத்துவமா பாத்தேண்ணா கடைசிவரைக்கும் நீ வாழ போறதில்ல. என் மாப்பிளை மட்டும் தொகை வாங்கமலா கட்டிக்கிட்டான். அல்லியக்காளுக்க குடிகார மாப்பிளை மட்டும் சும்மாளா கெட்டினான். தொக முக்கியம் இல்லாம கலியாணம் நடக்கணுமுண்ணா அதுக்கு ஒரு நல்ல காதல் இருக்கணும்... அதைத்தான் நீ இழந்துட்டியே...’

மல்லிகா சொல்லுகையில் மனசு முழுக்க சுதன் வலித்தான்.

முதலு பேசாம தொகை விரும்பாம... எனக்கு என் ரோசா வேணும்... எப்படி இருந்தாலும் வேணும்... என கேட்கக் கூடிய காதலை மல்லிகா சொல்வது போல் இழந்து விட்டேனே...

‘தாலி இல்லாத பெண்ணும் வேலியில்லாத தோட்டமும் ஒண்ணு போலவே தான். எந்த கள்ளனும், கசவாளியும் ஏறிசாட பாப்பான். என் மாப்பிளையும் தொகை வாங்கித் தான் கலியாணம் கட்டினான். அதுக்காகக் காதல் இல்லண்ணு சொல்லுதியா?’ கேட்டவளை ஆச்சரியமாகப் பார்த்தேன்.

‘பெண்ணு வீட்டிலண்டு கொடுக்கிய தொகையோ, நகை நட்டோ, சீரோ அது நமக்கு வேண்டி தாமுட்டி. நம்ம வீட்டில தாற வகையெல்லாம் நம்ம வாழ்க்கைக்குண்ணு தாறதுட்டி... காலம் முழுக்க மாப்பிளை என்கிற ஆணுக்க பின்னால அவனை மட்டும் நம்பி வாழாம நாமளும் சுயமரியாதையை வாழ நம்ம அப்பன் வீட்டுல தாற தொகையும் நமக்கான மதிப்பு தாமுட்டி... பத்து பைசா கூட இல்லாம ஒருத்தன் வீட்டுல வாழ போனா அங்க நமக்கு என்ன மதிப்பு கிட்டும் நினச்சி பாரு...’

மல்லிகா விவரமாகப் பேசுகிறாளோ? வியப்பாக அவளைப் பார்த்தேன்.

‘எங்க தைய்யல் ஆபிசுல வாற லீமாளுக்க தங்கச்சி புனிதா இருக்காளே, காதலிச்சவனுக்கக் கூட வீட்டை விட்டு ஓடினா. கடைசியில என்ன ஆச்சி?’

... ...

‘காதலிச்சி கெட்டுனவனே போட்டு அடிக்க துடங்கினான். அவா மாமியாக்காரி இருக்காளே வீட்டுலண்டு ஒரு கப்பைக் கூட எடுத்து வெள்ளம் கோரி குடிச்ச விடமாட்டா. கட்டிலைத் தொட்டா கொப்பன் வீட்டு வகையாண்ணு கேட்பா... பீரோவுல முகம் பார்த்தா துணி கெட்டி மறைக்கிறா. இப்ப எல்லாம் அந்த புனிதாளுக்குக் காதலெல்லாம் கசந்து போச்சி. அப்பன் வீட்டு சீதனம் இல்லாம ஒருத்தன் வீட்டுல வாழ்க்கையை ஆரம்பிக்கிறப்ப

அந்தப் பெண்ணை அந்தக் குடும்பமே சும்மா வந்தவா தானே ஒனக்கெல்லாம் என்ன மானிப்பு என கூறுபோடுவாங்க... வரதட்சணையைப் போக்க முடியாதுட்டி... அதெல்லாம் வாழ்க்கையோடு கலந்து போயாச்சி...'

மௌனத்தில் கனத்தேன்.

என் முகத்தில் பவுடர் பூசி... கொண்டையில் பூ வைத்து, நகங்களில் பாலிசு அடித்து மல்லிகாவால் ஒருக்கப்பட்டேன். பிச்சியக்காளின் ஏற்பாட்டில் அவள் கடையில் வரும் சவுளிக்காரனிடமிருந்து வாங்கிய பச்சை நிறத்தில் பவுன் கோடு பதித்த சீலையை உடுத்தினேன்...

வீட்டின் முன் பக்கம் ஒரு பிளசர் வந்தது. வீட்டின் முன் பக்கம் நின்ற அப்பா, மாசியெனெ பரபரவென காரை நோக்கி போனார்கள். எங்க அப்பா இருக்காரே... அங்கிருந்து இறங்குகிறவர்களைக் கும்பிட்டுக் கும்பிட்டு வரவேற்பது எனக்குப் பிடிக்கவே இல்லை. பெண்ணைப் பெற்றவன் என்றால் அப்படி என்ன இளக்காரம்? இவருட்ட யாரு குனிய சொன்னாங்க? எலிசபெத்தின் ஆடுகளை வாங்க வரும் வியாபாரிகளுக்கு வெத்திலையும் வெள்ளமும் கொடுத்து பஞ்சாரக் கதைகள் பேசி கும்பிடு வைத்துப் பேரம் பேசுவது போலவே அப்பாவும் தெரிந்தார்.

'பெண்ணை வரச் சொல்லுங்க...' வெளியில் ஓட்டனின் குரல் கேட்க... எங்கப்பா வீட்டிற்குள் வந்தார்...

அல்லியக்கா சாயை கப்புகளை ட்ரேயில் எடுத்து வைத்தாள். 'எல்லோரும் அவளைக் கூட்டியிட்டு வாருங்கா...' அப்பா சொல்ல... மூத்தக்கா, பரிசுத்தம் மயினி... சின்ன அக்கா, அல்லியக்கா, மல்லிகா, பிச்சியக்கா என என்னை நடுவில் விட்டு அழைத்து போனார்கள்.

என்னையறியாமலே என் கைகள் நடுங்கின... உள்ளங்கையில் விசர்ப்பு நச நசத்தது. கால்களில் கிடுக்கம்... நெஞ்சில் குபீர் குபீரென பதட்டம். வாய் முழுக்க அப்படியொரு வறட்சி... ஏன் நான் இப்படி ஆகி விட்டேன்? சுதனுக்கும் எனக்குமான கலியாண நாள்களில் கூட இப்படி ஆக வில்லையே...

ஒரு வித அச்சம் என்னை இறுக்குவதை உணர்கிறேன்...

'முதல் கோணல் முற்றிலும் கோணல்'

அப்பா சொல்லும் சுலோகம் மனதில் குத்தி நின்றது. சுதனின் காதல் குலைந்த பிறகு, வாழ்வின் மீதான நம்பிக்கை குறைந்து போயிருந்தது. இனியுள்ள வாழ்க்கையாவது வெற்றியாக

அமைய வேண்டுமென்ற எதிர்பார்ப்பு இருந்த படியால், முதன்முதலாக பெண் பார்க்கும்போது பயந்தேன்.

இந்தப் பெண் பார்க்கும் பரிட்சையில் வெற்றி நடக்குமோ தோல்வி கிடைக்குமோ என்கிற பதட்டம் எனக்கும் இருந்தது…

காபி தட்டோடு போய் நிற்கையில் என்னையே பார்த்தார்கள்… என்னை அளவீடு செய்தார்கள்… சேலை கட்டியிருந்தாலும், ஜெம்பர் போட்டிருந்தாலும் அதையெல்லாம் தாண்டி என் உடல் அங்கு இருப்பவர்களால் அளக்கப்படுவதை உணர்ந்தேன்… எனக்குக் கூசல் வந்தது…

'எள்ளுபோல வண்ணம் கூடி போச்சிப் பயலைவிட…' ஆணின் பக்கத்திலிருந்து வந்த முறைக்காரி ஒருத்தி சொல்வது என் காதில் விழுந்தது…

'வந்து அவுச்சி பறக்கி கொடுக்கம்ப அவனும் பருத்திட்டா சோடி சரியா போகும்…' ஓட்டன் சொன்னான். எல்லோரும் சிரித்தார்கள்… வெறும் ஒரு வியாபார பொருள் போலவே, வெறும் தின்னு தீர்க்கும் ஒரு உணவு போலவே என்னுடலை வைத்துப் பேசினார்கள்.

'பேசுனதுபோல கூட ஒரு பத்தாயிரம் தருவிரு இல்லியா?' மாப்பிளைக்காரனின் மச்சினன் கேட்க… அப்பா தலையை ஆட்ட, எனக்குக் கொடுமையாக இருந்தது:

'சரி அப்ப கலியாண நாளை குறிச்சுலாம் இல்லியா… லே ஒனக்குப் பெண்ணு பிடிச்சிருக்கா?' ஓட்டன் கேட்டான்…

'ம்… பிடிச்சிருக்கு…'

மாப்பிளைக்காரனின் குரல் கேட்க… எனக்கும் அவனைப் பார்க்க வேண்டும் போலிருந்தது… நிமிர முயற்சித்தேன்… ஆனால் என் அக்கா குட்டிகள் இருக்காங்களே என் தலையைத் தூக்கக் கூட விடவில்லை.

'ஏற்கனவே ஒனக்கு நல்ல பேரு இருக்கு…'

'நான் பாக்காண்டாமா?' திமிறினேன்… ஆனால் மாப்பிளையின் கால் பாதங்களைத் தவிர வேறு எதுவும் பார்க்க முடியவில்லை அன்று.

'செரி இனி பெண்ணைக் கூட்டியிட்டுப் போங்கா…'

போனார்கள் என்னை கூட்டியிட்டு… பெரையில் வந்த எனக்கு ஆத்திரம் தாங்கவில்லை… மல்லிகாளுக்கு என் நிலை புரிந்திருக்க வேண்டும். என் விரல்களைப் பிடித்தாள்.

'நான் ... நா ... ன் அவனைப் பாக்கப்பிடாதா? அது எப்பிடி மல்லிகா ... அவனைப் பாக்காமலே நான் சம்மதிச்சுலாம் ...' கேட்டேன் ... அக்காமாருகள் முறைத்துக்கொண்டு பெரையின் வெளியே போனார்கள்.

'கொஞ்சம் பொறு ... பாக்லாம் ...'

'நம்ம அல்லியக்கா இருக்காளே ... அவா கூட பங்கியிக்க முகம் கறுப்பா சொவுப்பாண்ணு பாக்கல ... தம்பிக்கும் மாமனுக்கும் பிடிச்சிருந்தா எனக்கும் பிடிச்சுமுண்ணுதான் சொன்னா ...'

'என்னால அப்பிடியொண்ணும் சொல்ல ஒக்காது ... ரெத்தினத்துக்க அக்கா மகா பாமா இருக்காளே ... அவா கலியாணத்துக்கும் முன்னே மாப்பிளைக்க கூட டூரு போனா ... பீடி கம்பெனியில வாற அனிதா இருக்காளே ... அவா கூட அப்பிடி தான் ...'

'அவங்க எல்லாம் வாழுற சூழல் வேற ... நம்ம சூழல் வேற ... என் மாப்பிளை அனிசுக்குக் கொஞ்சம் வெளி அறிவெல்லாம் இருந்த படியால பெண்ணு பாக்கிய அன்னிக்கே எங்கிட்ட பேசினாரு ஓர்மையிருக்கா? நான் மட்டும் பெண்ணு பார்த்தா போராது ... அவளுக்கும் என்னைப் பிடிச்சணுமுண்ணு சொல்லியிட்டு நம்ம வீட்டு அடுக்களையில வந்து அஞ்சி நிமிசம் பேசினாரே ஞாபகமிருக்கா?' மல்லிகா கேட்கையில் எனக்கு அக்காட்சி ஞாபகத்தில் வராமல் இல்லை.

'இவன் அப்பிடி சொன்னானா?'

'அவன் வளந்த சூழல் அப்பிடியா இருக்குலாம் ... ஒனக்கு இப்ப மாப்பிளையைப் பாக்கணும் அம்படந்தானே ... பொறு ...' சொன்னவள் என்னை பெரை சன்னல் அருகே இருத்தினாள்.

'வெளியில வரம்ப பாத்துக்க ... இள நீல நிறத்துல சட்டை போட்டுருப்பான் ...' மல்லிகா என்னோடு சொன்னாள் ... நானும் அதற்கான சம்மதத்தோடு இருந்தேன்.

வந்தவர்கள் காபியெல்லாம் குடிச்சிட்டு வெளியே வந்தார்கள். என் கண்கள் நீல சட்டைக்காரனையே தேடின ... அவன் மச்சினங்காரனோடு பேசியபடி வெளியே வந்தான்.

திண்ணை படியில் இறங்குகையில் அவன் கண்களும் பெரையருகே வந்தன ... அவன் அழகாகவே இருந்தான். சுதனை விட நிறம் கூடுதல் ... கனமான மீசை ... குறுந்தாடி ... சிரிக்கை யிலும் அழகாகத் தெரிந்தான். எனக்கு அவனைப் பிடித்திருந்தது. சுதன் சுதன் என இருந்த மனசின் ஓரத்தில் அருள் மெல்ல எட்டி

பார்ப்பதை உணர்ந்தேன். என் மனசுக்குள் இல்லற கூடின் சிறகுகள் விரிந்தன... அருளின் சாயலிலே சில பிள்ளைகள் பிறந்தன...

பெரையருகே பார்த்தவன்... சிரித்தான்... கையை அசைத்தான். அவன் என்னைத் தான் பார்க்கிறான். என்னோடு தான் சிரிக்கிறான் என்று நினைத்து நானும், நானும் என் கையை அசைத்து டாட்டா காட்டி சிரித்தேன்... அவர்கள் போய் விட்டார்கள்...

❍

எங்க வீடு கலியாணக்களை கட்டி விட்டது. ஆக்குகாரன், பந்தல்காரன், விறகுக்காரன் என அப்பா அட்வான்ஸ் கொடுக்கத் தொடங்கிவிட்டார். மலசொரி பாட்டு பிள்ளைகள் ரோசா அருள் என்கிற பாட்டு வரிகளை மனப்பாடம் செய்து படிக்க ஆரம்பித்து விட்டார்கள். என் மனதும் ஒரு மீட்பு பெற்று. குடும்பம் என்கிற கனவு காண துவங்கியிருந்தது...

அன்று பகல் ஒரு பத்துமணியிருக்கும்... பீடி கம்பெனிக்குப் போக ஆயத்தமானேன். வீட்டின் வெளியே ஓட்டன், கூடவே அந்த அருள்... எனக்குப் பக் பக்கென்றிருந்தது. கலியாண நாளில் அணிய கூடிய ஜெம்பருக்குரிய அளவு பிளவுஸ் வாங்க வந்திருக்கிறார்கள் என்றே நினைத்தேன். முன் கூட்டியே எடுத்து வைத்த ஜெம்பரை எடுக்க பெரையில் ஓடினேன்...

'வாருங்கா பிள்ளா...' அப்பா வரவேற்றார்...

'நாங்க வாரக்கு ஒண்ணும் வரேல...' எடுத்தெறிந்தான் அருள். மனசு ஆடியது இந்த ரோசாளுக்கு...

'அங்குன இங்குன எல்லாம் அன்னளிச்சாக்குலே ஓமக்க மொவளை எவனும் நல்ல விதமா சொல்லேல... ஆனாலும் ஒரு பெண்ணு இல்லியாண்ணு மனசு உவந்து கலியாணம் செய்ய நினச்ச நானெல்லாம் ஒரு தெம்மாடி தான்.' பேசிய அருளால் பீரோவை திறந்து எடுத்த ஜெம்பரோடு பீரோவில் சாய்ந்தேன்...

'நான் பெண்ணு பாத்துட்டு இறங்கி போம்ப... அதுல நின்ன ஓட்டனுட்ட போயிட்டு வாறேண்ணு டாட்டா சொன்னா... பதிலுக்கு ஓம்ம மொவா டாட்டா காட்டியா... பல்லை இழிச்சியா... முன்ன பின்ன ஒரு பழக்கம் இல்லாமலே இப்பிடி கண்டவுடன் கையைக் காலை ஆட்டியாளே... அச்சம் மடம் இல்லாம சிரிச்சியாளே... இவளை வச்சி எனக்கு எப்பிடி குடும்பம் நடத்த முடியும்? ஓமக்க மொவா நல்லவா இல்ல. இந்த பெண்ணு எனக்கு வேண்டாமுண்ணு சொல்லியிட்டு போவ தான் வந்தோம்...'

அப்படியே உடைந்தேன்... மனசில் கட்டிய குடும்ப கூட்டில் கற்கள் விழுந்தன ... மனதில் அருளின் சாயலில் பெற்றுப் போட்ட பிள்ளைகளெல்லாம் உயிருக்காக அலறுவது எனக்கு மட்டுமே கேட்க... துவண்டேன்.

'அய்யோ நீங்க நினச்சியதுபோல எல்லாம் எனக்க மொவா இல்ல... எதோ நமக்கு ஒறப்பிச்சவன் தானேண்ணு கையைக் காட்டியிருப்பா... இல்லாம அவா பச்சப்பிள்ள மனசுக்காரி... இங்கேருங்கா அவா நட்டு விட்டிருக்கிய செடியளுக்க இலையா வாடினாலே வாடி போகிற பிள்ள மனசுக்காரி... அவளை போ... ய்...' அப்பா எனக்காகப் பலதும் சொன்ன போதும்,

'எங்களுக்கு இந்தப் பெண்ணு வேண்டாமே வேண்டாம்...'

முடிவாகச் சொன்னான். ஓட்டனோ அப்பாவிடம் வந்தான்...

'ஓய் பேசுனதிலிருந்தும் ஒரு பத்துக் கூட கொடுக்குமா... எங்கி நான் முடிச்சி விடியேன்...'

ஓட்டன் கேட்க... அப்பா தலையில் தல்லுனார்.

'என்னக்கொண்டு ஒக்காது ஓய்...'

'ஒக்காட்டா பின்ன விடும்...'

நானோ எனக்குள் சுருண்டேன். எங்கேனும் ஒரு தோள் வேண்டும் நான் சாய... இல்லையெனில் இப்பூமியில் சரிந்து விடுவேன் என்பது போலிருக்க... பெரை சுவரை பார்த்தேன்... 'சுமை சுமந்து சோர்ந்திருப்பவர்களே; எல்லோரும் என்னிடம் வாருங்கள். உங்களுக்கு நான் இளைப்பாற்றித் தருவேன்...' என்ற கர்த்தர் என்னைப் பார்த்தார்...

'எனக்க மெசியாவே...' அந்தக் கண்களை நோக்கி சாய்ந்தேன்... அதுக்குள் எங்கப்பா பெரையில் ஓடி வந்தார்...

'நீ என்னத்துக்கு அவனுட்ட கையைக் காட்டுன சவமே... எதுக்குப் பல்லை இழிச்ச நாயே...' சொல்லி சொல்லி என் தோப்பியத்தில் தல்லினார். என்னைப் பிடித்து உலுக்கினார்...

'ஏற்கனவே அங்க ஒருத்தனை ஏறுனண்ணு ஊரு முழுக்க பராதியா கிடக்கிறப்ப... இனி இவனுக்கு டாட்டா காட்டி னேண்ணு பராதியும் பழியும் ஒன்ன சுற்றி பிடிச்சி இறுக்கப் போவுது. இப்பிடியே பழியோடு வாழ்ந்தா ஒன்ன எவன் கெட்டுவான்... எவன் கெட்டுவான் சொல்லு சொல்லு...' என்னை அடிக்கும் அப்பாவின் கண்களின் சிவப்பும், என்னில் தெறிக்கும் கண்ணீரும் என் மன பலத்தை இழக்க வைத்தது...

நாள்கள் போகின்றன...

'எப்பொழுதும் மகிழ்ச்சியாக இருங்கள்...' என்கிற தகவலோடு என் வீட்டின் செடிகளின் பூக்களெல்லாம் என்னோடு சிரிக்கையில் என்னால் என் வாழ்க்கையை மனசை மாற்றாமல் இருக்க முடியவில்லை. ஊர் முழுக்க ரோசா ஒரு நல்ல பெண்ணில்லை என்கிற பழிபாவம் பரவி விட்டது. அதுக்காக இனி சாகவா முடியும்? செடிகளுக்கு வெள்ளம் ஊற்றி கொண்டு, அங்கு கிடக்கும் ஒதவலுகளைக் கூட்டி வாரி கொண்டு நின்றேன் ... கதிரொளியை வரவேற்கும் படி பல்வேறு பட்சிகள் பாடுவதும் பறப்பதுமாக திரிந்தார்கள்... கீழ்வானை பார்த்தேன்... ஒளி பிழம்பைப் பிரசவிக்கும் பேறுகால கனமோடு அடிவானம் சிவப்பேறி கிடப்பதைப் பார்த்தேன்... இன்னும் சிறிது நேரத்தில் ஒளிபொட்டும்... சிதறும்... பரவும்.

குழந்தையொன்று பிறக்கப்போகுகையில் முட்டி நிற்கும் பிரளயம் போல் சூரியன் தன் ஒளிப்பொட்டலைக் கிழக்கு வானில் பிசிறினான். ஒரு பிறப்பு போலவே சிதறிய ஒளிச்சிதறல்கள் என் வீட்டு செடிகளின் இலைகளில், பூக்களில் விழுகையில் பச்சிளம் பிள்ளையின் வதனம் போலவே ஒளி அழகு ஒவ்வொரு பொருட்களிலும் மினுங்கியது. கொல்லா இலையின் திளுப்புகளில், பத்து மணி பூக்களின் மொட்டுகளில், விரிய கூடிய குவியலோடு காற்றிலாடும் ஆலாவர்ஜங்களில், திளுத்து வரும் தெற்றிப்பூவிலென எங்குமே வருடி தவழும் பச்சிளம் வெயிலில் ஒரு புதிய குழந்தையின் வதனப்பொலிவை அழகைக் கண்டேன். எந்த ஒரு குத்தலோ, கொடூரமோ இல்லாத காலை கதிர் மனுச பிறப்பையே உணர்த்துவது போலிருந்தது...

எங்கள் வீட்டு திண்ணையில் படர்ந்து கிடக்கும் மெல்லிய பச்சிளம் வெயிலில் எனக்கு இருக்க வேண்டும் போலிருக்க... அமர்ந்தேன்... நானும் என்னை ஒளியில் அர்ப்பணித்து இருந்தேன்... ஒளி என்னை அணைத்தது...

என் இருப்பை குலைத்தபடி சாலையில் சில வாகனங்கள் போயின. அதன் முகப்பில் கறுப்பு துணிகள் பறந்தன.

எல்லா வண்டிகளும் சுதனின் வீட்டின் முன் போய் நின்றன ... அதற்குள் கோயிலில் சாவுமணி ஒலிக்கும் சத்தம் கேட்டது. பிச்சியக்காளின் கடைக்குப் போன அப்பா வருவது தெரிந்தது...

'அப்போ யாராக்கும் செத்தது?' திகிலோடு கேட்டேன் அப்பா சுதனின் வீட்டை கண்களால் காட்டினார்...

'அங்க அந்த வாத்திச்சி ... மொவுளுக்க வீட்ல வச்சி செத்துருக்கு'

எனக்கு நெஞ்சில் வலி பிராண்டியது. அப்பா அங்கு வேலைக்குப் போகுகையில் நான் போனதும், சுதனுக்கு மந்திரங்கள் கற்றுக்கொடுக்க வைத்ததும், சுதனுக்கும் எனக்குமான அன்பை அவங்க அக்கா வழியாகக் கேள்விப்பட்ட பின் ஒரு தடவை பார்க்கையில் அவர்கள் என்னோடு சிரிக்கவில்லை. பேச வில்லை... அதன் பின் பார்க்கவும் இல்லை.

'லே மாசி வாறியா?'

'வாறுரா... ஒரு எட்டுப் பாத்துட்டு வல்லாம்...'

'ஓ...' அப்பாவும், மாசியுமாக நிர்மலா டீச்சரைப் பார்க்க போனார்கள். எனக்கும் பார்க்க ஆசையாக இருந்தது...

'நீ அங்க எல்லாம் வராண்டாம்... அந்தச் சவத்துக்குப் பிறந்தவனும் அதுல நிப்பான். அவனால ஒன் பேருக்குத் தோசம் வந்து, வாழ்க்கையில ஒரு கரையும் இல்லாம இருக்கிய இந்த நிலையில நீ அவனைக் காணாண்டாம். ஒன்னையெல்லாம் அவன் பாக்கிற காலத்துல நீ அவனை விட நல்ல நிலையில இருக்கணும்...' அப்பா கனமாகச் சொன்னார்.

எனக்குத் தெரிந்த வகையில் சுதனும் கலியாணம் பண்ணியிருக்கவில்லை. என் கூட்டுக்காரி லோட்டஸும் சுதனும் சித்தப்பா பெரியப்பா பிள்ளைகள் என்பதால் லோட்டஸ் வழியாகக் கேட்ட தகவல்கள் படி சுதன் பெரிய படிப்பெல்லாம் படிச்சி நல்ல வேலையெல்லாம் பார்க்கிறதா சொன்னா...

ஏதோ சோகம் அமுக்க திண்ணையிலே இருந்தேன்.

முற்றத்திலும், செடி கொடிகளிலும் பச்சிளம் பிள்ளை போல் சுகமாகக் கிடந்த வெயிலில் இப்போது கடினம் கூடியிருப் பதைப் பார்த்தேன். பூக்களில் வட்டம் வட்டமாக கிடக்கும் வெயிலில் சுட்டித்தனம் விரவி தெரிந்தது. ஒன்பது மணி வெயிலில் பால பருவத்திற்குரிய சேட்டைகள் தெரிந்தது...

வீட்டிற்குள் போனேன்... அப்பா கிடக்கும் கட்டிலின் அடிப்பாகத்தில் இருக்கும் பீடி தட்டைப் பார்த்தேன். ஒரு வித எரிச்சல் வந்தது. நேற்றிரவே முடிக்க வேண்டுமென நனைத்து வைத்த இலையில் பாதிகூட இன்னும் உருட்டி முடிக்க வில்லை. ஈரம் அப்பிய இலையைப் பீடி தட்டில் பரத்தி வைத்துவிட்டு உறங்கினேன். எழும்பிய பிறகும் அவைகளைச் சுத்தி முடிக்க மனம் வரவே இல்லை. என் வேலை எனக்கு மிகப்பெரிய பாரமாகவே இருந்தது... மடியாகவே குனிந்தேன்... பரத்தி

வைத்த இலைகள் எப்போதோ உலர்ந்து போயிருந்தன ... இன்னும் இவைகளை நனைத்தால் இலைகளின் ஓரம் கறுக்கும். கறுப்போ சிவப்போ அடித்திருக்கும் பீடிகளைக் கம்பெனி ஏற்றுக்கொள்ளாது. இலைகள் இல்லாமல் போனால் தொழிலுக்கே நஷ்டம். என்ன தான் செய்வது? அப்படியே இலைகளை ஒன்றாக வாரி நசுக்கினேன் ... பிதுக்கினேன் ... கோபம் கோபமாக வந்தது.

சுதன் வந்திருப்பான் ... என்கிற எண்ணமே என் சகல கோபத்திற்கும் காரணம். பழகி பாசம் வைத்தவள் அருகே தானே இருக்கிறான் ... என்னைப் பார்க்கத் தோணுமா?

நினைக்கையில் வீட்டு முற்றத்தில் லோட்டஸ் வந்து நின்றாள் ... எனக்கு அவளைக் கண்டதும் இன்னமட்டெனை இல்லாத சந்தோசம்.

'லோட்டஸே...' ஓடி போய் கையைப் பிடித்தேன். அவளருகே அவளின் மூன்று வயது மகள் ... இன்னும் அடுத்து வயிற்றில் ஒரு கனம் தெரிந்தது ...

'பின்னும் ஒனக்கு விசேசமா?' ஆச்சரியமாகவே கேட்டேன் ...

'ஆமா இன்னா இன்னாண்ணு வயசும் இருபத்திநாலு ஆகுது இல்லியா ... இருபத்தியஞ்சி வயசுக்குள்ளால பிரசவத்தை முடிச்சா தானே நல்லது. அதுக்க பிறகு பெட்டச்சிக்குத் தேகத்துல பெரிய வலுவெல்லாம் இல்லாம இல்லா போயிரும்...'

லோட்டஸ் சும்மாதான் சொன்னாள் ... ஆனால் எனக்கு நருக்கென குத்தியது. எனக்கும் இவள் வயசு தானே ... அப்படி யிண்ணா எனக்கு இன்னுமே கலியாணம்கூட ஆகலியே ...

'இஞ்ச சாவுக்கு வந்தியோ ..?'

'ஆமட்டி ... சித்தியாச்சே ... அதான் காலத்தே சுதன் வீட்டு போணுக்கு விளிச்சான் ...'

'ரொம்ப அழுதிருப்பானே ...'

'ம் ... பின்ன அவ்விய எல்லாருக்கும் ரெண்டு வருசத்துக்க முன்னே அவங்க கண்டிசன் தெரியும் ... அதுனால ஆறி தேறினாங்க ...'

'சுதன் இஞ்ச வந்திருக்கியானா?'

கேட்கும் போதே என் நெக்கு உருகிப் போவதை லோட்டஸ் கவனித்தாள். என் கையைப் பிடித்தாள் ...

‘ஒடஞ்ச கண்ணாடியை மறுபடியும் எப்படி ஒட்ட வச்ச முடியாதோ? அதுபோல தான் சுதனுக்கும் ஒனக்குமான காதல்… அவன் இப்ப வேற லெவுல போயிட்டாமுட்டி…’

பேசி பேசியே திண்ணையில் வந்தோம். லோட்டசின் மகளை என் மடியில் இருத்தினேன்…

‘எதோ பெரிய அமைப்பெல்லாம் ஆரம்பிச்சி… அதுக்கு அவனே பொறுப்பாளாராக இருந்து சமூகம் கருத்துரை அது இதுண்ணு மாறியிட்டான்…’

‘அமைப்பா?’ வியந்தேன்.

‘ஆமட்டி, சமூக ஆர்வலர்களுண்ணு சொல்லுவாங்களே… அப்பிடி… சமூக ஆர்வம் மிக்க பெண்கள் ஆண்களெல்லாம் சேர்ந்து இருக்காங்க. கண்கள் தானம், இரத்த தானம், பெண்களின் கல்வி அப்படி இப்படிண்ணு கருத்துரைகள் சொல்லுறதுமாக இருக்கான்.’

லோட்டஸ் சொன்ன சேதியால் அவன்மீது ஆச்சரியம் கூடியது. என் சுதனா இப்படி? தனக்குண்ணு ஒரு வாழ்க்கையை யோசிக்காம சமூகமாக மாறியிட்டானா?

‘லோட்டஸ் எனக்கு அவனைப் பாக்க ஒக்குமா?’

‘ஒனக்குக் கிறுக்காட்டி… அவன் ஒன்ன பரியெடுத்தது மறந்து போச்சா? ’

‘பாக்கத் தானே கேட்கியேன்…’

‘நீ பாத்தா அவன் பாப்பானா?’

‘இல்ல சமூகம் அமைப்புண்ணு இருக்க பெரிய மனசு வேணும் இல்லியா… நானும் சமூகத்தில உள்ள உறுப்பினர் தானே…’ சிரிச்சிட்டே சொன்னேன் . . .

‘பின்ன ஒண்ணு பண்ணு அவனுக்க அமைப்புல போய் சேர்ந்து கருத்துரை விழிப்புணர்வுண்ணு போ…’

லோட்டஸ் சொல்வது எனக்குப் பிடித்திருந்தது…

‘போட்டட்டி…’ ஆர்வமாகக் கேட்டேன்.

‘ஒன்னையெல்லாம் அங்க ஏத்துவானாக்கும்… அந்த ஒலகமே வேறட்டி. நீ எல்லாத்தையும் மறந்துட்டு, நல்ல ஒரு சம்மந்தம் வர வேண்டிக்க… நல்ல ஒருத்தன் மாப்பிளையா வரம்ப ஒன் மனசு மாறி போயிரும்.’

‘அதான் ஒண்ணும் அமையேலியே…’

'ஒனக்குண்ணு இனியா ஒருத்தன் பிறப்பான் ... அவன் எப்பளே பிறந்திருப்பான். வருவாங்குட்டி ஒனக்கும்...'

'ஏன் அது சுதனா இருக்கப்பாதா?' கேட்ட என் சுண்டை இறுக்கி பிடித்தான்...

'அவன் இப்ப பொத்தையில பாத்த சுதனா இல்ல. அவனுக்குண்ணு எவ்வளவு கேள் பிரண்ட்ஸ் இருக்காங்க தெரியுமா?'

'இருக்கட்டு அதுக்கென்ன?' இப்படி சொன்னாலும் எனக்கு வலிக்காமல் இல்லை.

'கலியாணமெல்லாம் பண்ணிக்கவே போறதில்லண்ணு எங்கிட்ட சத்தியம் சொல்லியிருக்கான்... கலியாணம் வெறும் ஒரு அடிமைத்தனமுண்ணு எங்கிட்ட வைப்பான் முழு நீள கருத்துரை... என் காதுல ரெத்தம் வந்தாலும் விடவே மாட்டான். எனக்குத் தெரிஞ்சி அவன் ஒரு மனைவி, ஒரு குடும்பம் என்கிற சின்ன வட்டத்துல அடங்க மாட்டான். அவன் ஒலகம் ரொம்ப பெரிசுட்டி... அந்த ஒலகத்தில ஒனக்கோ எனக்கோ நிற்க முடியாது. அங்க காதல் அன்பு பாசம் என்கிற செண்டிமெண்ட் எல்லாம் இல்லவே இல்லை. ரீனாண்ணு ஒருத்தியை ஒரு நாளு கூட்டியிட்டு வந்தான்... மறுமாசம் ஜிசாண்ணு ஒருத்திகூட வந்தான்... இன்னும் ரெண்டு மாசம் கழிச்சி லிற்றிலுண்ணு ஒருத்திகூட வந்தான். இதெல்லாம் அவன்கூட உள்ள பிரண்ட்ஸ் என்கிறான்... எங்கம்மாவே ஒருநாள் அவனுட்ட 'ஒருத்தியை கெட்டியிட்டு இருக்குலாமே...' கேட்டதுக்கு...' அதெல்லாம் சுத்த ஃபோர் என்கிறாங்குட்டி...'

லோட்டஸ் சொல்லுவதை என்னால் உள்வாங்க முடிந்தது.

'சும்மா பாக்க தான் ஆசைப்பட்டேன்... சரி அதை விடு... வா பிள்ளையும் வீட்டுல கூட்டியிட்டு ரெண்டு பேருக்கும் சாயைப் போட்டு தாறேன்... அப்பா இப்ப வரும். வந்ததும் பிச்சியக்காளுக்க கடையிலண்டு பண்டம் வேண்ட சொல்லுலாம்...'

லோட்டஸும் மகளும் வீட்டிற்குள் வந்தார்கள்... வீடு முழுக்க கிடக்கும் அமைதியை லோட்டஸ் உள்வாங்கினாள். அடுக்களையில் கழுவி கமத்தி வைத்த பாத்திரங்கள் அப்படியே இருந்தன... மடித்து வைத்த துணிகள் அடுக்குக் குலையாமல் இருந்தன... கோரி வைத்த வெள்ளம் சிம்பவே இல்லை.

'எனக்க வீடும் இருக்கே... ஒரு பொருளை வச்சா அது வச்ச இடத்திலே இருக்கியதே இல்ல... எல்லாம் இந்த அக்குருமி குலச்சி மறிச்சிருவா... வீடு முழுக்க எப்ப பாரு ஒதவலை கூட்டி யிட்டே இருப்பா... வீட்டுல பிள்ளையா இல்லண்ணா வீடு

மயானமா தான் கிடக்கும்போல...' லோட்டஸ் சும்மாதான் சொன்னாள்... எனக்குக் குத்தென குத்தியது... வலிக்கிறது.

பொத்தையில் விளையாடும் போதே குழந்தைகள் என்கிற தாய்மையில் பெற்ற கல்லு பிள்ளைகள் எத்தனை... எத்தனை? சம வயசுக்காரி இரண்டு பிள்ளைகளின் தாயாகும் போது இன்னும் ஒரு பிள்ளைகூட எனக்காக என் வீட்டில் இல்லையே... இருந்திருந்தால் இவள் சொல்வது போல் என் வீடும் குலைந்து மலைந்து போயிருக்கும்... பாத்திரங்கள் அழுக்காகிக் கிடக்கும்...

'ஒனக்கும் கலியாணம் ஆயிட்டா, ஒன் பிள்ளைகளால வீடு நிறையும் இல்லியா...' சிரிச்சிட்டே சொன்னாள்... எனக்கும் அந்த ஆசை இல்லையா? இருக்கே...

காச்சி வச்ச சாயையை ஆத்துகையில் அப்பாவும் மாசியும் வந்தார்கள். லோட்டஸ் அப்பாவை கண்டதும் வெளியே போய் பேசினாள். மாசியோடு மல்லிகாளை விசாரித்தாள்.

நிர்மலா டீச்சரின் அடக்கம் முடிந்தது... சாயங்காலம் வாக்கில் நான் பொத்தையில் போனேன். மனசின் எங்கோ ஒரு மூலையில் நிச்சயமாக சுதன் அங்கு வருவான் என்றே நினைத்தேன். என்னதான் அமைப்பு, கருத்துரை, விழிப்புணர்வு என்றெல்லாம் தன் உலகை விரித்தாலும் அடிநாதம் என்கிற வேர் இங்கு தானே... மனசில் நான் இருக்கத் தான் செய்வேன்?

12

பொத்தையின் வழி பாதையின் கீழ் பக்கம் போன நான் அதிர்ந்து போனேன். பொத்தையின் வழி பாதையெல்லாம் கிளைத்து போடப்பட்டிருந்தது. நீராழிக்குண்டின் முகம் வரைக்கும் மண் குவியல் தெரிந்தது. ஒற்றையடியாகக் கிடந்த வழிகளின் ஓரங்களில் நின்ற பூஞ்சட்டை செடிகள், முறியம்பச்சிலை செடிகள், இன்னுமாகப் பூச்சட்டி செடிகளெல்லாம் வேரோடு பிடுங்கப்பட்டுத் தூக்கி வீசப்பட்டிருந்தன … புள் டோசர் வைத்து வழிகளெல்லாம் தாறுமாறாக விரிவாக்கம் செய்து போட்டிருந்தார்கள். இரண்டு நாளைக்கும் முன்பு வரைக்கும் நான் இங்கே வருகையில் இப்படி யெல்லாம் இல்லை. அது போல், கற்றாழை வேலி களெல்லாம் அடியோடு அறுத்து வீசப்பட்டிருந்தன… காடு போல் பாறைகளும், மரங்களும், பறவைகளு மாகக் கிடந்த மானாடு பொத்தைக்கு என்னவோ ஆக போகிறது என்பது மட்டும் தெளிவாகத் தெரிய… என் நெஞ்சைப் பிடித்தேன்…

'இங்கெல்லாம் இனி மெயின் சாலைகள் வாறதுனால பொத்தைக்கு நல்ல மதிப்பு… சும்மா அது பாட்டுக்குப் பாறையும் மயிருமா கிடந்தா எவன் வந்து வாங்குவான் . . . இதைப் பெரிய டவுனாக்கி நல்ல சக்கறத்துக்கு வித்துத் தள்ளணும்… இல்லியா நல்லதா எதங்கிலும் தொழில் ஸ்தாபனம் துடங்கணும்…'

ஊரில் உள்ள மும்பர் மத்தியாசோடு ரெத்தினம் சொல்லி கொண்டு வருவது என் காதில் விழுகையில் என் தேகம் துடித்தது… சங்கு பொட்டியது. பொத்தை யின் ஆன்மா அலறுவது என் காதில் விழ . . . நிற்கதியற்ற பெண்ணாக மிரண்டேன். கிளைத்து போட்ட வழி பாதையருகே நிற்கும் என்னைக் கடந்து மும்பர், மும்பருக்க பெண்டாட்டி, ரெத்தினம்,

ரெத்தினத்தின் தம்பி பாபு, சுதனின் அக்கா புருசன் என போனார்கள்...

'பாறை... பாறையெல்லாம் அழிச்சியது பெருங்குத்தமுன்னு அரசாங்கம் சட்டம் போட்டுருக்காமே...'

குரல் தாண்டி வார்த்தை வெளியில் எம்ப வில்லை. ஆனாலும் என் சீலை தும்பை உருட்டிய படியே சொன்னேன். ராயப்பனும் அவனோடு போனவர்களும் கூட்டாக என்னைத் திரும்பி பார்த்தார்கள்... ரெத்தினம் இளக்காரமாகச் சிரித்தான்.

'அரசாங்கமே நாங்க தான்...' மும்பரின் தோளில் கை போட்டுச் சொன்னான். பொத்தையை அழிப்பார்கள் என்பது தெளிவாகப் புரிந்துவிட... எப்படி காப்பாற்றுவேன்? ஓடினேன்... யாரையேனும் அழைக்க...

குடுகுடுவென என் கால்கள் ஓடுகையில், என்னை மறிப்பது போல் சுதன்... ஆமா சுதனே தான்... மூச்சு முட்டியது...

வளர்ந்திருக்கிறான்... முன்பை விட தெளிவாகத் தெரிந்தான்... அவனிடமிருந்து பணக்கார மணம் வீசியது...

'பொத்தையை அழிக்கிறாங்களாமே...'

என்னைப்பற்றி கூடச் சொல்லவில்லை. அவனைப்பற்றி கூடக் கேட்கவில்லை... எனக்கும் அவனுக்குமான அன்பை ஊற்றி வளர்த்த பொத்தையைப் பேசினேன்...

'அது சும்மா எதுக்கு வேஸ்ட்டா கிடக்கணும்... எல்லாத்தை யும் அழிச்சி ஒழிச்சி நல்ல ஒரு பேக்ட்டிரி கொண்டு வரணும்...' சுதனா இது... சுதனா இது? சமூகம் விழிப்புணர்வு என்றெல்லாம் லோட்டஸ் சொன்னாளே.

'பொத்தைக்கு உயிருண்டு... அதை மறந்துட்டியா?'

'நீ இன்னுமே அந்தப் பழைய பஞ்சாங்கத்துல தான் இருக்கிற இல்ல... இன்னும்கூட நீ மாறவே இல்ல...'

'நான்... நான் எதுக்கு மாறணும்...'

அதற்குள் மேல் பக்கம் போன அவனின் மச்சினன் அழைக்க... விறுவிறுவென அவன் என்னைக் கடந்தான். எத்தனைக் காலங்கள் கழித்து கண்ட பிறகும் அவன் கண்களில் எனக்கான ஈரம் காணவே இல்லை. லோட்டஸ் சொன்னது போல் சுதன் இப்போது வேறு ஒரு ஆளோ?

ஏன் இவ்வளவு துக்கம் கொள்கிறேன். என் மகிழ்ச்சியை விழுங்கும் படியாக ஏன் எனக்கு சூழல்கள் அமைகின்றன... சுதன்

என்னைக் கண்டு கொள்ளாமல் போனது. பொத்தையைச் சுற்றி வருவிக்கும் பாதைகள்... அங்கு நிகழ்த்த போகும் மாற்றங்கள் ஏன் என்னை அழுகைக்கு ஆட்படுத்துகின்றன... அந்தி வேளை... மாலை வெயில் பரவி கிடந்தது. காலையில் பூத்து குலுங்கிய பூக்களெல்லாம் இதழ்களைத் தாழ்த்தி நின்றன... ஒரு சாவுக்கான கலவரத்தோடு... இன்னும் சிறிது நேரத்தில் இருள் மூடும்... விடியும்போது இந்த இதழ்கள் உதிர்ந்துபோயிருக்கும். அந்தி என்றாலே, எப்போதுமே சாவின் சேதியோடுதான் தெரிகின்றன... மாலை வெயில் மூப்புக்கார கிழவனை போல் பொலிவிழந்து கிடந்ததைக் கண்டேன்.

அதிகாலையில் பச்சிளமாக விரியும் கதிர் போகப் போக மூப்பை எட்டி விடுகிறது. பாலப்பருவமாகிய பத்துமணி வெயில் வாலிப பருவமான மதியத்தைத் தொட்டு, அப்படியே முதுமையைத் தொட்டு... இரவு என்னும் சாக்காட்டில் போய் முடிகிறது.

சூரியனை போல் எனக்கும் சில பருவங்கள் உண்டு... இப்போது இந்த ரோசா உச்சை வெயிலாகிய இளமையில் இருக்கிறேன்... இன்னும் சில வருடங்களில் முதுமை என்னைத் தொடும்... இப்படி நினைக்கவே எனக்குள் ஒரு வித வெப்புராளம் மூள... இச்சூழலை கலைக்க நினைத்து எழும்பினேன்...

'டூமீல்... டமீல்...' என்கிற சத்தம் கலவரமாக என் காதில் விழுந்தது...

'பொத்தப் பக்கம் யாரும் போவாதீங்க... அங்க பாறைகளை வெடி வைக்கிறாங்க...'

எலிசபெத்து சத்தம் போட்டு சொல்லும் இச்சொல்லால் பொடி பொடியாகிப் போனேன். மான்களைப் போல், யானைகளைப் போல், சொக்கன்களைப் போல் நிமிர்ந்து நின்ற பாறைகளின் இதயம் எப்படி உடைந்து போயிருக்க முடியும்?

இச்சத்தங்களைத் தாங்க இயலாமல் இரு காதுகளையும் பொத்தினேன். ஆனாலும் 'அய்யோ அழிந்தோம்...' என்று பொத்தை முழுக்க மரண கோலம் கேட்டு கொண்டே இருந்தது...

ரோசா பெண்ணின் வாழ்க்கையைப் போலேவே, என் உயிரில் கலந்த பொத்தையும் அடித்து நொறுக்கப்பட்டது.

இரவு நான் தூங்கியிருக்கவில்லை. கண்களை மூடினால் பச்சை பச்சையாக விரிந்து கிடக்கும் பொத்தையின் காட்சிகள், அங்கு நான் கண்ட சந்தோசங்கள்... எனக்கு நடந்த கலியாணம், பெற்ற பிள்ளைகள். நான் தின்ன சக்க மாங்காய்க ளெல்லாம் ஓர்மையில் பிசைய பிசைய விடிய விடிய தூக்கம் தொலைக்கிறேன்...

கய்த பூவு

‘மக்கா கட்டங்காப்பி காச்சியா?’

விடியற்காலையில் இதமான தேயிலை காபியை காய்ச்ச எழும்பினேன்.

அடுக்களையில் போய் கட்டங்காப்பி காய்ச்சேன். என் சின்னப்பருவத்தில் ஐம்பது பைசாக்குக் கூடக் கருப்பட்டி வேண்டினேன் ... இப்போது ஒரு கிலோ நயம் கருப்பட்டி இருநூறுக்கும் மேலாக ஆகி விட்டது. இந்த லெட்சணத்தில் எப்படி நல்ல கருப்பட்டி வாங்க முடியும்? கூறு வச்ச சீனி பாவு கருப்பிடி பீடி கம்பெனியில் சம்பள நாளில் கொண்டு வைத்திருக்க... அதிலிருந்து வாங்குன அரக்கிலோ கருப்படியைப் பொடிச்சி, அதுக்கக் கூட சீனியும் தேயிலையும் போட்டு காய்ச்சினேன்... அப்பாவுக்கும் எனக்கும் கட்டங்காப்பி குடிப்பது ஒரு சீலமாகி விட்டது. அதுவும் காலை தோறும் வீட்டின் திண்ணையில் இருந்து கட்டங்காப்பி குடிப்பதில் இருக்கும் சுகம்... அப்போது கிடைக்கும் அமைதி... இனம் புரியாத ஒரு அழுகை... இதெல்லாம் எனக்குக் தேவையானது.

கொதிச்சி மறிஞ்ச காப்பியை அடுப்பிலிருந்து இறக்கி அப்பாவுக்கு ஒரு கப்பில் ஊற்றி விட்டு, எனக்கும் ஊற்றி எடுத்துட்டுத் திண்ணையில் வந்தேன் ... ஆவி பறக்கும் கட்டங் காப்பியின் தேயிலை மணம் இதமாக இருக்க மெல்ல உறிஞ்சினேன் ... எதிர்பக்கம் சம்மனசின் வீட்டுப் பொடிந்த திண்ணையில் சம்மனசு கிடந்தான். காலை அட்டணங்கால் போட்டுட்டுத் தலையை மூடியிட்டுக் கிடப்பவனைப் பார்க்கை யில் ஒரு பயமே வந்தது ...

‘அந்த கிறுக்கன் நேத்து முந்தினாத்தே ஊருல கிடக்கியான். நீராழிக்குண்டுக்க கிட்ட தான் ஓயாம சலம்பியிட்டுக் கிடக்கி யான் போல... அவனுக்க முகத்தை எனக்கே பாக்க ஒக்கேல... அந்த அளவுக்கு இடது கன்னத்துல ஒரு வெட்டு காயம். வலது பக்க கண்ணடியில தடிமனா ஒரு கறுப்பு ... எதோ போலிஸ்காரனையே அடிச்சிருக்கான்போல ... விடுவுனுமா சும்மா? சதச்சி தான் விட்டிருக்குப்போல. ஊருல யாருமே அவனுட்ட பேசியதில்ல... அவனை அங்க கண்டா இஞ்ச ஒதுங்கி போவுனம். ஒனக்க ஒரு ஒடுக்கத்த சினேகம் உண்டே அதை அவனுட்ட காட்டி யிராத. ஒண்ணாமவுதே நம்ம பாடு பெரும்பாடா ஓடுது.’

அப்பாவுக்கு என் மீது பயம் கிடந்தது ... செடிகளின் இலைகள் வாடினாலே இரங்கும் என் சுபாவம் சம்மனசோடும் இரங்குமோ என்கிற பயம்.

'லே நீக்கம்பெடுத்தவனே... ஏம்புல நீ இப்பிடி இருக்கிய?' வியாகுலத்தின் முறைக்காரி ராணி சம்மனசிடம் பேசுவது இங்கு வரை கேட்டது.

'இப்ப ஒண்ணும் கெட்டுப் போவேல... எல்லா பிறவர்த்தியை விட்டுட்டு நல்லதுபோல ஒனக்கேத்த எதம் வேலையைச் செய்து பத்துப் பைசா உண்டாக்கி வீடை செவ்வு செய்து ஒரு பாவப்பட்ட பெண்ணைப் பாருல...'

'லே எழும்பி இந்தச் சாயையைக் குடி... இன்னா ஒரு குத்தி புட்டு இருக்கு... எழும்புல...' ராணி அவனை எழுப்பினாள். மூடு துணியை முகத்திலிருந்து உருவினான் சம்மனசு... நான் பயந்தேன்... சம்மனசு இதை கவனித்தான்.

'நான் பிசாசு இல்லண்ணு சொல்லு... அந்த ரோசா பெண்ணுட்ட...' என் பெயரை தெளிவாக உச்சரிக்கையில் கேட்டுட்டு இருந்த அப்பாவுக்குக் கோபம் வந்தது...

'லே எனக்க பிள்ளைக்க பேரை சொன்னா ஒனக்க நாக்கை இழுத்து பிடிச்சி அறுத்துருவேன்...'

அப்பா எகிறினார்.

'ரோசாப் பூ சின்ன ரோசாப் பூ...' பாடினான் சம்மனசு... எனக்குச் சிரிப்பாக வந்தது.

'பெண்ணே உள்ள போ.' அப்பா வெடித்தார் என்னிடம்.

'இவனையெல்லாம் செயிலு இடிஞ்சாலும் வெளியில விடப்பாது...' அப்பா சொல்ல... ராணிக்குக் கோபம் வந்தது.

'ஓமக்கு இப்பிடியொரு மொவன் இருந்திருந்தா இப்பிடி சொல்லுவுரா ஓய்... சம்மனசு பய அப்பிடி என்ன தப்பு செஞ்சிட்டான். ஊரு ஒலகத்துல அவன் சில விசயம் தட்டி கேட்டதுக்கு இப்பிடி கொலவாதக்காரனா மாற்றியிட்டாங்க...'

'அவன் நல்லவனோ கெட்டவனோ எனக்கு ஒண்ணும் அறியாண்டாம். அவன் எனக்க பிள்ளைக்க பேரை சொல்லப்பாது... ஒண்ணாமவுதே நான் நெஞ்சு வெடிச்சி கிடக்கியேன்...'

'ரோசாப் பூ...'

மீண்டும் சம்மனசு பாடினான். அப்பா என்னை வீட்டுக்குள் அழைத்து முன் கதவை அடைத்தார். நான் பெரை சன்னல் வழியே வெளியே பார்த்தேன். சுதனின் கார் எங்கள் வீட்டின் முன் பக்கமாகக் கடந்து போவதைப் பார்த்தேன். வெளுவெளுத்த

விலை கூடிய காரில், அவன் போனான்... லோட்டஸ் சொன்னது போலவே அந்த வாகனத்தில் சில நவநாகரிக நங்கைகள் தெரிந்தார்கள் ... என் கண்கள் அவன் கார் போன திசையை வெறித்து பார்த்த... அந்தக் கணத்தில் வரிசையாக... பொத்தை யின் பாறைகள் பிணத்துண்டுகளாக டிப்பர் வண்டிகளில் போவதைக் கண்டு செத்து நின்றேன் ... நீராழியருகே பூத்து நிற்கும் கய்த பூவின் வாசம் எங்கோ அனாதையாக மணத்தது.

கையிருந்த கட்டங்காப்பி தானே கவிழ்ந்தது ... இதே காட்சியை சம்மனசும் பார்த்தான். அவன் என்ன நினைத்தானோ விறுவிறுவென சாலையின் நடுவில் போய் நின்றான்...

'ஆருட்ட கேட்டுட்டுப் பாறையை உடச்சீங்கல ... கூதி மொவுனுவளே ...'

'லே ... நீ ஒன் வழியைப் பாத்துட்டுப் போல ... அது என்ன ஓங்கொப்பன் வீட்டு வகையா? உடையக்காரங்க உடச்சி யிருக்காங்க. நீ என்னத்துக்கு தற்குத்தற நிற்கிற?' ராணி அவனைப் பிடித்து மாற்ற முயன்றாள்.

'வானமும் பூமியும் அதில் உட்பட்ட கடலும், வனமும், பாறைகளும், மரங்களும் எல்லாருக்குமான வகை. அதை பிரமாண எழுத்துல சுருக்கி வச்சிட்டு என் நிலம்... ஒன் நிலமுண்ணு சொல்லியது சரியே இல்ல.'

படித்தும் பண்புமான சமூகம், விழிப்புணர்வுண்ணு அறியப்படும் சுதனோடு இல்லாத ஒரு அழகான மனசு சம்மனசிடம் கண்டேன்.

'இதுல கிடக்கிய பொத்தைக்க பிரமாணம் ரெத்தினதுக்கு உள்ளதுண்ணு பாறையும், மரங்களும் அவனுக்க உரிமையே இல்ல ...'

கையிலியைத் தூக்கி கட்டிக்கொண்டு நின்றவனைப் பார்த்து ராணி பதறினாள். அவன் அசையவே இல்லை. அவள் பதறியதில் இருந்த காரணம் போலவே விசயம் கேள்விப்பட்டு ரெத்தினம் அவனின் பழக்கத்தில் உள்ள போலீசுகளை அழச்சிட்டு வந்தான்.

'நீ என்ன பெரிய ரவுடிசமா காட்டிய?' சுற்றி வளைத்து பிடித்தார்கள் சம்மனசை ... ராணி அழுதாள் அழுகை. அவனைப் போலீஸ் பிடிக்கையில் எங்கப்பாவுக்கு எதோ பெரிய நிம்மதி வந்தது ... நெஞ்சில் கை வைத்தார் ... சம்மனசு போன பாதையில் என் கண்கள் போய் நின்றன...

இரவு எப்படியும் பத்துமணி இருக்கும். பெரையில் கிடக்கும் என் கண்கள் அயரவே இல்லை. தோட்டத்தில் பூத்த மல்லிகையின் விரிதலில் கலந்த மணம் இப்பிடாவை முழுக்க நறுமணமாகப் பரவி திரிந்தது… ஆனாலும் அமைதி கொள்ளவில்லை. தட்டி முட்டி இருபத்தியைந்து வயது முடியப்போகிறது. கூட உள்ள எல்லா குட்டியளுக்கும், எகதேசமான பயலுகளுக்கும் கலியாணம் முடிந்து விட்டது. சுதனோடு மத்திரம் வைத்து என்னைக் காதலித்த அப்புவுக்குக் கூட அடுத்த வியாழன் கெட்டு. போன வாரம் வீட்டில் கொண்டு அழைப்பிதழ் தரும் போது என்னை ஒரு வித இளக்காரத்திலே பார்த்தான். அவனுக்கென்ன? போலீசுக்காரனாக மாறி விட்டான். வாத்திச்சி ஒருத்தியைக் கலியாணம் செய்ய உள்ளான்… நானும் ஒரு வேளை அவனைக் காதலித்திருந்தால்... இன்னும் அதெல்லாம் யோசிப்பது தவறு என்று கமந்து கிடந்தேன்…

என்னோடு உள்ளவர்களெல்லாம் குடும்பம் குட்டிகளாகி என்னைப் பார்க்கையில் என்னையறியாமலே எனக்குள் அவமானம் வருகிறது… சமூகத்தில் எனக்குப் பல பின்னடைவுகள் நடக்கத் தொடங்கியிருந்தது. வெளியில் போனாலே… அக்கம் பக்கம் பார்க்கிறவர்கள்…

'ஒண்ணும் அமையலியோ? ஏன் ஒனக்கு இப்பிடி நாளு இழுத்தடிச்சிட்டே போகுது. காலா காலத்துக்கு நடந்தா தானே நல்லது… இனி கிழவியானா பிறகு எப்பிடி நடக்கும்?'

கேலியோடு கேட்டார்கள் பெட்டச்சிகள். போன வருசம் கோயில் திருவிழாவுக்குப் போயிருந்தபோது என்னோடு உள்ளவர்கள் பிள்ளையும் குட்டியுமாக வந்தார்கள். என்னைப் போட்டுக் கலைத்தார்கள். இப்ப எல்லாம் கோயிலுக்குக் கூடப் போக மனசு இல்லாமல் ஆகி விட்டேன். பீடி கம்பெனியிலும் இது போல கேட்கத் தொடங்கிவிட்டார்கள்… பதில் சொல்லி சொல்லி மடுக்குது.

போன கிழமை கூட இன்னா என முழுத்து வந்த சம்மந்தம் பேசி முடித்ததில் அரைபவுன் மோதிரம் பேளைப்பெட்டிக் காரிக்குக் கொடுக்க கேட்டதில் இழுவலியாகி மாறி போனது. அவனோடு கூட மலசொரி பாட்டுக்காரிகள் மணி ரோசா வாழ்க வாழ்க என பாட்டுப் படித்தார்கள். பின் அதுவும் மாறி போனது… அதற்கு அடுத்ததாக விக்டர் என ஒரு சம்மந்தம் ஒழுங்காகி வந்தது.

கல்யாணங்கள் ஒழுங்காகி வராமல் போக, போக சம்மந்தக்காரர்களை மிகவும் மறைத்து தான் வீட்டிற்குக்

கூட்டியிட்டு வருவார் அப்பா. பிச்சியக்காளின் கடையருகே இறங்கி, அங்கு கிடக்கும் கலுங்கில் கூடியிருப்பவர்களோடு விசாரிக்கையில் என்னைப்பற்றி சிங்கிடி கூட்டங்கள் சொல்லி கொடுப்பதை அப்படியே நம்பி ஓடி விடுவார்கள்... அதற்கும் ஈடாக பணம் கேட்பார்கள். என்னே ஒரு கொடுமையாகிப் போய் விட்டது வாழ்க்கை. பிறகெல்லாம் சம்மந்தக்காரர்கள் வரும் பஸ்ஸை கேட்டு வைப்பார் அப்பா, தக்க நேரத்தில் அங்கு போய் நின்று இறங்கிய கையோடு சம்மந்தக்காரர்களைக் கூட்டியிட்டு வருவார்... அப்படியே கூட்டியிட்டுப் போய் பஸ்ஸும் ஏற்றி விடுவார். இதையும் மீறி விசாரிப்பு அது இதுவென ஆகுகையில் அப்படியே காணாமல் போய் விடுகிறார்கள். ஊருக்கு ஊரு வீதிக்கு வீதி சம்மந்தங்களை மாற்றி விட கோள் கதைகளோடு அலையும் பல போக்கிரித்தன ஆளுகள் இங்கேயும் இருக்கவே செய்தார்கள்.

இது போல் தான் விக்டர் என ஒருவனோடு பேசி முடித்தார்கள். அவனுக்கும் பெண் பார்க்க போய் நின்னு, காபி கொடுத்து, தலையைக் குனிச்சி அய்யே நானெல்லாம் ரோசம் கெட்டுப் போயிட்டேன். நல்ல சுரணை உள்ளவண்ணா இதுக்கும் முன் செத்திருக்கணும். ஏன் இன்னும் சாகல? கேட்கிறேன் என்னோடு... ஒவ்வொருவனும் வரும் போது சீலை மாத்தி, பூ வச்சி, பொட்டு குத்தி, இது நடக்குமா? நடக்காதாண்ணு கிடுங்கி என்னை ஒரு காட்சிப்பொருளா நிறுத்தி என்னே ஒரு கொடுமையா இருக்கு? பாத்து முடிச்சவனோடு எல்லாம் மனசால வாழ்ந்து, அவனுகளோடு குடும்பம் நடத்தி சே சே கற்பு என்கிற மனசாதனம் எப்பளே எனக்கெல்லாம் ஒடஞ்சி போயாச்சி...

போகப் போக எனக்கும் மடுப்பு தட்டுது... நான் எங்கேயோ மரக்க தொடங்குகிறேன். ஒரு எழவும் வேண்டாமென குழிச்சி மூடியிட்டு சும்மா இருக்கலாமுண்ணா அப்பா கேட்க வில்லை. இந்தச் சமூகமும் என்னை லேசில் விடவில்லை. துரத்தியிட்டே இருக்கு...

'ஒனக்கு ஆசா பாசத்துக்குத் தேவை இல்லியோ... ஏன் ஒனக்கு நான் இருக்கேன்...'

இப்படியே டெய்லர் மகேசு சொல்லுவான். பாலுக்காரன் அற்புதம் சொல்லுவான். இந்தக் கிழவன்... தாசன்கூட விடவே இல்லை. அக்கம் பக்கம் பெட்டச்சிகள்கூட இப்ப எல்லாம் என்னை ஒரு தரித்திர பிறவியாகவே பார்க்கத் தொடங்கி விட்டார்கள். அதுனாலே எதோ ஒருவன் அமஞ்சால் இங்கிருந்து ஒழிஞ்சி போயிருலாமுண்ணு நினைக்கிறேன். இந்த

விக்டர் என்பவனோடு கலியாணம் ஒழுங்காகி வருகையில் மீண்டும் மலசொரி பாட்டுக்காரிகள்... 'புது ரோசா பூத்திருக்கு விக்டருக்காக... நாளெல்லாம் வாழ்க வாழ்கவே.' மலசொரி பாட்டுப் படித்தார்கள். நானும் மனசை விக்டர் நோக்கி திருப்பினேன்... மீண்டும் கலியாணகளை வீட்டில்... ஆனால் நடந்ததோ வேறு?

அவனுக்குப் பேசி முடித்து,கலியாணச்சீட்டு அடிக்க இருக்கும் சமயத்தில் வீடு தேடி வந்தார்கள்... ஒரு அம்மாவும் மகளும். அழுது வீங்கி வந்தாங்க. விக்டர் என்பவனால் அந்த இளம் பெண் காதலின் பெயரால் உடலாலும், மனத்தாலும் ஏமாற்றப்பட்டிருப்பதை... சொல்லி சொல்லி அழுதார்கள். 'அவனைக் கெட்டிக்காத...' கை கூப்பி எங்கிட்ட அந்தப் பெண்ணு அழுதாள். இரண்டு பேரும் சேர்ந்து எடுத்த போட்டோவைக் காட்டினாங்க. எனக்குத் திக்கென்று ஆனது.

அப்பா இதை ஏற்றுக்கொள்ளவே இல்லை. 'அவளுவா கள்ளஞ்சொல்லியாளுவா ...' நான் அப்பாவிடம் எதிர்ப்பு சொன்னேன்...' இவன் எனக்கு வேண்டாமே வேண்டாம்...' என்றேன். அப்படியாக அந்தக் கலியாணமும் மாறியது.

சும்மா தோசைக்கல்லில் தோசையை மறிச்சி மறிச்சி போடுவது போலவே மனசில் சிலரை மறிக்க கூடிய என் விதியை எனக்குப் பிடிக்கவே இல்லை. ஒவ்வொரு தடவையும் ஏதோ ஒருவனை காட்டி இவன்தான் என உறுதி செய்துட்டு... பிறகு இனி அவன் இல்லை என சொல்லுகையில் அப்படியே உரிச்சி மாத்துகையில் மனசின் மென்மையெல்லாம் இரத்தம் பாயுது... வலி எடுக்குது.

ஒவ்வொரு சம்மந்தமும் ஏதோ ஒரு காரணத்தில் விலகி போகுகையில் சாக்காடு போல் வீடும் மனசும் ஆகுது. இதுக்கு ரணம் சேர்ப்பது போல் ஓட்டனுகள் இருக்காங்களே... அவனுகளைக் கண்டாலே விறுவிறுப்பாகிப் போவேன்.

ஒரு சம்மந்தம் விலகியதும், அந்தக் காயத்தை ஆற்றியெடுக்க கூட சமயம் தராம... 'அது போனா போகட்டும் ஓய்... ஓமக்க மொவளுக்கு நான் இன்னா கொண்டு வாறேன்...' என அடுத்தும் உடனே கொண்டு வருவாங்க... அவங்களுக்கென்ன இதெல்லாம் வெறும் ஒரு தொழில்... அங்கே சிதைபடும் என் போன்றவர்களின் மனசு எங்கே தெரியும்?

அடுத்தடுத்தாகப் பெண் பார்ப்புகள் என ஆகும் போது... தளர்ச்சையா வருது... ஒரு காதல் இல்லாமல் ஆகி தானே நானெல்லாம் இந்த விதி கோலத்திற்கு ஆளானேன்...

இப்படியான பலவகை எண்ணங்களும், காட்சிகளும் ஓர்மையில் ஆடுகையில் எனக்கு ஏது உறக்கம்... பெருமூச்சு விட்ட படியே நிமிர்ந்தேன்... என் மாருகள் நிமிர்ந்து நின்றன... உரிமையற்ற கொண்டாட்டங்கள் இல்லாமல்...

மங்கிய வெளிச்சத்தில் என்னையும் என் உணர்வுகளையும் பார்த்தப்படியே சுவரில் கர்த்தர் தெரிந்தார்... மெலிதாகச் சிரித்தேன்.

தெரு பட்டிகளின் குரச்சல்... நீராழிக்குண்டிலிருந்து கேட்டன...

இந்தச் சத்தம் மீறி காற்றில் கறங்கிய ஒரு வித சோகம் என்னை உலுக்கியது. எழும்பி அமர்ந்தேன். இயற்கையிலிருந்து ஒரு வித முசும்பொலி கேட்டது. மனம் பதறியவனாகச் சன்னலருகே போனேன்... மாபெரும் வெற்றிட இழுப்பு என்னை அமுக்கியது. எங்கோ தளர்வது போலிருந்தது... முன்பு போல் வாழ்ந்தது போல் நான் தைரியமாக இல்லை. எனக்குள் ஏதோ பலவீனம் சுருள்கிறது.

பொத்தையில் வளமையும் பசுமையும் இருந்தபோது, நீராழிக்குண்டின் ஊற்று களங்கமில்லாமல் சுரந்தபோது நானெல்லாம் கொண்டிருந்த மனவலிமை இல்லவே இல்லாமல் ஆகுது. அருகருகே வாழும் மரங்கள், நீர் நிலைகள் அழிக்கப் படும் போது, மனிதனுக்கான துன்பங்களைத் தாங்கும் பலம் குறையும் என்பதை உணர்ந்தேன்.

ரெண்டு வருசத்துக்கும் முன்னால அலக்ஸ் என்கிற குடிகாரன் வீட்டில் சண்டை போட்டுட்டு நீராழிக்குண்டில் போய் சாடினான். அவன் சாடியதை அறிந்து அவன் பெண்டாட்டி அமலாளும் போய் சாடுனா. ஆழ குழிக்குள். போனவர்களைத் தூக்கியெடுக்கவே ஒரு கிழமை ஆகி போனது. அதன்பிறகு நீராழிக்குண்டு என்றால் பலருக்குமே பயம்... பட்டாப்பகலிலும் செத்துப்போனவங்க ரெண்டு பேரும் ஆவியாகக் கறங்குவதாகப் பலரும் சொல்லத் தொடங்கினார்கள். இரவு சாமங்களில் அலெக்சும், அமலாளும் சிரிப்பது போல் அழுவது போல் சத்தம் கேட்கிறதாகப் பலரும் சொல்லத் தொடங்கினார்கள். ஆட்களின் போக்கு வரவை இழந்த நிலையில் அங்கெல்லாம் இப்போது சூன்யம் கூடி விட்டது.

குடிகாரன்களும், கள்ளனுகளும், கசவாளிகளும் ஒதுங்கி இருக்கும் பதுங்கு இடமாக அம்பலம் ஆகி விட்டது. ஒரு வேளை இப்படியான சுகங்கள் அனுபவிக்கிறவர்கள்தான் அலெக்சும், அமலாளும் அங்கு கிடப்பதாகக் கதை எழுப்பினார்களோ? பயன்பாட்டில் இல்லாமல் ஆன நீராழிக்குண்டு இப்போதெல்லாம்

பயங்கர நாற்றமாகிப் போனது. நாலு பக்கங்களிலிருந்தும் பல்வேறு கழிவுகளை இரவு வேளைகளில் வண்டி வண்டியாகக் கொண்டு தட்டுகிறார்கள். பிராய்லர் கோழிகளின் கழிவுகள், துணிக்கழிவுகள், பீ வாங்கும் பஞ்சுகள்வரைக்கும் கொண்டு போட்டுட்டுப் போயிட்டு இருக்காங்க.

மும்பருட்ட இதைப்பற்றி சொன்ன போது…'இங்கு குப்பை களைக் கொட்டாதீர்கள்; மீறினால் நடவடிக்கை எடுக்கப்படும்.' என்கிற அறிவிப்பை ஒரு கம்பில் குத்திக் கொண்டு வைத்தான்… அந்த இராத்திரியே அவன் மகன் கடையில் உள்ள கோழி கழிவுகளைக் கொண்டு தட்டினான். பிறகு அவனோடு என்ன சொல்ல? அவன் நாட்டிய கம்பு முங்கும் படியாக நாளெல்லாம் கழிவுகள் பெருகி பெருகி… நீராழிக்குண்டின் முகமெல்லாம் அழுக்கோ அழுக்கு… நீரின் முகப்பரப்பில் அழகும் இல்லை… அமைதியும் இல்லை. எதன் உயிர் அறுந்தே போய் விட்டது…

அங்கு தட்டும் கழிவுகளைத் தின்னு பிழைக்க பல தெருப் பட்டிகள் எப்போதும் கூடிக் கூடி கிடந்தன… பெட்டைப் பட்டிகள் குட்டிகளைப் போட்டுப் பலுகி பெருகிவிட்டன… நடுஇரவில் மட்டுமல்ல பகல் வேளைகளிலும் அவைகளின் கூக்குரல் இப்படி தான் ஒலிச்சும்.

நீராழிக்குண்டின் ஆன்மா இப்பகுதியில் சோகமாக அழுது அலைகிறது… பொத்தையில் பொடிபடும் பாறைகளின் மூச்சு இங்கோட்டு பிடைத்து அழுகிறது… என்றெல்லாம் புரிந்து. வெளி இரவில் அமுங்கி நிற்கும் துன்பத்தை உள்வாங்கி நின்றேன்.

அங்கே வழி பாதையில் யாரெல்லாமோ ஓடி வரும் பாத சத்தங்கள் கேட்டது… அங்கே மல்லிகாளின் கணவனின் குடும்பத்தில் சிலர் கலவரமாகித் தெரிந்தார்கள்…

வெளித்திண்ணையில் கிடக்கும் மாசியை எழுப்பினார்கள். அரவம் கேட்டு அப்பாவும் முழித்தார்… திண்ணையில் கிடக்கும் மஞ்சள் அப்பிய பல்பை எரியவிட்டேன். வெளியில் இறங்கியதும் குளுந்த காற்று வீசியது. கொல்லாவின் உச்சியில் ஆந்தையொன்று உறுமியதைக் கேட்கவே பயமாக இருந்தது…

உறக்க கலக்கத்தில் கறங்கினான் மாசி.

'இந்த அர்த்தராத்திரியில எல்லாருமா வந்திருக்கியளே… விசேசம் என்னவாக்கும்? மல்லிகா சுகமா இருக்கியாளா?' அப்பா கேட்டார். அவர்களின் பதிலுக்காக நானும் ஆர்வம் கொண்டேன்.

'மல்லிகாளுக்க மாப்பிளை' அதற்கு மேல் சொல்ல முடியவில்லை அங்கு வந்தவர்களால்…

தூக்க கலக்கம் சட்டென விலகியது மாசிக்கு... நாங்களும் அதிர்ந்தோம்.

'மல்லிகாளுக்க மாப்பிளை காரு இடிச்சி செத்துப்போயிட்டான்...'

அந்த செய்தியின் கலவரத்தில் ஆந்தை அதிகமாக அலறியது...

○

மல்லிகாளின் கல்யாண வாழ்க்கை வெறும் எட்டே மாசங்களில் முடிந்துபோனது. மாப்பிளை செத்த பதினைந்தாவது நாளில் மோட்ச விளக்கு காரியங்களை முடித்து விட்டு அங்கிருந்து இறங்கினாள்.

கணவனின் தங்கச்சி கல்யாணத்திற்கு இவள் போட்டுட்டு அனைத்து நகைகளையும் விற்க வேண்டிய சூழல் வந்தது. கடன் அதிகரித்த நிலையில் கழுத்தில் கிடந்த தாலி மாலையும் போனது. மாப்பிளையின் குடும்ப வீட்டிலும் வாரிசு இல்லையென எதுவும் கொடுக்கவில்லை. முற்றிலும் இழந்த நிலையில் மறுபடியும் பிறந்த வீட்டிற்கு வரும் கொடிய விதி அவளுக்கு அமைந்தது.

இப்போது அவளை எல்லோரும் 'விதவை' என சொல்கிறார்கள். அவளும் தான் பூ, பொட்டு எதுவுமே வைப்பதில்லை. தைய்யல் ஆபிசுக்குப் போகுகையில் ஒரு சின்ன பூவாவது தலையில் வைத்திருப்பாள். முகம் கழுவ, கழுவ பொட்டுக் குத்துவாள். இப்போது அவளிடம் எதுவுமே இல்லை...

மாசியெல்லாம் பழையது போல் இல்லை. மல்லிகாளை பிறு பிறுக்கத் தொடங்கினான்.

எங்கூட சேர்ந்து சிரித்தால் திட்டுவான். அடிக்கடி முகம் கழுவினால் முறைப்பான்.

'மாப்பிளை இல்லண்ணு ஓர்ம இருக்கட்டு, மாப்பிளை இல்லாதவ அதுக்கு தக்கன அடக்க ஒடுக்கமா இருந்தாதான் நல்லது. இல்லிங்கி, உள்ளான தெருப்பட்டி எல்லாம் செத்தைக் குள்ள வரும்' என கேவலமா சொல்லுவான். மாசி மல்லிகாளை ஒடுக்கி பேசும் போது எங்கப்பா அவருட்ட சண்டை போடுவார்.

'வாழ வேண்டிய வயசுல வாழ்க்கையைத் தொலச்சிட்டு நிற்கிறவளை இன்னொரு கலியாணம் பண்ணி கொடுக்கணுமுல' அப்பா இப்படி சொல்லும் போதெல்லாம். 'ரெண்டாம் தாரமுண்ணு எவனும் ஓசுல கெட்டியிட்டுப் போவானா? முத கலியாண கடனே இன்னும் கனமா கடக்குது. இதுக்கே

பிச்சிக்கும் எனக்கும் சண்டை. சாயைக் கடைக்காரியை வச்சிட்டு இருக்கேண்ணு ஊரும் ஒலகமும் பரிகாசம் அடிச்சிய அளவுக்குக் கடன்பட்டுக் கிடக்கேன. இது தான் அவா விதியிண்ணு வாழட்டு...' மல்லிகாளை மிகவும் சலிக்கத் தொடங்கினான் மாசி.

முதல் கலியாணத்தின் கடன் சுமை கனத்த போதும் மல்லிகாளை இன்னொரு வாழ்க்கையில் சேர்க்க பிச்சியக்கா முயற்சி எடுத்தாள்.

மல்லிகா பழையது போல் குச்சித் தையலை தைக்க நினைத்தாள். ஆனால் என்ன கொடுவிதியோ ... தையல் தொழிலில் மிகப்பெரும் இறங்கு முகம் வந்து விட்டது. காசா தையல், குச்சித் தையல், பாவாடைத் தையல், கை தையலென வீட்டுக்கு வீடு பெண்களெல்லாம் செய்த தையல் தொழிலைச் செய்யவும் இயந்திரங்கள் வரத் தொடங்கிய நிலையில் மடத்துத் தையலுக்கும் மவுசு இல்லாமல் ஆகிவிட்டது.

மேசை விரிப்புகளில் பொருத்திய லேசுகள், கதவுகளில் தொங்கலிட்ட திரைச்சீலைகளில் பொருத்திய கலை நயம் மிக்க தையல்கள் வெளிநாடுகளில் ஏற்றுமதியாக இல்லை. எங்குமே பிளாஸ்டிக் பெருக்கங்கள் ... மல்லிகாளுக்குழ் பழையது போல் மடத்து தையல் கிடைக்கவில்லை. வெளி தையல்களை வாங்குலாமென்றால் காஞ்சிரோடு, புலிப்பனம், தொடுவெட்டி பகுதிகளில் இருந்த தனியார் கம்பெனிகளெல்லாம் மெல்ல மெல்ல மூடி விட்டன ...

சுயதொழில் இல்லா நிலையில் மல்லிகா பெரிதும் திண்டாடினாள். மாசி உழைக்கவே இல்லை. பிச்சியக்காளின் கடையில் தஞ்சம் ஆனவனுக்கு அங்கிருந்து செலவு பாடுகள் ஓடுகிறது ... அவளே வட்டியும் குட்டியுமாகப் பெரும்பாடு படுகிறாள். மல்லிகா வந்த பிறகு இவளுக்கும் சேர்த்து கடை யிலிருந்து ஏதேனும் கொடுத்து விடுவாள். மல்லிகாளுக்கு அதில் விருப்பம் இல்லை.சொந்தமாக ஒரு அண்ணிக்காரி இருந்திருந்தால்கூட இப்படி பொறுப்பு இருந்திருக்காது. ஆனால் பிச்சியக்கா போல் யாருமே இல்லை. தலைக்கு எண்ணெய், சோப்பு, சீப்பு, உடுதுணிக்கென காசு தேவை என்பதை உணர்ந்த மல்லிகா வீட்டில் கோழிகள் வளர்க்கத் தொடங்கியிருந்தாள்.

○

சாவலும், பெடையுமாக வீட்டின் முன் பகுதியில் மேய்ந்து கொண்டிருந்தன ... கையில் ஓலை தும்பை வைத்து அவைகளை மேச்சிட்டு நின்றாள் மல்லிகா.

அவளின் தேக வடிவோடு உடுத்தியிருந்த வாயல் சேலை பொருந்தி நின்றது... வாளிப்பான உடலில் ஒரு வித பெருமூச்சு சுழல்வதைக் கவனித்தேன்...

'ஒரு வகையைப் பற்றி அறியாம தெரியாம இருக்கிறதுக்கும்; எல்லாம் தெரிஞ்சி வச்சிட்டு, அதோட ருசியெல்லாம் அறிஞ்சி வச்சிட்டு, இனி அது எதுவுமே இல்லண்ணு வாழுறது ரொம்ப கொடுமையிட்டி ரோசா. நீ இன்னும் ஒரு ஆணுக்க கையில சேரல ... ஆனா மல்லிகா அப்படியில்ல... ஒரு பெண்ணா சகலமும் அனுபவிச்சவா... இப்ப பாழ் பட்டினியா கிடக்கியா...'

மல்லிகாளைப் பற்றி பிச்சியக்கா அடிக்கடி இப்படிதான் புலம்புவாள்.

இன்னும் ஒரு வாழ்க்கைக்கான தேவை இருக்கும் என்பதைப் புரிய மல்லிகாளுக்கும் அம்மா இல்லை. சொந்த தமையனால் புரிய முடியவில்லை... ஆனால் பிச்சியக்காளுக்குப் புரிந்தது. கடையில் வரும் சில ஓட்டனுகளோடு சொல்லியும் வைத்தாள்... ஆனால் மாசி இருக்கானே...

நினைத்த மாத்திரத்தில் மாசி யாரோடோ பேசிகொண்டு வரும் அரவம் கேட்டது.

'முதல் கோணல் முற்றிலும் கோணலா தான் போகும். இனி இவா வாழ்க்கை இவ்வளவுதான். கிட்டிய வெள்ளத்தைக் குடிச்சிட்டு கோயிலு குளமுண்ணு செபம் தபம் செஞ்சி இனியுள்ள வாழ்க்கையை ஓட்டியதுதான் இவா விதி...' நீ ஒனக்க சோலிய பாத்துட்டு இரு.

பிச்சியக்கா எதாவது சம்மந்தம் பற்றி பேசியிருப்பாள் போலும்; வந்தவன் கையில் ஓலை தும்போடு கோழி மேச்சவளை முறைத்தான்.

'பெண்ணே ஒனக்கு மாப்பிளையில்லண்ணு ஓர்மையுண்டா? இப்பிடி போற வாறவனெல்லாம் பாக்கியதுபோல நின்னா எவனும் எத்திச்சாடுவானுவா...' மனசாட்சி இல்லாமல் பேசினான்.

'அன்னிக்கே சொன்னா... என்ன கை விட்டா நீ அனுபவிப்பண்ணு மனசார காதலிச்ச கிள்டா சொன்னா... அதுதான் இப்ப நடக்குது. ஒரு விதமாய் சிரித்தான். என்ன மயிரு வந்தாலும் காரியம் இல்லண்ணு அன்னிக்கு அவளை ஏத்திருக்க வேண்டியது. கூடி பெறப்புவளுக்கு யாரும் இல்லியேண்ணு இவளுவளுக்கு வேண்டி என் வாழ்க்கையை இழந்தும், இவளுவா நல்லாவா இருக்கியாளுவா... எல்லாம் அவளுக்க பெருமூச்சு செய்யிற வேல...'

கிள்டாக்களை நினைத்து முனவினான். மல்லிகா கூசி போனாள். மாசியின் பிறுபிறுப்பு தாங்க முடியாமல் தவித்தாள். வலியை விழுங்கினாள்.

ஓலைத்தும்பை கீழே போட்டுட்டு, திண்ணையின் அடிப்பாகம் இருக்கும் தவிடு வாளியை எடுத்தாள். வெள்ளம் ஊத்தி குழைத்தாள். கூடவே நேற்று உள்ள பழஞ்சியையும் ஊத்தி கோழிகளின் முன் வைத்தாள். அதில் கொண்டை தூக்கிய இரண்டுணு சேவல்கள் பெடைகளை நோக்கி கொக் கொக் என கால்களைத் தூக்கின. எல்லாவற்றிற்கும் மேலாகக் கறுப்பில் பீட்டை மினுங்கும் சேவலொன்று, குப்பை நிற பெடை ஒன்றை குறி வைத்து துரத்தியது... கொல்லாவின் கொம்பில், திண்ணை ஒட்டில், வீட்டு மதிலில் என ஓட்டம் காட்டிய பெடை... செடிகளின் படப்பில் ஒதுங்கி சேட்டையை இறக்கி கொடுக்க சேவல் அதில் ஏறி கொத்திய காட்சியை மாப்பிளையை இழந்தவளும், மாப்பிளையே இல்லாதவளும் பார்க்கும் கெதி கேடு இருந்ததே எங்கே சொல்ல..?

காக்கா, குருவிகளுக்கோ, ஆடு, மாடுகளுக்கோ கோழி குயிலுக்கோ காமம், கொடுக்கல் வாங்கல் என்னும் பணத்தின் மையத்திலோ, நகை நட்டுகளின் அடிப்படையிலோ அமைய வில்லை என்பதை பார்க்கையில் எனக்குள் ஒரு வித அவமானமே இறுகியது... இருவருமே அக்காட்சியைப் பார்க்காதது போல் கண்களைத் திருப்பினோம்.

வாற புரட்டாசியில இருபத்தியேழு பிறக்குது... நினைக்கை யில் ஒரு வித வெறுமை வந்து பயமூட்டியது.

இந்தச் சமயத்தில் என் பிள்ளைகள் ஆறேழு வயதில் இருந்திருக்கணும்... என் மாப்பிளையின் காதோரம் சில வெள்ளை முடிகள் வந்திருக்கணும்... ஆனால் இன்னுமே கலியாணம்கூட ஆக வில்லையே...

நினைத்தப்படியே மல்லிகாளைப் பார்த்தேன்... என்னை விட வெறும் மூன்று மாசம் முன்னே பிறந்தவள்... என்னைவிட இவளுக்கு என்ன பெரிய வாழ்க்கை கிடைத்தது. ஒரு கலியாணம் நடந்து... அதோடு அவள் வாழ்க்கை நிற்கிறது. அதன் பின்னான பிள்ளைப்பேறு இல்லை... மாப்பிளையில்லை... கதி கெட்ட விதியோடு வாழாவெட்டி என்கிற நிலையில் ஆகி விட்டாள்...

எனக்கும் இவளுக்கும் ஒரே ஒரு வித்தியாசம்... அவள் கலியாணமாகியும் மாப்பிளையில்லாமல் வாழ்கிறாள். நானோ கலியாணம் இல்லாமல் மாப்பிளை அமையாமல் வாழ்கிறேன். இல்லாமல் இருவருக்கும் ஒரே வலி... அவளைவிட எனக்கு

இன்னொரு விதமான துக்குருமம்... அவளுக்கோ எனக்கு இல்லாத இன்னொரு துக்குருமம்...

கீழ விளை புஷ்பத்தின் வீட்டில் மகளுக்குக் கலியாணம். எங்கள் தெரு பதை முழுவதும் கலியாண அலங்காரம்... நானும் மல்லிகாவும் இதையெல்லாம் வாய் பார்த்துட்டு இருந்தோம்.

வழி பாதையில் கல்யாணத்திற்கென உடுத்தி ஒருங்கி போகும் பெண்களைப் பார்த்தோம். நகை நட்டும், பட்டும் பவுசுமாகப் போகும் பெண்களைப் போன்ற வாழ்க்கை எங்களுக்கு ஏனோ இல்லை.

வழி பாதையில் போனவர்களில் கீதா என்பவள் நாங்கள் அவர்களைப் பார்ப்பதைப் பார்த்தாள். பக்கத்தில் உள்ளவர்களிடம்...

'மூதேவியும் முழி அலங்காரியும் நம்மள பாக்கியாளுவா... இவளுகளுக்க கண்ணு பட்டா நாம கரிஞ்சி போயிருவோம்' எங்கள் காது படவே சொன்னாள்.

நாங்கள் இருவரும் வலியேறி போனோம்.

'ரோசா...' மல்லிகா அழைத்தாள்.

'நம்மளை ஏன் இப்படியெல்லாம் ஒதுக்கியாங்க...' கேட்டவளின் கன்னங்களில் கண்ணீர் வழிந்தது.

'இப்ப எல்லாம் வாழவே பிடிக்கலட்டி ரோசா ஒரு ஆறுதல் கிட்க்குமேன்று கோயில் தலங்களுக்குப் போனா அங்கேயும் நிம்மதி இல்லை'

கணவனை இழந்த பிறகு, அந்தோனியார் நவநாளு, சகாயமாதா நவநாளு, அப்படி இப்படிண்ணு மல்லிகா கோயிலுக்குப் போவதுண்டு.

'செத்தவன் செத்தாண்ணு இப்பிடியெல்லாம் அடங்கி ஒடுங்க கோயில் கோயிலா அலையாண்டாம். எல்லாத்துக்கும் நான் இருக்கேன்... அந்தப் போஸ்ட் மேனுக்க மூத்த மகன் அலசி சொல்லியான். அவனுக்கோ மூணு பிள்ளையளும் பெண்டாட்டியும் இருக்கியா.

ஆக எட்டு மாசத்துல அப்பிடி என்ன பெரிய ஆசை அடங்கியிருக்கும். சும்மா கெடந்த சங்கை ஊதியிட்டுப் பிறகு இட்டுட்டுப் போனா என்னத்துக்கு ஆகியது? காய்கறி விற்க வருவானே செல்வராசி சொல்லியான்.

தலை கவிழ்ந்து சொல்லும் மல்லிகாளைப் போலவே எனக்கும் நிறைய தொந்தரவுகள்...

‘எல்லாம் ஈடும் கனமுமா வச்சிட்டு எப்பிடியாக்கும் சும்மா கொண்டு திரிய... நீ ம்ண்ணு சொன்னா ஒனக்கொரு இசக்கம் காட்ட நான் ரெடி...’

காபிரியேல் சொல்லுவான் இப்படி. பீடி கம்பெனிக்குப் போகுகையில் வழியில் கடை போட்டிருக்கும் சிங்கும் அவன் கூட்டாளிகளும் என்னெல்லாம் பச்சை பச்சையாகச் சொல்லுவார்கள். நானும் மல்லிகாவும் வெறும் உடல் மட்டும் தானா? தேகத்திற்கான பசியைப் போலவே மனசுக்கான பசியும் இருக்கே எங்களுக்கு... எங்களுக்கான மனவெற்றிடங்களைப் பற்றி பேசாம... அங்கு கிடக்கும் தனிமையின் ரணங்களைப் பற்றி பேசாம... ‘உடம்புக்கு உடம்பு தானே நாங்க தாறோம்...’ என்பது போல் இலவசமாக அழைக்கிறாங்களே... சகிக்க முடியவில்லை.

சூழலை நினைச்சிட்டு இருந்தேன்.

‘மனசையும் ஒடம்பையும் ஒண்ணா செஞ்சி வச்சிருக்கிய நமக்கெல்லாம் உடம்பிலிருந்து மனசைக் கழட்ட ஒக்கல; மனசிலிருந்து உடம்பை பிரிச்ச ஒக்கல... ஏண்ணா நம்மா எல்லாம் அப்பிடி வளந்து தொலச்சிட்டோம்... எங்கூட செல்வியிண்ணு ஒருத்தி தைய்யல் தச்சாளே... அவளுக்க மூத்த பெண்ணுக்கு ஆக பதிநாலு வயசு தான் ஆச்சி... அதுக்குள்ளால ரெண்டு தடவ கருகலைப்பு செஞ்சிருக்கு...’ மல்லிகா சொல்லுகையில் ஆச்சரியமானது.

இந்தப் பதிநாலு வயசில் பக்கிகளோடும் பூக்களோடும் கதை பறஞ்சிட்டு சுதனோடு வாழ்ந்த பொத்தை வாழ்க்கையில் இத்தனைக்கும் ஒண்ணுக்கொண்ணு மருச்சினி தண்டில் தாலி கெட்டி மாப்பிளை பெண்டாட்டியாக வாழ்ந்த போதும், தொட்டுக்க தெரியாம போன என் பருவத்தை நினைத்தேன்...

‘இப்ப வளரும் பல பிள்ளைகளுக்கு உடம்புலண்டு மனசை கழட்ட முடியுதுட்டி ரோசா... உடம்புக்கான ஆசையைக் கொடுக்க மனசை எங்கோ தூக்கி தூரமா வச்ச வல்லமையிருக்கு. ஒனக்கோ எனக்கோ அதுக்கு தைரியமில்ல... வெறும் ஒரு தேகம் தானே... அதுக்க ஆசைக்கு முக்கியத்துவம் கொடுத்தா என்னாண்ணு நினச்சா... பின்னால சுத்துறவங்களுக்கக் கூடப் போகுலாம்...’ சொன்ன மல்லிகாவின் கையைப் பிடித்தேன்... அதுக்கு மேல் அவள் பேசுவதைக் கேட்க எனக்கு வல்லமை இல்லை.

இவா சொல்லியதுபோல எதோ ஒரு அறம்... எதோ ஒரு நேர்மை... எதோ ஒரு சுயமதிப்பு எங்களுக்குள் கிடக்கிறது... எங்களை வளத்திய பொத்தையும், அங்கு சூழ நின்ற

காட்டுமரங்களும் பறவைகளும் காற்றும் நீராழிக்குண்டின் ஊற்றும் எங்கள் பெண்மைக்குள் ஊற்றிய சுயமரியாதைகூட எங்கள் உடல்களை அறத்தில் வளர்த்திருக்கலாம்... இவ்வுடலை வெறும் ஒரு சதையா பாக்காம... இதுக்குள் ஆன்மா கிடக்கு, உயிர் கிடக்கு, சிந்தனை கிடக்கு... இதுதான் எங்களுக்கான உலகம் என்றுகூட நினைச்சிருக்கலாம்...

'பெண்ணா பிறந்தா... அந்த உடலுக்கான வாழ்க்கையும் வாழணும் ரோசா...' சொன்ன மல்லிகாளை இதமாக அணைத்தேன்... கொல்லா மரத்தின் கிளைகள் அசைந்தன...

○

ஓட்டனின் அரும்பெரும் செயலில் இதோ மீண்டும் ஒரு பெண் பார்ப்பு... மீண்டும் ஒரு அலங்காரம்... இப்போதெல்லாம் என் கை கால்கள் கிடுங்கவில்லை... என்னுடல் நடுங்கவில்லை. உள்ளங்கையில் விசர்ப்பு இல்லை. தலையைக் குனிக்கவில்லை... ஒரே காட்சியில் நடித்து நடித்து பழகி போனேன். அச்சமில்லை; நாணமில்லை... மடமும் இல்லை. பெட்டச்சி எவ்வளவுக்கு வாழ்க்கையில் அலங்கோலிக்கப் படுகிறாளோ அவ்வளவுக்கு அவ்வளவு அவளிடமிருந்து வெட்கம் நாணமெல்லாம் உடை பட்டுப் போகுமென்பதை உணர்ந்தேன்...

மீண்டும் சாயை காச்சலில் நின்றாள் அல்லியக்கா... மல்லிகா என்னை ஒருக்கினாள். இப்போதெல்லாம் என் சகோதரர்களிடம் பெண் பார்ப்பு நிகழ்வுகளைச் சொல்லுவதில்லை. 'நித்தம் சாவுவோருக்கு நித்தம் அழ ஒக்குமா?' இது வெறும் ஒரு நிகழ்வு போலவே ஆகி விட்டது எல்லோருக்கும்...

ஒவ்வொரு முறையும் வரன்கள் மாறும் போது வெளியுலகில் நான் மிகவும் பேசப்படுவேன்... நானொரு பேசு பொருளாகி விட்டேன்... சரி போகட்டும். பெண் பார்ப்புக்கெல்லாம் ஆகும் தொகைகளால் மனசில் உருளல்... தான். இனியுள்ள காலங்களில் இந்தப் பெண் பார்ப்புகளெல்லாம் ஆண் பார்ப்புகளாக ஆனால் எப்படியிருக்கும்? உண்மையிலே அப்படியொரு காலம் வரவே ஆசைபட்டேன். பெண் உட்பட பெண் வீட்டார்களெல்லாம் ஆணின் வீட்டில் போய் இருப்பதும் அந்த ஆணை பத்து பேர் மத்தியில் நிறுத்துவதும் போய் இருக்கிறவர்களுக்கு அவனே காஃபி கொடுப்பதும் தலை குனிவதும், பெண் நிமிர்வாக இருந்து ஆணை அளவீடு செய்வதும் எதோ ஒரு காரணத்தினால் ஆணை பிடிக்கவில்லையென்று பெண் ஆள் விடுவதும் இதனால் ஆணும் வீட்டார்களும் நொறுங்குவதும் ஆண் பார்ப்புக்கு ஆகும் தொகைகளால் மனம் உடைவதும் எல்லாமே ஆண்களும் அனுபவிக்கணும்...

இப்படியெல்லாம் நினைக்கையில் எனக்குள் சிரிப்பா வந்தது... இது ஆணுங்களுக்க உலகம்... இங்க போய் என்னெல்லாம் யோசிக்கிறேன்... நினச்சிட்டே பார்க்கையில் சுவரில் கிடக்கும் கர்த்தருக்கு என் சிந்தனை கேட்டிருக்கும் போலும் இளநகையில் வசீகரம் கூடி தெரிந்தது...

'ஏன் ஓய் நான் நினச்சது தப்பா?' கேட்கையில்...

'பெண்ணை கூட்டியிட்டு வல்லாம்...' இப்போதெல்லாம் என்னை யாருமே பிடிக்கவில்லை. நானாகவே போய் நின்றேன்... குனியவே இல்லை. மாப்பிளை கம்பீரமாகவே தெரிந்தான்.

'எல்லாருக்கும் காப்பியைக் கொடு மக்கா...' அப்பா சொல்லுகையில் எந்த கூசலும் இல்லாமல் காபி கொடுத்தேன். மாப்பிளையின் அக்காமாருகள் இரண்டு பேர்கள் என்னையே பார்த்தார்கள்... குறிப்பாக என் மார்பக வடிவை... மாப்பிளை அருகே காபி கொடுக்கையில் குபீரென நாற்றம் ஏறியது பச்சை பச்சையாக குடிச்சிட்டு வந்திருக்கியான்... பங்கியின் குடியால் அல்லியக்கா படும் கோலம் என் மனசில் பல கிலேசங்களை உருவாக்கிய நிலையில் அவனை எனக்கு பிடிக்கவே இல்லை.

'பெண்ண பிடிச்சிருக்கா?' ஓட்டன் கேட்க... அவர்கள் என்ன பதில் சொல்லுகிறார்கள் என்கிற முக்கியமே இல்லாமல் பெரையில் போனேன். தளர்ந்த என் நடையைக் கவனித்த மல்லிகா... என் கையைப் பிடித்தாள்.

'ஏமுட்டி மாப்பிளை நல்லா தானே இருக்கியான்...'

'ம்... கிட்ட போவ ஒக்கேல... பெண்ணு பாக்க வரம்பே குடிச்சிட்டு வந்திருக்கியானே... இவனை நம்பி எப்பிடியிட்டி கலியாணம் செய்ய ஒக்கும்?' இதுக்குள் அல்லியக்கா வந்துட்டா...

'யப்போ குடிகாரண்ணு சொன்னா வேண்டாமே வேண்டாம். உள்ள வெள்ளத்த குடிச்சிட்டு வீட்டுல இருந்து செத்து மடிஞ்சி போனாலும் குடிகாரனைக்கெட்டவே கூடாது... என் வீட்டுக்காரன் அடிச்சாத இடமே இல்ல என் தேகத்துல. இடி விழுந்தவனுக்கு ஆணடி பெத்து கொடுக்கேலண்ணு சொல்லியாக்கும் இப்ப எல்லாம் நித்தமும் அடி...' அல்லியக்கா பதறி விட்டாள்... இதற்குள் மாப்பிளையின் சகோதரிகள் என் பெரைக்குள் வந்து விடுகிறார்கள்.

'பயலுக்கு ஒன்ன பிடிச்சிருக்கு...'

'எனக்குப் பிடிச்சேல...' படக்கென சொன்னேன்... அவளுகளின் முகம் மாறி விட்டது...

கய்த பூவு

‘நீயும் பெரிய மேத்திரம் இல்லியே... கொப்பன் பேசின பீக்கிறி தொகைக்கு ஒனக்கு பின்ன வலிய கலெட்டரு வருவானோ மாப்பிளையாட்டு...’

‘எனக்கான மேத்திரம் எனட்ட இருக்கு. ஒரு குடிகாரனை கெட்டியிட்டு என்னால வாழ ஒக்காது... குடிகாரன் என்ன சும்மாளா கெட்டியான்...’

‘ஊரு ஒலகத்துல யாரு குடிச்சேல சொல்லு...’

‘அப்ப ஒங்களுக்கெல்லாம் ஒரு பெண்ணுக்க வாழ்க்கை நஷ்டப்பட்டாலும் ஒண்ணுமில்ல ... ஒங்க தொம்பியிக்க வாழ்க்கை நல்லாயிருக்கணும் இல்லியா?’

‘நீ இப்பிடி வாயைக் காட்டினா ஒன்ன எவன் கெட்டுவான்..? கனமா வச்சிருக்கம்பே நினச்சேன்... இது பல கை பட்ட பாம்புண்ணு...’ வந்தவளில் ஒருத்தி மனசின்றி கக்கி விட்டாள்.

பெண்ணுடலின் மார்புகள் கனத்து போயிருந்தால், பிறட்டம் தடிச்சி போயிருந்தால்... அவள் பலரோடு போவது போலவே ஒரு வழக்கு கிடக்கிறது. பஞ்சாயத்துக் கிணற்றில் கூடி வெள்ளம் கோரும் பல பெட்டச்சிகள் என்னைக் காண்கையில் சாடையாகப் பலதும் பேசுவார்கள்.

‘சாமானத்துக்க கனத்தை பாத்தா தெரியேலியா ... பிறட்டத்துக்க கனத்த கண்டா தெரியேலியா ... கலியாணம் ஆகாட்டாலும் காரியம் நடத்த இவளுக்கு ஆளுவா நிறச்சி இருக்குனம்... ம், கலியாணமுண்ணா ஒருத்தன் தான் கிட்டுவான். இவளுக்கெல்லாம் மூலைக்கொரு மாப்பிளை’ பச்சையாக விமர்சிப்பவர்களை நினைத்தேன்.

இப்போது இதோ இவளுகளும் ... எனக்கு அழுகையும், ஆத்திரமும் பொத்துச்சாடியது. வஞ்சகம் இல்லாமல் வளர்ந்து கிடக்கும் மார்புகளை களங்கம் சொல்லுகிறார்களே...

‘இது பல கைப்பட்ட சாமானம் தான்... ஒங்க தொம்பியிக்கி நான் செட் ஆக முடியாது... நீங்க எல்லாம் போவுலாம்...’

முரண்டு பிடித்தேன். மல்லிகாளும், அல்லியக்காளும் என்னைத் தணிக்கப் பார்த்தார்கள்... எனக்குத் தணிவு வரவில்லை. சாதா உள்ள பெட்டச்சிகளே பெண்ணை வெறும் சதையா பாக்கியாங்களே...

‘செரி எல்லாம் பேசி முடிச்சாச்சா?’ ஓட்டனின் குரல் கேட்டது. பின்னாலே அப்பா வந்தாரு... அப்பாவைக் கண்டதும் எனக்கு விங்கென ஆகி விட்டேன்...

‘அப்போ எனக்கு… இவன்… வேண்டாமப்பா…’

அப்பா ஆடி போனார்…

‘எதோ மனப்பிராந்தியத்துல அவா அப்பிடி சொல்லியது… நான் எனக்க மொவளை சம்மதிக்க வச்சியேன்…’

அப்பா அவர்களோடு சொன்னார்… அப்பெண்கள் முகம் கனத்த நிலையில் வெளியில் போனார்கள். ஓட்டன் அவர்கள் பின்னே போனான் … அப்பாவின் முகம் என்னிடம் கோபமாகத் திரும்பியது.

‘எதோ ஒண்ணு அமஞ்சி வரக்குள்ள எனக்கு உயிரு போயிருது. எல்லாம் கூடி வரம்ப நீ ஏன் குமச்சிய?’

‘அப்போ அவன் ஒரு குடிகாரன்…’

‘நாட்டுல எவன் குடிச்சேல சொல்லு நீ…’ அப்பாவிடமிருந்து இப்பதிலை எதிர்பார்க்கவில்லை.

… … …

‘நம்ம எளிமைக்குத் தான் நமக்கு பாக்க ஒக்கும். நல்ல ஒரு சோலிக்காரன். நல்ல வருமானக்காரன். சொந்தமா வீடு இருக்கு… அடிச்சான் பிடிச்சானாட்டு இனி கெட்டிக் கொடுக்க சகோதரிகளில்லை. இவன் தள்ள, தகப்பவனுக்கு ஒரு வயத்து ஆகாரத்த அவிச்சிக் கொடுத்துட்டு, இவனையும் பாத்தா ஒனக்க வாழ்க்கை பொன்னுபோல இருக்கும். பாடு பட்டுக் கொண்டு வாற சக்கறத்தை வச்சி குடும்பத்தை நடத்துறது மட்டும் ஒன் வேல…’

அவன் வீட்டுல எல்லாருக்கும் அவிச்சிக் கொடுக்கவும்… அவனைப் பராமரிச்சவும் தான் எனக்கொரு கலியாணமா? என் மனசுல வேற நிறைய விசயங்கள் இருக்கே… சுதனோடு பொத்தையில் இருக்கையில் அங்கு வீசும் காற்று அணைக்கும் போது என் மனசுலண்டு ஒழுகுமே கவிதைகள் அதுபோலவே என் மனசோடு பேச ஒருத்தன் மாப்பிளையா வரணும். அமாவாசை இருட்டுல வானம் ஒற்றைக்குக் கிடக்கும்போது நானும் சுதனும் அன்னிக்கு வீட்டுக்கும் வெளியில விளக்கு கொழுத்தி வைப்போமே அதுபோல என் மாப்பிளையா வாறவன் என்கூட வேணும்… எங்கையைப் பிடிச்சிட்டு என் மனசை என் கண்ணுக்குள்ளே கண்டுபிடிக்கணும்… என் கண்களில் மிதக்கும் சில துரோக பிணங்களைப் பார்க்கும் வல்லமை இருக்கணும் என் மாப்பிளையா வருகிறவனுக்கு…

நானும் ஒரு மனுசி எனக்குள் ஒரு அழகான உலகம் கிடக்கு என்கிறதை காணாதவன் எப்படி மாப்பிளையாக முடியும்? ஒரு சம்மந்தம் வருகையில் மாப்பிளைக்கு அவிச்சி பரிமாறணும்…

அவன் குடும்பத்தைப் பார்க்கணும்... குழந்தை குட்டிகளை போற்றணும் என்று தான் சொற்றாங்களே தவிர, என் வாழ்க்கை பற்றி யார் பேசுறது. என் மௌனம் மறுப்பாக வெளிப்படுத்த அப்பனுக்குக் கோபம் அதிகமானது.

‘ஊரு ஓலகத்துல போட்டு என்னெல்லாம் பரிகாசம் செய்யுறாங்க... என்னெல்லாம் நளியடிக்கிறாங்க... மூதேவி யிண்ணு வரைக்கும் காறி துப்புறாங்க குடி மலிஞ்சி போன நாட்டுல இருந்துவிட்டுக் குடிச்சாத்தவனை மாப்பிளையா தேடுறது நல்லது இல்ல. வல்ல குடிகாரனங்கிலும் ஒருத்தனை கெட்டியிட்டு ஒன் வாழ்க்கையைப் பாக்கத்துடங்குனா நல்லது. எதோ நாள் போகிறப்ப ஒன்னச்சொல்லி ரெண்டு மக்கா பிறக்கும்... அதுவா ஒன்ன அம்மோண்ணு விளிச்சம்ப ஒன் ஓலகம் அனாதையா இருக்காது... இதெல்லாம்விட ஒனக்கு அப்பிடி என்ன பெரிசா வேணும் சொல்லு...’

சொல்ல முடியவில்லை... என் ஆன்மா வரைக்கும் சாவுக்கான கலக்கம் பிடித்தது. நடக்க வேண்டிய வயதில் கலியாணம் ஆகியிருந்தால் நான் என்னைப்பற்றி இப்படி யெல்லாம் சிந்திருக்க மாட்டேன்... இப்போதெல்லாம் எனக்குச் சிந்தனைகள் அதிகமாக வருது.

‘ஒரு நல்ல தேதியைக் குறிச்சிட்டுப் பிறவு ஓட்டருட்ட சொல்லி விடியோம்...’ ஒட்டன் வெளிப்பக்கம் நின்று அழுத்தமாகச் சொன்னான்.

என் கலக்கமோ குழப்பமோ எதுவுமே யாரையும் சென்று சேர்ந்திருக்கவில்லை. குடிகாரன் சில்வான்ஸோடு என்னைப் பேசி முடித்து விட்டார்கள். கலியாணத்தேதியையும் குறித்தார்கள்... எனக்கோ அமைதியே இல்லை. அல்லியக்காளைப் போல் என்னையும் அவன் அடிப்பானோ என்று பயம் கொண்டேன்...

‘மாப்பிளைக்காரன் ஒனக்க போன் நம்பர் கேட்டான். கொடுத்து விட்டுருக்கு இனி அடிக்கடி பேசி பழகம்ப ஒனக்கு அவன் குடிகாரன் என்கிற பயமே இல்லாமல் போயுரும்’ அப்பா சொன்னார்.

13

அந்தோனியார் கோயிலில் சிறப்பு தியானம் நடக்க ... மல்லிகா அங்கே சென்று விட்டாள். அப்பாவும் கலியாண வேலை நிமித்தம் வெளியில் போயிருந்தார். மாசியும் பிச்சியின் கடையில். உச்சைக்குள் சுற்றி முடித்த பீடிகளை வகைப்படுத்தி எடுக்கும் அவசரத்தில் இருந்தேன்.

அப்போது பார்த்து, எனக்காகப் பேசி முடித்த சில்வான்ஸ் வீட்டின் முன் வந்தான். திருமண தேதி குறித்த நிலையில், கல்யாணத்திற்கான அளவு பிளவுஸ் கேட்க வந்திருப்பானோ ... நினைத்தேன்.

நான் அழைக்கும் முன்னே வீட்டில் வந்தான் ...

'கலியாணச்சீட்டுல வீட்டு அட்ரஸ் போடணும் ... அதான் உங்க விலாசம் வாங்க வந்தேன் ... போனுல கேட்கலாமுண்ணு நினச்சேன் ... ஆனாலும் ஒன்ன ஒருக்கா பாத்து நேரில கேட்டுட்டுப் போலாமுண்ணு வந்தேன் ... ஆமா ஒங்கப்பா எங்க?'

'அப்பா ... ப் ... பா கடைக்கு ... போயிருக்காரு.'

அவனிடம் அப்போது குடி மொச்சையில்ல ...

வீட்டுக்குள் போய் பேப்பரும் பென்னும் எடுத்து வீட்டு முகவரியை எழுதத் தொடங்கினேன் ... அவனோ வீட்டுக்குள் வந்து விட்டான் ...

'குடிச்ச வெள்ளம் கிட்டுமா?'

வீட்டின் மோடை பார்த்துட்டுக் கேட்டான் ... நான் வெள்ளம் எடுக்க அடுக்களையில் போனேன் ... அவன் அங்கும் வந்தான். செம்பில் வெள்ளம் கோரி நிமிரும் முன் என்னருகே என்னோடு நெருங்கி என்னை அணைத்து விட்டான். கையில் இருந்த செம்பு கீழே விழுந்தது ... வெள்ளம் சிதறியது ... நான் பதறி போனேன் ...

‘எல்லாம் கலியாணத்துக்க பிறகு...’

அவனிடமிருந்து விலகி போக நெளிந்தேன். அவன் விடவே இல்லை. என்னை இன்னுமாக அணைத்து முத்தம் முத்தமாக வைத்தான்...

‘நான் தான் ஒன்ன கெட்டிக்க போறவன் ஆச்சே... எப்பண்ணாலும் நான் தான்’

என்னால் மீற முடியவில்லை... வீட்டின் வெளியே மாசியின் கொல்லி மட்டை உருளும் சத்தம் கேட்க... அவன் விலகி போனான். நான் சிலை போல் அப்படியே நின்றேன். சுதனோடு காதல் கொள்கையில் எங்கோ கூசி மறைந்த சில உணர்வுகளை இப்போது இவன் எழுப்பினான் ... எனக்கு இவனைப் பிடிக்கத் தொடங்கியது. குடிகாரன் என்கிற சிந்தை மறைந்தது. இடித்துப் போட்ட இல்லற கூட்டின் சுவர்களெல்லாம் மீண்டும் நிமிர்ந்தெழுந்தது. அங்கே சில பிள்ளைகள் ‘ரோசா, சில்வான்ஸ்’ வாழ்க வாழ்க என்று பாடுவதை ரசித்தேன்.

❍

கையிலிருக்கும் போணிலிருந்து சில்வான்சுக்கு இரண்டு நாட்களாக பல முறை அடித்த போதும், எதிர் பக்கம் ‘சுச் ஆப்’ என்றே வந்தது. ஒரு வித இருள் கவ்வியது என்னுள்...

‘வீட்டுல கொப்பன் உண்டா?’ ஒரு வித இறுவலோடு வந்தான் ஒட்டன். ஒட்டனுகளை காணுகையில் மனம் அப்படியொரு கசப்பில் ஆழ படுகிறது. மனசு கெட்டவர்களாகவே தெரிவார்கள்.

ஒரு கல்யாணம் மாறினால், உடனே அடுத்து ஒன்றை கொண்டு வருவார்கள். இதே ஒட்டன் இருக்கானே ஒரே நாளில் மூன்று பார்ட்டிகள் வரைக்கும் கூட்டியிட்டு வந்த நாள்கள் உண்டு. வெறும் தொழிலாக மட்டும் கலியாண கூட்டு சேர்க்கையை பார்ப்பவர்களுக்கு ஏது மனசு?

‘அந்த நல்ல மனுசனுக்கு இப்பிடியொரு கேடு கெட்டவளா பிறந்திருக்குதியே...’

அதிர்ச்சியில் ஆனேன்.

‘அந்த சில்வான்ஸ் பயலுக்கு நீ வேண்டாமாம்...’ சில்லி சில்லியாக உடைந்தேன்.

‘ஏ... ன்?’

‘அவனுக்கக் கூட நீ எல்லாமே முடிச்சிட்டியாமே?’

‘இல்ல... அப்பிடியெல்லாம் இல்ல...’

‘அவன் எல்லாத்தையும் எனட்ட வந்து சொல்லியிட்டு என்ன சொன்னான் தெரியுமா? ஓய் பெண்ணு செரியில்ல ஓய்... நான் தானே கெட்டப்போறேண்ணு சொன்னதும் எல்லாத்துக்கும் சம்மதிச்சுது. நல்ல பெண்ணங்கி நான் கை வச்சதும் அலறி ஊரை கூட்டியிருக்கணும்... அப்ப அவா நல்ல ஒரு பெண்ணு. இது வச்சி தாறா ஓய்...’ பச்சையாகச் சொல்லி வக்ரமாகச் சிரித்தான்... ஒட்டன்.

‘ஆணுங்களைப் பத்தி ஒனக்கு என்ன தெரியும்? அவன் ஒன்ன சோதிச்சி பாக்க வந்திருக்கியான். ஒன்ன தொட எத்தனிச்சம்ப நீ சும்மாளங்கிலும் முடியாதுண்ணு சத்தம் போட்டு சொல்லி யிட்டு அங்குன இங்குன ஓடியிருக்கணும்... இது நீ வச்சி கொடுத்திருக்கிய?’

‘இல்ல...’ மனதில் நெருப்பு பிரளயம் உருண்டது...

நான் மறுக்கலியா? வேண்டாமுண்ணு சொல்லேலியா... அவன் தானே... அவன் தானே... நினைக்க நினைக்க தேகம் முழுக்க அருவருப்பு சுமந்தேன்... அவன் முத்திய இடங்களெல்லாம் பொள்ளல் போல் காந்த தொடங்கியது...

‘நான் என்ன அவனுக்க சோ்தனை நிலையமா?’

‘அதை அவனுட்ட போய் கேளு. தாலி ஏறக்கு முன்ன எந்த அம்மச்சி மோனுக்கும் தொட கொடுக்காதவ தான் பெண்ணு. ஒனக்க மானம் கீனம் எல்லாமே போச்சி...’ பின்னும் கேவலமாகச் சிரித்தான் ஓட்டன்.

‘இனி ஒனக்கு ஒண்ணாம் தரம் ஒக்காது... எதம் ரெண்டாம் தரம் தான் ஒக்கும்... இல்லங்கி இன்னும் அதிகமாகக் கொப்பன் லெட்சங்கள் புரட்டணும் மாப்பிளைகளைப் பிடிக்க...’

பல்லை இளித்தான் ஒட்டன். எதோ எனக்கும் அந்த சில்வான்ஸுக்கும் எல்லாமே முடிந்தது போல் என்னைப் புழு போல் பார்த்தான்...

‘இப்பிடி அவனுக்கெல்லாம் ஒத்துழச்ச ஒனக்கு என்னங்கிலும் தேவையங்கி எனட்ட கேட்டுருக்குலாம் இல்லியா? எனக்க பெண்டாட்டி குறுக்கு பேந்து கிடையில ஆனதுலண்டே நானும் பாம்பட்டினிபோல தான். எனக்கு என்னங்கிலும் சகாயம் செஞ்சியங்கி ஒன்னாண ஒனக்கு நல்லதா ஒண்ணு அமச்சி தருவேன்...’

காமம் ஒழுகியது அவன் கண்களில். ஒட்டன் வரைக்கும் என்னிடம் கெதிப்பான் என நினைக்கவில்லையே. முன்கூட்டியே சில்வான்ஸ் மீதான கோபம் எனக்குள் எரிந்துகொண்டிருக்கையில்

இவனின் சொறி பிடிச்ச பேச்சு ஒரு வித மூர்க்கத்தை ஏற்படுத்த, குசுனியில் சாச்சி வச்ச தொறப்பாயை எடுத்தேன்...

'போனியங்கி ஒனக்கு நல்லது . . . இல்லிங்கி இருக்கிய வெப்புராளத்துக்கு என்ன செய்வேண்ணே தெரியாது...'

'அப்பிடி நீ என்னட்டி மலத்துவ?'

இளக்காராமாகக் கேட்டவன் தொறப்பா பிடித்திருக்கும் என் கையைச்சுற்றி வளைத்து பிடித்து அவனோடு சேர்த்தான. அவனிடமிருந்து எழுந்த மொடை நாற்றம் என்னைக் கதி கலங்க வைத்தது. காமம் பிடித்தவனை அடியோடு வெறுத்து, அதீத ஆத்திரத்தில் அவனிடமிருந்து திருங்கி வெளியே ஓடினேன்... முற்றத்தில் என் அப்பா... மாசி... மல்லிகா... என் பின்னே வெறி பட்டி போல் ஓடி வரும் ஓட்டனை பார்த்த மாசிக்கு சகலமும் புரிய . . . அவனை விரட்டினான். அக்கம் பக்கமெல்லாம் பார்த்தார்கள்... நானோ மல்லிகாவின் தோளில் விழுந்தேன்.

ஓட்டன் போய் வெகுநேரமாகியும் எங்களின் கிலேசம் குறையவில்லை. சில்வான்ஸ் என்னைப்பற்றி குறிப்பெடுத்த விதம் என் நெஞ்சில் நெருப்பு துண்டுகளை வாரி வீசியது. என்னை சோதித்து பார்க்க வந்தானாம். தொட்டி கசவாளி பய... என்னெல்லாம் நூதனம் இவனுக்கு... இவனுக்கெல்லாம் நல்ல சாவு வருமாக்கும்? வெப்புராளம் பொட்டியது. மல்லிகா கை விரல்களைப் பாசமாகப் பிடித்து நவுடினாள்.

'பிச்சியக்காளிடமிருந்து போன் வந்தது. இவனெல்லாம் ஒன்ன கெட்டினாலும் சுவருக்கெல்லாம் காவாலாளி வச்சுருவான். ஒன்ன அடைய அவனுக்கு யோகம் இல்லண்ணு மனசை தேத்தியிட்டு இரு... நாளைக்கி கடையில வா... பிச்சியக்கா இருக்கேன் இல்லியா... பாத்துக்குலாம்...' உடனே அவள் தோள் வேண்டும் போல் தோன்றியது.

அப்பாவும், மாசியும் வீட்டின் வெளிப்பக்க திண்ணையில் சாஞ்சி இருந்தார்கள். மாசி முறி பீடியை வலிச்சி இழுத்து புகையை வளையமாக விட்டுக் கொண்டிருந்தான். ஒவ்வொரு இழுப்புக்கும் ஒரு முறை லொக் லொக் என செமச்சி தள்ளினான்.

'லே கொஞ்சம் கொறச்சி சூப்பி தள்ளு... கண்டமானம் புகையை நெஞ்சுல ஏத்தி வச்சேண்ணா கடைசியில மூச்சு விடுறதுக்கு நுரையீரல் இருக்காது...' அப்பா சொல்ல மாசி விரக்தியாக சிரித்தான்...

'பெரிய நுரையீரல்... போவுரா அப்பறம். அது எப்பளே அரிச்சி போயாச்சு... ஓய் மாமோ... எங்கதையை தள்ளும்... நம்ம

ரோசா குட்டியிக்கி இது தானே சோலி... பீடி சுத்தியவளுக்கு பீடி குடிச்சியவங்களை விட கேடு ஓய்... குட்டியிட்ட இதெல்லாம் அப்பறம் தள்ளியிட்டு வேற என்னங்கிலும் சோலி பாக்கச் சொல்லணும் ஓய்...'

மாசி சொல்வதை அப்பா சகிதம் நானும் யோசிக்காமல் இல்லை... போக போக சுக்கா மொச்சை எனக்கும் ஒக்கவே இல்லதான். அப்படியே தலையில் கனம் ஏறி கண்கள் எரிந்து போகுமளவுக்கு சுக்கா என்னைப் பாடுபடுத்துது.

O

நச நசா மழை தூத்தியிட்டு இருந்து... காஞ்சி பறந்து கிடந்த நிலத்தில் மழை வெள்ளம் விழுகையில் மண்ணிலிருந்து எழும்பியது மணம்... மனதில் கிடக்கும் என் மானாடு பொத்தையின் மணம் உயிரோடு எழுந்தது. கற்றாழை வேலியில் துருமி கிடக்கும் மண்ணை மடியில் வாரி போட்டு மணத்தும் போது சுதனின் காதலும் மணக்கும். முறியம் பச்சிலை, காக்கலம், பெர இலை செடிகளில் விழும் மழை நசப்பும், வீசும் காற்றில் நெருங்கும் வாசமும் ஓர்மையில் கனத்தன.

தூத்தலில் நனையும் கொல்லாவில் வரும் பூக்கள் நசுங்கிய மணம் வீசியது. இதை குமைக்கும் வகையில் மாசியின் பீடி புகையின் மொச்சை கறங்கியது...

இந்த சூழலின் மௌனத்தை மல்லிகா கலைத்தாள்.

'மாமோ, இனிம இந்த ஒட்டன் பயலுவள வீட்டுல ஏத்தப்படாது. காலமெல்லாம் மாறி போயாச்சு இப்ப... கல்யாண நிலையங்கள், மேட்ரி மோனி அது இதுண்ணு பல வழிகள் வந்த பிறகு இன்னும் இவனுகளை வச்சி அழுதுட்டு இருக்கியது...'

நான் மல்லிகாளைப் பார்த்தேன்.

வாங்கலியா என்னை... வாங்கலியா என்னையிண்ணு கலியாணச்சந்தையில போய் நின்னு நின்னு மரத்துப் போயிடேன் அல்லவா?

'எனக்கினி ஒரு எழவும் வேண்டாம்... என்னை எம்பாட்டுல இருக்க விட்டா கொள்ளாம்...' சத்தமா சொன்னேன்.

அப்பா என்னைப் பார்த்தார்...

'எங்கண்ணுல காட்சை இருக்கம்பே காக்கையெல்லாம் ஒன்னப்போட்டுக் கொத்துது. நான் இந்த ஒலகத்தை விட்டுப் போயிட்டா ஒனக்கு வேண்டி யாருட்டி உண்டு.

'ஒலகம் பெருசுப்பா... அதுல எனக்கான இடம் இல்லாமலா போகும். எனக்கும் மனசு இருக்குப்பா... அதுல கொஞ்சம் போல சுண எனக்குண்ணு இருக்கு... அதை கொஞ்சமங்கிலும் மதிப்பா பாருங்க... சும்மா சும்மா என்னைப் போட்டுச் சம்மந்தம் கலியாணமுண்ணு கீறி பிடுங்குனா... இனி என் இதயத்துல ரெத்தம்கூட இல்லப்பா...'

அப்பா ஒரு பதிலும் சொல்லவில்லை... மல்லிகா என் தோளை இதமாகத் தொட்டாள்... வழி பாதையில் பாட்டுக் குரல் கேட்டது.

'காத்திருந்து காத்திருந்து காலங்கள் போகுதடி...' அது சம்மனசின் குரலென்று எல்லோருக்கும் புரிந்தது... அப்பாவுக்கு ஆத்திரம் பொங்கியது.

'இந்த கசவாளியிக்கி ஒரு சாவங்கிலும் வருதா? அந்த காலமே போலிசுவா கொண்டு போட்டு இடிச்சும் இவனுக்கொரு போக்கொழி வருதா? போன கிழமையே பின்னும் அவுத்து விட்டுருக்குப் போல... சும்மா நீராழிக்குண்டு அம்பலத்துல போய் கிடந்துட்டு இதுபோல தான் அவனுக்கொரு ஒடுக்கத்த பாட்டும்... கீட்டும்...'

சம்மனசு சும்மா அவன் வழியில் பாடியிட்டுப் போனான்... இதில் ஏன் அப்பாவுக்குக் கோபம் வருது. இந்த சுதந்திர நாட்டுல அவனுக்குப் பாடக்கும் உரிமையில்லியா?

'அவன் இப்பிடியெல்லாம் சாடை மாடையா பாடியது யாரை வச்சுண்ணு தெரியுதால மாசி...'

'ம்... ரெண்டு வாயடக்கி பட்டானங்கி அவனுக்க பாட்டு நிக்கும்...'

'லே ஒண்ணாமவுதே அவன் போலிசுகளுக்க இடி பட்டு சயம் பிடிச்சி இருக்கியான். யாரு தொட்டாலும் பேரு கேக்க வேண்டியது வரும். காலோ கையோ நீட்டியிராத...' அப்பா மாசியைச் சமாதானம் செய்தார்.

சம்மனசு யாரின் பேச்சையும் கேட்காதவன் போல்... என் செடிகளருகே போனான்...

'எல்லாரும் சுகமா இருக்குதியளா?' பாசமாகக் கேட்டான் செடிகளின் மேல் பக்க இலைகளை வருடி விட்டான்... அவனின் இந்த மெல்லிய செயலை மல்லிகாளும், நானும் வியப்பில் பார்த்தோம். ஊரில் பலருக்குமே இவனொரு காட்டுக்குட்டி,

முரடன், கொலக்காரன், போக்கிரி... ஆனால் சம்மனசு வெறும் ஒரு மென்மையானவன் என்பது எனக்கு எப்போதுமே தெரியும்...

'லே ஒன் பாதையில போவ முடியுமங்கி போ... சும்மா செடியளைத் தடவியிட்டு நிக்கியது. ஒன் பருப்பு ஒண்ணும் இஞ்ச வேவாது...'

அப்பா சம்மனசோடு சொல்லுகையில் நான் மல்லிகாளோடு வறட்சியாக சிரித்தேன்.

'எதோ அப்பனுக்க மொவள யாரும் உரசலண்ணாக்கும் நினச்சியாரு... அவனவன் எம்புடு எம்புடு பச்சை பச்சையா பல்லிளிச்சிட்டு வாறதெல்லாம் அவருக்கு எங்க தெரியும்? நாளெல்லாம் ஓடி ஓடி வாழுற வாழ்க்கை அப்பனுக்கு எப்படி புரியும்? எதோ சம்மனசு என்னை கடத்தியிட்டு போயிரு வாண்ணாக்கும் அவனை அப்பன் போட்டு முடுக்கியது...'

சம்மனசு இடிந்து பொடிந்த திண்ணையில் சுருளுவது தெரு விளக்கின் வெளிச்சத்தில் தெரிந்தது...

அந்தி இருட்டு வந்தது... ஆளாளுக்குக் கொட்டாவிகள் பறந்தன ... உறக்கம் வந்தாலும் வராட்டாலும் இரவைக் கடத்த பாயில் கிடந்து தானே ஆகணும்...

மாசி எதோ ஓர்மை வந்தவன் போல் எழும்பும் அரவம் கேட்டது. தளர்ந்த கையிலி கெட்டை உதறி இறுக்கினான்... கைகளை மேலோட்டு தூக்கி முறுவலித்தான்... வாயைப் பிளந்து கொட்டாவி விட்டான். முகம் முழுவதும் காடு போல் விரவி கிடக்கும் முடிகளில் பலதும் வெளுத்துத் தெரிந்தன...

'லே இது என்னல மூஞ்சி முழுக்க படப்பா வச்சிட்டுத் திரிய... எள்ளுபோல எளச்சி தள்ளுல...' அப்பா சொல்ல... அவனொரு சுணுக்கம் காட்டி சிரித்தான்...

'இம்படங்கிலும் அவளுக்க ஓர்மையாட்டுக் கெடக்கட்டும் ஓய்...' கிள்டாக்களுக்கு இவனின் குறுந்தாடி மிகவும் பிடிக்கும்.

'அதுக்குண்ணு ஒரு கணக்கு இருக்கு... இது பைத்தியாறனை போல இல்லியா இருக்கு...'

'இருக்கட்டு ஓய்...' சொன்னவன் சைக்கிளை எடுத்தான்...

இந்த இரவில் அவன் எங்கு போகிறான் என்பது எல்லோருக்கும் தெரியும். என்ன தான் பிச்சியக்காளை பறஞ்சாலும், இரவு வேளைகளிலெல்லாம் இவன் சைக்கிள் அவளைத் தேடி போகும். சில நாளுகளில் சாமங்களில் வருவான்...

சில நாளுகளில் போனதும் வருவான். சில நாளுகளில் வருவது மில்லை...

'கதவ அடச்சிட்டு கெட...' மல்லிகாவோடு சொன்னான். அப்பாவும் வெளித்திண்ணையில் பாயை விரித்தார். மாசியின் சைக்கிள் உய் உய் என்கிற இழு வலியோடு சாலையில் இறங்குகையில்... நீராழிக்குண்டருகே கிடக்கும் தெருப்பட்டிகள் கொலவாத ஊளையில் சத்தமெழுப்பின... அதைத் தொடர்ந்து அங்கே நிழல்கள் போல் சில உருவங்கள் ஓடோடி வருவது தெரிகின்றன... அங்கே வருபவர்கள் எழுப்பும் அபாயக்குரல் எங்கள் ஈரல்களைப் பிளந்தன...

'லே மாசி தம்பியே... எனக்க மாமனே... எனக்க ரோசாளே... மல்லிகாளே... என்னை கெட்டினவன் என்னையும் பிள்ளையளையும் அடிச்சி கொல்லியானே...'

மாசியின் சைக்கிள் அப்படியே நின்றது. உறக்க பரம்பை விரித்த அப்பா அப்படியே நிமிர்ந்தார். நானும் மல்லிகாளும் குரல் வந்த திசையில் ஓடினோம்...

14

எங்கள் அல்லியக்காளும், அவளின் மூன்று பெண் குழந்தைகளும் அலங்கோலமாக ஓடி வந்து கொண்டிருந்தார்கள். இது போல் எத்தனை நாட்களாக ஓடுகிறாள் அல்லியக்கா... கலியாணம் ஒரு பெண்ணுக்குப் பாதுகாப்பைக் கொடுக்கும்; பாசத்தைக் கொடுக்கும் என்றெல்லாம் சொல்லும் உலகில் என் அல்லியக்காளுக்கு அவள் செய்த கலியாணம் அப்படி என்ன பாதுகாப்பைக் கொடுத்திருக்கு?

ஜெம்பர் கிழிந்து தொங்கியது, அவளின் தலை முடி கலைந்து கிடந்தது... முகத்தில் நக கோடுகள் இழுத்து சிவந்து இரத்தம் கனிந்துகொண்டிருந்தது... அவளோடு ஓடி வரும் பிள்ளைகள் அலறி அஞ்சி அய்யோ பார்க்கவே கொடுமையான காட்சியாக இருந்தது. இளைய பிள்ளையின் தேகத்தில் ஒட்டுத் துணி கூட இல்லை... நாலு வயசு பருவம் கொண்ட அந்தப் பெண் பிள்ளையின் அம்மணம் முழுக்க அனாதை கோலம் தெரிய ஓடி போய் அம்மகளை எடுத்தேன். அல்லியக்காளின் மூத்த மகளின் ஜெம்பரின் முன் பக்கமும் கிழிந்து கிடந்தது... உள் பக்கம் கிடக்கும் வெற்றி கோடும் கிழிந்து அங்கு குருத்த புதிய மாருகள் வரைக்கும் அச்சமாக தெரிந்தன... எனக்கு கரச்சி பொங்கியது. யாரை நம்பி இவர்களெல்லாம் பிறந்தார்களோ அந்த அப்பன்தான் இப்போது கொலைக்காரனைப் போல அடித்து விரட்டுகிறான்...

‘எங்கழுத்தடக்கி பலகை குத்தியெடுத்துத் தல்லியிட்டான்... எனக்க மக்களுக்க மேலுலோட்டு மண்ணெண்ணெய் கோரி ஊத்த விரட்டியான்... என்னாண்ணு கேட்க நாதியத்த என்னையும் மக்களையும் போட்டு இப்பிடி கொல்லியானே...’

அல்லியக்காளின் இந்தக் கரச்சலைக் கேட்ட மாசி தன் சைக்கிளை நின்ற இடத்திலே ஸ்டேண்ட் போட்டான்... கல்யாணம் அவளை இப்படி தான் ஓட வைத்திருக்கிறது.

ஆத்தியமே இவனையெல்லாம் தட்ட வேண்டிய இடத்துல தட்டி வச்சிருந்தா இப்ப இப்பிடி ஆகியிருக்க மாட்டான். அப்ப நீ இவனை என்னஙகிலும் கேட்க விட்டியாக்கும்...'

கல்யாணம் முடிந்த புதிதிலே பங்கி இப்படி இவளை அடித்து விரட்டும் போது மாசி போலிஸில் கேசு கொடுக்க போகுகையில் அல்லியக்கா தான் அப்படியெல்லாம் வேண்டாமென தட்டி கழித்தாள். ஊரில் சில மிடுதங்களை அழைத்து நியாயம் பேசுகையில் முக்கியமான மிடுதமா இருந்த பீற்றர் என்பவர் அடிக்கப் போகுகையில் அவன் குறுக்கே அல்லியக்கா போய் விழுந்தாள். அடி பட்டு இங்கு ஓடி வரும் நாள்களில் எதோ நாலு நாள்கள் அவனை அறுப்பாள்... பின் அவளே அவனை ஏற்றுக் கொள்வாள்...

'என்ன இருந்தாலும் கெட்டினவன் இல்லியா...'

சொல்லிவிட்டு மக்களோடு மீண்டும் மாப்பிளையுடனே போவாள்.

'அவன் கொன்னாலும் கேட்க நாதியில்லாம ஆயிட்டேனே' மூக்களையைப் பிடித்து எறிந்தாள்.

'பட்டியை அடிச்சி பீயை வாராண்டாண்ணு என் போக்குல போயிட்டு இருக்கியேன்... நீ என்னதோ நான் ஒண்ணும் கேட்காததுபோல நாதியத்து போனேண்ணு சொல்லிய...' மாசியின் முக பாவத்தில் கடுமை கூடி போனது.

'லே எதோ ஒரு போக்குல சொல்லியிருப்பா... அதை யெல்லாம் விட்டுத்தள்ளு...' அப்பா சமாதானம் சொன்னார்.

அல்லியக்கா அவள் பிள்ளைகளோடு திண்ணையில் அமர்ந்தாள். சிதைந்த வாழ்க்கை கோலங்களோடு தெரிந்தார்கள். பங்கி தூக்கி வீசிய பலகை பின் கழுத்தை விறுத்தியாகச் சதைத்து இரத்தம் கட்டி பச்சையாக மினுங்கியது... அதிலிருந்து வெள்ளம் ஒலிச்சிட்டே இருந்தது... தரிப்பு தாங்க முடியாமல் கழுத்தை இங்கும் அங்குமாக அசைத்தாள்... உருட்டினாள்.

'லே அந்த கம்ப்பவுண்ட்டருட்ட கொண்டு போய் காய ஊசி போட்டாலே நல்லது...' அப்பா மாசியோடு சொல்ல... அவனுக்குக் கோபமாக வந்தது...

‘என்னை வெட்டிக் கொன்னாலும் எனட்ட அஞ்சி பைசா இல்ல… இந்த இராத்திரி கம்பபவுண்டரைத் தட்டி எழுப்பி சிகிட்சை பாத்தா ஒண்ணுக்கு மூணா சக்கறம் கேட்பான்… வல்ல காயத்திருமேனி என்னங்கிலும் எடுத்துப் போடட்டு…’

சலிப்பாகச் சொன்ன மாசி, மீண்டுமாகப் பீடியை சூப்பியபடியே கொல்லாவின் மூட்டில் கிடந்த கல்லில் போய் இருந்தான்… மழை நசநசப்பு அடங்கியிருந்த நிலையில் வீசும் காற்றில் குளிர் பரவி கிடந்தது.

அல்லியக்கா அடி, பிடியென இங்கு வருகையில் எப்படியும் அவளும் மக்களும் ஒரு கிழமை இங்கே தாங்கி விடுவார்கள்… இந்த நாளுகளில் அவர்களுக்கான சாப்பாடு, அல்லறை சில்லறையெல்லாம் இங்குதான். இதில் பிச்சியக்காளின் கழுத்து நெரிஞ்சி போயிரும்… அல்லியக்கா இதையெல்லாம் பார்த்துட்டு அவள் கடையில் போய் என்னங்கிலும் வேலை செய்து கொடுப் பாள்… அல்லியக்கா மாப்பிளை வீட்டில் கிடந்தாலும் பாதி நாளும் பிச்சியக்காளின் கருணையாலே அவள் வீடு நனையும். மாசிக்கு இதெல்லாம் பிடிக்கவே இல்லை…

‘ஆக கூடி ஒரு கிட கிடப்பாண்ணு எல்லாருக்கும் அவா கொட்டியிட்டு இருக்கணுமோ…’

பிச்சியக்காளை நினைத்து தான் இவ்வாக்கை சொல்லியிருக்க வேண்டும். நல்ல வேளை அல்லியக்காளின் காதில் இவ்வாக்கு விழவில்லை. அந்த அளவுக்கு உடல் காயமும், மன வலியும், பிள்ளைகளின் அழுகையும் இருந்தது…

வீட்டில் இருந்த பழைய மருந்தெண்ணெய் குப்பியோடு வந்தாள் மல்லிகா… அல்லியக்காளின் கழுத்து வாக்கில் எண்ணெய்யை ஊத்தி தடவினாள். எண்ணெய் மிகவும் பழையது. முசுங்கிபோன வெட்கையடித்தது.

அல்லியக்காளின் பிள்ளைகளின் கண்களும், பதைக்கும் வயிறுகளும் வாழ்க்கை அச்சத்தில் துடிப்பதை கண்டேன்… என்னோடு அணைத்தேன்…

‘ஆகாரமுண்ணா நேத்து உச்சைக்கி என் மக்கா என்னங் கிலும் தின்னுருப்புனம் . . . அதுக்க பிறவு இன்னும் ஒண்ணுமே தின்னேல …’

அல்லியக்கா அழுகையோடு சொன்னாள். வீட்டில் கிடந்த சோற்றில் முன் கூட்டியே வெள்ளம் ஊற்றி போட்டிருந்தேன்… பிள்ளைகளை என்னோடு அழச்சிட்டு போய் சோறை பிழிஞ்சி,

கிடந்த விறங்கறியை ஊத்தி, வாரியில் சொருகி வச்ச நாரந்திகாய் ஊறுகாயைப் போட்டு கலக்கி கொடுத்தேன். பசி மிகுந்த பிள்ளைகள் அவ்வெள்ளமும் பருக்கையுமாக வாரி தின்னுகையில் பங்கியின் மீது அளப்பரிய கோபமே வந்தது.

குடிகாரனுக்கு பெண்ணு கெட்டி கொடுக்கவே கூடாது. பிறகு... அவனச்சொல்லி பிறக்கும் பிள்ளைகள்தான் வாழ்க்கை பசியோடு வாழுவாங்க... ஒரு சொட்டுகூட மிச்சம் வைக்காம எல்லாமே குடிச்சி முடிச்சி பசியாற்றிய பிள்ளைகளின் கண்களில் வாழ்க்கை மீதான எதோ ஒரு நம்பிக்கை ஒளிர்வதைப் பார்த்தேன்... ஆனால் அந்த நம்பிக்கை பொசுங்கும் படியாக பங்கியின் ஓங்கிய குரல் வெளியில் கேட்டது...

'குட்டே கண்டாரோளி... என்னை விட்டுட்டு அப்பிடி எங்கட்டி போயிருவ... குட்டே ஒன்ன நான் கெட்டினேனா... இல்ல ஒனக்க கெட்டினானா?' குடிபோதையில் பேசினாலும் அவன் குரல் ஒன்றும் பிசிறவில்லை.

பங்கியின் அசிங்கமான வார்த்தைகள் கேட்கையில் மாசியின் புஷ்டியில் கனம் ஏறி போனது...

'லே லே கையோ காலோ நீட்டியிராத... அவனே ஒரு சளம்... கண்ணு மூக்கு இல்லாம அவன் என்னங்கிலும் பேசினா... நீ காதையும், மனசையும் பொத்தியிட்டு இரு. ஆவேசத்துல காலோ கையோ நீட்டி அதவா அவன் செத்து கித்து போனா... பிறகு நீ தான் செயிலுக்குப் போவ. மட்டுமா? அவன் மக்களுக்கெல்லாம் நீ தான் சிட்டம் சொல்ல வேண்டியிருக்கும்... ரோசம் பொங்கும் படி அவன் பலதும் சொல்லுவான்... நீ பேசாம இரு...'

அப்பா மாசியை அமைதிப்படுத்தினார். ஆனால் பங்கியோ பாதையில் நின்று முழங்கி தள்ளினான்...

'யாருக்கும் வேண்டாதவளை எனக்க தலையில கொண்டு ஏப்புச்சிட்டான்... அதுக்கு ஈடா என்ன தான் தந்து மலத்தினல மாசி... ஒங்குடும்பத்துல பெண்ணு எடுத்ததுக்கு... நான் விடுதி குடியிலண்டு எவளையும் கெட்டியிருக்குலாம். அடுத்த வனுக்க பெண்டாட்டியை ஊம்பி வாழுற ஒனக்கெல்லாம் என்னல மதிப்பு?' பங்கி காரியமாகவே திட்டுகிறான் என்பது எல்லோருக்குமே புரிந்தது...

'என்னைப் போட்டு கொன்னது போராதுண்ணா வீடேறி அடிச்ச வந்திருக்கிய?' அல்லியக்கா கழுத்தில் வழியும் எண்ணெய்யைத் தடவியபடியே சொன்னாள்...

‘சூதி மோளே ... நீ வாயைத்தொறந்தியங்கி அப்ப இருக்கு ...’

சொன்னதோடு இருக்கவில்லை. அருகில் கிடந்த சில கற்களை எடுத்து கண்ணு மண்ணு தெரியாமல் எங்கள் திசை நோக்கி வீச துவங்கினான் பங்கி. பாதி கல்லுகளும் கொல்லா கொம்புகளில் இடறி போயின ... மிச்சம் சில முற்றத்தில் விழுந்தன ... அவனின் ஈனச்செயலில் பிள்ளைகள் அலறிகொண்டு வீட்டில் ஓடி ஒளிந்தார்கள் ...

‘எனக்கொரு ஆணடி பெத்துபோட வக்கத்த ஒனக்க மூத்த கொக்கா இனி எனக்க வீட்டுல வேணாமுல ... ஒனக்க தொங்கச்சி மல்லிகா ... இருக்கியாளே ... அவளை எனக்குக் கெட்டி தால மாசி ...’

இடுப்பில் தளரும் கையிலியை இறுக்கி முறுக்கி கேட்கும் பங்கியை எனக்கே ஓங்கியடிக்க தேச்சியம் வந்தது. மல்லிகா மாப்பிளை இல்லாமல் வீட்டில் ஆன போது இதைச்சொல்லிக் கொண்டு பல தடவை இங்கு வந்திருக்கிறான். மல்லிகாளோடும் இதுபற்றி பேசியிருக்கிறான் ... பல நாள்கள் இதுபற்றிய வாக்கு வாதம் நிகழ்ந்தாச்சி ... ஆனாலும் அவன் பின் வாங்கவே இல்லை.

‘மல்லியாளுக்க தேக லெட்சணத்தைப் பாக்கிறப்ப ஆணு பெறக்குள்ள எல்லா கூறும் இருக்குல மச்சினா ...’

பல்லை இளிச்சிட்டு நடுத்தெருவில் நின்று கொக்கரிப் பவனின் சத்தம் அக்கம் பக்கமுள்ளவர்களை நமுட்டு சிரி சிரிக்க வைத்தது.

‘லே தோணியவசம் காட்டாம இதுலண்டு போனியங்கி ஒனக்கும் கொள்ளாம்; எனக்கும் கொள்ளாம். ஒருத்தியே கொண்டு இட்டு இஞ்சி இஞ்சியா தல்லி சதச்சி கொன்னு வச்சிருக்கிய ... இனி அடுத்தவளையும் கேக்குதியா ?’

மாசி முறுவினான் ...

‘ஓம்மாண மச்சினா ... எனக்கு மல்லிகா கிட்டினாளங்கி அவளைப் பொன்னுபோல பாப்பேன். அல்லியும் அவா மக்களும், மல்லிகாளுமா ஒரு கூரையில கழியட்டு ஓய் ... ஓமக்கு இப்ப இருக்கிய நிலையில லெட்சங்கள் புரட்டி இனியொரு கலியாணம் செஞ்சி வைக்க ஒக்காது. ஓம்மாண மச்சினா, எனக்கு நீ அஞ்சி பைசா முதலு தராண்டாம் ... நான் மல்லியாளை ஓசுலகெட்டியேன் ...’

இதெல்லாம் கேட்கையில் மல்லிகாவால் விசும்பாமல் இருக்க முடியவில்லை. அல்லியாக்காளோ அவனைத் தாறுமாறாக

கெட்டவார்த்தையால் திட்டத் தொடங்கினாள். மாசி எகிறி போய் பங்கியை அடிக்க கூடாதே என அப்பா பக்குவமாக நின்றார். இதற்கு முன்னும் சில பல நாள்கள் மாசிக்கும், பங்கிக்கும் கை கலப்பு நிகழ்ந்த பயம் எனக்கும் எழுந்தது.

'லே நீ வீட்டுல போ...' மாசியின் குரலில் கனம் கூடியது.

'லே அவன் என்னங்கிலும் சொல்லட்டுல... நீ வாயைத் தொறக்காம நில்லு...' அப்பா சொல்ல... மாசிக்குச் சங்கடமும் கோபமும் முட்டியது.

'ஆதரவத்த குடும்பத்துல அக்காளுக்க மாப்பிளையா இவன் வரம்ப நானெல்லாம் எம்புடு சந்தோசப்பட்டேண்ணு ஒமக்கே தெரியுமே மாமோ... அப்பன் இல்லாத வீட்டுல அப்பனுக்கு அப்பனா... அம்மைக்கு அம்மையா... தோளுக்குத் தோளா என் மச்சினனா எங்கூட நிப்பாண்ணு இவனைப்பத்தி ஒருவாடு சொப்பனம் கண்டேன்... ஆனா இவன் அப்படியெல்லாம் ஒரு நாளுகூட எனக்ககூட நின்னதில்ல. பெண்ணு எடுக்கிற வீட்டுல நல்ல ஒரு மகனா இருப்பாண்ணுதான் இவனை நினச்சேன்...'

மாசி மெய்யான வருத்தத்தில் கூறுகையில் எங்கள் எல்லோருக்கும் மனசு கனத்தது.

எங்க வீட்டில் கூட அக்காமாருகளுக்கும் கலியாணம் முடிந்து மச்சினங்கள் எங்கள் வீட்டில் வருகையில் அப்பாவும் சரி, நானும் சரி எங்க வீட்டு பாருதூருகளில் பங்கெடுக்க வாட்டமும் சாட்டமுமா இரண்டு ஆண்கள் அதிகமா வந்து சேர்ந்தாங்க என்று தான் நினச்சோம்... ஆனா அப்படியான எந்த சௌசின்னியமும் அவர்களிடமிருந்து பார்க்க முடியவில்லை.

'லே இந்த ஒலகத்துல நல்ல மச்சினனுக்கு நல்ல மச்சினன் கிட்டியது ரொம்ப குறவு... அவனே ஒரு குடிகாரன். அவனுட்ட ஒனக்கான ஏணலை தேடியதே தப்பு...'

'நானா குடிகாரன்... எனக்கு மனசு நிறைய நொம்பலம் ஓய். வெளியில இறங்குனா கொள்ளியத்தவண்ணு சொல்லி சொல்லி என்னை நோவு படுத்தியாங்க...' பங்கி குடிகார கரச்சியோடு பேசினான்.

'லே ஊரு ஒலகத்தில அப்பாண்ணு விளிச்ச ஒரு பிள்ளை இல்லாம எத்ர பேரெல்லாம் ஏங்கி கிடக்கியாங்க. ஒன்ன வாய் நிறைய அப்பாண்ணு விளிச்ச ஒண்ணுக்குப் பதில் ஆண்டவன் மூணு பெட்ட மக்களைத் தந்துருக்குல. பெண்ணுகளைப் பெத்தவன் யோகக்காரம்புல. நாளொரு காலம் அதுவா ஒன்ன பொன்னு போல பாக்கும். தவிச்ச வாயுக்கு வெள்ளம் ஊத்தும்...

‘எனக்கு இந்த நொண்டி ஆறுதலொண்ணும் வேண்டாம் ஓய்... எனக்கு ஆணு தான் வேணும்... அதை மல்லிகாதான் பெத்து தரணும்...’

‘ஆமா பெரிய ஆணு... போறாயின் இல்ல... ஆணோ பெண்ணோ அதைப் பெட்டச்சியல உண்டாக்கியா? நீ என்ன குழந்தையைக் கொடுக்குதியோ... அதை தான் ஒன் பெண்டாட்டி பெறுவா. பெட்டையோ கடுவனோ அது ஒனக்க களிவுல...’ அப்பா நிமிர்தலோடு சொல்ல... மாசியின் சுண்டில் இளக்கார சிரிப்பு படர்ந்தது.

‘சொந்தமா ஒரு ஆணடியை உண்டாக்க வக்கத்தவன் பெரிசா எனக்க சகோதரியைக் குறச்சொல்லியான்...’ மாசி இவ்வளவும் சொன்னதே தாமதம்... பங்கியின் கோபம் எகிறி வெடித்தது.

‘லே தெம்மாடி பயலே... நானங்கிலும் எனக்குண்ணு பெட்ட மக்களையங்கிலும் பெத்து வச்சிருக்கியேன்... ஆனா நீ... கண்டவன் உண்டாக்கியதையெல்லாம் அப்பாண்ணு விளிச்ச வச்சிருக்கியே... கடைக்காரியை ஊம்பி வாழுற இரப்பாளி நீ என்னைப் பத்தியெல்லாம் பேசப்பாது...’ பங்கியின் சுரணையை கீறும் வார்த்தைகள் மாசியை உசுப்பி விட்டது.

‘ஒனக்குத் தேவையிண்ணா கடைக்காரியிட்ட போய் காரியத்தை முடிச்சிருவ... ஆனா ஒன் தொங்கச்சியை நினச்சி பாத்தியா? ஆசையும் பாசமும் அடங்காம சுவரைப் பிடிச்சிட்டுக் கிடக்கியவளை நினச்சி பாத்தியல?’

மாசிக்கு இதற்கு மேலும் பொறுக்க முடியவில்லை. அப்பா அவனைப் பிடித்துப் பின்னுக்கு இழுத்துப் பார்த்தார்...

‘லே தம்பியே அவனொரு கிறுக்கன்... இருட்டு வாக்குல கல்லோ கட்டியோ எடுத்துத் தல்லியிருவான்... அவனுட்ட போவா...’ அல்லியக்கா சத்தமெழுப்பினாள்.

‘சும்மா கடைக்காரி கடைக்காரியிண்ணு சொல்லுதியே... அவளெல்லாம் ஒன் பிள்ளைகளுக்கும் பெண்டாட்டிக்கும் லெட்சங்கள் போட்டிருக்கியால. நீயெல்லாம் செத்து போனது இல்ல இருக்கிய... அவா உயிரோடு இருக்கியதுனாலதான் ஒன் மக்களும், மனைவியும் உயிரோடு இருக்கியாங்க. ஒன் வீடு வரைக்கும் அவாதான் பட்டினி பானை தீக்கிய... அப்பிடி சுணை உண்டங்கி இப்ப அவளுக்க பணமெல்லாம் வையுல...’ கையை முறுக்கி முன்னேறிய மாசியைப் பார்க்க எனக்கும் பயம் அதிகரித்தது.

'ஒனக்கு ஓசுல எல்லாம் தாறாயில்ல... அதுக்கு ஈடா என்னங்கிலும் செய்யாளா காணும்...'

நக்கலாக பல்லை இழித்தவனைக் கொஞ்சம் கூட யோசிக்காமல் மாசி பிடித்து தள்ளினான். அவ்வளவுதான் மாசியும், பங்கியும் ரோட்டில் விழுந்தார்கள்... உருண்டு புரண்டார்கள்... 'அய்யோ... கொலவாதம் நடக்குதே...' அலறினோம். அந்த நேரம் பார்த்து சாலையில் வாகனமொன்று வரும் வெளிச்சம் தெரிந்தது. அந்த வாகனம் இங்கு நடக்கும் களேபரத்தில் வேகம் குறைந்தது. வாகனம் மெதுவாகுகையில் எனக்குள் ஒரு ஆசுவாசம் வந்தது. அதன் டிரைவர் இருக்கையில் எனக்குத் தெரியாத ஒரு பெண் முகம். அவளருகே... அருகே அது சுதனின் முகம்...

சுதன் அடிக்கடி வந்து போவதாகக் கேள்விபட்டேன்... அவங்க அம்மா இறந்த பிறகு அதன் கல்லறயைப் பார்க்க. அவன் குடும்ப வீட்டின் பின் பகுதியை வாடகைக்கு விடாமல் வைத்திருக்க... அங்கெல்லாம் சில நாள்கள் தங்குவதாகவும் கேள்விபட்டேன். இப்போதும் வீட்டுக்குப் போகிறான். சமூகம், நீதி, விழிப்புணர்வு என்றெல்லாம் ஆனவன் இதோ மாசியும், பங்கியும் ரோட்டில் சண்டை இடுவதைப் பார்த்தான்... நாங்களெல்லாம் கூக்குரல் எழுப்புவதையும் கவனித்தவன்...

'இவங்க வாழ்க்கைக்கெல்லாம் மேனஸ் என்னாண்ணே தெரியாது... நீ வண்டியை ஓட்டு...'

முகத்தில் கோணல் எழுதி பக்கத்தில் இருந்தவளிடம் சொன்ன உச்சரிப்பை நானெல்லாம் கேட்டிருக்கவே கூடாது ... ஆனால் கேட்டுத் தொலைத்தேன் ... இவனைச் சமூகவாதி என்றாங்களே ... இதுவா இவனின் முகம்?

வறுமையிலும், வாழ்க்கையின் அடியாழத்திலும் உருளும் எங்களுக்கெல்லாம் மேனஸ் என்னாண்ணே தெரியாதா... அந்த மேனஸ்ண்ணா... சுத்தமான ஆடை போட்டிருக்கணுமோ, அவனை போல விலை கூடுன காரு வச்சிருக்கணுமோ? அவன் பக்கத்துல இருக்கிறவளை போல உதட்டுல சாயம் பூசியிருக்கணுமோ... கை இல்லாத பனியன் போட்டிருக்கணுமோ... இங்கிலிசு தெரிஞ்சிருக்கணுமோ ... நான் வறண்டு போனேன்... காரின் கண்ணாடியைத் தூக்கிப் போட்டுட்டுப் போனவனால் என் கன்னத்தில் அடி விழுவது போலவே மனசு காந்தியது...

அவன் போன திசையில் விக்கத்து நின்ற என்னை அப்பாவின் அலறல் கலைத்தது...

'லே மாசியே ... மாசியே ...' பங்கி மாசியைவிட உயரம் கூடியவன்... மாசியை கீழே கிடத்தி, அவனின் மேலில் ஏறியிருந்து

பக்கத்தில் கிடந்த கல்லை எடுத்து மாசியின் முகத்தில் சதக் பிதக் என தல்ல தொடங்கினான்... அருகே போகும் அப்பாவையும் பிடித்துத் தள்ளினான். என்ன செய்வது? மாசியை எப்படி காப்பாற்றுவது? மட்டக்கூட்டத்தில் அடுக்கி வைத்திருக்கும் தெங்கம் மட்டையை உருவி எடுத்துத் தூரமாக நின்று பங்கியை அடிக்க துவங்கினாள் அல்லியக்கா.

'அங்க என்னவாக்கும் சத்தம்...' தேவ தூதன் போல் கேட்டது சம்மனசின் குரல்...

நீராழிக் குண்டருகே கிடந்தவள் இங்கு கேட்கும் அலறலால் வந்தாள்.

'மாசியைக் கொல்லியான்... அந்த பங்கி...'

நல்ல காலத்திலே சம்மனசைப் பிடிக்காத அப்பா அவனோடு கசிந்தார். சம்மனசு எதற்கும் அஞ்சாதவன் போல் பங்கியின் உச்சி முடியைப் பிடித்து இழுத்து செள்ளையில் அடித்த அடி...

'பெண்ணு எடுத்த வீட்டுல காவல் தூதனா இருக்க வேண்டிய நீ, கொலக்காரனா இருக்கியே... போல அந்தாக்கில...' பங்கியைச் சவுட்டி விரட்டினான். மாசியோ இரத்தம் கசிந்த முகமாக எழும்பினான். இங்கு எந்த நியாயத்திற்கும் நிற்காமல் சம்மனசு நீராழிக்குண்டு பாதையில் மீண்டும் நடந்தான்...

எந்த சமூக அறிவும் இல்லாதவன் போல் பின்னுக்குக் கிடக்கும் சம்மனசின் செயலை வியப்பாகப் பார்த்தோம்.

இரத்தம் சொட்டும் நிலையில் நொண்டி நொண்டி வந்த மாசியைக் கண்ட மல்லிகா, தமைக்காருக்குப் போட்டு விட்ட மருந்தெண்ணெய் குப்பியோடு அவனிடம் போனாள்.

'பாவி பயலுக்க கை காலெல்லாம் குறுகி தான் போகும்...' பங்கியைத் திட்டிய படியே உள்ளங்கையில் எண்ணெய்யை ஊற்றி தமையனின் காயங்களில் வைக்கையில்... மாசி கோபம் முட்டியவனாக மல்லிகாளின் கையில் இருந்த எண்ணெய்யைத் தட்டி வீசினான்...

'போ ஒனக்க மருந்தெண்ணெயும் கொண்டு... எல்லாம் ஒன்னால வந்த வின. எப்ப பாரு அக்கா வீடு கொக்கா வீடுண்ணு ஓடுவ இல்ல... இதுல அவன் வந்தாலும் ஒரு அம அடக்கலம் இல்லாம இளிச்சி இளிச்சி வெள்ளமோ தண்ணியோ கொடுப்ப இல்ல... எல்லாம் பாத்து வச்சிட்டு அவன் மனசுல பேய் வந்துருக்கு. மாப்பிளை இல்லாதவா எப்பிடி வாழணுமோ அப்பிடி நீ வாழ... அதான் அவன் இந்த நிலை நிக்கியான்...'

பொள்ளல் வார்த்தைகளால் மல்லிகாளை வீசியடித்தான் மாசி... துடித்துப் போன மல்லிகா அழுதுகொண்டு வீட்டிற்குள் ஓடினாள்... அல்லியக்காளோ மாசியை உற்று பார்த்தாள்...

'இப்ப நீ என்னத்துக்கு அவளை அறுக்கிய? மாப்பிளை இல்லண்ணு இனி அவளும் சாவ ஒக்குமா? அந்தக் கிறுக்கனுக்குத் தான் விவரம் இல்லண்ணா ஒனக்குமா விவரம் இல்லாம போகுது. நீயெல்லாம் ஆணத்துவமா இருந்தாதான் எங்களையும் நாலு பேரு மதிப்பா பாப்பாங்க...'

'நான் இப்ப என்னட்டி ஆணத்துவமா இல்ல...'

'ரெத்தினத்துக்க மூத்த மொவள மாப்பிளையிக்க வீட்டுல மாமியாரு ஏதோ சொன்னாண்ணு மொத்த குடும்பமே வண்டி பிடிச்சிட்டுப் போனது ஒனக்குத் தெரியுமா?' அல்லியக்கா மாசியோடு கேட்கும் இந்தச் சம்பவம் எனக்கும் தெரியும்.

மாமியாக்காரி ஏதோ ஒரு வாக்கு பிசவு சொல்லி விட்டாளென்று கும்பலாகப் போய் மிரட்டியிட்டு வந்தாங்க. ஒரு பெண்ணின் ஆணி வேர் என்பது அவா பிறந்த வீட்டில தான் இருக்கு... அந்த ஆணி வேருகள் சரியாக இல்லையிண்ணா போற வீட்டில், மட்டுமல்ல வாழும் சமூகத்திலும் அவள் கிளைகளை முறிக்கவே பார்ப்பாங்க. அல்லியக்கா சோகமாகச் சொன்ன இவ்வார்த்தைகள் எவ்வளவு உண்மையானது இவா சொல்வதுபோல எங்களுக்கெல்லாம் வலுவான வேர்கள் இல்லை. எங்க... எங்க கிளைகள் தள்ளாடியே போகின்றன... அல்லியக்கா மாசியோடு சொன்ன இதுதான். மாசியின் வலுவின்மை, அவனின் சோர்வு, அவனின் சாய்வு எல்லாமே பங்கியிக்குத் தெரியும்... அதனாலே இவ்வளவு நிசாரமாக வீடேறியிட்டுப் போகிறான். தனக்காக இல்லாவிட்டாலும் தங்கள் வீட்டுப் பெண்களுக்காக ஆண்கள் வலு சேர்க்க வேண்டியிருக்கு... இதெல்லாம் மாசிக்கு எங்க புரியும்?

'ரெத்தினத்துக்குத் தள்ளையும் தகப்பனும் ஏக்கர் கணக்குல சம்பாரிச்சி வச்சிட்டுப் போச்சுனம்... என்ன பெரிய இடியே விழுந்தாலும் எல்லாத்தையும் பணத்தால சாதிக்கும் களிவு அவ்வியளுக்கு உண்டு... எனக்கு அப்பிடியா? கொம்மையும் கொப்பனும் செத்தொழிஞ்சி போகம்ப இந்த வீடு எப்பிடி இருந்து... நீங்க எல்லாம் என்ன நிலையில இருந்தியா? எனக்க காதலியைக் கூடத் தியாகம் செஞ்சது யாருக்கு வேண்டி... எனட்டயா கேட்கிய ஆணத்துவம் இருக்காண்ணு...'

மாசியின் கண்கள் சிவந்து போயின... அதில் கிள்டாக்காளைப் பற்றிய காதலின் வலி தெரிந்தது... அந்த இழப்பீட்டின் நிராசை தெரிந்தது...

காதலியை இழக்கிறது வரைக்கும் மாசி மாசிதான். ஆனால் அதன்பின்... அல்லியக்கா அண்டியாபீசு போனது... மல்லிகாளின் தைய்யல் உழைப்பு... பிச்சியக்காளின் தியாகம் இதெல்லாம் மறந்து விட்டான் போலும். அல்லியக்கா அவள் கல்யாணத்திற்குக் கொடுக்கும் தொகையைச் சீட்டுப் பிடித்துக் கொடுத்தாள். மல்லிகா தன் காதில் கிடந்த கம்மல் வரைக்கும் கறி காய் செலவுக்குக் கழட்டினாள்... மிச்சமான தொகையில் முக்கால் வாசி பிச்சியக்காளே பொறுப்பு.

எல்லாமே இவள் செய்தது போல் பீத்தினாள் ஆனால் 'நானெல்லாம் அவளையும் கொண்டு போயிருக்கணும்... அப்ப தான் தெரிஞ்சிருக்கும் நீங்க எல்லாம் என்ன கோலம் ஆகியிருப்பிங்கண்ணு...'

'கொண்டு போயிருக்க வேண்டியது தானே... எங்கி பிச்சி மயினியங்கலும் தப்பிச்சி இருப்பா...' அல்லியக்கா சொல்லி விட்டாள்...

'லே வம்பளக்காம போங்க...நூக்க நூக்க நூலா தான் வரும்...'

அப்பா இருவரின் வார்த்தைகளை அடைக்க முயன்றார். வீட்டுக்குள் கசியும் மல்லிகாளின் விசும்பல் கேட்டுட்டே இருந்து... அல்லியக்காளின் பிள்ளைகளும் கரச்சலை நிறுத்த வில்லை...

'தோணிய வசம் பேசியா இல்லியா... இவளும் மக்களும் மாப்பிளையிட்ட சண்டையிட்டுட்டு இதுல நாள் கணக்கில கிடக்கம்ப இவளுக்க மாப்பிளையா தின்ன கொடுக்கியான்..? அரி, கறியிண்ணு எம்புடு செலவு ஆகுது. எவளோ ஒருத்தி இதுக்கெல்லாம் செஞ்சாலும் அதுல எனக்க பலி கிடக்கு. கடைக்காரியை வச்சிருக்கியேண்ணு எல்லாரும் என்னைப் பரிகாசம் செய்யுறாங்களே ... அவளை நான் எனக்கு வேண்டியா வச்சிருக்கியேன்... இவளுகளுக்கு வேண்டி தானே...'

மாசியின் இந்தப் பேச்சால் என் வாயைப் பொத்தினேன்...

'எனக்கும் வீடு குடும்பமுண்ணு வாழ ஆசையில்லியாக்கும்... எனக்கச் சொந்த பிள்ளை என்னை அப்பாண்ணு விளிச்ச ஆசையில்லியாக்கும்... எல்லாம் உண்டு. ஆனா அதுக்கான எல்லா முட்டுகளும் இவளுவளுவால தான். ஓங்களையெல்லாம் நானா பெத்தேன்... எனட்ட ஆணத்துவம் பத்தி பேசிய?'

மாசியின் மனதில் பல புகைச்சல்கள் கிடந்தது வெளிவந்தது எனக்கே திக்கென்று ஆனது… அல்லியக்காளைப் பார்த்தேன். அவள் கண்களில் தீவிரம் தெரிந்தன… எதோ யோசித்தாள்…

'மக்களே …' தன் பிள்ளைகளை அழச்சிட்டு வீட்டுக்குள் போனவள், கண நேரத்தில் அவர்களோடு வெளியில் வந்தாள்…

'ஒன் மனசுல நானும் என் மக்களும் இப்பிடி பாரமா இருக்கியோமுண்ணு தெரியாம போச்சில. போட்ட எச்சி சோறை வரைக்கும் விளிச்சி அறுக்கிய? நானும் மக்களும் உயிரோடு இருந்தா தானே ஒனக்கு ஓத்திரவம்… நாங்க சாடி ஒழிய எங்களுக்கு ஒரு குண்டு இருக்கு…' கண்ணீரும் கம்பலையுமாகச் சொன்னவள் தன் பிள்ளைகளையும் இழுத்துட்டு நீராழிக்குண்டு நோக்கி ஓடினாள்… நாங்கள் எல்லோரும் பரிதவித்து அவள் பின்னே ஓடினோம்..

'செல்ல அக்கோ …' வீட்டில் விசும்பிகொண்டு கிடந்த மல்லிகாலும் ஓடினாள்…

அல்லியக்கா தன் பிள்ளைகளோடு இப்படி நீராழிக் குண்டில் விழ போவாளென்று மாசியும் நினைக்கவில்லை. மிரண்டு போனான்.

'குட்டே அல்லியக்கோ…' அழச்சிட்டு ஓடியவன் அல்லியக் காளைப் பிடித்துத் தடுத்தான்.

'ஏன் என்னை இப்பிடியெல்லாம் வதைக்கிற … எனக்கொரு மனசு உண்டு … அதுல வேதனையுண்டுண்ணு தானே சொன்னேன்… நீயெல்லாம் செத்துப்போனா மாசி பயலுக்குண்ணு பின்ன வேற எந்த அக்கா உண்டு ஒலகத்துல…'

வாயை இழிச்சி அழும் மாசியின் காய முகமெல்லாம் வீங்கி தெரிந்தது … பங்கியால் சதையுண்ட காயத்தோடு கண்ணீர் மல்க அல்லியக்காளை அணச்சி அழுகிறவனைப் பார்க்கும்போது விழிகள் கலங்கி போயின… இதில் யாரை குற்றம் சொல்ல..?

தூங்காமலே இது போல் பல இரவுகள் கழிந்து போயின எங்கள் வாழ்க்கையில்…

விடியற்காலை ஐந்து மணிக்குரிய திரிந்தாலு மணி கோயிலில் ஒலிக்க, அதைத் தொடர்ந்து பூசைக்கான பாட்டுகள் ஒலிக்க விடப்படுகின்றன …

'கேளுங்கள் தரப்படும்; தட்டுங்கள் திறக்கப்படும்; தேடுங்கள் கிடைக்கப்பெறும்…' என்கிற ஆதிகால பாட்டின் குரல் என்னை

இளங்காலையிலே நிமிரவைத்தது... நேற்று தூத்திய மழையில் செடிகளில் மினுப்பு கூடியிருந்த... இளங்காற்றில் கிடக்கும் குளுத்தியை இதமாக்க கட்டங்காப்பி தேவை என்பதை உணர்ந்தேன்... அடுக்களையில் போய் காப்பியைக் காச்சினேன் அப்பாவுக்கும் காபியை ஊற்றி வைத்து விட்டு திண்ணையில் போய் அமர்ந்தேன்.

குளிருக்கு இதமான கட்டங்காப்பியைச் சுண்டில் வச்சி உறிந்தேன். இந்தக் காலையும், மிதமான குளிரும், காற்றும் கட்டங்காப்பியும் என் வாழ்க்கையை உற்சாகபடுத்தின. என் செடிகள் அருகே எதோ அரவம் கேட்டது. அங்கே தெற்றியின் மூட்டில் பூச்சைக்குட்டியொன்று தெரிந்தது. தேகம் முழுக்க கறுப்பு வரிகள்கொண்ட பூச்சையின் சுண்டில் அசாத்திய கறுப்பு... கண்கள் மஞ்சள் கூடித் தெரிந்தன. மழையில் நனைந்த படியால் முடியெல்லாம் ஒட்டி தெரிந்தது. வாலைச்சுருட்டி வைத்து பதுங்கிய பூச்சைக் குட்டியிடம் பாசம் வந்தது. அதைத் தூக்கி எடுக்க ஆசை பட்டேன்... அரவம் இல்லாமல் நடந்தேன்... என்னைக் கண்ட பூனை செடிகளுக்கிடையில் ஒளிந்தது. கையை நீட்டி... 'வாச் வாச்... வாச்...' இரக்கமான அம்மை போல் அழைத்த அழைப்பில் பூச்சைக் குட்டிக்கு என்னிடம் நம்பிக்கை வந்தது... அரம் நாக்கை நீட்டி உள்ளங்கையை நக்கியது... என் தாய்மை கசிந்தது. நெஞ்சோடு அணைக்கையில் இதயம் துடிக்கும் ஓசை என்னோடு ஒட்டி போனது...

'அப்போ எனக்கொரு பூச்சக்குட்டி கிட்டுச்சுப்பா...'

குதூகலிக்கும் என்னைப் பார்த்தவரின் கண்களில்...

'ஒன் மக்களைத் தூக்கி வச்சி சந்தோசிக்கிற நேரத்துல பூச்சைக்குட்டியை வச்சி சந்தோசிக்கிறியே...' என்ற ஏக்கம் புரிந்தது...

'இது எனக்கக் கூடக் கிடக்கட்டுமப்பா... என் பெரையில... என் பாயுல... எனக்கொரு கூட்டாட்டு...'

அப்பா மௌனமாக இருந்தார்

'சிமி...' என்று பூனைக்கு வைத்தேன்...

நேற்றே சைஸ் பண்ணி முடிக்க வேண்டிய பீடி வகைகளை எடுத்துட்டுத் திண்ணையில் வந்தேன்.

பீடி கம்பெனிக்கு நேரம் ஆன நிலையில் துரிதமாக நடந்தேன். நீராழிக்குண்டருகே போகுகையில் மாபெரும் புகை மண்டலம் அங்கிருந்து கிளம்புவதைக் கண்டேன்...

'இந்தக் கிறுக்கனுக்கு வேற வேலையே இல்ல...'

வழியில் போவோர்கள் திட்டியிட்டே போனார்கள். அங்கு பார்த்தால் சம்மனசு நீராழிக்குண்டருகே கூடி கிடந்த கழிவுகளையெல்லாம் தீயிட்டு கொழுத்திக் கொண்டிருந்தான். தலையில் தலைப்பாயி கட்டி கழிவுகளைப் பொசுக்கிக் கொண்டிருந்த சம்மனசைப் பார்த்து பெருமையாகச் சிரித்தேன்...

அவன் என்ன நினைத்தானோ, அம்பல படியில் பூத்து கிடக்கும் காட்டுப்பூக்களைப் பார்த்தான்... வள்ளியாகப் பிணைந்து கிடக்கும் மஞ்சள் பூவில் ஒன்றைப் பறித்தான்... என் முன் நீட்டினான்... என் கைகள் அப்பூவுக்காக நீளவே இல்லை...

'சுகமா இருக்கிறியா?'

சம்மனசு என்னோடு இப்படியெல்லாம் கேட்டதேயில்லை. இவ்வாக்கை இப்போதெல்லாம் யாருமே கேட்பதும் இல்லை. என் சுகத்திற்கான முக்கியம் யாருக்குமே இல்லை என நினைக்கையில் இவன் கேட்கிறான் சுகமா இருக்கிறியா என்று... அவனோடு இன்னும் பதில் சொல்லவில்லை அந்தக் காட்டுப்பூவை நீட்டிகொண்டே நின்றான்...

'நீ நட்டு வளக்கும் செல்லப்பூவில்லை இது... இது யாருமே வளக்காம தன் போக்குல வளரும் பரலோகத்தின் காட்டுப் பூ... இதுக்கும் வாசமுண்டு... மனசுண்டு... அழகுண்டு...' சம்மனசு இப்படியெல்லாம் பேசுவான் என நினைக்கவே இல்லை... அவன் நீட்டி நின்ற காட்டுப்பூவின்மீது பாசம் வந்தது... கையை நீட்டினேன்.

உள்ளங்கையில் பொத்தி வைத்த காட்டுப்பூவின் வாசம் என்னில் பரவி கிடந்தது. அதை முகத்தோடு முகருகையில் ஒரு அனாதையின் அழுகை கேட்டது. பூவை உள்ளங்கையில் பொத்தினேன்...

நீராழிக் குண்டைக் கடந்து வேகமாக நடந்தேன் பீடி கம்பெனிக்கு. எதிர்பாராத விதமாக அங்கே பைக்கில் வந்த என் பெரியப்பா மகளின் கணவன் என்னருகே நிறுத்தினார்.

'கம்பெனிக்கு தானே போற; நானும் அந்த வழியாகத் தான் போறேன்... வா'

நானும் நேரமான அவசரத்தில் ஏறினேன்.

மாலை மூன்றுமணியாகி விட்டது திருப்பி வரும் போது... பீடி பாதிக்கும் மேல் குற்றப்பீடிகளாக உருவி எறிந்தபடியால் மனசில் கவலையும் எரிச்சலுமாக இருந்தது. பேசாம இந்த

மலர்வதி

வேலையை விட்டொழிஞ்சி விடவே ஆசைபட்டேன். ஒரு வேலையிண்ணா அது காலை தொடங்கி மாலையோடு முடியணும்... இது அப்பிடியா? அவசர நேரங்களில் இரவு, விடியற்காலை என்றும் இல்லாமல் உருட்டி போட வேண்டி யிருக்கு... மனசும் சூழலும் நல்லா இல்லையிண்ணா பீடி உருட்டெல்லாம் குறுக்கே போய் விழுது... நஷ்டத்துக்கான இலையும், சுக்காவும் வாங்கி வாங்கி சம்பளம் வாங்கும் போது அப்படி என்ன தான் பெரிசா கிடைக்க போவுது?

பல வித நினைவுகளுடனே பஸ்ஸிலிருந்து இறங்குகையில் பிச்சியக்காளைக் கடையில் பார்த்தேன். சாயை அடிக்கும் இடத்தில் கும்பலாதாகத் தெரியும் ஆட்கள் மத்தியில் வியர்க்க வியர்க்க நின்று வியாபாரம் செய்கிறவள், சக வாடிக்கை யாளர்களிடம் சிரித்தாள்... பிச்சியக்காளுக்கு எவ்வளவு வாழ்க்கை வலி இருக்கு... பிரச்சினைகள் இருக்கு... கடன்களிருக்கு... ஆனாலும் அவள் தொழில் நிமித்தம் சிரிக்க வேண்டியிருக்கு... அந்தக் கணத்தில் மரக்கறி வண்டி வந்து ஹான் அடிக்க... எல்லாத்தையும் போட்டுட்டுக் காய்கறி இறக்குகிறாள். அதை முடிக்கும் முன் பால் வண்டி நின்றது... எல்லாத்தையும் தனியே ஓடியோடி செய்கிறவளின் கழுத்து வாக்கில் ஊரலெடுத்து சொறிந்த... வல்ல பித்தளைகளை வாங்கி போட்டால் பின்ன சொறியாதா என்ன? எல்லாத்தையும் மாசிக்காக தானே இழந்தாள்... பிச்சியக்காளை நினைக்கையில் மாசியிடம் கோபமாகவே வந்தது... இவள் இப்படியெல்லாம் துக்குருமம் அனுபவிக்கையில் கடையின் எதிர்பக்கமிருக்கும் வெயிட்டிங் செட்டில் சைக்கிளை சாச்சி வச்சிட்டு அதில் இருந்து பீடி குடிச்சிட்டு இருந்தான் மாசி. பிச்சியக்கா படும் எல்லா பாடு சூடுகளையும் கண்டு அவன் ஏன் இரங்க வில்லை... துஷ்டன் போல் இருக்கானே...

மரக்கறி ட்ரேயை இழுத்து மாற்றுகையில் பிச்சியக்காளின் முதுகு பிடித்துகொண்டது. 'மாசி ஒண்ணு இதுல வா...' பிச்சியக்கா அழைத்தாள்.

'எனக்கே குறுக்கு விளங்கேல,' பச்சையாகக் கள்ளம் சொன்னாள்...

'ஒனக்க காரியத்துக்கு வரம்ப மட்டும் ஒங்குறுக்குக்கு ஒரு நீக்கம்பும் இல்லியே...' கோபமாக சொன்னாள்...

'ஒனட்ட வாங்குன கடனெல்லாம் நானும் அடைக்கத்தான் போறேன்... ஒங்கடன் மட்டும் தீந்தா பின்ன ஒனக்க பக்கம் தலை வச்சிகூடக் கெடக்க மாட்டேன்...' மனசத்து சொன்னான்

மாசி. பீடி சஞ்சியை இறக்கி வச்சேன், பிச்சியக்காளோடு ட்ரேயைத் தூக்கி வைத்தேன்...

'ஒனக்கெல்லாம் அவனை மயிரே போண்ணு விட்டுட்டு ஒன் வழியைப் பாத்தா என்ன... நீ இறங்கி போகப் போக அவனுக்கு ஒனட்ட ஒரு நிசாரம் வந்துட்டு...'

பிச்சியக்கா மாசியை ஓம்புவது பிடிக்கவில்லை எனக்கு...

'அப்படியெல்லாம் சொல்ல நேரம் ஆகாது. அது என்னவோட்டி இவனை சினேகிச்சி தொலச்சிட்டேன்... மனசாலும் உடம்பாலும் இணைஞ்சி போயிட்டேன். அதுவும் இல்லாம இனி இவனையும் கழட்டி விட்டா... என்னை எல்லாரும் என்ன சொல்லுவுனம்?' பரிதாபமாகக் கேட்டாள்.

'ஆனாலும் ஒனக்குண்ணு ஒரு தன்மானம் இருக்கு இல்லியா... அதையும் சேர்த்துக் கிழிச்சி எறியிறான்... இல்லியா?'

'என் சக்காயத்துல வாழ்ந்துட்டுப் பெரியப் பீமாத்து காட்டியவனைப் பாத்தா எனக்குச் சிரிப்பு தான் வரும்...' பிச்சியக்கா சொன்னது மாசிக்குக் கேட்டது. எழுந்தான்.

'ஏதோ பிச்சக்காரன் அளவுக்கு என்னை பேசுதியே... இங்க பாருண...' சொன்னவன் அவனின் சட்டை சாப்பிலிருந்து இழுத்தான் லாட்ரி துண்டுகளை...

'அடிச்சுண்ணு வை... மோளே... ஒங்கடனெல்லாம் குப்ப எனக்கு... ஒனக்க முன்னிலையில மாசி ஒரு நாளங்கிலும் பணக்காரனா நிமிருவான் பாரு...' பிச்சியக்காளின் முகத்தைப் பிடித்துச் சொன்னான்... அவளோ அவள் கையைச் சிரிச்சிட்டே தட்டினாள்...

'இந்த லாட்ரி துண்டு எடுத்ததெல்லாம் ஒங்கொப்பனுக்க பைசாயா... போவிய அப்பறம்... ஒனக்க பீக்கறி பவுளை கொண்டு'

அவனைத் தள்ளி விட்டுட்டு பால் ட்ரேய்களை என்னையும் எதிர்பார்க்காமல் தூக்கி அட்டி போட்டாள். பள்ளியிலிருந்து மகன்... 'அப்போ... ஓ' மாசியை அழச்சிட்டு வந்தான்...

'நீ வா மோனே... கொம்ம ஒரு கிறுக்கி...' சொன்னவன் அந்த மகனை தோளில் தூக்கி போட்டுட்டுத் தன் கொல்லி மட்டை சைக்கிளில் இருத்தி ஓட்டினான் ஓட்டு... அவர்களையே பார்த்த பிச்சியக்கா என்னோடு சிரித்தாள்...

'அப்பிடி லேசுல எல்லாம் மாசி விட்டுட்டுப் போக மாட்டாமுட்டி... என்னை விட என் மொவுனுட்ட அவனுக்குப் பாசம் அதிகம்... அவனுக்கொரு அப்பன் தொலி வேணும் பாரு...'

ட்ரே தூக்கி மூச்சிரைத்தவள், சேலை முந்தியால் அவள் முகத்தை இறுக்கி துடைத்தாள்...

○

வீட்டுக்கு வருகையில் நீராழிக் குண்டருகே ஆண்களின் கூட்டம். சில பரிகாச சிரிப்பொலிகளும் கிண்டல் பேச்சுகளும் மிதந்து மறிந்தன. உன்னிப்பாகப் பார்த்தேன்... அங்கே சம்மனசுக்கும் சிலருக்கும் வாக்குவாதம் நடந்துகொண்டிருந்தது.

'எதோ ஒன் வீட்டுல கொண்டு தட்டினதுபோல இந்த நில நிக்குற?' அங்கே குப்பை தட்டியவன் சம்மனசோடு கேட்டான்.

'ஆமா இது என் வீடுதான்... நிலம் முழுக்க எனக்க வீடு தான்...' ஓங்கி சொன்னான் சம்மனசு.

மும்பரின் மகன் அவன் கடையின் கழிவுகளைக் கொண்டு தட்டியதைக் கண்ட சம்மனசு தடுத்திருக்கிறான்... அதனால் இருவருக்கும் சண்டை வந்தது. கூடியவர்களில் பலரும் சம்மனசை தான் திட்டினார்கள்...

'ஒன் வேலையைப் பாத்துட்டு நீ போ வேண்டியது தானே ...' இப்படி தான் கேட்டார்கள்...

'இது எனக்க வேலை தான். எதுக்குல இந்த அழகான ஒலகத்துசீரழிச்சிதியா.

காற்றை மாசுபடுத்தி, நிலத்தை கேடுபடுத்தி மனுசங்களுக்கு வியாதியை ஏற்படுத்தி விடுறிங்களே? இது நியாயமா? நமக்கு முன்னோரெல்லாம் நம்மட்ட தந்த ஒலகத்துல அடுத்த தலைமுறைக்குக் கொடுக்க என்ன மிச்சம் வச்சிருக்கீங்க? இதை யெல்லாம் சுவாசிக்கிற மனுசங்களுக்கு வியாதி வருது ...' சம்மனசு ஓங்கி சொன்னான். பேசாதே என வாயடக்கி அடித்தான், மும்பரின் எடுபிடிக்காரன்...

'லே போலீசுக்குச் சொல்லியிருக்கா ..? இவனுக்கெல்லாம் அங்க தான் லாயக்கு...'

இவனெல்லாம் சீர்த்திருத்தம் செய்யேலண்ணு யாரக்கும் கரையது? அவனே ஒரு அன்னக்காவடிபய... தள்ள தவப்பன் இல்லாத எங்கண்டோ வந்த தேவிடியா பய... அவனுக்கு இஞ்ச என்ன மூப்பு?' ரெத்தினம் மனசாட்சி இல்லாமல் பேசினான்.

'இது எங்க இடம்... எங்க வசதிக்கு எங்க வேணுமோ ஒதவலு களைத் தட்டுவோம்... ஒனக்கு என்ன வந்துட்டு? மும்பருக்க மொவனையே எதுத்து பேசினியா? விடப்பாது அவனை ...' இப்ப பாரு.

சொன்னவன் காவல் நிலையத்துக்கு ஃபோன் பண்ணினான். மீண்டும் கைதனான் சம்மனசு.

பலரும் பார்க்கும் நிலையில் இந்தக் காட்சியைப் பார்க்க முடியாமல் கண்களை மூடினேன். அவன் கொடுத்த காட்டுப்பூவின் வாசம் என் மனசில் மட்டும் மணத்துக்கொண்டே இருந்தது...

சோர்வுடன் வீட்டுக்கு நடந்தேன். வழியில் பலமுறை என்னைக் கடந்த பைக்கைக் கவனித்தேன். யார் இவன்? கேள்வி முளைத்தது. அவன் கண்கள் எங்கள் வீட்டுப் பகுதியில் போயின... அங்கே மல்லிகாவைக் கண்டேன்.

வீட்டின் வெளியில் ஒரு சோடி செருப்பு கிடந்தது. யாராக இருக்குமோ? நினைத்தபடியே வீட்டிற்குள் பார்த்தேன். அங்கே பெரியப்பாவின் மூத்த மகள் இருந்தாள். அவள் முகம் கனத்து தெரிந்தது.

பீடி சஞ்சியை மூலையில் வைத்தேன். சோகம் அப்பிய நிலையில் அப்பா என்னைப் பார்த்தார். சம்மனசு குறித்த தளர்ச்சை யோடு வந்த நான் வடித்துப்போட்ட கஞ்சி வெள்ளத்தில் சிறிதளவு சூடு வெள்ளம் ஊத்தி உப்பிட்டுக் கலக்கி குடித்தேன்... பக் பக்கென வெள்ளம் இறக்கும் என்னை அக்காக்காரி சீறி பார்த்தாள்... வெள்ளம் விக்கியது...

'அவளுட்ட என்னா ஏதுண்ணு நீரும் கேக்க மாட்டுரோ...' அக்காக்காரி அப்பாவிடம் ஏறி முடுவினாள்...

'எனக்கு அவளைப் பத்தி நல்லா தெரியும். அவளுட்ட எனக்கு சம்சியம் இல்ல...'

'ஆமா ஓமக்கு பெரிசா தெரியும் ஓமக்க மொவளைப்பத்தி, பருவம் வரக்கும் முன்னே சுதன் பயலை நாசாக்கினா ஓமக்க மொவா... முன்ன பின்ன தெரியாதவன் வந்துட்டு போம்ப கையை ஆட்டி விட்டா... வீட்டுல ஒருத்தனை ஏத்தி வச்சி வல்லதும் முடிச்சிட்டு இருக்கியா... இவளுட்டயா ஓமக்கு சம்சியம் இல்ல...'

அபாண்டமாக அடுக்கும் குற்றச்சாட்டுகளைப் பிறத்தியார்கள் சொல்லுகையிலெல்லாம் வலிக்க வில்லை. ஆனால் குடும்பக்காரி சொல்லுகையில் நெஞ்சு அறுபட்டுத் துடித்தது.

'நீரு ஓமக்க பொன்னார மொவுளுட்ட ஒண்ணும் கேக்காண்டாம்... நான் கேக்கியேன். ஏண்ணா நஷ்டப்பட போறது பிறகு எனக்க வாழ்க்கை தானே...' சொன்னவள் என்னைப் பார்த்தாள்.

‘நீ இன்னிக்கி பீடி கம்பெனியிக்கி யாருக்க வண்டியில போன?’

அதிகாரமாகக் கேட்டாள்.

‘மச்சினன்... நம்ம மச்சினன்தான், நான் கம்பெனியிக்க போம்ப கூட்டருல அதுல வந்தாரு... அந்த வழியா போறேன் வாண்ணு விளிச்சாரு . . .’

‘அவரு விளிச்சவுடன நீ போயுருவியா? நீ போன போக்கைப் பாத்து வச்சிட்டு ஊருலண்டு மட்டும் ஏழு பேரு எனக்கு ஃபோன் பண்ணி சொல்லியிட்டாங்க... சும்மா அவருக்க குறுக்குல ஒட்டியிட்டு இல்லியா போயிருக்கிய...’ அவள் எங்கு சுற்றி வளைக்கிறாள் என்பது புரிய எனக்குள் வெகுண்டேன்...

‘ஆசா பாசம் கூடி போன நீ தான் ஆணுங்களை கண்டாலே கொதிச்சி ஏறுற. ஆனா எனட்ட ஒனக்க பருப்பு வேவாது. ஒனக்கு விவரம் வேண்டாமா? அவரு விளிச்சிருந்தாலும் நீ என்ன செஞ்சிருக்கணும். நான் வரேலண்ணு போகாம இருந்திருக்கணும். உரசியிட்டு இல்லா போயிருக்கிய...’

‘விமலா நிறுத்து ஒனக்க ஒடுக்கத்த வேளத்தை... கால காலத்தில அவளுக்கும் ஒருத்தன் அமஞ்சிருந்தா நீ இப்பிடி யெல்லாம் வந்து பேசியிருப்பியாட்டி என் பிள்ளையிட்ட...’

‘அப்ப என் வாழ்க்கை அழிஞ்சி போனாலும் ஒமக்கு கவல இல்ல. இவா உரசி பறக்கி நாளைக்கி வவுத்துல வேண்டியிட்டு வந்து என் வீட்டுல என் வாழ்க்கையில பங்கு கேட்பா அது கொள்ளாம ஒமக்கு...’ வார்த்தை விசம் தள்ளுகிறவளை கோபமும் அழுத்தமும் பொங்க பார்த்தேன்.

‘என்னட்டி பாக்கிய? ஒன்னப்பத்தி எனக்கு நல்லாவே தெரியும்...’

‘ஒன் மாப்பிளையைப் பத்தி தெரியுமா?’ கேட்டேன்...

‘அவரு உத்தமருட்டி...’

‘பின்ன எதுக்கு பேடிச்சிய?’

‘எனக்கு... ஒனட்ட தான் பேடி...’

‘எனக்குண்ணு ஒரு அறமிருக்குண்ணு ஒனக்கெங்க தெரியும்?’

சொன்ன இந்த ரோசா சுவர் சாய்ந்தேன்... என்னால் முடியவே இல்லை. எதோ அப்பறம் இப்பறமான ஆணுங்கள் சொறிகையில் கூடப் பொறுக்க முடிகிறது... ஆனால் என்னோடு கூடவே நிற்க வேண்டிய பெட்டச்சிகள் கூட என்னை

புரியவில்லையே… அக்கம் பக்கம் எல்லோருக்குமே என்னைப் பற்றிய பயம் வந்துவிட்டது. பஞ்சாயத்துக் கிணற்றின் கீழ் பக்கம் வாழும் பிலிப்பு இருக்கிறானே, என்னைத் தனியே காணுகையில் பலபல கொறுக்குகள் வைப்பான்… போன கிறிஸ்மஸுக்குக் குடில் பார்த்துட்டு வரும் போது வழி பாதையில் செறுக்கவே செய்தான்…

'நீ மட்டும் இசங்குனா ஒனக்கு எல்லாமுமா நான் இருப்பேன்… இதுல இப்ப என்ன பெரிய குத்தம் வந்துருமுண்ணு நினைக்கிற… இதெல்லாம் இப்ப சகஜம் தான்…'

நசுக்கி சொன்னவனை காறித் துப்பி விட்டு வந்தேன்… ஆனால் அவன் வீட்டில் போய் என்ன சொன்னானோ அவன் பெண்டாட்டி சுந்தரபாய் அதற்குப் பிறகு என்னைப் கண்டாலே காறித்துப்புகிறாள். கிணற்றுப்பக்கம் உள்ள அவளுக்கு ஒத்த சில சிங்கிடிகளைக் கூட்டி வச்சிட்டு நான் போகுகையில் வருகையில் என்னெல்லாம் சாடையாகப் பேசத் தொங்கி விட்டார்கள்…

'கலியாணமுண்ணு கெட்டினா ஒருத்தங்கூட வாழ்ந்து முடிக்கணும்… இது அப்பிடியா திரும்புற திசையெல்லாம் மாப்பிளையா இருப்பாங்களே…' கனகபாய் என்பவள் இப்படி சொல்ல, ரீத்தா என்பவளோ…

'அலந்த பட்டி பீயைத் தின்னும். எவளும் எங்கேயும் போய் விழட்டும். நம்ம பெடலிகளுல விழாம இருந்தா சரி. அதுக்கு நாம தான் கண்ணும் கருத்துமா நம்ம வீட்டு ஆணா பிறந்தவங்களைப் பாக்கணும்.' இவளுக்குப் பதில் கொடுப்பது போல்… சுந்தரி என்பவள்…

'ஆமா ரீத்தா சொல்லியது எட்டு நேரம் செரிதான். நம்ம வீட்டுக்காரனுவா வெறும் வெகுளியா… எவளும் பல்லிழிச்சா அப்பிடியே இரங்கி போயிருவானுவா…'

என்னிடமிருந்து அவர்கள் வீட்டு ஆண்களைக் காப்பாற்ற முயல்வதை இப்போதெல்லாம் நானே கவனிக்கிறேன். பக்கத்து விளையில் உள்ள சுனில் அண்ணன், கீழவிளையில் உள்ள பாபு அண்ணன், குடும்பத்தில் கூட சில மாமனுகள், சித்தப்பனுகளை என்னோடு பேச விடவில்லை… கலியாணம் வழி காமம் பெற்றுக் கொள்ள முடியாமல் ஆகும் நான், கண்ணு மண்ணு தெரியாமல் ஆசைக்காக அவர்கள் வீட்டு ஆண்களிடம் போய் விழுவேன் என்பதாக அவர்களாகவே என்னைப்பற்றி ஒரு கதை எழுதி விட்டிருக்கிறார்கள்… வலிக்கிறது ரோசாளுக்கு.

'இன்னிக்கி போனது போட்டு... இனி எனக்க வீட்டாளுக்க கூட இப்பிடியெல்லாம் போன வந்தேண்ணு அறிஞ்சா அன்னிக்கி எனக்க தனி சுபாவம் தெரியும்...' சொன்னவளை நோக்கி என் கைகளைக் கூப்பினேன். எங்கப்பா அழுதே விட்டார்...

இந்தச் சம்பவங்கள் எதுவும் அறியாத என் சிமி பூனை என்னருகே வந்து வாலை உயர்த்தி குணைந்து அழுதது... அதன் தேகத்தை என்னோடு கொண்டு வைத்து உரசியது... எனக்கான ஆறுதலாக இந்தத் தொடல் இருந்தது... சிமியைத் தூக்கிக் கொண்டு என் பெரையில் ஓடினேன்... அங்கே கர்த்தர் தெரிந்தார்... கண்களில் என்னைப் பொதிந்து கொடுக்க ஆசைபட்டேன்... அக்கைகள் என்னை அணைக்காதோ? கர்த்தரோடு சாய்ந்து நின்றேன்...

'நிஜமாலே கையும் காலுமா வா இயேசுவே...' என் விசும்பல் அப்பாவுக்கு கேட்டிருக்கும்...

15

மல்லிகா என்னோடு எல்லாமே சொல்லி விட்டாள்... அவள் சொன்ன சேதி எனக்குள் அதிக சந்தோசத்தைக் கொடுத்திருந்தது. சாலையில் இங்கும் அங்குமாக பைக்கில் சுற்றியவன் மல்லிகாளைக் காதலிக்கிறானம். பஞ்சாயத்துக் கிணற்றின் மேல் பக்கம் உள்ள எலிசா என்பவள் வாடகைக்கு விட்டிருக்கும் மேல் பகுதியில் குடி வந்திருக்கிறவனே மல்லிகா சொன்ன அந்த சுரேஷ் என்பவன்.

எதோ வேலை பிடித்து நடத்துகிறதாக எலிசா சிலரோடு அவனைப்பற்றி சொல்லி கேட்டிருக் கிறேன். அவன் சொந்த வீடு களியக்காவிளைக்கும் அந்தப் பக்கம் என்னும் சிறிய தகவலைத் தாண்டி எதுவும் தெரியாது.

'எப்பிடிட்டி அவன் ஒனக்க பின்னால வர துவங்கினான்'

கேட்டது தான் தாமதம்... மல்லிகாவின் முகம் சொலித்தது. அதில் கலவரமும் கிடந்தது.

'நவநாள் பூசைக்குப் போயிட்டு வரம்ப பின்னால வாறான். பஞ்சாயத்துக் கிணத்துக்கு வெள்ளத்துக்கு போம்ப பூ கூட வாங்கி நீட்டுனாமுட்டி இந்த விதவைக்கு... என் நிலையெல்லாம் அவனுக்குத் தெரிந்துதான் விரும்புறான். நான் என்ன செய்ய ரோசா...' விரல்களைப் பிசைந்தாள்... தோளோடு அணைத்தேன். மடியில் என் பூனை கிட அதன் வாலை உறங்கி கிடந்தது போல் நான் பிடிக்கும் படி அங்கும் இங்கும் ஆட்டியது.

வீட்டின் பின் பக்கம் நிற்கும் புளிச்சாய்கள் பழுத்து அவ்வப்போது தொளியும் அரவம் கேட்டது. காற்று இறுக்கி வீசுகையில் அதன் புளிச்ச மொச்சை மூக்கில் ஏறியது... அடுக்களை சுவரில் சாஞ்சி

இருந்தாள் மல்லிகா... அவள் கண்களில் மிதக்கும் குழப்பம் அந்த சுரேஷ்தான்.

'இன்னிக்கு மட்டும் நூறுவெட்டம் போனு அடிச்சிருப்பா முட்டி...' 'எங்கண்டு என் போன் நம்பரை வேண்டினாண்ணே தெரியலட்டி...'

'ஒனக்கொரு விசயம் தெரியலியா மல்லிகா. ஒருத்தியை ஒருத்தன் சினேகிச்ச நினைச்சிட்டாண்ணா மலையைக் கடந்தேனும் வருவான்... ஆழ்கடலையும் தாண்டுவான். ஆனா அதே பெண்ணை விடணுமுண்ணு நினச்சா அந்த நிமிசமே விட்டிருவான். ஆணுக்க கையில தான் காதலுக்கான சகல உரிமை யும் இருக்கு. இதே நிலையில நம்மளபோல உள்ள பெட்டச்சி ஒருத்தனை அவளாட்டு வாங்கிக்க முடியுமா 'அவன ஒனக்கு பிடிச்சிருந்தா நீயும் காதலி மல்லிகா'

'நான் எப்பிடியிட்டி? மாசி அறிஞ்சா கொன்னே போடுவான்...'

'என்ன பெரிய மாசி... அவன் வாழலியா பிச்சியக்காளுக்க கூட...'

'ஒனக்கு அவனைப் பிடிச்சிருக்கா?'

... ...

கண்கள் நிறைய கண்ணீரோடு நிமிர்ந்தாள்.

'சொல்லுட்டி...'

'எனக்கு பயமாயிருக்கு ரோசா...

பதறுகிறவளின் கையைப் பிடித்தேன்...

அல்லியக்காளுக்க மாப்பிளை ஒன்ன வச்சி பேசுற பேச்சு, ஒனட்ட அவன் காணுற சொப்பனம், மாசி ஒன்ன போட்டு ஒடுக்கிற ஒடுக்கலு. அக்கம் பக்கம் ஒன்ன வச்சி பேசுறது எல்லாமே பாக்கிற கடவுளுக்குக் கருணை வந்துருக்கு... அதான் அவனை அனுப்பி வச்சிருக்கு...'

'ஆமா பெரிய கருணை... அந்தக் கருணை மட்டும் இருந்திருந்தா, என் மாப்பிளையை உயிரோடு விட்டிருக்கணும். ஏன் என்னை விட ஒனக்கும் தான் அதிக வேதனையிருக்கு... அப்ப ஒனக்கு மட்டும் ஏன் கருணை காட்டேல...'

'நான் பாவியிட்டி...' சிரிச்சிட்டே சொன்னேன்...

கய்த பூவு

'எங் கதைய விடு. ஒன் விசயத்தை மாசியிட்ட இப்ப சொல்லாண்டாம்... பிச்சியக்காளுட்ட இது பத்தி பேசுலாம்...'

'வேண்டாமுட்டி... பிச்சியக்கா வெறும் பாவம்... எங்களால அவா இருப்புல இருந்தாச்சி...'

'இந்தக் காரியத்தைப் பின்ன யாரு நடத்தியது?'

'அவன் ரெண்டு நாளு சுத்துவான்... நான் கண்டுக்காம ஆனா அவன் போக்குல போயிருவான்... ஒனக்கு ஆம்புளையளைப் பத்தி தெரியாதாக்கும்? நம்மா எப்பிடிண்ணு சோதிச்சி பாக்க வருவாங்க... அந்த சோதனையில விழுந்துட்டா... எவ்வளவுக்கு அனுபவிச்ச முடியுமோ... முடிச்சிட்டு அப்பிடியே ஊரு முழுக்க போய் சொல்லியிட்டுத் திரிவாங்க...'

முகத்தைக் கனமாக்கிச் சொன்னவளின் வார்த்தையில் பொய் ஒன்றும் இல்லை தான்... பிச்சியக்காளின் கடையின் முன்னிருக்கும் கலுங்கில் நடக்கும் கதைகளில் பல கதைகள் இப்படிப்பட்ட கதைகள்தான்.

ஊர் சங்சனில் கிடக்கும் கலுங்கில் எத்தனைப் பெண்களின் வாழ்க்கையைத் தவறாகப் படிந்து கிடக்கும் படி செய்து விட்டார்கள்.

'ஒனக்கு ஒரு விசயம் ஓர்மையிருக்கா? ரெத்தினத்துக்க மச்சினாரு, கிரிஜா என்கிற பெண்ணைக் காதலிச்சி ஏமாத்தியிட்டு அவளைப்பற்றி அவனே தப்பா சொன்னது. அவளுக்கு அவயங்களைச் சொல்லி பரிகசிச்சது? இங்க யாரை நம்புறது?'

'எனக்குண்ணு எழுதுன விதி கோலம் இப்பிடியிண்ணு ஆகியாச்சி... எதோ வாழ்க்கையோட நடு பக்கம் வந்தாச்சி. இனி எத்ர காலம் வாழ்க்கை சொல்லு...'

விரக்தியாக உதடு பேசினாலும் அவள் கழுத்தில் கிடக்கும் தாபம் கவனித்தேன்... ஜெம்பரின் வெளிப்பக்கம் வரைக்கும் முகடு நீட்டி நிற்கும் மாருகளின் சதையில் தவிப்பைப் பார்த்தேன்... சுவரோடு சாஞ்சி இருந்தவளின் தேகம் முழுவதும் கொடூர பசியோடு தவிப்பதைக் கவனித்தேன்... மல்லிகா என்னைப் போல் அல்ல, சுதனின் சில முத்தங்களும், சோதிக்க வந்தவன் கொடுத்த அணைப்பும் போல் இல்ல அவள் அனுபவம்... முழுவது மாக கணவன் என்பவனோடு சடஞ்சவள்... முத்தங்களால் ஆசிக்கப்பட்டவளாக இருந்தவள்... ஒரே படுக்கையில் நாலு சுவரில் ஆண் என்கிற அனுபவத்தை உரிமையோடு தரிசித்தவள்... இப்போது அப்படி ஏதுமே இல்லாமல் ஆகிய உடல், அது

அனுபவித்தவற்றை தேடாமல் இல்லை... எத்தனையோ நவநாளுகளில் கலந்துகொள்கிறாள்... எத்தனையோ மந்திரங்கள் சொல்லுகிறாள்... ஆனாலும் அவளுடல்? கேள்வியோடு அவளைப் பார்த்தேன்...

'மல்லிகா...'

... ...

'காலம் ஒனக்கு ஒரு வாய்ப்பைத் தந்துருக்கு... அது என்னாண்ணு பாக்காமலே தட்டி விடுறது நல்லதில்ல...' சொல்லுகையில் அந்த ஃபோன் வந்தது...

○

நாள் போக போக தேகம் பருக்கிறது; ஜெம்பர் இறுகி தைய்யல் பிரித்துப் பார்க்கிறேன். தேகத்தில் சதை போட போட இன்னுமாக என் முகத்தில் கறுப்பு படர்கிறது ...

'பெண்ணு பருத்தா வயசு அதிகமுண்ணு தெரியுது ஓய்...'

அப்பாவிடம் சம்மந்தம் பேச வருகிறவர்கள் சொல்லுவது எனக்கும் கேட்கும்.

கம்பெனிக்குக் கிளம்ப வேண்டும் என்பதற்காக... பத்து மணி வாக்கில் சோத்துப்பானையில் கிடந்த பழஞ்சியை வெள்ளமும் பத்துமாக வாரி கலக்கி, அதில் இடி சம்மந்தியும் போட்டு கலக்கி குடித்தேன். வீட்டின் பின் பக்கம் நட்டு விட்டிருக்கும் காந்தாரியின் எரிப்பு நாக்கில் பரவ... அதோடு காரியமாகச் சேர்த்த உப்பும் புளியும் நேற்றே உள்ள நெத்திலி மீனும் நல்லதொரு சுவையை கொடுத்தது. மீன் மொச்சையில் பூச்சை மிரைந்து கரைந்தது... மல்லிகாவின் கோழிகளுக்கும் என் பழஞ்சியின் ருசி பழகி போனதால்... அதுவளும் நடைவாக்கில் கூடி வந்தன. என் பழஞ்சி குடியைப் பாத்துட்டு இருந்த அப்பாவின் முகத்தில் கலவரம் கூடியது...

'ஒருத்தங்கையில போய் சேரியது வரைக்கேனும் சரீர கெட்டை கொஞ்சம் மானிச்சணும் மோளே...'

அப்பா சொல்லும் தொனியில் என் பழஞ்சி தொண்டையில் சிக்கி போனது...

'எனக்குப் பசிக்குதுப்பா... அதுக்காக இனி பட்டினி கெடக்க முடியுமா?'

'இல்ல வண்ணம் கூடி போயிட்டா... வயசும் கூடி காட்டுது...'

தலையைக் குனிச்சி, காற எலும்பு தாழ எங்கப்பா சொன்ன தொனியில் அப்பாவின்மீது பரிதாபமும் வந்தது; கோபமும் வந்தது. எங்கப்பா என் நிமித்தம் மிகவும் சோதனை அனுபவிக்கிறார். எங்கப்பாவுக்கு இச்சமூகத்தில் நாக்கே இல்லை... நடத்தைக்கெட்டவளை பெற்றவன்... சொந்த மகளை கலியாணம் செய்து கொடுக்க ஒக்காத போக்கத்தவன்...

'ஒன்ன ஒரு கர ஆக்கியிட்டாலே எனக்க உயிரு நல்லதா போகும்...' அப்பாவிடம் பழைய ஆங்கு இல்லை.

'அப்பா... ஒருவேளை எனக்கு கலியாணம் நடக்காமலே போகணுமுண்ணு விதியா இருக்கும்...'

'மனுசன் தனியா இருக்கிறது நல்லதில்ல... என கண்ட ஆண்டவர் தானே ஆணுக்கு இணையா பெண்ணையும், பெண்ணுக்கு இணையா ஆணையும் ஏற்படுத்தினாரு... யாரும் தனியா வாழ்ந்து மடிய ஆண்டவன் ஆசைப்படவுமில்லை; எழுதிவச்சவும் இல்லை...'

'தரித்திரங்கெட்ட பெண்ணுக்கு நடுச்சந்தையில போனாலும் மாப்பிளையில்லண்ணு ஒரு சுலோகம் உண்டாமே அப்பா... அதுபோல நான் தரித்திரங்கெட்டவளா இருக்கும்...'

'போக போக நீ நல்ல விதமா பேசியதே இல்லை. அவனவன் வாக்கு தான் அவனவன் வாழ்க்கைக்கான விதியா மாறும்... எப்ப பாரு, துக்குருமம் பேசிட்டு இருக்கியது...'

'அப்போ...'

... ...

'நான் ஆனதுனால இந்த ஒலகத்தில உயிரோட இருக்கேன்... இன்னொருத்தியின்ணா சுண் மூடியிட்டு எப்பளே செத்துப் போயிருப்பா தெரியுமா?' என் நம்பிக்கையெல்லாம் ஆடி போகுது அப்பா.

வெறுமனே இருந்தார் அப்பா.

பழஞ்சி குடிச்ச பாத்திரத்தில் ஈச்சி ஆய... அதை அப்படியே கழுவி ஒதுக்கி வச்சிட்டுப் பெறையில் போனேன். என் பெறை முழுக்க கர்த்தர்வரைக்கும் மௌனத்திலே ஆழப்பட்டுத் தெரிந்தார். என் பெறையில் என் வாழ்க்கைக்கான எல்லா தனிமைகளும் கிடப்பதால் சுவர்கள் வரைக்கும் அலாதியான அமைதி; துக்கம்; சோகம் பூண்டு தெரிந்தன... பீரோவின் தகரத்திலும் தனிமை பூண்டு கிடந்தன. பெறை மூலையில் சாச்சி வச்சிருக்கிற என் ஒற்றைப்பாய், தலோணி, மூடு துணி... எல்லாமே தனிமையில்

கசிந்தன... இங்கு என்னையும் கர்த்தரையும் தவிர வேறு யாருமே இல்லை. எதேனும் நான் முணு முணுத்தாலும் எனக்காகப் பேச கர்த்தரிடமும் வார்த்தைகள் இல்லை...

'ரோசாளே... பீடி கம்பெனியிக்கி போம்ப நல்லதா போ... திருமண தகவல் நிலையத்துல கொடுத்து வச்சிருக்கியதுல ஒரு பார்ட்டி பஸ் டாப்புல வருமாம் பெண்ணு பாக்க...'

அப்பா சொல்வது காதில் விழுந்தது... நான் பதில் சொல்ல வில்லை. ஆனால் என் பூச்சை சன்னலில் இருந்து ஒரு விதமாகக் கரைந்தது... அந்த கரச்சிலில் என்னை அது பரிகசிப்பது போலவே இருந்தது...

இவ்வுலகில் வேறு எந்த ஜீவராசிக்கும் இல்லாத கொடுமை எனக்கு இருப்பது மிகவும் அருவருப்பாகவே இருந்தாலும், இதிலிருந்து கழன்று போக முடியவில்லையே? ஏன்..?

16

கம்பெனியின் வெளிப்பக்கம் இருக்கும் பஸ்டாப்பில் அப்பா எனக்கும் முன்னே மாப்பிளை வீட்டிலிருந்து வருகிறவர்களுக்காகக் காத்திருந்தார். மாப்பிளைக்காரனும் அவன் கூட்டுக்காரனும் பைக்கில் வருவதாகப் பேச்சு. கம்பெனியிலிருந்து வெளியே வரும் போதே என் முகத்தில் பூசிய பவுடர் காணாமல் போயிருந்தது. முகம் முழுக்க விசர்ப்பு பாய... வெயிலில் கருகி கறுத்துதான் போயிருந்தேன். பூசி மொழுகிய தேகத்தின் பீறிடல் எனக்கே கனமாகி போனது. அப்பாவுக்கு என்னைப் பார்க்கையில் பரவேசம் வந்தது...

‘இன்னிக்குண்ணு பாத்து இந்தப் படப்பு சீலையை உடுத்தியிட்டு வந்திருக்கியே... இது ஒண்ணுக்கு மடங்கா காட்டும். இன்னிக்குப் பாத்து முடியை ஏன் இப்பிடி கெட்டியிருக்கிய? அய்யோ வாறவனுக்க பிடிச்சணுமே...’ பரிதவித்தார்...

என் வாழ்க்கையின் விதி கோலம் என்னைக் கூச வைத்தது... நாங்கள் நிற்கும் பஸ்டாப்பில் எங்களுக்கு முன்னே பஸ் ஏற நின்றாள் இளம் பெண் ஒருத்தி... அவள் ஆள் ஒடிசல், நீள முடியை அழகாகப் பின்னல் போட்டு விட்டிருந்தாள்...அவள் கட்டியிருந்த சேலை உடலோடு ஒட்டி அழகாக தெரிந்தாள். அப்பாவுக்கு அவளைப் பார்க்கையில் இன்னும் பதட்டம் கூடியது... அப்பெண்ணும் நானும் நிற்கையில் என்னைப் பெண் பார்க்க வருகிறவனுக்கு என்னைப் பிடிக்காது என்று பயம்... அப்பெண்ணுக்கான பேருந்து உடனே வராதா? ஏங்கினார். அப்பாவின் ஏக்கம் தீர்ப்பது போலவே பஸ் வர... அப்பெண் அதில் ஏறி போய் விட்டாள். அப்பாவுக்கு மூச்சு வந்தது...

வெயிலின் வெட்கையில் முகமும் மனமும் கருக நான் நிற்கையில் சாலையை விட்டிறங்கி

வெயிட்டிங் செட்டின் அருகே பைக் ஒன்று வந்தது ... அதில் இரண்டு ஆண்கள் ... பின் பக்கம் இருந்தவன் தான் மாப்பிளை என நினைத்தது சரியே ... அப்பாவுக்கு அவனை அடையாளம் தெரிய ... அப்பா அவனை என்னருகே அழைத்து வந்தார் ... அவனும் பஸ்ஸுக்கு நின்றது போல் அங்கும் இங்கும் பார்த்தப்படியே என்னை கவனித்தான் ... நானோ பீடி சஞ்சியைப் பிடிச்சிட்டு நின்றேன் ...

பெண் பார்க்க வந்தவன் கூட்டுக்காரனிடம் போய் எதோதோ சொல்ல ... அவனும் என்னைப் பார்க்க அழைத்தான். இறுதியில் கூட்டுக்காரன் அப்பாவை ...

'ஓய் மொவுளுக்க வயசு ...'

'ஆக இருபத்தியாறு தான் ...'

'சொல்லியது உண்ம தானே...'

'என் தலைச்சத்தியமா ?'

'இல்ல மொவளைப் பாத்தா அப்பிடி தெரியல...'

'நான் கும்பிடிய தெய்வத்தால சொல்லியேன் ... அவளுக்கு இருபத்தியாறுதான் ...'

சொல்லும் அப்பாவைக் கூராக பார்த்தேன் ... அப்பா எவ்வளவு பெரிய பொய் சொல்லுகிறார் ... வரும் புரட்டாசியில் முப்பது பிறக்கிறது ... எனக்கு வயசாச்சி என்பதை இயலாமையில் மூடி பொதிகிறவரை பார்க்கவே சகிக்கவில்லை.

சின்ன வயதிலெல்லாம் பெரிய ஆள் என காட்ட வேண்டி 'என் மொவா வளந்தாச்சி. 'சொன்ன அப்பாதான் இப்போது வயசை குறைக்கிறார். சின்ன வயதிலெல்லாம் நானும் என் வயசை கூட்டிக் கூட்டி சொன்னேன் ... ஆனால் வாழாமல் கழியும் வாழ்க்கையின் ஆயுளைச் சொல்ல என் நாவும் வலிக்கவே செய்கிறது. இந்த முப்பது வயதில் என் மகனோ, மகளோ பள்ளிக்கூடம் படிச்ச போயிருக்கணும் ... அப்ப தான் என் வயசுக்கான அர்த்தம் இருந்திருக்கும் ? வாழாமலே எப்படி வயசை சொல்ல முடியும் ?

'செரி பயலும் கொஞ்சம் வண்ணம் தானே ... சோடி பொருந்தி போகும் ... அப்ப முறப்படி வீட்டுல வந்து பேசுலாம் ...' மாப்பிளையின் கூட்டுக்காரன் சொல்லுகையில், அவன் வயசைகூடப் பார்க்காமல் அப்பா அவனைக் கும்பிட்டார் ...

அந்தக் கணத்தில் தான் என் பள்ளி தோழி ரெம்மியா வந்தாள். ரெம்மியாளை இந்த ஊரில்தான் கலியாணம் செய்து

கொடுத்திருக்கிறார்கள். ரெம்மியாவும் முன் போல் இல்லை... முன்பை விட நான்கு மடங்கு வீக்கம் போட்டிருக்கிறாள். பதினெட்டு வயசிலே கலியாணம் ஆனவளுக்குப் பதினொரு வயதில் மகன் இருக்கிறான்... அவனும் அவளுமாக எங்கோ போக பஸ்ஸுக்கு வந்தவர்கள் என்னைக் கண்டதும்... 'ரோசாக்கா...' என்னை பெண் பார்க்க வந்திருப்பவர்களின் காதுகளில் விழும்படிக்கு அழைத்தே விட்டாள். ரெம்மியா என் வகுப்பு தோழி... பொத்தையில் விளையாடும் தோழி... கூட்டி கழிச்சி பார்த்தால், ஒரு வேளை என்னைவிட ஒன்றோ இரண்டோ மாதத்தில் மட்டும் இளையவளாக இருப்பாள்... இத்தனைக்கும் பள்ளி பருவங்களில், 'ரோசா கீசா மாசா...' என்றெல்லாம் அழச்சி மகிழ்கிறவள் ஏன் இப்போது அக்கா என்கிறாள்... எனக்கு மட்டுமல்ல அப்பாவுக்கும் அவளின் இந்த அழைப்பால் அதிர்ச்சித்தாள்...

'நீ இப்ப என்னதுக்கு அக்கோண்ணு விளிச்சிய... நீயும் அவளும் ஒத்து வளர்ந்த கூட்டுக்காரிகள் தானே...'

'எங்கம்ம தான் அடிக்கடி சொல்லுவா... ரோசா என்னை விட மூணு மாசம் மூத்தவண்ணு...'

பெண் பார்க்க வந்தவர்களின் முகம் மாறி போனது...

'அப்ப நாங்க சம்சியப்பட்டது செரிதான்போல... ஓய் ஒமக்க மொவளை அக்காண்ணு விளிச்சியவளை பாக்கம்பே முப்பது வயசுக்க மேல தெரியுது... அப்ப ஒமக்க மொவுளுக்கு வயசு மூத்து தானே போச்சி... எங்களுக்கு இந்தப் பெண்ணு வேண்டாம் ஓய்...' மாப்பிளைக்காரன் சொன்னான்... அப்பா சிதறினார்...

'இல்ல இல்ல பிள்ளா...' சொன்ன அப்பாவை மாப்பிளைக் காரனின் கூட்டுக்காரன் தடுத்தான்.

'ஓய் ஒமக்கு விவரம் உண்டு தானே... முத்துன காய் கூட்டுக்கு ஒதுவுமா? பெண்ணுண்ணா பருவமா வேணும். முத்திப்போனா ஒண்ணுக்குமே ஆவாது...'

முறித்துப் பேசினான் மாப்பிளையின் கூட்டுக்காரன்... அவ்வளவுதான் அவர்கள் போய் விட்டார்கள்... வெயிலின் உஷ்ணம் கூடி போனது. அப்பா ரெம்மியாவைக் கோபமாகப் பார்த்தார்.

'இப்ப நீ மட்டும் என் மொவளை முறை கொண்டாடாம போயிருந்தா அவளுக்கு இந்த கலியாணம் நடந்திருக்கும் தெரியுமா? நேத்து வரைக்கும் இல்லாத கொக்கா உறவை இப்ப ஒனட்ட யாரு கேட்டது. பதினெட்டு வயசுல கெட்டுப்பட்டுப்

பத்தொம்பது வயசில பிள்ள பெத்த ஒனக்கெல்லாம் என் பிள்ளைக்க வேதனை எங்கட்டி தெரியும்?' அப்பா அழுதே விட்டார்... ரெம்மியாவுக்கு எங்கள் சூழல் புரியவில்லை...

'நான் இப்ப என்னத்த சொல்லியிட்டேன்... எங்கம்ம தான் அடிக்கடி சொல்லுவா... ரோசா ஒன்னவிட மூத்தவாண்ணு அதான் எதோ ஒரு இதுல விளிச்சேன்...'

'நீ ஒன் ஆச தீர விளி ரெம்மியா...' சொன்ன நான், அப்பாவை அழைத்தேன்.

'இப்ப எல்லாம் நான் பலருக்கும் அக்கா தாம்ப்பா... நம்ம அறக்கடை கபிரியேலு இருக்கானே... நம்ம மரக்கறிகார பவுல் இருக்கானே... தைய்யக்காரி பாமா இருக்காளே... பலருமே ரோசாக்காண்ணு தான் அழைக்கத் துவங்கியிருக்காங்க... எனக்கு வயசாச்சிப்பா...' சொல்லிக் கொண்டு என் போக்கில் நடந்தேன்...

'ஆமா வயசாச்சிதான்... ஒன் முன் பக்க முடியிலகூட நர வந்துருக்கு இல்லியா... அதைப் பாத்தா தெரியலியா?' ரெம்மியா ஒரு வித கோபத்தில் சொல்ல... நான் எந்த பதிலும் சொல்லவே இல்லை.

○

வீட்டில் வந்தேன்... என் சிமி பூச்சையால் ஆசுவாசம் கொண்டேன். நான் தூரமா வருகையிலே அது என்னைத் தேடி கரஞ்சிட்டு ஓடி வந்து... அதன் தேகத்தை என் காலோடு உரசி வாலை உயர்த்தி அழுததும்... என்னைத் தேடி காத்திருப்பது பிடித்திருக்கிறது. எதோ ஒரு ஜீவனங்கிலும் எனக்காகவே காத்திருப்பதில் நான் சந்தோசிக்கிறேன்...

இதே வேளை எனக்குரிய குடும்பம் அமைந்திருந்தால்... எனக்காக என் பிள்ளைகள் காத்திருந்திருப்பார்கள்... இவா எங்க போனா? அன்னளிக்க என் கணவன் இருந்திருப்பான். ரோசாவை ரோசாவுக்காகக் காத்திருக்க அப்பா மட்டும் இருக்கிறார்... இவரும் போய் விட்டால்? அப்படியொரு தனிமை என்னை அமுக்கி பிடித்தது... சிமியின் தலையைத் தடவி கொடுத்துட்டே என் செடிகளைப் பார்த்தேன்... வேலியருகே சில காட்டுச்செடிகள் கொழுப்பாக வளர்ந்து வந்தன... அவைகளைப் பிடுங்கி எறிய மனசு வரவில்லை...' அதுகளுக்கும் ஒரு ஆன்மா உண்டு...' சம்மனசு சொன்னதை மனதில் வைத்திருக்கிறேன்...

பெரையில் தொங்கிய முகம் பார்க்கும் கண்ணாடியைக் கையில் வச்சிட்டு என் தலைமுடியை இங்கும் அங்குமா பிளந்து

பார்த்தேன். எனக்குக் கிடுக்கமே வந்தது. கருமலையில் இறங்கி கிடக்கும் வெண் மேகம் போல் நரைகள் மினுமினுங்கின... முப்பது வயசு நரைக்குரிய வயசு தானே? அச்சமும் அவமானமும் ஏறி சுருண்டது. அல்லியக்காளின் கலியாணத்தின் முன்பெல்லாம் கருவேப்பிலை மருதோணியென அரச்சி கலக்கி காய்ச்சும் எண்ணெய் எட்டு ஊருக்கு மணக்கும். இப்படி காய்ச்சும் எண்ணெய் தேச்சுகையில் முடியில் அப்படியொரு கறுப்பு மினுங்கும்... அப்படியொரு கருப்பாக மினுங்கும் முடியில் எப்படி இப்படியெல்லாம் நரைகள்? மூத்தக்காளுக்குக் கூட எதோ கிருதா பக்கம் ஒன்றிரண்டு முடிகள் மட்டுமே நரை... எங்க அப்பாவுக்குக் கூடப் பின்னந்தலையில் மட்டுமே சில நரைகள்... ஏன் எனக்கு மட்டும் முப்பதிலே நரச்சிட்டு?

மல்லிகா வீட்டிற்குள் வந்தாள்.

'அப்பிடி என்ன தலையில பாக்கிய?' அருகே இருந்தவளிடம் என் தலையைக் குனித்துக் காட்டினேன்.

'பாரு நான் கிழவியாகியாச்சி...' சிரிச்சிட்டே சொன்னேன் வலியை மறைத்து...

'பெரிய கிழவி... இப்ப எல்லாம் பத்து வயசு பிள்ளைங் களுக்கே நர விழுது... இதெல்லாம் இள நரையிட்டி...' என்னைச் சமாதானிப்பது போல் பேசுகிறவளை லேசாக இடித்து இன்னும் சிரித்தேன்...

'முப்பது வயசுல விழுற நரை முதுநரை தாமுட்டி... எதுக்கு எனட்ட கள்ளம் சொல்லிய?'

'நீயும் நானும் ஒரே பிராயம்தான் இங்க பாரு என் தலையில நர இருக்கா?' மல்லிகா அவள் தலையைக் காட்ட, அங்கெல்லாம் நரை இல்லைதான்...

'ஒனக்கு இன்னும் ஞானம் வரலியா காணும். பழுத்த ஞானம் தானே நரையாம்... பைபிளில எழுதியிருக்கே...' சொல்லி விட்டு இன்னமும் சிரித்தேன்...

'மோளே ரோசா...' அப்பா அழைத்தார்.

'அந்த ரெம்மியா பொண்ணு ஒனக்க தல நரச்சிருக்குண்ணு சொன்னா இல்லியா? அதுல இதை அடிச்சி விடு மக்ளே"

அப்பா நீட்டிய 'டை'யைப் பார்த்தேன்.

இன்றும் ஒரு கலியாணம் காச்சி அமையல... மக்க குட்டியளை பெறல... அதுக்குள்ள இந்தத் தலை முடி நரச்சிட்டா

என்ன ஞாயம்? நரச்சி பெலச்சக்குள்ள வயசா ஆச்சி? இது இளநர, பித்த நர.' அப்பா பிதற்றி பதறினார்...

'அப்போ... ஒமக்க மொவுளுக்கு முப்பது வயசாச்சி... இது மூப்பு நர தான். அதை ஒத்துக்கிடணும்...'

'இங்கேரு நீயே இப்பிடி சொன்னியங்கி எனக்க சுபாவம் மாறும். ஒண்ணாமவுதே தேகம் பருத்துருக்கு, கறுத்திருக்கு அவனவன் சொல்லியான்... இனி முடியும் கூட நரச்சி போனா அய்யோ...' அப்பா பதறினார்...

'அப்போ... இதுபோல எல்லாம் சும்மா பிதற்றியிட்டு இருக்காதேயும்... நான் நானா தான் இருக்க ஒக்கும்? எனக்குச் சதை போடுதுண்ணு நான் இனி சாவக்கா ஒக்கும்? இடுப்பு இப்பிடி இருக்கணும்... பிறம அப்பிடி இருக்கணும்... முன்ன இப்பிடி இருக்கணுமுண்ணு எனக்க தேகத்தை அளவு செஞ்சியெல்லாம் என்னால வச்சிக்க முடியாது. வெறுமனே அழிஞ்சி போற சரீர கூட்டை வச்சி என்னெல்லாம் வியாபாரம் நடக்குது... இங்க பாரும், இனிமே நான் ஒரு முடிவுக்கு வந்திருக்கியேன்... எனக்குண்ணு ஒரு சம்மந்தம் கிம்மந்தம் கொண்டு வரப்பாது... நான் இனி கலியாணமே பண்ணிக்கப் போறதில்ல... இனி அப்படி என்னஙகிலும் ஓட்டம் ஓடிச்சங்கி நான் செத்துப் போயிருவேன் ஆமா... சும்மா சும்மா நான் என்ன மனுசி இல்லியா?' என் கோபம் அப்பாவைக் கலங்க வைத்தது. கலங்கட்டும் நான் என்ன செய்ய? என் கையைப் பிடித்து வெளியே போனாள் மல்லிகா.

'நீ மாமாயிட்ட தோணியவசம் பேசப்பாடுது... அவருக்கு வயசாசியிட்டு இருக்குண்ணு ஒனக்கு ஏன் தெரியல... அது போக பிரசர் அது இதுண்ணு உள்ளவரு... ஒனக்க வாழ்க்கைக்காக வேதனைபடிய ஒரே ஒரு பாசம் அவருக்கு மட்டும் தான்... கலியாணமெல்லாம் வேண்டாமுண்ணு சொல்லாத...'

'என்னால முடியேலட்டி மல்லிகா... கலியாணச் சந்தையில நின்னு நின்னு என் தொலியெல்லாம் கூசிக் கூசி... அய்யோ...' பொட்டி அழுதேன்.

'சுதனங்கிலும் எனக்கொரு உண்மையான காதலா இருந்திருந்தா என் வாழ்க்கை இப்பிடி அடியோலம் ஆகியிருக்குமா?'

'இப்பவும் ஏன் அவனை சொல்லிய?'

'காதலிச்சாலும் பேரம் பேசிதான் கலியாணங்கள் நடக்குது. ஏன் ஒன் கமலக்கா காதலிச்சும் எதுவும் வாங்காமலா போனா? ஏழை பணக்காரன், மேல் சாதி கீழ் சாதியெல்லாம் இப்ப காதலால ஒருங்கிணைக்கப்படல ரோசா. பணக்காரங்க

பணக்காரங்களையும் படிச்சவங்க படிச்சவங்களையும் அழகானவங்க அழகானவங்களையும் அந்தந்த சாதி மதங்களுக் குள்ளே காதலிக்கிறாங்க... கலியாணம் பண்ணிக்கிறாங்க... அவங்கவங்க தகுதிகளுக்குள்ள தான் காதலும் வருது. அதை மீறி எங்கேனும் காதல் வந்தாலும் கொலையெல்லாம் பண்ணுறாங்களே நியுசுல பாக்குறோம் இல்லியா... இது வெறும் ஒரு வியாபார வாழ்க்கைதாமுட்டி... கொடுக்கல் வாங்கல்தான் எல்லாமுமே . . .'

மல்லிகா பேசுவதில் விவரம் இருந்தது...

'இந்த வியாபாரத்தைத் தான் புனிதமுண்ணு எல்லாரும் சொல்லியாங்க கண்டியா? கோயிலுல கலியாணம் நடத்தும் சாமியாரும், இது கடவுளால் இணைத்த புனிதமுண்ணும் சொல்லியாரு கண்டியா? தொகையால ரொக்கத்தால, இணச்சதுண்ணு சொல்லேலியே...'

'அன்னாந்த இஞ்சினியருக்க பேத்தியாருக்கு அஞ்சி கோடி கொடுத்து இல்லியா கலியாணம் ஒறப்பிச்சி வச்சிருக்கு... அந்தப் பெண்ணுக்க கலியாணத்துக்கு பிசப் இல்லியா வாறாராம்...' கேள்விப்பட்டதைச் சொன்னேன்...

நம்மளபோல உள்ள ஏழைகளுக்க வீட்டுல கலியாணத்துக்கு பிசப்ல்லாம் வருவாரா? அப்படி வருத்த நமக்கெல்லாம் ஏது பணம்? மல்லிகா சொன்னாள்.

என்ன தான் மதங்களெல்லாம் புனிதமுண்ணு சொன்னாலும், அதற்குள் வளரும் அடிமைத்தனத்தை நினைத்தேன். அதிக வரதட்சனை பேசி நடத்தும் கலியாணங்களும் ஆலயத்தில் போதகர்களால் நடத்தி விடப்படுகின்றன. இவ்வளவு வாங்குனியே, இவ்வளவு கொடுக்குதியே என ஒரு சாமிகூடப் பேசுவதே இல்லை. இது இறைவனின் இணைப்பு: இது புனிதமுண்ணு வரதட்சனை அங்கீகரிப்புகளைக் கோயிலுகளுக்குள் அர்ச்சிக்கிறாங்க.

'இஞ்சினியருக்க பேத்தியாருக்குக் கலியாண நேரம் கொழுத்தி விடுற படக் ஆர்டருக்கு மட்டும் ஒண்ணர லெட்சமாமே...' மல்லிகா ஆச்சரியமாகச் சொன்னாள்.

'நீ இதைச்சொல்லிய . . . பந்தலுக்கு மட்டும் மூணர லெட்சமாம்... இது போக ஆட்டு இறச்சி போட்டு ப்ரியாணி... ஆர்க்கெஸ்ட்ரா... அது இதுண்ணு வெளியில உள்ள ஆடம்பர செலவுக்கே பத்தம்பது லெட்சம் ஆகுமுண்ணு சொல்லியாங் கட்டி...'

‘என்னதான் வாரி கோரி கலியாணம் நடத்தினாலும் அவங்களுக்கொண்ணும் வித்தியாசமா இல்லியே... நமக்கெல்லாம் உள்ளதுபோல தானே சாதனங்கள் இருக்கும்... எல்லாருக்கும்போல தானே முத ராத்திரியும் நடக்கும்... ஒரு வேளை நமக்கு எல்லாம் தரையிலங்கி... அவ்வியளுக்கெல்லாம் மெத்தையிலா காணும்...’ பச்சையாகச் சொன்னேன். மல்லிகா சிரித்துவிட்டாள்...

‘என்னட்டி பேசிய நீ...’

‘இல்ல... இஞ்சினியருக்க பேத்தியாருக்கு அஞ்சி கோடி கொடுத்து வாங்குன மாப்பிளை அந்தக் கோடியை லவ் பண்ணுவானா? அவளை லவ் பண்ணுவானா?’

புருவம் உயர்த்தி கேட்டேன்... ‘பெண்ணுக்கு வீட்டில கொடுக்கிய தொகையும், உருப்படியும், சீர் சினத்தியும் வாங்கி வச்சிட்டு... அந்தப் பெண்ணைக் காதலிக்கிறேன் என எப்படி அவா மாப்பிளையால சொல்ல முடியும்? அந்தப் பணத்துக்க பின்னணியில் நடக்கும் உறவும், வாழ்க்கையும் எப்படி புனிதம் ஆகும்? விபச்சார குடியில் நடக்கும் காமத்திற்குக் கொடுக்கும் பணம்போல தானே இல்லற உறவுக்குப் பணம், தொகையெல்லாம் கொடுக்க வேண்டியிருக்கு. இதெல்லாம் அப்படியிண்ணா விபச்சாரம் தானே... இவ்வுலகம் புனிதமென தூக்கி வைத்திருக்கும் கலியாணத்தின் உள் ஆழம் விபச்சாரம் தானே மல்லிகா?’

நரை கண்டவெப்புராளத்திலோ என்னவோ பேசினேன்.

‘நீ ரொம்ப எல்லாம் யோசிக்காத ரோசா. இப்பிடியே ஆழமா யோசிச்சா பிறகு வாழ முடியாது. அதையும் இதையும் பேசாம நடக்க வேண்டிய வேலையைப் பாப்பம்.’

சொன்னவள் அப்பா வாங்கியிட்டு வந்த கேர் டையை எடுத்து... பிரித்தாள். சின்ன வயசில் டிவியில் இந்த விளம்பரம் கண்டு அதிகமாகச் சிரித்தவள் நான். கத்தரிக்கவும், கலக்கவும், தடவவும் என்று விளம்பரம் சொல்லுவதைக் கேட்டு ஈங்கணிச்ச வளுக்குத் தெரிந்திருக்க வில்லை. பின்னாளில் இவளுக்கும் இப்படியெல்லாம் ஒரு நிலை வருமென்று...

மல்லிகா கலக்கும் ஹேர் டையிலிருந்து ஒரு வித எரிப்பு மொச்சையடித்தது.

‘எதோ ஒண்ணு போனாலும் இன்னொண்ணு ஒடனே ஏற்பாடு ஆகுது கண்டியா? இப்பிடியொரு கலர் சாயம் இல்லண்ணு வை... இங்க முக்காவாசி பேரும் வெளுத்த மண்டையோடு தான் திரியணும். ஆணுங்கா மீச தாடி வரைக்கும் அடிச்சி மினுக்கி யிட்டுத் திரியிறாங்க...’ கலக்கியபடியே சொன்னாள்.

'நரையெல்லாம் ஒரு விசயமே இல்லட்டி. பின்ன நம்ம ஆளுவா தான் கிழவியிண்ணு பரிகாசம் அடிப்பாங்க. இதே நரை ஒனக்குண்ணு மாப்பிளை, மக்க குட்டிகள் அமஞ்ச பிறகு வந்திருக்கணும்'

மல்லிகா வருத்தமோடு சொன்னாள்.

'ஆமா கதாநாயகன் வெளுப்பு முடியோட நடிச்சாலும் படம் ஓடும்... இதோ கதாநாயகி நரச்ச தலையைக் காட்டி நடிச்சா சினிமா ஓடுமா? ஆணை எப்பிடி இருந்தாலும் ஏத்துக்கிற சமூகம் தானே இது... என்ன ஆனாலும் நரச்சது நரச்சதுதான் வாழாமலே போனாலும், வருசம் ஒண்ணு போம்ப வயசும் ஒண்ணு போக தானே செய்யும். நான் கிழவி தாண்டி...'

'ஓ... இவா ஒருத்தி. பேசாம இரு'

சமாதானம் சொன்னாள், என் தலைமுடியை வாரல் செய்தாள். அவளின் விரல்கள் என் தலையைக் கோதுகையில் அப்படியே கண்களை மூடினேன். கண்களிலிருந்து கண்ணீர் வழிந்தது... எத்தனை எத்தனை சுமைகளால் கனத்துப்போனவளின் தலையை இப்ப வரைக்கும் யாருமே வருடி கொடுத்திருக்க வில்லை. இதன் கனத்தைச் சுகமாக்கிக் கொடுத்தவர்களில்லை... கன்னம் மீறிய கண்ணீர் அவள் விரல்களை நனைத்திருக்க வேண்டும். என் முகத்தை நிமிர்த்தினாள். 'காலம் ஒனக்கும் வரும்' சொன்னவள், கலக்கிய மையை வெளுத்து கிடக்கும் முடிகளில் வாரி பூசினாள். ஒழுகி பாய்ந்த கறுப்பு மை உருண்டு கழுத்து வழியே பாய்ந்தது... அவள் அடிக்கும் இடங்களிலிருந்து ஊரல் எடுத்துக் குடைந்தது...

'குட்டே எனக்குச் சொறியுது... ட்டி...' என்னை மீறி விரல்களை வைத்து... விரல்கள் முழுவதும் கறுப்போ கறுப்பு.

'அதெல்லாம் இருக்கத்தான் செய்யும். சகிச்சுக்க... நல்ல விலை கூடுன சாதனங்கள் வாங்கி அடித்தால் ஊராதா இருக்கும். இது இருபத்தியோழு ரூபா தானே.

என்னது இருபத்தியேழு ரூபாயா? வாரா வாரம் இப்பிடி செலவாக்கி அடிக்க ஒக்காது. அதுவும் இந்த ஊரலை அனுபவிக்க முடியாது.

'எனக்க வெளுப்பு முடியைக் கண்டும் என்னைக் கெட்டியிட்டுப் போறவன் போட்டு... என்னால இதெல்லாம் ஒக்காதும்மா...' தலையைக் கழுவ ஓடினேன்.

மலர்வதி

17

காலை நேரம் . . . பனி படர்ந்து கிடந்தது முற்றத்தில்.

சம்மனசின் வீட்டருகே வந்தேன். இடிந்து பொடிந்து போய்கொண்டிருந்தன சுவர்கள்... அவன் கிடக்கும் ஒட்டுத்திண்ணையும் ஊசலோடு நின்றது. வெளிப்பக்கம் நிற்கும் மாவின் பூக்களெல்லாம் அனாதையாகக் கடுப்பேறி கிடந்தன... வீட்டைச்சுற்றி எங்குமே காட்டுச்செடிகளும் பூக்களுமாக தெரிந்த... அவனின் அழுக்குப்பிடித்த டவ்வல் ஒன்றை அவன் வீட்டுத் திண்ணையில் படுக்கும் அனாதைப்பட்டிகள் சுருட்டி மறித்துப் போட்டிருந்தன...

அங்கிருந்து நடக்க ஆரம்பித்தேன் . . . எதிர் திசையில் எங்கேயோ போவதற்கென எலிசாளின் இளைய மகனும் மருமகளும் வந்துகொண் டிருந்தார்கள்...

'நம்ம போறது ஒரு நல்ல விசயத்துக்காக்கும்... எதுப்புல வாறது யாருண்ணு பாரு . . . மங்கலம் காணாத மூதேவி வரம்ப போன காரியம் உருப்பட்ட மாதிரி தான்... வாருங்க, பிறவு போவுலாம்...'

எலிசா சொன்ன வார்த்தைகள் கூர்முனை கொண்ட கத்தி போலவே என்னைச் சொருகி நின்றது. ஏன் என்னைச் சமூகம் இப்படி ஒதுக்குகிறது. என் சின்ன பருவத்தில் இப்படியெல்லாம் ஆக வில்லையே ரோசா.

ஆசிர்வதிக்கப்பட்டவளாகவே வாழ்ந்தவள் இன்று அமங்கலியாகி விட்டேனே... பச்சையாக ஒதுக்கி வைக்கிறார்கள்... தாலி இல்லாமல் ஆகி விடுவதால் மங்கலம் இல்லாதவளாம்... காலையின் அழகையும் சந்தோசத்தையும் வாரி சுருட்டி எடுத்துட்டுப் போனாள் எலிசாளின் மருமகள்.

இதுபோலவே, ஓடை பக்கம் உள்ள தங்கம்மை யின் மகள் அவளின் பிறந்த குழந்தைக்கு மூன்று

மாசத்துக்குரிய தடுப்பூசி போட்டுட்டு வருகையில் என்னைக்கண்டு அவள் பிள்ளையை மறைத்தாள்...

'அவளே ஒண்ணும் ஒண்ணும் இல்லாம வாழியா... பிள்ளையைக் கண்டா தோசம் விழுந்துரும்...'

தங்கம்மை சொல்லியது மட்டுமல்ல... குழந்தையின் கால் மேல் எங்குமே மூடி பொதிந்து என்னைக் கடந்தாள்... சே... நான் ஏன் இப்படி ஆக்கப்பட்டேன்? இது என் உலகம் இல்லையோ...

○

அப்பாவுக்கு இரண்டு நாள்களாகவே காய்ச்சல். மாத்திரை தின்னு காய்ச்சல் தணிந்து வந்தது. முன் பக்கம் நின்ற எலக்கறி கொளையை அடத்து அதோடு வேவு அரிசியும் போட்டு சூடா கஞ்சி காச்சி போட்டிருந்தேன்.

'வீட்டுல ஆரு?'

வெளியில் ரெம்மியாவின் அப்பா... அவர் கையில் கலியாண அழைப்பிதழ்கள் இருந்தன... ரெம்மியாவின் கடைசி தம்பிக்குக் கலியாணமென கேள்விப்பட்டேன். பள்ளிக்குப் போகுகையில் வெறும் பொடி பயலாக எங்களோடு விளையாடின பயலுக்குக் கூடக் கலியாணமா?'

'கொப்பன் வீட்டுல இல்லியா?'

'அப்பா காய்ச்சலில் கிடக்கியாரு...'

'இதுல விளி... பயலுக்கு கலியாணம்... சீட்டுக் கொடுக்கணும்...'

'எனட்ட தரணும்... அப்பாயிக்கி எழும்ப ஒக்கேல...'

நான் கையை நீட்டினேன்... இந்த அமங்கலியின் கையில் அந்த மங்கலகரமான அழைப்பிதழை கிழவன் தரவே இல்லை. வீட்டுக்குள் ஏறி அப்பாவின் தலைக்கும் மோட்டில் வச்சிட்டுப் போனான். நீட்டி நின்ற என் கைகள் அனாதையாக நடுங்கின... சமூகத்திலிருந்து நான் எவ்வளவு வெளியேற்றப்படுகிறேன். எத்தனை விதமான கொண்டாட்டங்களிலிருந்து நான் ஒதுக்கப் படுகிறேன்... ஆக கூடிக் கலியாணம் ஆகல... அதுக்காக எத்தனை விதமான புறக்கணிப்புகள்... என் வாழ்க்கை இப்படி தான் ஆகுமோ? அப்பாவிடம் கலியாணச்சீட்டை வச்சவன் என்னோடு எதுவும் பேசல... என்னை அழைக்கல... வீடு தேடி பலபல அழைப்பிதழ்கள் வருகின்றன... எல்லோரும் அப்பாவைத் தேடி கொடுக்குனம்... எனக்காக யாரும் அழைப்பு வைக்கல... தரல...

இதே வேளை எனக்கும் ஒரு குடும்பம் மாப்பிளை மக்களெல்லாம் இருந்திருந்தால் என்னையும் அழைப்பார்கள்

போலும்... நாளை என் குடும்பத்திலும் நிகழ்வுகள் வரும்... அதற்கு வர வேண்டுமென அழைப்பாங்க... ஆனா இப்படியே ஆகி போனால் நான் ஒற்றைக்குத் தானே... இப்படியே ஒற்றைக்கு ஆகி விட்டால் ஆக கூடி எனக்காக ஒரு சாவு மட்டும் தானே உண்டு...

எங்குமே சோடிகளோடு வாழும் உலகத்தில் நான் ஏன் தனியானேன்? கொல்லா மரத்தில கிளைகளில் சோடியாகத் தாவுகின்றன அணில்கள், சோடியாக மூக்கை உரசுகின்றன பறவைகள்... இம்மரத்தில் தான எத்தனை சோடிகள் வாழ்கின்றன... பெருமூச்சு விட்டேன்.

❍

நெருங்கிய குடும்ப உறவில் உள்ள சகாயம் தம்பிக்குக் கல்யாணம் நான் வரவில்லையென்று பிடிவாதமாகச் சொன்ன போதும் அப்பா வற்புறுத்தி அழைத்தார். அப்பாவுக்கு வேட்டி, சட்டை எனக்கு சேலை என வாங்கி தந்து அன்பாக அழைத்திருந்த படியால் மறுக்க முடியவில்லை. நான் போகா விட்டால் அப்பாவும் போக மாட்டார். பெரையில் நின்று ஆடை மாற்றினேன்.

உள்ளாடைக்கும் வெளியே முகம் நீட்டி நின்றன என் முலை பூக்கள். என் வீட்டு பூக்களைவிட மாசில்லாத முகத்தோடு தெரிந்தவர்கள்மீது பாசம் பொங்கியது. ஒரு சின்ன அப்பழுக்குக் கூட இவர்களிடம் நான் இதுவரைக்கும் கண்டதே இல்லை. ஆனால் இவர்களைத்தான் இவ்வுலகம் பாவத்தின் கூறாக பார்க்கிறது... துள்ளாதே; அசையாதே; சீலையை மூடு என்றெல்லாம் கைதிகளாக்கிக் குற்றவாளிகளாக்கிப் பிதுக்கி நசுக்கிக் குற்றப்பழிகள் எழுதி... கொடுமை செய்கிறது... இவர்கள் வானுலக சம்மனசைவிட பரிசுத்தமானவர்கள்... இவர்களின் முகங்களில் குற்றமே இல்லை... வெகுளிகள்... மாரின் கனம் பார்க்கிறவர்களுக்கெல்லாம் அதில் கிடக்கும் மனம் தெரியாதே... அங்கு கிடக்கும் அழுகை தெரியாதே...

ஏனோ முலைகள்மீது அளப்பரிய அன்பு வந்தது... கருணை வந்தது... பாசம் வந்தது. வெறுமனே பூட்டப்பட்ட கைதிகள் போலவே ஆண்டாண்டுகளாக எங்களை ஏன் வைத்திருக் கிறாய்... அவைகளின் கேள்விக்கான பதில் என்னிடம் இல்லை.

'விடுதலை தா? ரெட்சிப்பைத் தா...'

கேட்டார்கள் என் முலைகள்... எல்லாம் கேட்டும் கேட்காதவள் போல் ஜெம்பரை இழுத்துப் பூட்டினேன். பருத்து போன மாருகள் அடைபடாமல் திமிறின.

'மோளே சீலை உடுத்தியா?' வெளியே அப்பா

'உடுக்கியேனப்பா...'

சுவர்ல புஞ்சிரியோடு என் கர்த்தர்...

'எனக்கக் கூட வாயேன் எனக்கொரு துணையா எங்கையையும் பிடிச்சிட்டு... ஒனக்கெல்லாம் எதுக்கய்யா கடவுள் ரோலு. நோகாம இருக்கிய கடவுள் வேசத்தையெல்லாம் தூக்கி தூரமா எறிஞ்சிட்டு ஒன் பாட்டுக்கு ஒரு தாலியும் கொண்டு வாய்யா... ரோசாளை கூட்டியிட்டு போய்யா...' சொல்ல சொல்லக் கர்த்தர் சிரித்தார். நான் வெகுண்டேன்.

○

கலியாண வீட்டில் வண்ண வண்ண விளக்குகள், பந்தல் அலங்கார வளைவுகள், ஜிகினா தாளுகளில் செய்த பூக்கள், தொங்க விட்ட சீரியல்கள், மாப்பிளை பெண்ணின் பிளஸுக்குகள் என எங்கு திரும்பினாலும் பேரழகில் சொலித்தது கல்யாண வீடு. சகாய தம்பியின் கலியாணம் மூன்று நாள்களாக நடக்கிறது... உற்றார் உறவுகளுக்கான விருந்து, பெண்ணுக்கான துணிமணிகள் கொடுக்க நேற்றே போய் விட்டார்கள்... மாப்பிளை வீட்டார்கள் மணநாளுக்குரிய பொருள்களைக் கொண்டு கொடுக்க, பெண்ணே தனக்குப் பிடித்தது போல் தன் விருப்பத்திற்கு அலங்காரம் செய்யும் வழக்கம் இன்று வந்துவிட்டது. சகாயமும் அவன் வீட்டு உறவுக்காரர்களும் நேற்று இரவே பெண்ணுக்கான வகைகளைக் கொண்டுபோனார்கள்.

ஊரார்கள், உறவினர்கள் பெண் வீட்டார்களென கூட்டம் நிரம்பி வழிந்தது. நானும் அப்பாவும் பந்தலின் பின் பக்கமாக இருந்தோம். என் சகோதர சகோதரிகளெல்லாம் ஆங்காங்கே பட்டும் நகை நட்டுமாகத் தெரிந்தார்கள். அண்ணனின் மூத்த மகளுக்கும், கலியாண பேச்சு வார்த்தை முடித்திருப்பதாக அறிந்தோம். குடும்பத்தில் யாரோ அப்பாவிடம் சொல்லி யிருந்தாங்க...

கலியாண வீட்டில் எல்லோரும் மகிழ்ச்சியாகவே தெரிந்தார்கள்... அந்த மகிழ்ச்சியை நானும் தரித்து கொள்வதே முறை...

'ஏன் மூஞ்சியில ஒரு வெட்டமும் இல்ல ரோசாளுக்கு...'

கலியாணக்காரனின் அக்காக்காரி என்னோடு கேட்கவும் செய்தாகி விட்டது...

'அவளுக்கு இதுபோல எல்லாம் அமையேல இல்லியா... அதான் அப்பிடி இருக்கியாளா காணும்...'

அந்த அக்காக்காரியின் மாமிக்காரி சொல்லவும் செய்தாள்... ஒரு வகையில் என்னை இயல்பில் இருத்திக் கொள்ள முடியவில்லை தான்... திரும்பும் திசையெங்கும் சோடிகள்... குடும்பங்கள்... நான் மட்டும் எங்க அப்பாயிக்க கூட ஒத்த தூங்கியிட்டு இருக்கியேன்... என் தோளோடு எனக்கான துணையில்லை என்பதை இப்படியான கலியாணங்களில் அதிகம் உணருகிறேன். என் சீலையைப் பிடிச்சி இழுக்க... என்னோடு சேட்டைகள் செய்ய என் பிள்ளைகளெல்லாம் இல்லவே இல்லை என்பதை அதிகம் நினைத்தேன்... சீக்கிரமாகத் தின்னுட்டு வீட்டுல ஓடி ஒளியவே ஆசைபட்டேன்... எல்லாற்றுக்கும் மேலாக அப்பாவிடமும் என்னிடமும் இந்த ஆட்கள கேட்கும் கேள்விகளிருக்கே... உயிரை நசுக்குது. அதான் மறஞ்சி போய் இருக்கியேன்... மணமேடையில் மணமக்கள் மங்கலகரமாகச் சிரித்துட்டு, மேடையில் ஏறும் உறவுகளோடு படம் பிடிச்சிட்டு நின்னாங்க. எனக்கோ சுதனின் ஞாபகம் அதிகமாக வந்தது. பொத்தையின் மேடைகளில் வெறுமனே நடந்து முடிஞ்ச விளையாட்டுக் கலியாணம் கண் முன்னே கசிந்தது...

முகத்தை வேறு பக்கமாகத் திருப்புகையில் அப்பாவின் ஒரு அக்காக்காரியன் மக்கள், மூத்த பெரியப்பனின் மக்கள் எல்லாம் வந்தார்கள். சித்தப்பா, பெரியப்பா, மாமா என அழைத்தார்கள் அப்பாவை... அப்பாவின் அருகருகே சேறுகளை இழுத்துப் போட்டு இருந்தார்கள். பெரிய உறவு உலகமாகவே விரிந்து தெரிந்தார்கள் எல்லோரும். அப்பாவுக்கும் பெரிய ஒரு உறவு உலகம் இருக்கிறது... அப்பாவிடமிருந்து வந்த அண்ணனுகள், அக்காளுகளெல்லாம் வாரிசுகளைப் பெருக்கி... அவங்க வழியாக மாமா, மாமி, சித்தி சித்தப்பாண்ணு எவ்வளவு உறவுகள்... ஆனா எனக்கு? என் பேரைச்சொல்லிக்க... ரோசாண்ணு ஒருத்தி வாழ்ந்தாண்ணு சொல்ல... எனக்கான உறவுகளெல்லாம் எங்க? வெறுமை பிடித்தாட்டியது.

'சித்தப்போ குட்டியிக்கி ஏன் இன்னும் ஒண்ணும் பாக்கல...'

அப்பாவின் மூத்த தமையனின் இளைய மகள் கேட்டாள்...

'நான் எங்கடியே பாக்காம இருக்கியேன்... அவா தலையெழுத்து ஒண்ணும் ஒத்து வரேல...'

'ஆனாலும் அது பாவமில்லியாக்கும்... வயசும் பத்து முப்பது கழியுமே...'

'அப்பிடியெல்லாம் வயசு ஆகல... இருபத்தியேழு பிறந்திருக்கு.' பச்சையாகக் கள்ளம் சொன்னார்.

'அதுவும் கூடி போன வயசுதான்... பெட்டசிக்க பிரசவ காலம் இருபத்தியஞ்சிலே முடியணும்... அதுக்க பிறகு இடுப்புக்கு ஏது பெலம்...'

'அங்கேரு அதுக்குத் தலையும் நரச்சி பெலச்சாச்சி...' ரொம்ப இயல்பாகச் சத்தம் போட்டுச் சொன்னாள்.

'ஏன் அமையலண்ணு அப்பறம் இப்பறம் போய் கேட்டியால... எதம் செய்வினை தோசம் இருந்தாலும் நடக்காது...'

அப்பாவின் தங்கச்சி முறைக்காரி ஒருத்தி கேட்க... நானோ நடுசந்தையில் நிற்பவள் போலானேன்... பலரும் பார்த்துப் பார்த்து ஒரு பொருளைக் குறித்து வைக்கும் விமர்சனம் போலவே என் பாடும் இருந்தது...

'லே குட்டியிக்கி வல்ல தீனம் என்னஙகிலும் உண்டோ... அப்பிடி என்னஙகிலும் இருந்தாலும் நடக்காது...' மீண்டும் என்னைக் கீறி பிளந்தாள் உறவுக்காரி...

'அப்பிடியெல்லாம் இல்ல தங்கச்சியே... அவளுக்கு ஏனோ நடக்கல...'

'நடக்கேலண்ணு இருந்தா அது பாட்டுக்கு நடக்குமாக்கும்? லே ஒனக்க மொவா கல்லோ, இரும்போ, கட்டியோ இல்ல... அதுட்டேயும் உணர்வும் ஆசையும் உள்ள சரீரம்தான் இருக்கு. வச்சி வச்சி பாக்காம எவனுக்கங்கிலும் கெட்டி கொடுல... பிறகு கட்டி பிடிச்சிப் போயிட்டா... யாருக்கும் வேண்டாமுண்ணு ஆகியிரும். மூத்து போன காய் கூட்டுக்கு ஆகாதப்ப, மூத்து நரச்சவளை எவம்புல கெட்டுவான்...'

உறவுக்காரியின் இப்பேச்செல்லாம் என்னைக் குடைய... நான் இங்கே இருக்க விரும்பாமல் எழும்பினேன்... அப்பா என் கையைப் பிடித்து இருத்த முயற்சித்தார்...

'எனக்கு வீட்டுல போணுமப்பா...' அப்பாவுக்கு என் நிலை புரிந்தது.

'லே எனக்க வீட்டுக்க கிட்ட ஒரு ரெண்டாம் தரம் இருக்கு பாப்பமா? பயலுக்குக் கொஞ்சம் சொத்து பத்தெல்லாம் உண்டு. பாக்கவும் ஒரு மாதிரி இருப்பான்... பின்ன ஆளு கொஞ்சம் குடிப்பான்... அதெல்லாம் பாத்து முத பெண்டாட்டி விட்டுட்டுப் போனா... இவா கொஞ்சம் சமாளிச்சிப் போனளங்கி வாழுலாம்... பெரிசா தொகையெல்லாம் கேக்க மாட்டான். நான் பின்ன கேட்டுப் பாக்கட்டா?'

அவளருகே கொழுகொழுவென இருக்கும் மகளுக்கு இப்படியொருவனைப் பேச நினைப்பாளா? கோபம் மூண்டது...

'குடிச்சி மறிகிறவனுக்கு ஏது தங்கச்சி சுய புத்தி . . . அதெல்லாம் வேண்டாம். எதம் முத தரம் இருந்தா சொல்லு.' அப்பா சொல்லுகையில் அவள் சிரித்தாள் பரிகாசமாக...

'ஒனக்க மொவுளுக்கு இப்பந்தான் பதினெட்டுன்னு நினச்சுதியோ . . . எம்புடு தான் நீ ஒன் மொவுளுக்க வயசை மறச்சி மறச்சி வச்சாலும் அவா மூஞ்சியும், இடுப்புக்க விரிவும் அவளுக்க வயசை காட்டி கொடுக்குதுல. பத்து முப்பது வயசானவளை இனி எந்த சின்ன பய வந்து கெட்டுவாண்ணு நினச்சிய? வல்ல குடிகாரனோ, இரண்டாம் தரமோ, வாழ போக்கிடம் இல்லாதவனோ தான் வருவான்...'

'என்னத்த சொல்லிய தங்கச்சி'

'ஆமல... நான் நாட்டு நிலையைத்தான் சொல்லியேன்...'

'எனக்க மொவுளுக்கும் வருவான் ஒருத்தன் நல்ல விதத்துல...'

அப்பா என் கையைப் பிடித்தார்... அவரின் கண்கள் கலங்கி போயின...

'ம்... வருவான் பாக்கத்தானே போறோம்...'

அவள் சவால் விட . . . அப்பா சிதறினார் . . . அவரின் கோலம் என்னை உட்க வைக்க . . . என் முகபாவனையின் மகிழ்ச்சி தொலைந்தது. அங்கே அப்போது சகாயம் தம்பியின் அம்மாக்காரி வந்தாள்...

'எல்லாரும் மாப்பிளை பெண்ணுக்கக் கூடப் போட்டா பிடிச்சாச்சா? போங்க போய் போட்டா பிடிச்சிட்டுச் சாப்பிட பாருங்க...' அங்கே இருந்த உறவுகளைக் கலைத்தவள் என்னையும் அப்பனையும் பார்த்தாள். அருகில் வந்தாள்...

'இது ஒரு நல்ல காரியம் நடக்கிய இடமாக்கும்... இங்க வந்து நின்னுட்டு நீங்க ரெண்டு பேரும் கண்ணைக் கசக்கியதும், முகத்தை உம்முண்ணு வச்சியதும் நல்லாயில்ல... வாழ போற ரெண்டணத்தையும் நல்ல விதமா வாழ ஆசிர்வதிச்சாட்டாலும் கொஞ்சம் சந்தோசமா நில்லுங்க...'

அய்யோ அவள் இப்படியொரு வார்த்தையைச் சொல்லும் அளவுக்கு ஆகி விட்டோமே...

'வா மோளே... நமக்கு வீட்டுக்குப் போவம்...' அப்பா என்னை அழைக்க... நானும் கிளம்பினேன்...

'சோடி சோடியா குடும்பம் குடும்பமா போட்டாவுக்குப் போங்க...'

சகாயத்தின் அம்மா உறவினர்களையும் நண்பர்களையும் சோடி சோடியாக மணமேடைக்கு அழைத்தாள். எனக்கு சோடியில்லை... அப்பாவுக்கும் அம்மாயில்லை. புகைப்பட மெல்லாம் முக்கியமே இல்லை. இங்கிருந்து ஓடி விடணும்... அவ்வளவு தான். சோறு கூட வேண்டாம்... தப்பி விடணும். கங்கணத்தோடு கூட்டத்தைக் கிழித்தேன்... நாலு பக்கமும் சொலிக்கும் விளக்குகளின் வெளிச்சம் அணையவே ஆசை பட்டேன்... இவ்வெளிச்சங்கள் என்னை பரிகசிக்கவே செய்தது... அப்பாவும், நானுமாகக் கூட்டத்தை நெரிச்சி மணமேடை அருகே கிடக்கும் பாதையில் வருகையில். போட்டோக்காரர் எங்களை அழைத்தான்.

'மாப்பிளை கூப்பிடுறாரு...' மணமேடையில் சோடியாக நிற்கும் சகாயம் எங்களை அழைத்தான் போட்டோவுக்கு...

'நாங்க வரலப்பா தம்பி...' அப்பா கீழே நின்று சொன்னார்...

'ரோசாக்கா வா நீயங்கிலும்...' அவன் இவ்வளவு உயரத்தில் இருந்தும் என்னை அழைத்தானே...

'முதல்ல சோடி சோடியா எல்லாரும் எடுத்து முடியட்டும்... அதுக்க பிறகு இவங்களையெல்லாம் எடுக்குலாம்...'

சகாயத்தின் அம்மா சொன்னாள்... நான் நெளிந்தேன். என் தோளில் கிடக்கும் வெற்றிடத்தில் வர என் கர்த்தருக்கும் உருவம் இல்லையே...

என்னை நெரித்துக்கொண்டு குடும்பம் குடும்பமாக சோடி சோடியாக மணமக்களோடு புகைப்படத்திற்குப் பலரும் போய் கொண்டிருந்தார்கள்... நானும் அப்பாவும் கீழ் நோக்கி இறங்கினோம்... தேகத்தில் அப்படியொரு விசர்ப்பு ஊற்றியது... ஒருவித அவமானமும் கூசலும் நெட்டி இறுக்க... வேகவேகமாக வெளியே போக முயற்சிக்கையில்... என் கையைப் பிடித்தாள் என்னோடு ஞானதேசத்தில் படித்த பாத்திமா என்பவள்...

'ஏய் ரோசா... ஒன்னப்பாத்து எத்ர வருசங்களாச்சி...' அவளோடு அவள் குடும்பமும் நின்றது...

'ஆமாமா...' அடுத்து இவள் என்ன கேட்பாள் என்பதை யூகிக்க முடிந்த நிலையில் தப்பி விட ஆசைபட்டேன்.

'ஒனக்கு எத்ர பிள்ளைங்க?' கேட்டாள்...

'ஒங் ஹௌஸ்பெண்ட்டுக்கு என்ன வேல?'

'ஒன்ன எங்க கலியாணம் பண்ணி கொடுத்துருக்கு...' பதில் இல்லாமல் நின்றேன்...

‘சொல்லுட்டி... ஏன் உம்முண்ணு நிக்கிய..?’

‘எனக்கு... எனக்கு இன்னும் கலியாணம் ஆகல...’

இவ்வளவும் சொல்லி முடிக்கும் முன் ஆயிரம் முறை இறந்தேன்... ஒரு நாளில் இதுபோல் பலரிடம் சொல்ல வேண்டிய சூழல் வருகிறது இந்த ரோசாளுக்கு...

‘இன்னும் ஆகலியா?’ வாயைப் பிளந்தாள்.

‘ஏய்... ஏய் இதெல்லாம் ஒனக்கு நீயே செய்யுற துரோகம் பாத்துக்க...’

என் கையைப் பிடிச்சிட்டுக் கொஞ்சம் ஒதுக்கமாகக் கூட்டியிட்டுப் போனாள்...

‘நீ என்ன கல்லா... இல்ல பாறையா? ஒனக்குன்னு ஆசா பாசம் இல்லியா... நானெல்லாம் என் ஹஸ்பெண்ட்டை வெளியூருக்குக் கூட விடுறதில்ல... அப்படியே அவரு ஒரு நாளு என்னை விட்டுட்டு எங்கேனும் போனா செத்துருவேன் போலவே ஆகுவேன்... ஒரு வயசுக்க பிறகு நம்மளை அணச்சுக்க அன்பான ஒரு ஆண் துணை தேவையிட்டி... இராத்திரியின்னு ஒண்ணு வரம்ப காரியத்திற்கு இல்லன்னாலும் சும்மா நம்ம பக்கத்துல படுக்க அன்பான மாப்பிளை அமையணுமுட்டி... ரோசா நீ எங்கியோ தப்பு பண்ணியிருக்கிய... சொல்லு ஏன் ஒனக்கு ஆகல...’

அவளின் கேள்வியும் பரிதாபமும் என்னுள் இயலாமையின் கோபத்தை ஏற்படுத்திவிட்டது...

‘ஆகலன்னு தெரியுது தானே... அப்ப ஏன் என்னான்னு காரணம் கேட்காத பாத்திமா. சராசரியான வாழ்க்கை அமையலண்ணு தெரியுது இல்லியா... அதோட விட்டுரு என்னை. அது அமையாம போகிறதுக்கு ஆயிரத்தியெட்டு காரணம் இருக்குலாம்... அதெல்லாம் ஒனட்ட சொல்லியிட்டு நிக்க முடியாது. அமையாததுல உள்ள நொம்பலம் எனக்கும் இருக்கும், காயம் இருக்கும். கண்ணீரு இருக்கும்... அதையெல்லாம் எதோ ஒரு போக்குல மூடி போட்டுட்டு நடக்கிறப்ப திரும்ப திரும்ப ஏன் நடக்கல நடக்கலண்ணு கேட்டு அந்த புண்ணுக்க ஆழத்தைத் தோண்டாத பாத்திமா... யாருக்கு எது இல்லையோ அது ஏன் இல்லைண்ணு கேட்காம இருக்கிறது எவ்வளவு பெரிய புண்ணியம் தெரியுமா? சமூகமா வரம்ப மனுசா பாரு... மனுசியா பாரு... அதுக்கும் பின்னால எது இல்லியோ அதை கேட்காத பாத்திமா? ஏண்ணா அப்பிடி கேட்கம்ப வலிக்குதுட்டி...’

சொல்லிவிட்டு அவளின் முகம் கூடப் பார்க்காமல் வெளியேறினேன்... மணமக்கள் மணவறையிலிருந்து இறங்கி

வந்தார்கள் ... நான் வழியில் அகப்பட்டேன். அங்கே நில்லு சகாயத்தின் அம்மா, ஓடி வந்து என்னைப் பிடித்து மாற்றினாள்...

'கீதா மங்கலக்காரி அவா தான் எதுப்புக்கு வருவா'

தாலிமாலையும், கையில் குழந்தையுமாக மாப்பிளை பெண்ணு எதுப்புக்கு வந்தாள் கீதா என்னும் மங்கலக்காரி. இந்த மங்கலக்காரி கீதா அவா எதுப்புக்கு வருவா. எங்க எதுப்புக்கு நிக்ற நீ...

'மாப்பிளை பெண்ணு எதுப்பு வழியில அப்படியே நில்லு. நீயெல்லாம் நிக்கவே கூடாது ... மூதேவியெல்லாம் எதுப்புக்கு நிக்க ஒக்குமா?' எம் மகா ஓங்கியடித்தாள் வார்த்தையால்.

நான் அங்கிருந்து விலகி ஓடினேன். இது என் உலகம் இல்லை என்பதைப் புரிந்தேன்.

○

விடியற்காலை மணி நாலரையிருக்கும் ... என் உறக்கப்பாயில் கிடக்கும் போனில் அழைப்பு வந்தது. போனின் சத்தம் என் காலிடுக்கில் உறங்கும் பூச்சையின் உறக்கத்தையும் கலைக்க ... அதுவும் சிணுங்கி முழித்தது.

பெரையில் கிடக்கும் சீரோ விளக்கு வெளிச்சத்தில் போன் ஸ்கிரினில் வரும் எண்களை சலிப்போடு பார்த்தேன். இந்த விடியற்காலையில் மட்டுமல்ல... இரவு வேளைகளிலும் பகலில் பல வேளைகளிலும் இந்த எண்ணிலிருந்து எனக்கு அழைப்பு வருது. எதோ ஒரு நில அளவுக்காரன் போனின் நம்பரை மாற்றி அழைக்கிறான் போலும்... நானும் தான் அவனோடு பல முறை சொல்லியாகிவிட்டது ...

'இங்கெல்லாம் நீங்க அளக்கிற படியான சொத்தெல்லாம் இல்லண்ணு ...' அவன் கேட்டால் தானே. எதோ சொத்து அளவுக்காரன் போலிருக்கு... அவன் அப்படிதான் பேசுறான்...

'ஹலோ நான் அளவுக்காரன் பேசியேன் ... ஒங்களுட்ட சொத்து அளக்க இருக்குண்ணு கேள்விப்பட்டேன் ... அளக்க வரட்டா?' இப்படியே பேசினான் இப்போதும்...

'நான் தான் ஒங்களுட்ட பல நாளு சொல்லியிட்டேன் இல்லியா... இங்கெல்லாம் அளவுக்கான சொத்து இல்லண்ணு... ஆனாலும் ஏன் திரும்ப திரும்ப விளிச்சி சல்லியம் செய்தி யாண்ணு கேட்கியேன். முதல்ல நம்பரை செக் பண்ணி பேசுங்கா...'

போனை கோபத்தில் அமுக்கி வைத்தேன் ... தளத்தில் கிடக்கும் அப்பாவுக்கும் நான் பேசியது கேட்டிருக்கிறது...

'ஆரு மக்கா போனுல...'

'எவனுண்ணே தெரியலப்பா... கொஞ்ச நாளு கொண்டே அளவுக்காரன் பேசியேன்... சொத்தை அளக்க வரட்டா... வரட்டாண்ணு கேட்டு சல்லியம் செய்யியான்...'

'இனி அந்த போனு வந்தா எனட்ட தா...'

அப்பா இறுவலோடு சொன்னார்... மீண்டும் அந்த எண்ணிலிருந்து அழைப்பு வந்தது... அப்பாவிடம் போனைக் கொடுத்தேன்...

'ஏது கூதி மொவம்புல நீ... எம்புள்ளையைக் கேப்பாரும் கேள்வியும் இல்லண்ணு நினச்சிட்டியோ... அப்பிடி ஒனக்குத் தைரியம் உண்டங்கி இப்ப வால... ஒனக்க அளவு கோலையும் கொண்டு. வீட்டுல இருக்கிய பிள்ளையிட்ட அளக்க வராட்டாண்ணா கேக்கிய... அப்பிடி நெஞ்சுறப்பு உண்டங்கி உடனே வால பன்னப்பயலே... ஒனக்க அளவு கோல வெட்டிக் கொத்தக்கு... ஆளும் சீரும் இல்லாம கெடக்கியாளே அளக்குலா முண்ணு நினச்சா தொலச்சிப்போடுவேன்...'

அப்பா தன்னால் இயன்ற மட்டும் குரலைத் தூக்கி பேசும் தானகடு தொனியை அதிர்ச்சியோடு பார்த்தேன்...

'எதோ தொட்டி கசவாளி பய கோடு பாசையில ஒனட்ட தானகடு பேசியிட்டு இருந்திருக்கியான். ஒனக்கும் அது மனசுல ஆகாம இருந்திருக்கியே...' அப்பா சொல்லுகையில் எனக்கு என் மீது பரிதாபம் வந்தது...

காலும் கையும் உறைந்து போனது...

'இதே நேரம் ஒனக்கு ஒரு மாப்பிள தொலி இருந்திருந்தா இப்பிடி கேட்டுருப்பானுவளா? வேலியில்லாத விளையும், தாலியில்லாத பொண்ணும் எதோ ஒரு பொது பொருள் போல ஆளாளுக்குப் போட்டுக் கல்லெறிவாங்க. யாருக்கு என்ன துரோகம் செஞ்சேனோ எல்லா கர்மமும் பார்க்க இன்னும் உயிரோடு இருக்கியேனே...' அப்பா புலம்பினார்.

18

இரண்டு வாரமாக தலைவலி என்னைப் பாடாக படுத்தி விட்டது. தலையில் கனம் இன்னமும் குறைந்த பாடில்லை... குனிந்திருந்து பழையது போல் பீடி உருட்டவே முடியவில்லை. பீடி தட்டை எடுக்கும் முன் வாந்தி வருகிறது...

'பெண்ணே ஒனக்கு பித்தம் தலையில ஏறியிருக்கு... இனி பீடியெல்லாம் ஒக்காது. ஒனக்கு மனசு உண்டங்கி என் கடையில கூட மாட வந்து நில்லு... தினமும் கிட்டியதுபோல சம்பளம் போடுலாம்... அல்லியக்கா என்னை அவள் கடையில் அழைத்திருக்கிறாள்...' எனக்கும் அது சரியென்றே தோன்றுகிறது.

காலை வேளை அப்பாவுக்கிக் கட்டங்காப்பி காச்சிக் கொடுத்தேன்... வாடி போன செடிகளுக்கு வெள்ளம் ஊற்றினேன்.

எதிர் முற்றத்தில் விளையாடும் இளைய அண்ணனின் இளைய மகன் சிபியைக் கவனித்தேன். அவன் பிறந்த புதிதில் அலுவலக பயிற்சிக்காக பரிசுத்தம் மயினி போயிருக்கையில் வளர்த்த பாசம் இன்னும் மனசில் இருக்கு. ஆனால் அந்த அன்பை மயினி தொடர விடவில்லை.

'ஒனக்கு புத்தியே இல்லியாக்கும்... ஒருத்தி அவளுக்க இயலாமையில அவா பிள்ளையைப் பராமரிக்க தந்தாண்ணா அப்டியே அம்மாபோல ஆயிருவியா. பிரசவ வலி என்னாண்ணே தெரியாத ஒனக்குத் தாய்மையைப் பற்றி என்ன தெரியும்.

முகம் கறுக்க சொன்னவனின் வார்த்தைகளில் என் மனசில் பொங்கிய தாய்மை மிகவும் காயம் கொண்டு சுருங்கியது...

மயினி பயிற்சிக்கு போன அந்த காலகட்ட எனக்கும் அவனுக்கும் வந்த பந்தம் உடலால் வந்தது தாய்மை இல்லை.

பெத்தா மட்டும்தான் தாய்மையைப் புரிய முடியுமா? அந்த அன்பை அனுபவிக்க முடியுமா? மனசுல தாய்மை இல்லாத எத்தனையோ பெண்கள் இருக்கிறாங்க ... மனசு நிறைய சிபியை நான் இப்போதும் மகனாகவே பார்க்கிறேன்.

நான் சிபியைப் பார்த்துகொண்டே இருந்ததைப் பரிசுத்தம் கவனித்தாள்.

'மோனே சிபி இங்க வா ...'

வேண்டுமென்றே சிபியைத் தூக்கினாள். திறந்து கிடந்த கேட்டைப் பூட்டினாள்.

காற்றின் சலசலப்பில் திண்ணைச்சுவரில் கிடந்த காலண்டர் ஆடியது ... அங்கே தெரிந்த அன்னைத் தெரசா என்னைப் பார்த்து சிரித்தாள் ...

உடலால ஒரு பிள்ளையையும் பெறாமல் போனாலும் உலகுக்கே அன்னையானவளைப் பார்த்தேன். தாய்மை அது மனம் சம்மந்தப்பட்டது மகளே என்று அன்னைத் தெரசா சொன்னாள் எனட்ட.

○

இரவு வேளை ...

கண்முன்னே விரிந்தது அழகான சோலை... அங்கே ஓடை பாய்ந்தது ... பெரும் பாறைகள் தெரிந்தன ... அங்கிருந்து நீர் வீழ்ச்சி பாய்ந்தது. குருவிகள் பறந்த ... பூக்களெல்லாம் வண்ண வண்ணமாகப் பூத்து குலுங்கி நின்றன ... சோலை முழுவதும் வாசமோ வாசம்... அச்சோலையின் பசுமையான வெளியில் நான் இருந்தேன்... என்னோடு சில பல குழந்தைகள் இருந்தார்கள். நிக்கரும் போடாத கழுதைகளாகக் குண்டிகளை காட்டியிட்டுத் திரிந்தார்கள் ... நடந்தார்கள் ... ஓடினார்கள். எல்லாவற்றுக்கும் மேலாக ... 'ரோசாம்மோ ...' என என்னை அழைத்தார்கள். எல்லாமே என் பிள்ளைகள் என்னும் போது நான் எல்லையற்ற மகிழ்ச்சியை அனுபவித்தேன் ... அந்தச் சோலை முழுவதும் நானும் பிள்ளைகளுமாக மகிழ்ந்து இருக்கையில் எங்கிருந்தோ கடும் காற்று வீசத் தொடங்கியது ... சோலை முழுக்க அந்தக் காற்று பந்தாடிக் கொண்டது. கூடவே மழையோ மழை ... பாறையினடையே பாயும் அருவிகளில் வெள்ளப்பொக்கம் அதிகரித்தது... தீடீரென சோலை முழுவதுக்கும் அழிவு வந்தது... என்னோடு பற்றிக்கொண்டு அன்போடு அளைந்த என் பிள்ளைகளெல்லாம்...'ரோசாம்மோ காப்பாத்து...' அலறினார்கள்... 'என் மக்களே ...' நானும் இரு கையையும் நீட்டி அவர்களை

அழைத்தேன். பிராயசம் கொண்டேன் ... என்னால் ஒன்றுமே செய்திருக்க முடியவில்லை ... என் கண்ணெதிரே பெரும் வெள்ளத்தில் அழிந்து போனார்கள் பிள்ளைகள் ...

'எனக்க பொன்னு மக்களே ...' தலையில் அடித்து அழுதேன் ...

'ரோசா மோளே ... ஏன் ... ஏன் ...'

எங்கப்பா பெரை வாசலில் வந்து சத்தம் போடுகையில் கண்ணுகளைத் திறந்தேன் ... அய்யே நான் இவ்வளவு நேரமும் கண்டது வெறும் கனவிலும் கனவு ... நானும் சோலைகளும், பூக்களும், பிள்ளைகளும் வெறும் கனவு.

'என்னத்தையங்கிலும் நினச்சிட்டு கெடப்ப ... பிறகு என்னங்கிலும் கனவு காணுவ ...'

'இங்க பாரு ரோசா ... பெட்டச்சிக்குத் தன்னுடம்பை கூட லேசுல கடந்து போக முடியும் ... ஆனா தாய்மையை அப்பிடி யெல்லாம் லேசுல கடக்க ஒக்காது ... அதுனால ஒனக்கு எப்படியங்கிலும் கலியாணம் அமஞ்சே ஆகணும் ...' போன தடவை ஊருக்கு வந்திருந்த லோட்டஸ் இப்படிதான் சொன்னாள்.

பெருமூச்சு வந்தது. காலிடுக்கில் உறங்கும் பூச்சையை உதறினேன் வெறுப்பாக ... அதுவோ மூடு துணியில் தன் நகங்களை இறுக்கிக் கொண்டு மேலும் மேலும் என்னோடு ஒதுங்கி கிடந்தது. தொடை இடுக்கில் ஒட்டி பிசுபிசுக்கிறது மென்சஸ் இரத்தம். ஓ, அதுவும் வந்து விட்டதா? இதுட்ட யாரு மாசா மாசம் வர சொன்னது?

'இம்படம் ஆகலண்ணு வை ... நீயெல்லாம் இருளியாதான் இருக்கப்போற ...'

சடங்கான போது கேட்ட சேதி இப்போதெல்லாம் புளித்தே போய்விட்டது. எதுக்காக பூத்தேனோ இன்னுமே காய்ச்சேலியே ... பருவம் தப்பி பெய்யும் மழ போல ... என் நல்ல பருவங்களெல்லாம் போயிட்டே இருக்குது ... இனி எப்ப காயும் கனிகளுமாக இவ்வுடல் செழிக்கும்? பேசாம எனக்கெல்லாம் கெர்ப்ப பை வச்சி விடாம இருந்திருக்குலாம் கேட்டியா? சுவரில் கிடக்கும் கர்த்தாவோடு சொன்னேன் ...

'வீணே எதுக்கு இப்பிடியொரு இரத்தக்குறி சொல்லு ... இதுக்காக இவ்வுடல் அனுபவிக்கும் எல்லா நொம்பலங்களை யும் ஒத்தைக்கி தானே சுமக்கியேன் ... தன்னே குறுக்கு நொந்து சலிஞ்சி, அடி வயிறு குமஞ்சி தரிச்சி ... காலு கையெல்லாம் ஒழஞ்சி, கக்கி அழிச்சி எதுக்கய்யா எனக்கெல்லாம். நாலு பேரைபோல எதோ பிள்ளப்பெத்து முடிச்சிருந்தா ... இதுக்கும்

ஒரு அர்த்தம் இருந்திருக்கும்? இது வெறுதே கழியுது... எப்பிடி என் குறுக்கு நோவுது தெரியுமா? கையையும் வச்சிட்டு சும்மா இருக்குதியே... ஒண்ணு தடவி விடப்பாதா?' என் எல்லா ஏக்கங்களையும் கேட்கிறவன் ஒரு பதிலும் சொல்லவில்லை. சொல்ல முடியாது என்பது எனக்கும் தெரியும்... ஆனாலும் என் பெரைக்குள் நூழுகையில் எதோ ஒருத்தன் இருக்கியான் நான் முணுமுணுக்க என்று பழகி போய் விட்டது...

ஒழையும் குறுக்கைப் பிடிச்சிட்டு எழும்பி பாயிலே இருந்தேன்... குலஞ்சி கிடக்கும் தலைமுடியை உதறி கெட்டினேன்... தொடை வரைக்கும் கூசி வலித்தது. ஓங்காளம் வந்து குடல் புரண்டது... நெஞ்சில் கனம் ஏறி நின்றது. இந்த இரத்தம் வருவதுக்கும் நாலஞ்சி நாளைக்கும் முன்னே என்னெல்லாம் அவஸ்தை பட வேண்டியிருக்கு. மாருகளில் கனமேறி, உணர்வு களில் கலக்கமேறி... பீதியும் அழுகையும் முன்னறிவிப்பாக வந்து கொன்ற பின் தான் இதுவும் வரும். அதுக்க பிறகு அனுபவிப்பது இன்னொரு விதமான வலி... கைகளைத் தூக்கி உதறினேன்... கழுத்து வரைக்கும் வலித்தது... உடுத்தியிருக்கும் அடிப்பாவடை, நைட்டியின் வெளிப்பக்கம் வரைக்கும் இரத்தம் ஊறுவதைக் கண்டேன்... இனி எழும்பி துணி மாற்றி வைக்கணும்...

எழும் போது யாரோ பிடித்துத் தள்ளுவது போல் உடல் பின்னுக்குப் போக மீண்டுமாகப் பாயில் சரிந்தேன்... கரச்சியாகவே வந்தது. விழப்போகும் என்னைப் பிடித்து அணைக்க எனக்கான கைகள் இல்லாத பெரையை ஏக்கமாகத் தான் பார்க்க வேண்டியிருக்கிறது... இந்த மாதிரியான நாளுகள் மனசோடு கலந்த ஒரு காதலின் கைகள் இருந்தால் எவ்வளவு ஆறுதலா இருக்கும் இல்லியா? நான் இருக்கேன் என சொல்லும்படியான பாசம் அருகில் இருந்தா எப்பிடி சுகமா இருக்கும் இல்லியா? வயசுக்கு வந்த புதுசான மாசங்களில் இப்படியெல்லாம் அவதி படுகையில் பொத்தையில் என்னோடு இருக்க சுதன் இருந்ததை ஓர்மித்தேன்... அவ்விய வீட்டுல அவனுக்குண்ணு கொடுக்கிய பேரிச்சம் பழங்களைத் தாளுல பொதிஞ்சி எடுத்துட்டு வருவான்...

'இப்பிடிப்பட்ட நாளுகளில் தெம்பா இருக்கணுமங்கி நல்ல வகைகளெல்லாம் தின்னணுமாம்... லைபிரரியில கிடந்த கெல்த் புக்குல வாசிச்சேன்...' என்பான். மருளும் கண்ணுகளை இதமா பார்ப்பான்... அதன் பின்னெல்லாம் இந்நாள்களின் வலிகளெல்லாம் அனாதைகளாகவே போகின்றன... எதோ ஒருத்தன் மாப்பிளையாட்டு இதுல கிடந்திருந்தா... 'வவுறு நோவுதுண்ணாவது சொல்லியிருக்கலாம்...' இது இப்ப யாருட்ட

சொல்லுவேன்? தனியான வலிகளைச் சொல்ல, அதுக்கான ஒரு பாசம் வேணும் தானே...

மீண்டும் கெத்தலோடு எழும்பினேன்... மனசில் அல்லியக்கா வந்தாள். கலியாணம் அதுக்கான சௌரியத்தைத் தருமுண்ணு அதை ஏக்கமா நினைக்கும் போதெல்லாம் அல்லியக்காளை நினைத்து பார்க்கிறேன். கலியாணம் அவளுக்கு இந்த மாதிரியான ஆறுதலை கொடுத்திருக்கவில்லை என்பதை மறுக்க முடியவில்லை...

இரண்டு மாசத்துக்க முன்ன அவன் அடிச்சி விரட்டும் போது அவள் சீலையின் பின் பக்கம் முழுவதும் இந்த மென்சஸ் இரத்தம் வழிஞ்சி இருந்து... அந்த நாளுல கூட அவளை அடிச்ச தான் செய்திருக்கிறான்... ஏதோ ஆசிர்வதிக்கப்பட்ட சில பெண்ணுகளைத் தவிர, பல பெண்ணுகளும் இந்த நாள்களில் எல்லோராலும் கை விடத்தான் பட்டிருக்கிறாங்க... என்பதை நினைத்து என்னை நானே தேற்ற முயற்சி செய்தேன்.

சொந்த மாப்பிளை யாரங்கிலும் இந்த மாதிரியான நாளுகளில் பெண்டாட்டியை வீட்டுல ஒரு வேலை செய்ய வேண்டாமென ஓய்வுல இருத்துவாங்களா? குடும்பத்துல உள்ள அண்ணன் தம்பிகளோ, மகன்களோ... இந்த நாளு களில் துணிமணியொண்ணும் அலவ வேண்டாமென சொல்லு வாங்களா? அந்த நாளுகளுக்கான ஓய்வை யார் தான் தாறது? பரணம் ஆளுகிறவளா இருந்தாலும் கலெட்டரா இருந்தாலும் போலிசுக்காரியா இருந்தாலும்... அந்த நாளுகளுக்கான ஓய்வை பெறல. கொடுக்கவும் இல்லை. யாரும் எந்த தொழில் நிறுவனமும் அதுக்கான விடுப்பைக் கொடுக்கவே இல்ல... காலிடுக்கில் பொதியளவு பஞ்சும் கிஞ்சும் வாரி அடச்சி வழியும் இரத்த துளியைத் தன்னிலே இடுக்கிப் பிடிச்சிட்டுதான் அவளவள் வெளியில சிரிக்கிறா... தனக்கான வேலை களைப் பாக்கியா... கடுமையாக ஒழையும் தரிப்பையும் தாங்கி பிடிச்சிட்டுத் தான் ஓடியா... அதுக்கான ஆறுதலை இவ்வுலகம் பெட்டச்சிக்குத் தரவே இல்ல...

பலதும் நினச்சிட்டு மீண்டும் என்னை உரப்படுத்தியிட்டு எழும்பினேன்... காலிடுக்கில் கிடக்கும் பூச்சையின் வாலில் என் கால் பட்டு விட... அது 'மீயாயாவ்...' உயிர் போகும் வலியில் அலறியது. அதுக்க அலறல் கேட்டு நானும் பயந்தேன்...

'அப்போ...'

'மோளே...'

'பூச்ச பூச்சப்பா...' சமாளிச்சி சொல்லியேன்...

‘அந்தச் சாமனத்துக்கு ஒனக்க ஒறக்கபாய் தான் கிட்டுச்சோ... கிட்ட ஏத்தாதேண்ணு சொன்னா கேக்குதியா?’

கேட்டதோடு இல்லாமல் அடுக்களையில் சாச்சி வச்சிருக்கும் தொறப்பாயை எடுத்துட்டுப் பெரையில் வாறார்.

‘அந்த மயிரு எங்க?’ நான் அப்பா கையில் இருக்கும் தொறப்பாயைப் பிடித்தேன்.

‘பாவமப்பா... சிமி பூச்ச... ஆருமத்த எனக்க பெரையில எனக்கக் கூட்டாட்டு என் பாயுல அதை விட்டா வேற யாரப்பா உண்டு... நான் தான் தெரியாம அதைச் சவுட்டியிட்டேன்...’

என் பேச்சு அப்பாவின் கையிருக்கும் தொறப்பாயைக் கிடுங்க வைத்தது... தொறப்பாயை விட்டுட்டுப் போனார்.

இந்த சலசலப்பையெல்லாம் கண்ட பூச்சை சன்னலில் போய் ஏறி இருந்தது...

‘வா இஞ்ச...’ நான் அழைத்தேன்... அதுவோ உர்ரென வெளிப்பக்கம் பார்த்தது...

‘அப்பா தானே சொன்னாரு விட்டுட்டு வா இஞ்ச...’ அழைத்தேன்... ஆனால் அது சன்னல் இடை வழியே வெளியே சாடி போனது...

‘எங்க போனாலும் எனட்ட தானே வருவ...’

பீரோவின் மேல் பக்கம் இருக்கும் அட்டைப்பெட்டியை எடுத்தேன். அங்கே தான், இந்த நாளுக்கு போடும் நிக்கர் துணிகளை வைத்திருப்பேன். போன மாசம் வாங்குன பேடு போன மாசத்துக்கே போதவில்லை... இனி நேரம் வெளுத்த பிறகு தான் பிச்சியக்காளின் கடையில போய் வாங்கணும். முன்ன பின்ன வாங்கி வைக்க அதுக்கான வருமானம் ஒண்ணும் இல்ல சின்ன அளவில் எதோ ஆறு பீஸ் இருக்கும் பேடு முப்பத்திரெண்டு ரூபா. அது எத்தனை நேரத்துக்கு? கொஞ்சம் கூட நீளமும், வீதியுமான பஞ்சுக்கு நாற்பதுக்கும் மேலாகி போகுது. வாழ்க்கைக்கே அவதி படும் என் போல உள்ள பெட்டச்சிகளுக்கெல்லாம் மாசம் இந்த ரூபாயுகளுக்கும் பாடுதான். இதெல்லாம் மட்டமான விலைகளில் அதுவும் ரேசன் கடைகளில் அரசே கொடுத்தால் மிகவும் நல்லது.

இந்தப் பஞ்சும் கிஞ்சும்மான வகைகள் நூல் துணிகளில் செய்யும் வகைகளை என்னை போன்ற ஏழைகளும் பெறும் படியாகத் தந்தால் எவ்வளவு நல்லது. பயங்கர சூடு. இந்தச் சூடு கொர்ப்ப வாசலில் புண்களை ஏற்படுத்துண்ணு போன வருசம்

பீடி கம்பெனியில வந்த பெண் பேச்சாளர் சொன்னதை யோசித்தேன்...

அட்டைப்பெட்டியில் இருந்த இந்நாள்களுக்குரிய நிக்கர் களை எடுக்கையில் அதிலிருந்த சில பாச்சக்காள் ஓடின... மென்சஸ் இரத்தம் படியும் துணிமணிகளை எப்படி அலவி பறக்கினாலும் அதன் மொச்சை போறதேயில்லை. அதுனாலே இந்த பாச்சா கீச்சாக்கள் குடி புகுந்து கொள்கின்றன... நிக்கருவை உதறி மூக்கோடு வைத்து நாத்தினேன்... பொத்தையில் பூத்து கிடக்கும் எதோ ஒரு வகை காட்டுப்பூவின் வாசம் என்னுள் ஏறியது.

வீட்டின் பின்பக்க கலுங்கில் துணிகளைக் கழட்டி வைத்தேன். அருகில் இருந்த வாளியில் வெள்ளம் பிடித்து அவைகளை முக்கினேன்... பின் பக்க லையிட்டைப் போட்டுட்டு அந்த துணி களைப் பிசைந்தேன்... மனசும் பிசை பட்டது. என் கூட்டுக்காரி லோட்டஸின் மயினிக்காரி ஒரு சமூக ஆர்வலர்... அவங்க கொடுக்கும் சில விழிப்புணர்வுகளில் அவளும் பங்கெடுத்துட்டு அதில் சிலவற்றை என்னோடு பங்கு வைப்பாள்... அதெல்லாம் இந்த மென்சஸ் நாளுகளில் அதிகமாக ஓர்மையில் வரவே செய்கிறது.

'மெனோ பாஸ் டைம் பொதுவா நாப்பத்தியஞ்சி ஐம்பது வயசும் வந்துரும்... அதுக்கப்புறம் மென்சஸ் இரத்தம் வராம நின்னுரும். அப்பிடி நின்னுட்டா பிறகு பிள்ளைப்பேறெல்லாம் கஷ்டம். கருமுட்டை தானம், அது இதுண்ணு வசதி வாய்ப்பு உள்ளவங்க பெத்துவாக்குவாங்க... நமக்கெல்லாம் அது ஒக்குமா? பல்லாயிரம் கோடி உயிர்களை ஆணின் கரு உருவாக்கும்... அதுவும் அவனவன் சாகும் வரைக்கும் அந்த கெப்பாசிட்டி உண்டு... ஆனா நமக்கெல்லாம் மாசத்துல ஒரே ஒரு கருமுட்டை தான் உருவாகும். அப்பிடியே நமக்கெல்லாம் நானூறு கருமுட்டை தான் உண்டு. ஒவ்வொரு மாசமும் ஒரு கருமுட்டை வச்சி வயசுக்கு வந்ததுலண்டு கணக்குப்பாரு... எத்தனை கருமுட்டை தீர்ந்து போயிருக்குமுண்ணு.'

லோட்டசின் வார்த்தைகள் ஓர்மையில் வருகையில் என் வயசை நினைத்தேன்... பாதிக்கும் மேலான கருமுட்டைகள் போயிருக்குமே வீணே...

'மென்சஸ் இரத்தமுண்ணா என்ன நினைக்கிற? மாசா மாசம் வருமே கருமுட்டை... தனக்கான உயிர் கிடைக்காத வலியில அப்பிடியே உடஞ்சி போயிரும். அந்த உடைவு தான் இரத்தமா வாறது. ஆக உயிர் கிடைக்காத ஒரு கருமுட்டையின் சாவு தான் இந்த மென்சஸ் இரத்தம்...'

அவளின் வார்த்தைகள் எதிரொலித்தன... அதிர்ச்சியோடு பார்த்தேன் வாளியை. அங்கே கலங்கி ரெத்தமாய் நிற்கும் மென்சஸ் என்பது அப்பன் என்கிற உயிர் கிடைக்காத ஒரு சதையின் சாவு என்பதை பார்க்கையில் கலவரம் வந்தது...

பெரையில் வந்தேன்... சன்னல் கம்பியைப் பிடிச்சிட்டு வெளியை பார்த்தேன். இரவில் நீந்தி கிடக்கிறது உலகம்... என் தோட்ட செடிகளில் கனத்த சூலிகளாக மொட்டுகள் தெரிந்தன... எல்லாமே அதனதன் வாழ்க்கையை வாழும் போது ரோசா மட்டும் ஏன் ஒரே இடத்தில் நிற்கிறாள். யாருக்காக நிற்கிறாள்.? நினைத்து நின்றேன்... சாலையில் பெரிய சைஸ் டிம்போ இரைவது கேட்டது. பொத்தையின் கீழ் பக்கத்திலிருந்து புறப்பட்டு வந்த அந்த வாகனத்தின் மேல் பக்கத்தில் நான் சாஞ்ச மரங்களின் உடல்கள் பிணமாக அடுக்கி வைக்கப்பட்டிருப்பதைப் பார்த்தேன். கவிதையும் காதலுமாக என்னோடு களித்த மரங்களெல்லாம் உயிரற்று அடுக்கி வைக்கப்பட்டிருப்பதைப் பார்க்கையில்... என் சாவே இதை விட எளிது போல் இருந்தது.

மரணமாக்கிய மரங்களை ஏற்றி வந்த வண்டியிடை யிலிருந்து.

'மீ...யா...யா...வ்...' அலறிகொண்டு சிமியின் மரண ஓலம் கேட்டது. சாடிய சிமி பூச்சையை அந்த வாகனம் நசுக்கி நரக்கி விட்டு போனது... என் கிடப்பிடம் அனாதையாக அலறியது.

19

வாழ்க்கை என்னை எங்கோ கொண்டு போய்க்கொண்டிருப்பது போலவே ஆகிவிட்டேன்... என் பூனையைக் கூடக் காலதேவன் வாங்கி விட்டானே...என் பெரை பேசாத ஒரு கர்த்தாவோடு கிடந்தது...

பஞ்சாயத்துக் கிணற்றில் வெள்ளம் கோர நானும் மல்லிகாளும் போனோம்... மல்லிகாவின் முகம் சுரேசை காதலித்த பிறகு பவளம் போல் ஆகி வருவதை கவனித்தேன். ஒருவிதமாக வறண்டு சோர்ந்த தேகம் மினுங்கி தெரிந்தது... 'ஆத்மார்த்த மான காதல் ஆணையும் பெண்ணையும் அழகாக மாற்றும்...' என்பதை மல்லிகாவிடம் கண்டேன். பஞ்சாயத்துக் கிணற்றில் வெள்ளத்திற்குப் போவதென்றால் மல்லிகாளுக்கு இரட்டிப்பு மகிழ்ச்சி...

வெள்ளம் கோர கோர மல்லிகா சுரேசைத் தான் பார்த்தாள்... அவனும் உள்ளிருந்து இவளையே பார்த்தான். இருவருக்கிடையில் நான் எதுக்கு என்பது போல் என் குடம் நிறைந்ததும் போக முயன்றேன்...

'மல்லிகாளே... பிச்சியக்கா சந்தைக்கெல்லாம் போகணும் செணம் வாண்ணு சொன்னா... நான் முன்ன போறேன் இன்னா...'

அவள் பதிலை எதிர்பாராமல் நான் கிளம்பி வந்தேன். கீழ் பக்க சாலையில் வருகையில் சில வீடுகளின் முன் பக்க கதவுகள் அடைபட்டன... அவங்க வீட்டு ஆண்களைக் காப்பாற்றுகிறார்கள் போலும்...

உலகிலிருந்து பிரிந்தவள் போல் தனியே நடந்த என்னை மறிப்பது போல் பிரவின் என்கிறவன் பைக்கில் கறங்கினான்.

பிரவின் வேறு யாருமில்லை... எங்க அப்பாவின் உறவு முறையில் வரும் சித்தியின் மகன். நான் அவனுக்கு அக்காகாரி முறை. என்னை விட ரொம்ப பொடியன்... இப்ப அவனுக்கு நல்லா போனா இருபது வயசு இருக்குமோ? இருக்கும். தகப்பன் குடிகாரன்... தள்ளை பாய் இருக்காளே வெறும் அப்பாவி. இரண்டு பயலுகள் உள்ள நிலையில் மாப்பிளை குடிகாரனாக அமைய சிறுவயதிலே பிள்ளைகளைப் போட்டுப் பக்கத்தில் இருந்த தீப்பெட்டி கம்பெனிக்குப் போவாள். அப்போதெல்லாம் இந்த பிரவினை, அவன் தம்பி அனீசை என்னிடம் கொண்டு விட்டுட்டுப் போவாள். இதுவா பள்ளியிலண்டு வரம்ப காபி காச்சி கொடுப்பேன். சோறு வாரி கொடுப்பேன்... அக்கா என்கிற பாசத்திலதான் இதுகளும் நல்லா இருந்துதுவா... ஆனா பச்சையில் பிடிக்கும் கறையான்போல விதி கோலம் இங்கும் மாறியே போனது.

பிரவின் எங்க வீட்டில ஒருத்தனா மாறினான். அப்பா இவனுட்ட செல்லமா சண்டை போடுவாரு. எங்க வீட்டுக்கான ரேசன் வாங்கியிட்டு வருவான் அப்பாயிக்கக் கூடப் போய்... அவனுட்ட இருந்த சைக்கிளில் என்னையும் இருத்தி பீடி கம்பெனியிக்கிக் கூட்டியிட்டுப் போவான். பீடி சுற்றிப் போடுகையில் அதுகளை எண்ணம் வைத்துக் கெட்டி தருவான்... பய ஐடிஏ போறது வரைக்கும் பால் போலவே தான் பாசமும் நேசமும். எனக்கும் மல்லிகாளுக்கும் ஆளாளுக்கு ஒரு ஆண்ட்ராய்டு போன் இரண்டாம் விலைக்கு வாங்கினது தான் தரித்திரம். எனக்கும் பூக்களைப் போட்டோ எடுக்க எடுக்க... அப்பனும் நானுமா கட்டங்காப்பி குடிச்சம்ப செல்பி பிடிச்ச... மல்லிகாளும் நானும் பிச்சியக்காளுமா செல்பி எடுக்க என இரண்டாம் விலையில் வாங்கினேன்... அதையெல்லாம் எனக்குப் பழக்க தெரியாது. நானும் பிரவினுட்ட கொடுத்துப் பாட்டுப் பிடிச்சிக் கேட்டிருக்கேன். நல்ல சினிமாக்களையும் பிடிச்சி கேட்டிருக்கியேன்... சில சினிமாக்களுக்க ஜோக்கெல்லாம் பயலுட்ட சொல்லி சிரிச்சிருக்கியேன்... இப்பிடி தான் ஒருக்கா... எனக்க போனை எடுத்துட்டுப் போனான்...

'அக்காளே ஒனக்கு நான் நல்ல படம் ஏத்தி தாறேன்...' என.

நானும் ஒரு கிறுக்கி கொடுத்தேன்... பய அன்னிக்குப் பிடிச்சி கொண்டு வந்த படமெல்லாம் வெறும் விறுத்தக் கெட்ட படங்களா இருந்தது... நான் வெளிறினேன். அப்பிடியே போய் மல்லிகாளிடம் ஓவென அழுதேன்...

'அவனெல்லாம் அப்பிடி செஞ்சிருக்க மாட்டான். என்னங்கிலும் மாத்தி பிடிச்சி கொடுத்திருப்பான். எதுக்கும்

அவனைச் சந்தேகப்படாத... இனியும் இப்பிடி நடக்குதாண்ணு பாப்பம்.'

எல்லாத்தையும் டெலிட் பண்ணினேன். அடுத்த நாள் பிரவின் வந்தான்...

'அக்காளே, நேத்து படமெல்லம் எப்பிடி?'

பய ஒரு விதமாகக் கண்களைத் தூக்கி கேட்ட விதம் என் அடி வயிறில் வெறுப்பை கிளப்பியது. பிரவின் எனக்கொரு மொவன் போல... என் தம்பி போல... நல்ல ஒரு கூட்டுக்காரன்போல... அடிச்சிப் பிடிச்சி விளையாடுற பாசக்காரன். அந்தப் பாசம் எனக்குக் கடைசிவரைக்கும் வேணும்... அதை இப்படியொரு இழிநிலையில் இழக்க கூடாதே... மனசு மருகி போனது.

'லே நேத்திக்கி நான் பாக்கல... அது எப்பிடியோ எல்லாமே அழிஞ்சி போச்சி...'

இயல்பு போல் சொன்னாலும் அவனைக் கவனித்தேன். அவன் முகம் சூம்பி போனது.

'என்ன அக்கா நீ... ஒனக்கொரு கவனமே இல்ல... இஞ்ச கொண்டா போனை... நான் ஒனக்கு மறுபடியும் ஏத்தி தாறேன்... அதுக்க லிங்கையும் தாறேன். தேவைப்படம்ப எல்லாம் பாத்துக்க...'

நான் கொடுக்கும் முன்னே மதிலில் இருக்கும் என் போனை எடுத்து ஏதோதோ செய்தான்... மீண்டும் ஏத்துனான்... போனான். எனக்கோ திக் திக்கென்று இருந்தது. 'அப்படி மட்டும் இருக்கவே கூடாது... கூடாது...' மன்றாடினேன்... ஆனால் அங்கே திறக்கும் போது முக்கலும் மூணலுமாக சில காட்சிகள் விரிய அப்படியே மூடினேன்... உடலும் மனசும் தளர்ந்தே போனது. ஒரு அழகான பாசம்... எப்போது நினைத்தாலும் சில்லிக்கும் பாசம்... ஏன் இப்படி அழுக்காகி போனது... இனி அவனை இங்கு ஏத்த முடியுமா? பேச முடியுமா? பிரவின் என தோளில தட்ட முடியுமா? முடியாதே... கிடுக்கமாக நின்றேன்...

'அக்கோ... ஒ...' அவன் குரல். அருகில் கேட்டது.

'அக்கோ நீ பாத்தியா படம்?' அவன் குரலில் ஒரு கிசுகிசுப்பு கூடி கிடந்தது... ஓங்காளம் முட்டியது.

'எத?'

'அந்தப் படங்களை...' சிமிட்டினான்.

'எனக்கே ஆயிரத்தியெட்டு வேல... அதையெல்லாம் இட்டுட்டுப் படம் பாத்துட்டு இருந்தா அப்பா அறுப்பாரு...'

‘ஆமா அவரு அறுப்பாரு... அவருக்கு எங்க தெரியும் ஒனக்க வேதனையைப்பத்தி. அவரு தான் வாழ்ந்து முடிச்சாச்சி... நீ அப்பிடியா?’ ஒருவிதமாக கேட்டவன் என் கையைத் தொட்டான். எனக்கோ சொறிச்சல் பிடித்த எலி ஒன்று பிறாண்டுவது போலிருந்தது கையை விடுவித்தேன்...

‘எனக்க வேதனையைப் பத்தி அப்பிடி ஒனக்கு என்னல பெரிசா தெரியும் சொல்லு...’

என் குரலில் கடினம் ஏறியது. அவன் இதை எதிர்பார்க்க வில்லை.

‘என்னல தெரியும் என்னைப்பத்தி?’ சத்தம் கூட்டினேன்...

‘இல்ல... நீ இன்னும் ஒரு ஆண் துணை இல்லாம... கஷ்டப்படுற இல்ல...’

‘நாஞ்சொன்னேனா ஒனட்ட எனக்கு கஷ்டமுண்ணு... சொன்னேனா?’

நெத்திலி போல் நெளியும் அவனை காறித்துப்பினேன்...

‘தம்பி தம்பியிண்ணு மனசும் வாயும் நிறஞ்சி ஒன்ன அழைச்சி... ஒன்ன அன்பு செஞ்ச என்னை ஏம்புல இப்பிடி நினச்ச? ஊருல ஒலகத்தில பாக்கியாங்க இப்பிடியெல்லாம் எச்சப்பட்டு... ஆனா ஒனட்டண்டு இதை நான் எதிர்பாக்கவே இல்ல... போல இதுலண்டு... இனி இந்தப் பக்கம் அக்கா கொக்காண்ணு வந்தே அப்ப இருக்கு...’

நான் அழுகையோடு தான் சொன்னேன்... அவன் கல்லு போல் நின்றான். அவன் நிற்பில் என்னிடம் ஆசை இருப்பதைக் கண்டேன். கோபமும் அழுகையும் முட்ட அடுக்களையில் கிடந்த தொறப்பாயை எடுத்து விளாசினேன்... அவனோ...

‘இப்ப இல்லிங்கலும் எப்பளங்கிலும் ஒன் மனசு மாறும்... நான் ஒனக்குத் தேவைபடுவேன்...’

சொல்லியிட்டுப் போனான் ஒரு போக்கு. கோபம் முற்றியவளாக விளக்கு மாறை பயலுக்க குறுக்குல வீசினேன்... அன்னியிலிருந்து இப்ப வரைக்கும் அவன் என்னைக் காணும் போதெல்லாம் உடலை வளைக்கிறான்... புதுசா எடுத்த பைக்கை ஓட்டி மறிச்சி கறக்கி காட்டியான். காலையில ஆனா வீட்டுக்க பிறம நிக்கிய மாவுல ஏறி சுள்ளி கணக்குல இருக்கும் தேகத்தைத் தொங்கிக் காட்டியான்...

ரோசாளுக்குத் தேகம் தேவையிண்ணு அவன் புத்தியிலும் யாரோ அழுக்கைச் சொல்லி கொடுத்திருக்கு... எனக்காக நான் வச்சிருக்கும் அறம் யாருக்குத் தெரியும்?

பிச்சியக்காளின் கடையில் வேலையை ஒதுக்கி விட்டு வெளியில் வந்தேன்... அவள் கொடுத்த இருநூறு ரூபாய் சம்பளத்தை உள்ளங்கையில் உருட்டி வைத்திருந்தேன். வேறு ஒரு நாளாக இருந்திருந்தால் பிச்சியக்காளே என்னை வீட்டில் கொண்டு விட்டிருப்பாள். இன்னிக்கு அவள் மகனுக்குப் பள்ளியில் ஸ்கூல் டே... அங்கு அவள் மகன் நடிக்கும் நாடகத்தால் அரச வேடம் போட்டிருக்கிறானாம். அதுதான் கடையையும் பூட்டி யிட்டு மாசியோடு போயிருக்கிறாள். பிச்சியக்காளின் கடையிலிருந்து இரண்டு வளைவுகள் தாண்டினால் வீடு வந்து விடும்... மிகவும் பழக்கப்பட்ட இடமாக இருக்கிற படியால் நடந்து போகவே தொடங்கினேன். இந்த சமயத்தில் என் முன் வண்டியை ஒதுக்கி நின்றான், கோயில் ஞானதேசத்தில் எனக்கெல்லாம் பாடம் சொல்லி தந்த மேரி மூத்த மகன். மேரி மயினி எங்களோடு பேச்சு வழக்கில் உள்ள ஒரு மயினின் உறவுக்காரி... என்னைப் பார்க்கும் போதெல்லாம் நின்று பேசுவாள். மட்டுமல்ல அவள் மகனுக்கும் என்னை மாமி என பிடிக்கும். எங்கேனும் போக்கு வரவில் பார்க்கும் போது இந்தப் பயலும் என்னோடு சிரிப்பான்... பேசுவான்... அந்தப் பழக்கத்திலும் பாசத்திலும் என் முன் வண்டியை நிறுத்தியவன்...

'மாமியே நானும் வீட்டுக்குத் தான் போறேன்... வாங்க ஒங்களையும் கொண்டு விடியேன்...'

நானும் ஏறி விட்டேன். இரண்டு வளைவு வளச்சி வீட்டில் கொண்டு விட்டுட்டு அவனும் போய் விட்டான். இராத்திரிக்குச் சோத்துக்கெல்லாம் அரும்பெரும் கூட்டுக் கறிகளெல்லாம் இல்ல. கடையிலும் இன்று பெரிசாக மிச்சம் மீதம் இல்லை. இல்லண்ணா எதோ சால்னா, சட்னியிண்ணு பிச்சியக்கா எனக்கும் மல்லிகாளுக்குமாகத் தந்து விடுவாள். அடுப்படியில் தேங்கா மூடி கமத்தி வைத்திருக்க... அதை எடுத்துத் துருவி சம்மந்தி அரைத்தேன். காலையிலே வச்ச சோற்றில் புளிப்பு மொச்சை எடுக்க சூடு வெள்ளம் அனத்தி ஊற்றினேன்... அரச்ச சம்மந்தியும் நேற்றே உள்ள கீரிச்சாளை மீன் அரப்பையும் வழிச்சி கஞ்சி போல் அப்பாவும், நானும் குடிப்பதற்கு இருக்கையில் வெளியில் மேரி மயினின் குரல்...

'இவா ஏன் இந்த ராத்திரி இஞ்சோட்டு வாறா?'

அப்பா கேட்கும் முன் எச்சியை உதறியிட்டு கதவை திறந்தேன்...

'வா மயினி... இந்த இராத்திரி வந்திருக்கிய? சோறு தின்னுதியா?'

மலர்வதி

இயல்போடு சிரிச்சிட்டு கேட்க . . . அவள் முகமோ பொள்ளலில் நின்றது...

'ஒனட்ட ஒரு காரியம் கேக்க வந்தேன்...'

'அப்பிடியென்ன தலை போற காரியமுன்ணா ராத்திரி வந்திருக்கியா...'

ஆகாரத்தை கலக்கி குடிச்சிட்டே அப்பா கேட்க...

'ஆமா எனக்கு தல போற காரியம் தான் . . . அக்கம் பக்கமெல்லாம் ஒன்னப்பத்தி சொல்லம்ப நான் பெரிசா எதுவும் நினைக்கல... ஒனக்க மேல எனக்கொரு பச்சாதாபம் எப்பவுமே இருக்கும்... ஆனா அது எல்லாம் இப்ப இல்லாம ஆயிட்டு...'

'ஏன் ... மயினி...' தொண்டை வறண்டு போனது...

'வெள்ளனிய நீ யாருக்க கூட பைக்குல வந்த?' கையைக் கேள்வியாக்கி நிமிர்த்தினாள் ... என் அடி வயிறு வரைக்கும் கலங்கி போனது...

'எனக்க மொவன் இப்ப வரைக்கும் என்னை அவனுக்க புது பைக்குல ஏத்துனதில்ல . . . ஆனா ஒன்ன ஏத்தி வச்சி வீடு வரைக்கும் கொண்டு விட்டுட்டுப் போயிருக்கியான். இல்லண்ணாலும் ரோசாண்ணா அவனுக்கு ஒரு இது உண்டு... ஆனா இப்பிடி பைக்குல இருத்தி கொண்டு வாற அளவுக்கு நீ எம்புள்ளையைக் கெடுத்து வச்சிருக்கியது தெரியாம போச்சி... அவன் பின்னால இடுப்போடு சாஞ்சி கிடந்து வந்தியாமே...'

'அப்போ... ஓ' சில்லிச் சில்லியாகிப் போனன்...

'மேரியே நீ இந்த மாதிரி மனசு கெட்டுப் பேசப்பாது. ஒனக்க மொவன் இவளுக்கு யாரு? எனக்க பிள்ளைக்கி அப்பிடியென்ன மனசு இல்லியா? அவன் இவளுக்க தம்பியாரு போலட்டி...'

'என்ன தான் மாமியிண்ணு இருந்தாலும் இடுப்புக்க கீழ என்ன பெரிய உறவு முறை இருக்கு...' அவளின் அசிங்கமான பேச்சால் காதுகளைப் பொத்தினேன். ஞானதேசம் போதிக்கும் மேரி மயினியா இப்படி?

'என்ன இருந்தாலும் ஒரு ஆண் துணை அமையாம ஏங்கி கிடக்கிறவளுக்கு என் மகனுக்க தோளுல சாஞ்சி இதம் பதம் தேடினா . . . பிறகு அவன் வாழ்க்கை என்னத்துக்கு ஆகும்? இவளுக்கும் துணையில்ல... அவனுக்கோ கண்ணு மூக்கு தெரியாத வயசு... என்னங்கிலும் ஒண்ணு இல்ல ஒண்ணு ஆகி போனா

எனக்க பயலுக்க வாழ்க்கையில்லியா சீரழியும்...' ஏண்ணா ஒலகம் இப்ப இப்படிதான் கிடக்கு.

'ஒரு சின்ன புள்ளிகூட இல்லாம இப்பிடியெல்லாம் கோலம் போடுறியே மேரிய மயினி... ஒனக்கங்கிலும் ஒரு மனசு இருக்குமுண்ணு நினச்சேன்... இது என் தப்பு மயினி... நான் நல்ல பெண்ணுண்ணு என்னை நான் நினச்சிட்டு தான் எல்லாருட்டேயும் பழகி சிரிச்சியேன்... ஆனா எனக்கு நீங்க எல்லாம் வச்சிருக்கிய முகமே வேற... நான் செஞ்சது தப்பங்கி என்னை மன்னிச்சிரு மயினி... இனி ஒனக்க மொவனுக்க நிழலுலகூட நான் பாக்க மாட்டேன்...' அவளோடு கை கூப்பி விட்டேன்... நின்னு ஊரை கூட்டி என்னை இன்னுமாக அசிங்கம் செய்வதைவிட அவள் போய் விடவே ஆசைபட்டேன்...

'ஆனாலும் எம்பிள்ளைக்கி ஒரு கலியாணம் ஆகலேண்ணு இப்பிடியெல்லாம் போட்டு கொல்லப்பாது இன்னா.' அப்பா தளர்ந்து போனார்... நான் அவரைப் பிடித்தேன்...

'அப்போ இது சதைகளின் உலகமப்பா... அதுக்குள்ள கிடக்கிய ஆன்மா என்ன பேசுது... மனசு என்ன சொல்லுது... அதெல்லாம் யாருக்கும் தெரிய... அதைத் தெரிஞ்சுக்க விரும்பவும் இல்ல... அவளுக்கு அவா மொவுனுக்க வாழ்க்கை பெரிசு... நான் கேவலம் ஒரு பெண்ணு தானே... அவளுக்கெல்லாம்...' அப்பாவை ஆறுதல் படுத்த முயன்றேன்...

20

வெகுநேரமாகியும் தூக்கம் வரவே இல்லை. எப்படி வரும்? வெறும் ஒரு தெருப்பட்டியை போல இல்லியா விரட்டியாங்க… கல்லெடுத்து எறியிறாங்க… நினைக்க நினைக்க பெரையில் ஒரே புழுக்கமாக இருக்க… கதவைத் திறந்து கொண்டு திண்ணையில் வந்தேன்…

பல காலமாக என் பெரையும், நானும் அலங்கோலம் கொள்வதை கவனிக்கும் அப்பா வுக்கும் நல்லுறக்கம் இல்லாமலே ஆகி விட்டது.

‘கெடக்கலியா மோளே…’

‘கிட வரேலப்பா…’

இதற்கு மேல் அப்பா ஒண்ணும் பேசல… துணையில்லாத பெண் கிடை வர வில்லையென சொல்லுவதில் எத்தனை விதமான துக்குருமங்கள் இருக்கும் என்பதை அவரால் புரியாமல் இருக்க முடியுமா? புரிந்திருப்பார்.

வானையே பாத்துட்டுத் திண்ணையில் ஒரு விதமாக சாஞ்சி இருப்பதில் ஒரு சுகம் இருந்தது. கட்டி கட்டியான மேகங்களில் சிலதெல்லாம் மானை போல் தெரிய… இன்னும் சிலதெல்லாம் கொக்கு போல் தெரிந்தன… வானில் அலாதியான அமைதி நீந்தியது… பாதி நிலா ஊர்வலம் போய் கொண்டிருந்தது… அவ்வப்போது அதன் மேல் பரப்பை மூடும் மேகங்களின் ஓரங்கள் பவுன் போல் மினுங்கின… ஆங்காங்கே ஒட்டி வச்ச நட்சத்திரங்களென வானம் அழகாக கிடந்தது…

அதன் மௌனமும், ஆழமான அமைதியும் என்னவோ செய்தது… ஆகாசப்பரப்பின் கண் களில் இவ்வுலகு அப்படியே தெரியும்… இங்கு என்னெல்லாமோ ஜாம்பாவன்கள் நிகழ்த்தி விட்டு ஓஞ்சி போன மனிதர்களைத் தெரியும்.

சாட்சிகளில்லா குற்றங்களுக்குச் சாட்சியும் அதுவே... ஆனால் வாய் இல்லை. வார்த்தையில்ல... அதன் மௌனத்தில் கிடக்கிறது... ஆயிரம் பரிகாசங்கள் மனிதர்கள்மீது...

நீராழிக்குண்டருகே தெருப்பட்டிகள் ஊளையிடும் சத்தம் கேட்டது... ஒரு வேளை சம்மனசு வந்துட்டானோ? ஏன் அவனை நினைக்கிறேன் என்பது ஆச்சரியமாகவே இருந்தது... கண்களை மூடினேன்...

தோட்டத்தில் நின்ற முல்லையின் மொட்டுகள் மலர்ந்து இராக்காற்றில் கலந்து கறங்கடித்துக் கொண்டிருந்தது. இரவில் கலந்த மணம் என் சிந்தனையில் சுதனைக்கொண்டு வந்தது. பொத்தையில் காட்டுப்பிச்சிகள் பூக்கும் சமயத்திலெல்லாம் அந்த இதழ் சிவத்த பூக்களைப் பறித்து என் மடியில் கொண்டு தருவானே... தெங்கம் நாரால் அதைக் கெட்டி தலையில் வச்சுகையில் மணத்த வாசம் இன்னும் என்னில் கிடப்பதை அனுபவித்தேன்... மெல்ல கண்களைத் திறந்தேன்... இப்போது வான் பார்க்கையில் அங்கே ஒரு துண்டு மேகத்தின் முகம் சுதனைப் போலவே தெரிந்தது... அந்த மேகத்தின் அருகில் மிதக்கும் மேகத்தில் அது யாரு? கற்பனை விரிகிறது... இரவும் மணமும் கற்பனையும் காதலும் என்னை எங்கோ அழைத்தது...

ரோசாளின் சரீரமும் சரீரம் தானே... கட்டுப்பாடுகளோடு உலகம் கிடந்தாலும் ஒரு கற்பனைக்கு உரிமையில்லியா? மனசும் உடலும் ஒருங்கிணைவதை உணருகிறேன்... இது காதலும் காமமுமான உலகம் தானே... பல்லுயுருக்குமானது தானே இந்த உணர்வு... நினைக்கையில் கொல்லாவில் சில பட்சிகள் படக்கடிக்கும் சத்தம் கேட்கிறது... அங்கு காமமோ? சிரித்தேன் எனக்குள்.

பொல்லாத மனுசங்களுக்கு மட்டும்தான் தொகை பேசி, பேசி காமம் நடத்த வேண்டியிருக்கு... ஆனா பட்சிகளுக்கும், மிருகங்களுக்கெல்லாம் எந்த வித தொகை பேசலும் இல்லாம இயல்பிலே காமமும் காதலும் கிட்டுது... அப்பிடியங்கிலும் பிறந்திருக்க மாட்டேனா?

முன் பக்க சாலையின் வளைவில் நிற்கும் போஸ்ட் தூணில் கட்டியிருக்கும் டியுப் லைட் வெட்டி வெட்டி எரிய அதனருகே சில நாய்கள் சுழன்றன... அதற்கு ஒத்தூதுவது போலவே எலிசபெத்தின் ஆடு ஒன்று கிடாய்க்காக அழுத ஒலி இப்பக்க மெல்லாம் எதிரொலிச்சிட்டே இருந்து. இன்னிக்கு உச்ச வாக்கிலே அது எடுத்த அழுகை இன்னுமே விட்டபாடில்லை. கரஞ்சி கரஞ்சி தொண்டையும் கட்டி போயிருந்து... தன்னுடல் இணைவுக்காக அந்த ஆடு பகலிலே அழுதது... இராத்திரியும்

அழுகிறது. இது அக்கம் பக்கம் எல்லோருக்கும் கேக்குது... யாரும் ஆட்டுக்க காமத்தை குத்தமா சொல்லவே இல்ல ... அதை நீதியா பாக்கிறாங்க... இதே மாசிகூட அந்திக்கு எலிசபெத்தை விளிச்சி...

'எலிசோத்தக்கா ... ஆட்டை கிடாயக்கி விடப்பாதா? இப்பிடி கெடந்து கரையுது; அது பாவம் இல்லியா' என சொன்னான். இது போலவே போக்கு வரவில் போன பலரும் எலிசபெத்தோடு ஆடு குறித்த கரிசனையில் பேசினார்கள். இந்த ஆடு போல் எனக்கோ, மல்லிகாளுக்கோ ஓங்கி கத்த முடியுமா? எங்க உணர்வுகளை சொல்ல முடியுமா? பேசாம அவா வீட்டு ஆடாட்டங்கிலும் பிறந்திருக்குலாமோ?

வெட்டி வெட்டி கிடக்கும் தெருவிளக்கு வெளிச்சத்தில் கூடிய நாய்களில் நடுவில் நிற்கும் நாய் பெட்ட. அதன் சரீரம் முழுக்க புழு வெட்டு காணப்பட்டது. உருவம் சல்லி சைசில் இருந்தது... அதுக்கோ ஏகப்பட்ட கிராக்கி போலிருக்கு. அங்கு கூடிய எல்லா நாய்களுமே அந்தப் பெட்டைக்காக மாறி மாறி உறுமி கொடுத்தன ... சிலது வாயை இழிச்சி காட்டின. தனக்காகவே இந்த கடுவன் பட்டிகள் குரச்சி மாஞ்சி, அடி வச்சி மறிகின்றன என்பது பெட்டப்பட்டிக்குத் தெரிந்தது ... அதுனாலே ஒரே சிமிட்டலா நின்றது ... அதற்கும் காமம் ஒழுகி வழிவது லைட் வெளிச்சத்தில் தெரிந்தது. ஒரு பெட்டப்பட்டிக்கு அதுக்கான ஆசையை நடுத்தெரு வரைக்கும் வெளிப்படுத்த உரிமை யிருக்கிற உலகில... மனுச பெட்டச்சிகளெல்லாம் என்ன பெரிய மேத்திரம் அடஞ்சிட்டாங்க...

இதுக்கும் மேலும் இப்பிடியே இருந்தா சரிபடாதென எழும்பினேன்... மல்லிகா உறங்கியிருப்பாளோ... இல்லண்ணா அவ கூட என்னங்கிலும் பேசுலாமேண்ணு எத்திப் பார்த்தேன்... மாசி உறங்கி கிடக்கிறான் வெளித்திண்ணையில்...

பிச்சியக்காளுட்ட போவேலியோ..?

நினச்சிட்டு வீட்டின் முன் பக்கம் போனேன். மல்லிகா முழிச்சிருக்கியாளா? உறங்கினாளா... செத்த சன்னலை எளக்கி பார்க்கையில் மல்லிகா உறங்கியிருக்க வில்லை. போனோடு ஒட்டி உறவாடி கிடந்தாள். சுரேசோடு பழக்கத்தில் ஆன பிறகு மல்லிகாவின் வாழ்க்கையில் மிகவும் மாற்றம்... அதில் ஒன்று தான் இந்த போனும். சன்னல் வழியே பார்க்கையில் அங்கு அவள் அந்த போனுக்கு கொடுக்கும் முத்தம்... பதிலுக்கு இவள் எழுப்பும் மூணல்... கால்களின் பிணைவு... குலைந்த கேசம்... இவையெல்லாம் பார்க்கையில் மல்லிகா போன் வழியாக அந்த சுரேசோடு காமூறுகிறாள் என்பது தெரிகிறது. விரக்தியில் சிரித்தேன்...

இந்த போன் மட்டுமே போதும்... எல்லாம் நடத்தி முடிக்க. எதிர்முனையில் கேட்கும் குரலின் குளைவு மட்டும் போதும் காமம் ஏறிக்கொள்ள... கணவனை இழந்து பாழே ஆனவளுக்கு இந்த சுரேஷ் காதல் மட்டுமல்ல போன் வழியே காமமும் கொடுக்கிறான்... அதை மல்லிகா அனுபவிக்கிறாள். நல்ல வேளை போனுக்குள் மட்டும் உயிரணுக்குள் பாயும் வல்லமை இருந்திருந்தால், பெட்டச்சிகளின் காதுகள் வழியே அவைகள் ஒழுகி அவளவள் கர்ப்பம் தரிச்சிருப்பா... இப்படி நினைக்கையில் இன்னும் சிரிப்புதான் வருது... வேறு என்ன செய்ய? கோடான கோடி மனிதர்களின் காமம் இந்த போன்கள் வழி தானே இறக்கி வைக்கப்படுது... இவங்களெல்லாம் விடும் மூணலும், முக்கலும், பெருமூச்சும் கேட்டுக் கேட்டு டவருகளெல்லாம் சூடாகி எப்போது வெடிச்சி சிதறுமோ? நினைத்து நின்ற என்னை மாசியின் செமை சத்தம் கலைத்தது...

நான் சன்னலருகே நிற்பதை கவனித்தவன்... படாரென எழும்பினான்...

'மல்லிகா பெண்ணு இன்னும் ஒறங்கேலியோ... அவளுக்க போக்கு ஒண்ணும் பிடிச்சி காணேல...'

சொன்னவன் எதோ பிடிபட்டது போல் சடாரென வீட்டுக்குள் போனான். நானும் பயந்து போனேன். மாசி இவளை கையும் களவுமாக பிடித்து விட்டால்... பின்னாலே நானும் போகிறேன்... மல்லிகா கிடக்கும் பெரை வாசலில் போனவன்...

'குட்டே மல்லிகா...' இறுவி அழச்சான். எதிர்பாராமல் தன் பின்னே குரல் கேட்ட மல்லிகா கையில் போணோடு திரும்புகையில் அதன் வெளிச்சத்தில் சுரேசின் முகம் தெரிந்தது...

'குட்டே நீ எவனுட்டட்டி இந்த ராத்திரியில பேசியிட்டு கிடக்கிய? எவம்புட்டி அவன்...'

கர்ஜித்தவன் தன் காலை ஓங்கி மல்லிகாளை சவுட்ட தூக்கினான்... அதுக்குள் சுரேஷ் ஆன் லைனிலிருந்து ஓடியிருந்தான். மல்லிகாளைச் சவுட்டி விடாதபடிக்கு நான் மாசியைத் தடுத்தேன்...

'நீ எவனுட்டேயோ மாட்டியிருக்க... ஒன்ன எவனோ வசமா தூண்டில் போட்டு வளச்சிட்டாமுட்டி. எவண்ணு மட்டும் அறிஞ்சேண்ணு வை... எவனாயிருந்தாலும் ஒன்ன நல்லவிதமா ஏத்துக்க மாட்டாமுட்டி. மாப்பிளை சுகமெல்லாம் கண்டு அனுபவிச்சி முடிச்ச பிறகு இன்னும் ஒனக்கு அடங்கேலியா?'

பச்சையாக மாசி துப்பினான்...

'என்னை மீறி நீ என்னங்கிலும் செஞ்சேண்ணு வை... வெட்டி கொன்னுருவேன்...'

மாசி இவ்வளவு கோபப்பட வேண்டியதில்லையென்றே நினைத்தேன்.

'நீ அடங்கி ஒடுங்கி இருந்தா தாமுட்டி ஊருல என்னையும் நாலு பேரு நல்லவிதமா பாப்பாங்க... நீ தோணியவசம் சீமத்தனம் காட்டினா... அதுனால என் மானம் தான் கிளரும்...'

மாசியைப் பார்த்தேன்...

பிச்சியக்காளோடு சல்லாபிக்கும் இவன் விசயம் ஊரின் வீதிகளில் மூலை முடுக்குகளில் ஏன் பச்சைப்பிள்ளைகள் வரைக்கும் தெரியும். அதை வச்சி மல்லிகாளுக்கு மானம் போவாதோ? வீட்டுல உள்ள பெட்டச்சியளுக்க ஒழுக்கத்துல தான் ஆணுக்க மீசை இருக்கோ? என் பார்வையின் கேள்வியை அவன் புரியவில்லை.

ஏங்கி அழும் மல்லிகாவின் அருகில் அமர்ந்தேன்...

'மலியம்ப சந்தையில வராமலா இருக்கும்... அப்ப எனக்க தனிசுபாவம் தெரியும் ஒனக்கு...'

விரல் தூக்கி பத்திரம் காட்டியிட்டு வெளியில் போனான் மாசி. மல்லிகாளோ வெட்டப்பட்ட கீரை போல் குழைந்தாள்...

'நான் என்ன என் மாப்பிளையை வச்சிட்டா சுரேசுட்ட பேசியேன்... எதோ இவன் மட்டும் ஒக்கியன்போல பேசியான்... வேணுமங்கி பாரு ரோசா... இவன் என்னை சுரேசுக்கு கெட்டி கொடுக்க ஒத்துக்கவே மாட்டான். அப்பிடி என்னங்கிலும் சீமத்தனம் காட்டினா... நான் அவன்கூடப் போவேன் பாரு...'

மல்லிகா உறுக்கி பேசுகையில் எனக்கும் வியப்பே... காதல் அவளுக்கு இவ்வளவு தைரியம் கொடுத்திருக்கே ஆச்சரியம்.

வெளித்திண்ணையில் போயிருந்த மாசியும் தூங்கியிருக்க வில்லை. பீடியை எடுத்து பற்றவைத்துப் புகையை ஊதினான்... எலிசபெத்தின் ஆடு நேரம் போக போக இன்னுமாகக் கத்தியதோ கத்தல்...

'இவா ஒருத்தி அதை கிடாய்க்கும் கெட்டாம போட்டுக் கஷ்டப்படுத்தியிட்டு...' ஆட்டுக்க உணர்வை மதிக்கிறவனை காறித் துப்பவே தோன்றியது. ஆட்டின் கரச்சல் மாசியை ஏதோ நினைவை தூண்ட சைக்கிளை எடுத்தான்... பிச்சியக்காளின் வீட்டை நோக்கி உருட்டினான்...

‘அவனுக்கு மட்டும் எல்லாம் வேணும்... எனக்கு வேண்டாமோ?’ கண்ணீரும் கம்பலையுமாக மல்லிகா கேட்டாள்... நான் என்ன பதில் சொல்லுவேன்..?

எல்லாம் கண்டும் கேட்டும் என் பெரையில் நுழைகையில் கர்த்தர் மௌனமாகி தெரிந்தார்...

○

உச்ச வேளை. பிச்சியக்காளின் கடையில் ஆகாரங்களுக்குப் பரத்தும் இலைகளைத் தும்பு வெட்டி, பக்குவமாக்கிக் கொண்டிருந்தேன்... வெளியில் கிடக்கும் வெயிலுக்கான இளைப்பாறுதல் போல் முன் பக்கம் நிற்கும் வேப்பு ஆசுவாசம் கொடுத்துக் கொண்டிருந்தது... அதன் அடர்ந்த திளுப்பில் பச்சையத்தில் நுழைந்து காற்று கிச்சிலு காட்டுகையில் கறங்கும் காற்று என் முகத்தையும் வருடி கொடுத்தது...

வெள்ளம் குடிக்க வேண்டும் போலிருக்க... எழும்பினேன். வெளிப்பக்க வெயிட்டிங் செட்டில் மாசி கொல்லி மட்டையில் சாஞ்சி இருப்பது தெரிந்தது. இப்போதும் பீடி புகை அவனைச் சுற்றி கறங்கியது... பிச்சியக்கா பக்கத்தில் ஒரு கிணற்றிலிருந்து பைக்கில் வெள்ளம் இறக்கிகொண்டிருந்தாள். கடையில் வரும் வெள்ள கனெக்சனில் மூன்று நாள்களாக வெள்ளம் வரவில்லை. அதனாலே இந்தப் பாடு... வேனா வெயிலில் கேன்களில் குடங்களில் வெள்ளம் இறக்குகிறவளை மாசி கண்டும் அசுரவே இல்லை. துருப்பிடிச்ச அவன் சைக்கிளில் சாய்ந்து இருந்தாள்.

இவ்வேளையில் சர்ரென வந்து நின்றது கார் ஒன்று... வெள்ளம் இறக்கி வைத்த பிச்சியக்கா கார் தன் கடை முன் நிற்பதைக் கண்டு வியாபாரத்திற்கு விரைந்தாள். காரின் முன் பக்கத்திலிருந்து இறங்கியவனின் தோரணையைப் பார்க்கையிலே அவன் ஒரு பணக்காரன் என புரிகிறது. கார் கதவை திறக்கையிலே அப்படியொரு வாசம்... அவனோடு இரு குழந்தைகள் தெரிந்தார்கள்... அந்தக் குழந்தைகளின் சாயல் எனக்கு மிகவும் பழக்கப்பட்டது போலிருக்க... அதுகளை இன்னும் ஆழமாகப் பார்க்கிறேன்... பார்க்கிறேன்... அதோ காரின் அப்பக்க கதவு வழியே இறங்குவது இற... ங்குவது கிள்டாக்கா... மாசிக்காக உருகியவள்... காதலித்தவள்... கொட்டும் மழையில் மாசியை தேடி வந்தவள். கிள்டாக்கா அப்போது கண்டதைவிட இப்போது இன்னும் அழகோடு தெரிந்தாள்... அவள் இறங்கிய திசையில் தான் மாசியும் இருக்கிறான்... கண்டானா? எத்தி பார்த்தேன்... அவனும் கிள்டாக்களைப் பார்த்திருந்தான்... கையிருந்த பீடியை உதறி விட்டு, வெயிட்டிங் செட்டின் பின் பக்கமாக ஒதுங்கி போனான்.

காரின் வெளிப்பக்கம் சாஞ்சி நின்ற கிள்டாக்களின் சீலை முந்தியை வேப்பின் காற்று அசைத்தது... அவள் வேப்பு முகடை பார்த்து நின்றாள். கண்களைச் சுழட்டினாள்... அவள் பார்வையில் மாசி தெரியவில்லை.

‘கிள்டாக்கா... ஆ’ ஓங்கி வந்த குரலை அமுக்கி கொடுத்தேன்... ஏனெனில் மாசியே ஒளிக்கிறான். அது போக அவள் மாப்பிளை, பிள்ளைகளென குடும்பமாக இருக்கையில் என்ன சொல்லி கொண்டு கிள்டாக்களிடம் பேச? இலை கெட்டின் பின் பக்கம் ஒளிந்தேன் நானும்...

ஏதோதோ வாங்குகிறான் கிள்டாக்காளின் மாப்பிளை... பச்சைப் பச்சை நோட்டுகளைக் கொடுத்து மாற்றினான்... குழந்தைகளுடன் பேசும் பேச்சில் ஆங்கிலம் அதிகம் கலந்திருந்தது... பிச்சியக்கா என் ஒளிச்சி நிற்பை கவனித்தாள்... அது போல் மாசி பின்னோக்குவதையும் கவனித்தாள்.

காரின் வெளியில் நிற்கும் கிள்டாக்கா இருக்காளே... மாசியின் சைக்கிளைக் கவனித்து விட்டாள்... அப்படியே சைக்கிளின் அருகே போனாள்... அவள் பெரிய கண்கள் இங்கும் அங்குமாகச் சுழள்கின்றன... மாசி அருகில் எங்கோ என்பதை அவளின் மனசு உணருகையில் கண்களை இன்னுமாக அகட்டி அகட்டிப் பார்த்தாள். மாசியோ, தன்னைக் குறுக்கி ஒளித்து போனான். அவனைப் பார்க்கவே எனக்குப் பாவம் போலவே இருந்தது. எதோ ஒரு நிலையில் மாசியின் வாழ்க்கையும் நல்லவிதமாக அமைந்திருந்தால் இந்நேரம் கிள்டாக்களோடு பேசியிருப்பான்... இது என்னமுகத்தை வச்சிட்டுப் பேசுவான். சொந்த சகோதரிகளின் வாழ்க்கைக்காக விட்டு கொடுத்த காதலி முன் சொந்த வாழ்க்கை கூட இல்லாதவன் என்ன பேசுவான்? முகம் முழுவதும் நரைத்து பெலைத்த தாடி... பஞ்சடைந்த கண்கள்... அழுக்கு ஒட்டின துணி... அன்னிக்குள்ள அதே சைக்கிளின் கொல்லி மட்டை கோலம்... வாழ்க்கையை இழந்த சகோதரிகளென ஆனவனால் கிள்டாக்காளை எதிர்கொள்ள இயலவே இல்லை.

கிள்டாக்காளோ, மாசி கிள்டா என பெயர் பொறித்த சைக்கிளில் தன் கண்களை நிறுத்தினாள்... அவள் முகம் சுூராந்து சோகம் கொண்டது... மாசி மாசி என பிடைக்கின்றன அவள் உணர்வுகள்... ஒருக்கா பார்க்க மாட்டேனா? தவிக்கிறாள்... ஆனால் மாசியைக் காணவில்லை. ஏங்கிப் போனவள் தன் சீலையை மாசியின் கொல்லி மட்டைமீது படரவிட்டாள்... அந்த முந்திசீலை மாசியின் சைக்கிளைத் தொட்டுத் தொட்டுக் கிடந்தது...

கடையிலிருந்து சாமானுகள் வாங்கியிட்டு வந்த கிள்டாக்காளின் மாப்பிளை... கிள்டாவின் நிற்பை பார்த்தான்...

'கில்டா ஓட் ஹேப்பண்ட்...' கேட்டது மட்டுமல்லாமல் அவள் சீலை முந்தியை இழுத்தான் ... இழுத்த இழுப்பில் சைக்கிள் கம்பியின் துருவில் ஒட்டிய சீலை விடுபட்டது. ஆனால் மாசியின் கொல்லிமட்டை பரிதாபமாகச் சத்தம் எழுப்பி கீழே விழுந்தது...

'அய்யோ சைக்கிள் ...' கிள்டாக்கா நெஞ்சில் கை வைத்து பதறினாள் ... அவளின் செயலை கண்டு அவள் மாப்பிளையும் மக்களும் சிரித்தார்கள் ...

'லூசு யாரோ ஆக்கருக்கு ஒதுக்கி வச்ச சைக்கிளைப் போய் எதோ பெரிய ரேஞ்சுல வச்சி பதறுறியே ... இதையெல்லாம் ஆக்கருல கூட வாங்க மாட்டாங்கடி ...'

மாப்பிளைக்காரன் மாசியின் சைக்கிளை கேவலமாகச் சொல்லி சிரிக்கையில், கிள்டாக்காளின் கண்கள் கலங்கி போயின ... அந்த சைக்கிளின் நிலையை வைத்தே தன் காதலனின் வாழ்க்கை எப்படி இருக்குமென கிள்டாக்கா யூகித்திருக்க முடியும்? அவளால் சகிக்க முடியவில்லை...

'லூசு... ஏன் இதுக்குப் போய் இப்பிடி கண்ணு கலங்குற... டே ஒங்கம்மா செடி வாடினாலே அழுற ரகம் ஆச்சே...' சொன்னவன் கிள்டாக்காளின் தோளை அணச்சி காருக்குள் ஏற்றினான் ... காரின் கதவை அடைக்கும் வரைக்கும் கிள்டாக்காளின் கண்கள் மாசியைத் தேடின... ஆனால் அவள் காணவில்லை... காணவும் வேண்டாம்...

கார் மறைந்ததும் தாமதம் ... நான் கடைக்கும் வெளியே ஓடினேன் மாசியிடம்...

'குட்டே... ரோசா அது யாரு...' என்னைத் தடுத்து பிச்சியக்கா கேட்டாள்... நானோ அவள் கையைத் தட்டிவிட்டு ஓடினேன்... அவளும் என்னோடு விரைந்தாள். அங்கே வெயிட்டிங் செட்டில் இருந்த மாசியின் முகம் முழுவதும் கண்ணீர் ... நரச்சி பெலச்ச தாடி முடிகளில் மூக்களையும் தொங்கின ... கண்கள் இரத்தமேறி போயின ...

'கண்டயில்ல அவள. இப்பவும் இந்த மாசியிட்ட இன்னும் அவளுக்க பாசம் எப்பிடி இருக்குண்ணு கண்டயில்ல ... எனக்க அம்மட்டி அவா ...'

பிச்சியக்காளோடு இரைந்தான். மாசிக்கு ஒரு காதல் உண்டு என்பது பிச்சியக்காளுக்குத் தெரியும்... ஆனால் அது கிள்டாக்கா என்பதை இப்போதே கண்டாள்.

‘நானுண்ணா ஒங்களுக்கெல்லாம் இளக்கம் . . . ஆனா இப்பவும் அவா மனசுல நான் மகராசனா இருக்கியேன் . . .’ தலையை இங்கும் அங்குமாகப் போட்டு உருட்டினான் மாசி.

‘வாழ்ந்தாலும் செத்தாலும் முத காதலுக்கக் கூட வாழ்ந்து மடிஞ்சி போயிருக்கணும் . . . இவளையெல்லாம் அன்னிக்கி கொண்டு போயிருக்கணும் . . .’

‘அதான் ஆக வேண்டியதெல்லாம் ஆயாச்சி இல்லியா . . . இனி அதையும் இதையும் சொல்லி என்ன ஆக போவுது . . . ஒனக்குண்ணு அவளை எழுதேல ஆண்டவன் . . .’ சொன்ன பிச்சியக்கா மாசியின் முகத்தைச் சீலை முந்தியால் துடைத்தாள் . . .

‘இஷ்டப்பட்ட வாழ்க்கையை இழந்துட்டுதான் இஞ்ச பலரும் வாழ வேண்டியிருக்கு . . . அவா எதோ ஒரு இடத்துல நல்லா தானே இருக்கியா . . . ஒங்கூட வாழ்ந்திருந்தா அவா நிலையை நினச்சிப்பாரு . . .’ பிச்சியக்கா தேற்றினாள்.

‘எங்கூட வாழ்ந்திருந்தா . . . அவளுக்கு நான் என்ன கொடுத்திருக்க முடியும்? கொல்லிமட்டையைப் போல தான் ஆகியிருப்பா . . .’

‘தெரியுது இல்லியா . . . மனசை தேத்து . . .’

பிச்சியக்கா கனிவாகவே மாசியோடு பேசினாள்.

‘என்ன இருந்தாலும் எப்பிடி இருந்தாலும் அவனவன் வாழ்க்கையில வாற முத காதலைப் போல வேற ஒரு காதல் இல்லட்டி பிச்சி. வாழ்க்கையின் கடைசி வரைக்கும் . . . அந்தக் கடைசி மூச்சு நிக்கியது வரைக்கும் . . . அந்தக் காதல் மட்டும் தான் மனசுல கிடந்து நோகுமுட்டி . . . சவப்பெட்டியில வச்சி கல்லறக்குண்டு தள்ளி மண்ணோடு மண்ணா ஆனாலும் அந்த மண்ணுக்க கூடேயும் முத காதலுக்க ஜீவன் கிடக்குமுட்டி . . .’ பாகாய் உருகினான் மாசி . . . அவனை மாரோடு சாச்சாள் பிச்சியக்கா . . . அவளின் கண்களும் பனித்தன . . . நானும் தான் கசிந்தேன் . . . சுதனை நினைத்து.

21

இந்த நாள் விடிந்திருக்கவே கூடாது. இப்படியொரு பொழுதை நாங்கள் யாருமே சந்தித்திருக்கக் கூடாது. எங்களில் ஆழ்ந்த மௌனம் கிடந்தது. யார் பேசினாலும் அழுது விடுமளவுக்குத் துக்கம் முட்டி நின்றது. பிச்சியக்கா கூடத் தன் வியாபாரத்தைக் கவனிக்காமல் எங்களோடு ஆகி இருந்தாள். அவள் கடையின் எதிர்புறம் இருக்கும் வெயிட்டிங் செட்டில் எல்லோரும் இருந்தோம். மாசி பீடி புகையால் வளைத்து வளைத்து இருந்தான். தொங்க போட்டிருக்கும் அவன் முகத்திலும் அதீத துக்கம்... அந்தத் துக்கத்தின்மீது உள்ளூர எனக்கு எரிச்சல் வந்தது.

என் சின்னப்பருவத்தில் எனக்குள் ஒரு எண்ணம் இருந்தது... ஆணாலே நானெல்லாம் வலிமை பெறுவேன் என்று. மூத்தண்ணனை நம்பினேன்... அப்பாவை நம்பினேன்... சின்ன அண்ணனை நம்பினேன்... சுதனை நம்பினேன்... பெண் பார்க்க வந்தவர்களை நம்பினேன்... இந்த மாசிகூட என் கண்களில் அப்படியொரு ஆளுமைக்காரனாக அன்னிக்கெல்லாம் இருப்பான். வீட்டின் வெளியே சின்ன சத்தம் கேட்டாலும் எந்த இராத்திரியின்னாலும் வெளியில் பயம் இல்லாமல் போவான்... யார் என்ன சொன்னாலும் திடுப்பா திண்டுக்கு முண்டுக்குச் சொல்லுவான்... மாசியால் எல்லாம் முடியுமென நம்பின என் நம்பிக்கை முழுவதுமே சிதஞ்சிப் போயிட்டுப் போகபோக. பிச்சியக்கா இல்லண்ணா மாசியில்லை... தன் சகல பாரங்களையும் அவளிடம் கொடுத்துட்டுப் பாவம் போல் ஆகி விட்டவன் ஒரு விதத்தில் மிகவும் சுயநலக்காரனே...

அவன் சரியாக இருந்திருக்கணும்... அப்படி யிண்ணா ஒரு வேளை எங்க அல்லியக்காளின் குடும்பச்சூழல் இப்படி ஆகியிருக்காது... இப்ப

மலர்வதி

அல்லியக்காவின் குடும்ப வீடு கலையப்போகிறது… நினைக்கவே தொண்டை அமுங்குது…

அல்லியக்காளின் மாப்பிளை முந்தினாத்து எவளையோ ஒருத்தியை இரண்டாம் தாரமா இழுத்துட்டு வந்திருக்கிறான். வந்திருக்கிறவளுக்க வயித்துல நாலு மாசமாம்… அதுக்கு பங்கி தான் காரணமுன்னு அவா நடுவீட்டில ஏறி கிடக்கிறா… அக்கம் பக்கமெல்லாம் கூடி விசாரித்ததில்…

'நான் ரெண்டு பேருக்கும் சோறு போடுலாம்…' பங்கி சொல்லி விட்டான்.

'ஒருத்தியிக்கே வக்கில்லாதவன் இன்னொருத்தியைக் கொண்டு வச்சிருக்கியான்… அவளும் அடுக்கடுக்கா இனி பெறுவா… பிறவு நானும் என் பிள்ளையளும் அவ்வியளுக்கும் சேத்துச்சோறு போட வேண்டியிருக்கும்…இனியும் அவனுட்டண்டு எனக்கும் என் மக்களுக்கும் என்ன கிட்டும்?' சொல்லுகிறவளின் கண்ணீர் கன்னங்களில் உருண்டது…

'என் வாழ்க்கைதான் பட்டழிஞ்சி போயாச்சி… எனக்க பிள்ளையளங்கிலும் நல்ல ஒரு இதுல வரணுமங்கி… அதுகளுக்கான ஆகாரம், படித்தம், ஒதுங்கிடமெல்லாம் வேணும்… அதை யெல்லாம் என் ஒருத்தியிக்க சம்பளத்துல கொடுக்க களியேல… நானும் மக்களும் கூடணஞ்சி கிடக்க இனியொரு வீடும் இல்லண்ணு ஆச்சி… அதான் எல்லாம் பாத்து வச்சிட்டுக் கோயிலுல உள்ள லில்லி சிஸ்டருட்ட போய் கரஞ்சேன்… அவ்வியாதான் இப்பிடியொரு வழியைக் காட்டுனாங்க…'

அல்லியக்கா சொல்வது உண்மை தான்… அவங்க கோயில் சிஸ்டர் மூலமா அவளும் பிள்ளைகளும் அனாதைகளுக்கான மடங்களுக்குப் போகப் போகிறார்கள். அல்லியக்காளை எதோ ஒரு மடத்துல குசுனி வேலைக்கி ஏற்பாடு செய்திருக்க. மூத்த மகளை வேறொரு அனாதைகள் படிக்கும் பள்ளியில், இளையவளை இன்னொரு இடத்தில் நடு உள்ள மகளை மட்டும் அல்லியக்கா இருக்கும் மடத்திலென ஏற்பாடு ஆகியிருக்கு. இன்னும் சிறிது நேரத்தில் அவர்களுக்குச் சம்மந்தப்பட்ட வாகனம் வரும்… எல்லோரும் ஏறுவார்கள்… அங்கொன்றும் இங்கொன்றுமாகப் பிரிவார்கள்… நினைக்கவே முடியல.கருளில் கனம் ஏறி போனது.

பங்கியை எதுக்கு அல்லியக்கா கலியாணம் செய்தாள்? இப்படியொரு நிற்கதியில் ஆகவா… தனக்கான வாழ்க்கையைத் தேடி தானே கலியாணம் செய்தாள்? அப்போ கலியாணமும் அதில் உள்ள பாதுகாப்பும் இவ்வளவு தானா? இதைவிட கல்யாணம் இல்லாத வாழ்க்கை பேறு பெற்ற வாழ்க்கை தானே?

'நம்மளைப்போல பெட்டச்சிகளெல்லாம் மனம்போல படிச்சிருக்கணும்... சொந்தமா கை நிறைய சம்பாத்தியம் வச்சிருக்கணும். . . இல்லாம கலியாணமெல்லாம் நம்மளை யெல்லாம் கரையேத்தாது. நம்ம விதியைக் கெடுத்ததும் இல்லாம. . . நம்மளை நம்பி பிறக்கும் பிள்ளைகளையும் சீரழிச்சியதுதான் கொடுமை...' விங்கி நிற்கும் பிள்ளைகளின் முகங்களை வருடி கொடுத்தாள் அல்லியக்கா...

'மோளே ரினி...' இளைய மகளை அழைத்தாள்...

'அம்ம கிட்ட இல்லண்ணு பேடிச்சப்பாது... எப்ப நேரம் கிட்டினாலும் அம்ம ஓடி வந்து எனக்க பொன்னு மோளை பாப்பேன்... மொவா நல்லாப்படிச்சி பெரிய ஆளா ஆகி வரணும்... நீங்க எல்லாம் பெரிய லெவுல வந்த பிறகு நம்மா எல்லாம் மறுபடியும் ஒண்ணா சேருவோம்... ஒரே வீட்டுல வாழுவோம்...' அல்லியக்காளால் பேசவே முடியவில்லை. . . துக்கத்தால் பெருமினாள். பிச்சியக்கா அதற்கு மேலும் பொறுக்க முடியாமல் அல்லியக்காளைக் கட்டிப் பிடிச்சி அழுதாள். மல்லிகா அல்லியக்காளின் சின்ன மகளை அணைச்சிட்டு கதறினாள்...

'எனக்கும் கடம் அதிகமாகி போச்சே . . . இல்லியங்கி இதுல கூடியாடிக் களியுலாம். இப்பளம் ஒண்ணும் கெட்டுப் போவேல... நீ எங்கூட இதே கடையில ஓனக்க மக்களையும் வச்சிட்டு வாழு பிச்சியே...' கஷ்டமோ நஷ்டமோ சேர்ந்து அனுபவிக்கலாம்.

'ஒண்ணாமவுதே எங்களால ஒனக்க தலையில பாரம் அதிகமாச்சி... நான் இப்ப என் மக்களையும் கொன்னுட்டு நானும் சாக எல்லாம் போகல இல்லியா? ஆளாளுக்குப் பிரிஞ்சி போய் வாழ்க்கையைத் தானே யோசிச்சியோம். அங்கெல்லாம் போனா பிள்ளையளுக்க படிப்பைப்பத்தி கவல இல்லண்ணு சிஸ்டர் சொன்னாங்க பிச்சியே . . . அப்பிடியே ஓழிஞ்சி யெல்லாம் போக மாட்டோம்... கூட கூட வந்தும் போயுட்டும் தான் இருப்பம்... அப்பிடி எல்லாரையும் மறந்துட்டு எப்பிடி யாக்கும் நானும் மக்களும் வாழுவோம்...'

'லே தம்பி...' மாசியை அழைத்தாள். காடு பிடித்துக் கிடக்கும் தன் தலைமுடியை அளைந்தபடி பீடி புகையைக் கறக்கிய படியே பார்த்தான்...

'மல்லிகாளுக்கு நல்லதா எதங்கிலும் வந்தங்கி பாத்து அப்பறம் தள்ளணும்... பின்ன பிச்சி மயினியைக் கை விட்டுராத...'

பதில் சொல்லாமல் இருந்தான்...

'ரோசா ... ஒனக்கு நல்லதா ஒண்ணு அமஞ்சி வரம்ப ... எனட்ட சொல்லணும் இன்னா ... எல்லாருக்க நம்பரும் எழுதி வச்சிருக்கியேன் ... போய் சேர்ந்ததும் போன் விளிச்சியேன் எல்லாருக்கும் ...'

விடை கூறல் என்பது எவ்வளவு பெரிய வலி அய்யோ ... அல்லியக்கா எங்கு போகிறாள் என்கிற திப்பே இல்லை என் மனதில் ... அவளைக் குறிப்பிட்ட ஒரு மடத்தில் விடுவுனுமா? இப்பிடியே நாடு தாண்டி, எல்லை தாண்டி எங்கேனும் கூட்டியிட்டுப் போவாங்களோ யாருக்குத் தெரியும்? அவள் பிள்ளைகளை உருத்தோடு படிக்க வைக்கிறவர்கள் தேவனின் தோட்டத்தில் ஊழியம் செய்ய கூட்டியிட்டுப் போவாங்களோ ... யாரு கண்டா? இப்ப கலையும் இந்தக் குடும்ப கூடு இனி எப்ப கூடும்? யாருக்கு தெரியும்? வாழ்க்கைக்காகத் திசைகள் தேடும் இந்தப் பறவைகளின் அப்பங்காரன் தடியும் கனமுமாக இருந்திருந்தால் இந்தக் கூடு கலைந்திருக்குமா? கலியாணம் என்கிற அழகியலின் சுவர்களெல்லாம் என்னில் பொடிந்தே போகின்றன ...

நேரம் போக போக அல்லியக்காளும் பிள்ளைகளும் பிரிவின் சீணத்தில் நைந்து போனார்கள் ...

'ம்மோ ... எனக்கு மோளூ வருமே ... ராத்திரியில்' சொன்ன இளைய மகளை அணைத்தாள் அல்லியக்கா ...

அல்லியக்காளின் இளைய மகள் கிடையில மோண்டு விடுவா ... அதான் கேட்கிறாள். சின்ன ஒரு பட்டி குரச்சாலும் அம்மோண்ணு அலறும் மக்கள் இவள் மக்கள் ... மழை கறுக்கையில் வானில் இடி கேட்கையில் அம்மோ என இவளோடு ஒதுங்கும் இவள் பிள்ளைகள் ... தகப்பனின் கறுக்கும் கண்களைப் பார்க்கும் பலம் இல்லாமல் பரிதவிக்கு எளிய பிள்ளைகள் இனி என்னெல்லாம் இடி முழக்கங்களை, கொடிய இருளை சந்திக்க போகிறார்களோ ...

நிராசையில் ஆனேன். எங்கப்பா நெஞ்சங்கூடு பொட்டிய நிலையில் அல்லியக்காளை அழைத்தார் ...

'மோளே ... நாங்க எல்லாம் இதுலோட்டு கிடக்கியம் இல்லியா ... எதுக்கு அங்கெல்லாம் போற?' அப்பாவால் இவ்வளவு தான் சொல்ல முடியும்? மாசியோ ஒன்றுமே சொல்லவில்லை ... அவன் எதாவது சொல்ல நான் மிகவும் ஆசைபட்டேன் ...

'நீ இதுல நில்லு ... நான் என்னங்கிலும் வேலைக்கிப் போறேன் ... நீயும் வேலைக்கிப் போற யில்ல ... அப்பிடியும் இப்பபடியுமா

பாக்லாம்...' இப்படியொரு வாக்கை சொல் என அவனைப் பார்த்தால்... அவன் அசையவே இல்லை.

வேப்பில் கூடு கட்டிய பறவைகள், குஞ்சு பறவைகளுக்கு இரைகள் கொண்டு கொடுக்கும் காட்சியைப் பார்த்தேன்... அல்லியக்காளின் பிள்ளைகளும் வலியோடு அந்தக் காட்சியைப் பார்த்தார்கள்... அதற்குள் அவர்களைக் கூட்டியிட்டுப் போகும் வாகனம் வந்தது...

அல்லியக்காளின் குடும்பக் கூடு கலைந்து கண் முன்னே சிதறும் வலியைச் சகிக்க முடியாமல்... அய்யோ என நான் ஓடினேன்... இனி இக்கூடு எப்போது? தெரியாது... தெரியாது.

❍

அல்லியக்கா போய் ஏழு நாள் ஆகியும் எங்களுக்கெல்லாம் எந்தத் தகவலும் வரவில்லை. அந்த வெம்மலும் விறுவிறுப்பும் விலகும் முன்னே மல்லிகா வந்து நின்றாள்... அடுத்தொரு ப்ரியாவிடை கேட்டு...

மாசியை வீட்டு திண்ணையில் காணவில்லை. அப்பாவும் வெளியே எங்கியோ போயிருந்தார்... வயித்தில் வலியென நானும் உச்சைக்க பிறகு பிச்சியக்காளின் கடையில் போகவில்லை. இந்த நேரத்தில் தான் மல்லிகா என்னோடு பலதும் பேசினாள் அவள் வீட்டு அடுக்களையில் வைத்து...

முன் கூட்டியே அவள் எடுத்து வைத்த பெட்டிகளும் சஞ்சிகளும் என் கண்களை உறுத்தின... மனசை அறுக்கிறது. காதலனோடு போகிறாளாம் ஊரைவிட்டு... வீட்டைவிட்டு... சுரேஷ் என்கிற ஒரு பெயரைத் தவிர, அவன் எலிசாளின் வீட்டில் வாடகைக்கு இருக்கிறான் என்பதைத் தவிர அவனைப்பற்றி என்ன தெரியும்? காதலிக்கிறானாம்... கூட்டியிட்டுப் போகிறானாம்... இவள் போகிறாளாம்... சொல்லுகிறாள் என்னோடு.

'மல்லிகா... அவனை நம்பி போக நினைக்கிறியே...'

'எனக்கு அவனுக்க காதலில நம்பிக்கையிருக்குட்டி. நானுண்ணா அவன் அப்பிடி இருக்கியான்...'

'அப்ப ஒண்ணு பண்ணு... மாசியிட்ட பேசு... பிச்சியக்காளுட்ட சொல்லு...' இதைப் பற்றி நான் சொல்லி தான் வச்சிருக்கேன். நான் சொல்ல விரக்தியாகச் சிரித்தார்.

'ஒலகம் அழிஞ்சாலும் மாசி இதுக்குச் சம்மதிச்சவே மாட்டான். அவனால எனக்காகப் பத்து பைசா செய்யக்கும் கெப்பாசிட் இல்ல...'

'அப்பிடி நீயே ஏன் முடிவெடுக்கிய... பிச்சியக்கா எல்லாத்தையும் நடத்துவா ... நாலு பேருட்ட சொல்லி ஒரு நாளுல ஒன்ன அவங்கூட நாங்களா அனுப்பி வச்சா ஒனக்குன்னு ஒரு உத்திரவாதம் இருக்கு...'

'அப்பிடி தானே எனக்க மாப்பிளைக்குக் கெட்டிக் கொடுத்திருந்து ... கடைசியில என்ன ஆச்சி? நானும் அவனும் மனசால ஒண்ணு சேர்ந்தாச்சி... அது போதுமுண்ணு நினச்சியேன். பிச்சி இந்தக் குடும்பத்துக்கு வேண்டி செய்து விட்ட மிசியனா? இப்பவும் அவளுட்ட இந்தக் குடும்பத்துக்கான கடம் எத்ர லெட்சம் கிடக்குண்ணு தெரியுமா? இன்னும் இன்னும் அவளைச் சுமையேத்த விரும்பேல... நான் போறேன் ரோசா...' என் கையைப் பிடித்தாள் ...

'அக்கா குட்டியிக்க வாழ்க்கையைக் கண்டியா? நானங்கிலும் ஒரு வாழ்க்கையில ஆகியே தீரணும் ரோசா... இல்லியங்கி இதுல கெடந்து கிறுக்கி ஆகி போயிருவேன் ... நான் நம்புறேன் அவனை.'

'அப்பிடியங்கி அவன் வீட்டிலயங்கிலும் சொல்லி நாலு பேரை அறிய கெட்டச்சொல்லு...'

'எந்த வீட்டுல விதவையைக் கலியாணம் செய்ய சம்மதம் சொல்லுவாங்க... அவனாட்டே என்னைக் கெட்டியிட்டு வீட்டுல போலாமுண்ணு சொல்லியிருக்கியான்... அதான் எனக்க செயினை வேண்டினான் ...' மல்லிகா சொல்லுகையில் எனக்குள் எங்கோ நடுக்கம் வந்தது. மல்லிகாவின் மாப்பிளை நிச்சயதார்த்தத்துக்குப் போட்ட மோதிரத்தை அழித்து செய்த மாலையல்லவா அது?

'இது கவரிங்க்... அதை அவனுட்ட கொடுத்து நல்ல விதமா தாலி மாலை செய்ய சொல்லியிருக்கேன் ...'

'ஏன் ஒரு தாலி மாலை செய்யக்கும் அவனுட்ட வசதி இல்லியா?'

'அவன் வீட்டுல இவனை நம்பி ரெண்டு குமருகள் ... அதுகளைக் கெட்டி கொடுத்த கடமெல்லாம் இவனுக்குத் தான்...'

அவனை உயர்த்தி பேசினாள். மல்லிகாவின் கழுத்தில் கிடந்த செயினை எந்த கஷ்டத்திலும் கழட்ட பிச்சியக்காகூட நினைக்கவில்லை. மாசிகூட அதைக் கேட்டிருக்கவில்லை... இவளும் தான். அதை எப்படி அவனுக்குக் கொடுத்தாள். அவ்வளவு காதலா? மல்லிகா தடம் மாறுகிறாளா. புரளுகிறாளா? வாழ்க்கை மீதான போராட்டத்தில் சிக்கியிட்டாளா?

'நீ ஒண்ண நினச்சியும் பேடிச்சாத... நான் போறேமுட்டி. இதை விட்டா எனக்கு வேற ஒரு வாய்ப்பு வராதுட்டி...இவனையும் விட்டுட்டேன்னு வை... பிறகு காலம் முழுக்க இதிலே இருந்து ஈச்சி அரிச்சி போயிருவேன். எந்தக் காலத்திலும் மாசி எனக்காக களம் இறங்கவே மாட்டான்... நான் போறேன் ரோசா. நீ மட்டும் என்னை வழியனுப்பு... நான் செட்டிலானதும் ஒனக்கு போன் பண்ணியேன். மாசியிக்க மனம் மாறம்ப நானே அவனுக்க கூட வாறேன்...'

நான் என்ன சொல்லுவேன்? நெருக்கி குத்தும் வாழ்க்கையில அவனின் காதலை நம்புகிறா. படியிறங்கி போறேண்ணு நிக்கியா... அவன் இவளைப் பாப்பானா?

'மல்லிகா...' அவள் கரங்களைப் பற்றுகையில் அழுதே விட்டேன்...என் சின்ன வயசிலே என் கைகளோடு பிணைந்தவள்... வாழணுமே...

'எனக்கு ஒத்தெய்க்கி இந்தக் காரியத்தை ஏற்க ஒக்காது. நான் பிச்சியிட்ட இதைச் சொல்லுவேன் மல்லிகா...'

'சொல்லு...'

சொன்னவள் என்னிடமிருந்து விலகினாள். எடுத்து வைத்த சஞ்சியைத் தூக்கினாள்... அப்படியே அவள் வீட்டு பெரையில் போனாள்... திரும்பி வரும் போது அவளின் தைய்யல் சாக்கு இருந்தது...

'இதை வச்சிக்க எனக்க ஓர்மையாட்டு...'

காலம் அடிச்சி ஒழிச்ச பல விசயங்களில் இந்தத் தைய்யலும் ஒண்ணு. பொத்தையும், நீராழியும் சிதஞ்சது போலவே தைய்யல் தொழிலும் சிதஞ்சி போச்சி...தைய்யல் இல்லாமல் ஆன பிறகும் இந்தத் தைய்யல் சாக்கை மல்லிகா தன்னோடு வைத்திருந்தாள்...

'இந்த தைய்யல் சாக்கு... இருக்கட்டு. இதப்பாக்கம்ப எல்லாம் தாவணியும் சுத்தியிட்டு இதுல இருந்து தைப்பியே அந்த ஒனக்க காட்சி ஓர்ம வரும்.' என்பேன். அதனாலே இப்போது என்னிடம் தந்தாள்...

வாழ்க்கை தொடங்கும்போது அதனுள் கிடக்கும் பொதியல் தெரியாது...மல்லிகா இந்தத் தைய்யல் பெண்ணாக இருக்கையில் வாழ்க்கைக்காகக் கனவு இருந்தது... கற்பனை இருந்தது... ஆனால் இப்போது? கை நீட்டி தைய்யல் சாக்கை வாங்கினேன்...

'ஓர்ம வரம்ப எல்லாம் இதுல பேசியிட்டு இரு...' சொன்னவள் அந்தச் சாக்கை முத்தி என்னிடம் தந்தாள். எங்களுக்கான

வளமையான நட்பின் ஈரமாகத் தைய்யல் சாக்கை நானும் முத்தினேன்... என் மல்லிகா அவள் காதலை நம்பி இதோ வீட்டை விட்டுப் போகிறாள்... ஒரு வாழ்க்கையில் எவ்வளவு பிரிவுகள்... எத்தனை வழியனுப்பல்கள்... யாருக்குக் களியும் இதெல்லாம்...

❍

மல்லிகா போன இரண்டாம் நாளே அக்கம் பக்கமெல்லாம் தீ போல் விசயம் பரவி விட்டது. போதாக்குறைக்கு எலிசா எல்லோரையும் விளிச்சி விளிச்சி சொன்னாள். மாசி உர்ரென இருந்தான். அப்பாவுக்கு, பிச்சியக்காளுக்கெல்லாம் இதில் அதிக கலவரம் போல் தெரியவில்லை...

'அவளை நல்லா பாப்பானா? அது போதும் நமக்கு...' பிச்சியக்கா இப்படி தான் சொன்னாள்.

'இதுல இருந்தாலும் அவன் இப்ப பெரிசா மலத்துவான்... அவா என்ன உணர்வில்லாத மிசியனா... போட்டுப் போய் எடுத்து நல்லா இருக்கட்டு. இந்த வட்ட கடனெல்லாம் தீர்ந்துண்ணா ரெண்டு பவுனுக்கு என்னங்கிலும் கொடுக்கணும்...' பிச்சியக்கா இப்படி சொல்லி சந்தோசப்படவே செய்தாள்.

'போட்டு, ஆண்டவனாட்டு அவளுக்கு ஒரு ரெச்ச காட்டியிருக்கியான்... போன மட்டும் நல்லா இருந்துட்டான்னா போரும்...' அப்பா இப்படி சொல்லுகையில் மாசிக் கொப்பளித்து விட்டான்...

'ஊரு ஒலகத்தில என்ன சொல்லுணுமுன்னு தெரியுமா?' போக்கத்தவனா என்னைத் தான் பரிகாசம் செய்றாங்க.

'ஆமா பெரிய ஊரு ஒலகம்... லே அவவங்க வாழ்க்கையை அவங்கவங்க வாழணும்... இல்லாம ஊருக்காரனையும் உலகுக்காரனையும் பாத்துட்டு ஒரு சோலியும் ஆகாது. ஏன் நீயும் தான் பிச்சியிட்ட ஒண்ணும் இல்லாமலா இருக்கிய...'

'ஓய் மாமோ நான் ஒரு ஆணு...'

'போல ஆனையிண்ணா பெரிய எடுப்போ... போ போய் ஒனக்க சோலியப்பாரு. எங்க போனாளோ அன்னளிச்சி இதுல கூட்டியிட்டு வந்து ஆசிர்வதிச்சி விடு...' அப்பா இயல்பில் சொல்ல மாசியால் எதுவும் பேச இயலவில்லை... பேசவும் இல்லை.

மாசி மல்லிகாளைப் பொறுக்கும் விசயத்தை, பிச்சியக்கா சொன்னதை அப்பா சொன்னதையெல்லாம் மல்லிகாளுக்கு போனில் சொல்லி விட்டேன். சுரேசும் அவளை ஒரு கோயிலில் வைத்துத் தாலி கெட்டியிட்டு டூருக்குக் கூட்டியிட்டுப் போயிருக்கான் என மல்லிகா சொன்ன தகவலை பிச்சியக்காளிடம்

சொன்னேன். பிச்சியக்காளும் அவளோடு பேசினாள். அடுத்த வாரத்தில் சுரேசோடு வீட்டுக்கு வருவதாக மல்லிகா சொல்லியிருந்தாள்... மல்லிகாவுக்கான வாழ்க்கை அமைந்ததில் மகிழ்ச்சியே எல்லோருக்கும்.

❍

கோயிலில் சாவுமணி ஒலிக்கும் சத்தம் கேட்டது ... மாசி அப்போது தான் கடையிலிருந்து வந்தான் ...

'லே செத்தது யாரோ?'

'அந்தக் கிறுக்கன் தங்கராசி...'

'ஒ ... அவனா அவன் போட்டு ... அவன் இதுல ஒரு அனாதைபோல தானே கிடந்தான்... குடும்ப கோத்திரம் இல்லாம தமைக்காருக்க மக்கா போட்டு என்னே பாடு...'

'இப்ப எல்லாரும் கூடி கிடக்குனம்... ஆனா அவஞ் செத்து கிடக்கியானேண்ணு ஒரு மனுசன் கரையட்டு பாப்பம்... எல்லாரும் பின் பக்கம் கூடி கிடந்து காப்பி காச்சியது என்னா குடிச்சியது என்னாண்ணு கலார் மலாருண்ணு கிடக்குனம் ஓய்...'

சைக்கிளைக் கொல்லாவில் சாச்சிட்டு மாசி சொல்லுகையில், நானும் அந்த தங்கராசியை நினைத்தேன். எதோ அவனின் தனி வாழ்வில் தடங்கல் எதோ நிகழ்ந்துருக்கு போல்... கலியாணம் ஆகியிருக்கவில்லை. அக்காளாரோடு அண்டி வாழும் கோலம் அவனுக்கு... போக போக அவளும் பிள்ளைகளும் பார்க்கவில்லை. விரட்டினார்கள். கடைசியில் நீராழிக்குண்டு அம்பலத்தில், கோயில் நடையில், குருசடியில், ரோட்டு ஓட்டிலென காலம் ஓட்டினான். ஆறுமாசத்துக்கு முன் பைக் இடிச்சி கிடையில் ஆனவனின் தேகத்தில் புழுக்கள் பிடிக்குமளவுக்குப் பார்க்க ஆளில்லாமல் ஆனான்.

'கேட்டுரா தங்கராசி விசம் குடிச்சாண்ணு வரைக்கும் குசுகுசா சொல்லுனம்...'

'பின்ன புண்ணும் கிண்ணும் பிடிச்சி புழு வச்சி போயிட்டான் இல்லியா. அவனுக்குண்ணு பத்து பன்னிரெண்டு செண்ட் சொத்து உண்டு. ஒரு வீடு உண்டு... எல்லாம் எடுத்துட்டு அவனைப் பாக்கல யாரும். லே இல்லீங்கலும் தனி கட்டையா வாழ்ந்தா இதான் நிலமை. போட்டு அங்கேயும் இங்கேயுமா உருட்டுவுனம். இப்ப இன்னா செத்து கிடக்கியானே ... அப்போண்ணு விளிச்சி அழ அவனைச் சொல்லி ஒரு மொவளோ, மோனே இருக்கட்டு... நான் எல்லாம் அப்ப அவனுட்ட படிச்சி படிச்சி சொன்னேன்... கேட்டானாக்கும். சொந்த மக்களங்கி அதுக்குத் தக்கன உருத்து

இருக்கமுல... இப்ப அனாதையா இல்லியா போறான்... வாழம்ப நமக்கு வேண்டி அழக்கு ஆளில்லாம போனாலும், செத்து போம்ப... நம்மளச் சொல்லி அழ... நமக்குன்னு மக்க குட்டியா வேணுமுல ... அதான் ஔனட்டயும் பிச்சியை இதுல கொண்டு வா... மக்க குட்டியின்னு ஆகுண்ணு சொல்லியது. ரோசாளுட்டேயும் இதுக்கு தான் நான் பிடைக்கிறது...'

அப்பா சொல்லுவதை கேட்கையில் மனசில் பிராண்டல் வந்தது...

'நாளொரு காலம் செத்து விழம்ப . . . அன்னா ஒரு அனாதைப்பெணம் கிடக்குண்ணு நாலு பேரு சொல்லாம இருக்கணுமங்கி... வீடு வாசல் குடும்பமுன்னு வேணும்... இல்லியா?' வெறுமனே பேசிக்கொண்டு போனாலும் இவ்வார்த்தைகள் என்னை உலுக்கிப் பிடுங்கிக் கொள்கின்றன...

○

அங்கன்வாடியில் வேலைப்பார்க்கும் ஊழியக்கார பெண்... வீடு வீடாக சென்று நோட்டீஸ் கொடுத்துட்டுத் திரிந்தாள். எங்க அப்பாவும் நானும் திண்ணையில் இருந்தோம்... முன் பக்கம் நிற்கும் செடிகளின் இலைகளில் புழு உருட்டல் இருப்பதால் மொத்தமும் எல்லா செடிகளையும் ஒழிச்சிட்டு மண்ணை மறுபடியும் கிளச்சி... புது விதைகள் போட்டு, புதுசாக முளையல் வைச்சி . . . புதுசாகவே நினைக்கையில் . . . எங்கள் வீட்டிலும் அங்கன்வாடிக்காரி வந்து சேர்ந்தாள்...

'நாள கழிச்சி ஒரு கருத்தரங்கம் இருக்கு... வா இன்னா...'

என்னோடு அந்த நோட்டீஸை தந்தாள். நானும் வாங்கினேன்... ரோஸ் நிற தாளில் முகப்பில் எழுதிய தலைப்பில் என் கண்கள் போயின...

'மார்பக புற்றுநோயைத் தடுக்கும் விழிப்புணர்வு பயிற்சி...' வழங்குபவர் திருமிகு பாரதி... அந்தத் தலைப்பிலே கண்கள் நின்றன... வெறுமனே சுருட்டி போட்டேன்... அப்பாவோ அந்த நோட்டீசை எடுத்தார்... வாசித்தார்...

'நீ போணும் இன்னா மோளே...' அக்கரையும் ஆர்வமாக அப்பா சொன்னார்...

'நீ போணும்...' அழுத்தமாகச் சொன்னவரை எதுக்கு என்பது போல் பார்த்தேன்...

'ரோசியிண்ணு எனக்கொரு அத்த இருந்தா...'

'ம்...'

‘அவளும் கலியாணம் ஆகாம இருந்தா…’

‘பிறவு…’

‘ஒரு நாப்பது வயசுக்க பிறவு அவளுக்க மாருல கட்டி வந்துட்டு…’

‘பிறகு…’

‘அது கேன்சரு கட்டியாமே…’

‘ஒ. கலியாணக்காச்சி ஆகாம இருந்தா… அந்தத் தேகம் பூத்து பூவணம் பிடிச்சிரும் இல்லப்பா…’

நான் இப்படி கேட்டிருக்கக் கூடாதுதான்… ஆனால் கேட்டு விட்டேன். அப்பா பூசி மொழுகி பேசுவதன் உள் அர்த்தம் எனக்குப் புரியாமல் இல்லை. நாள் கணக்கில், வருசக்கணக்கில் தன்னாலே பாழுடலாகப் போகும் என்னுடலின் அவயங்கள் கட்டி பிடித்து விடுமோ என்று அப்பாவுக்கு உள்ளூர பயம் இருந்தது…

‘அங்க என்னெல்லாம் சொல்லி கொடுப்பாங்கண்ணு எனக்கு தெரியுமப்பா…’

நோட்டீசை சுருட்டிய படியே சொன்னேன்… பீடி கம்பெனியில் வருசம் தோறும் நடக்கும் பெண்கள் விழா நாளுகளில் வரும் பல கருத்துரையாளர்கள் மார்பக விழிப்புணர்வுகள் நிறைய தந்திருக்காங்க… அதிலெல்லாம் நான் நிறைய கேட்டிருக்கிறேன்… இனி என்னது புதுசாக? நினச்சிட்டே நோட்டீசைக் கீழே போட்டேன்…

‘நீ அப்ப போவேல…’

‘போவேலப்பா…’

‘போகப் போக ஒனக்க மெத்தனமெல்லாம் எனக்குப் பிடிச்சிக் காணேல…’

அப்பா முணுமுணுத்துட்டுப் போனாரு… எனக்கு விரக்தி யாக இருந்தது… சுற்றிலும் அப்படியொரு சூன்யம். அல்லியக்கா இல்லை … மல்லிகா இல்லை… என் பாட்டுக்குத் தரையில் படுத்தேன்… வெறும் தரையில் கால் கைகளை நீட்டி அசச்சி கிடக்கையில் உடல் முறுவலித்து போனது… வேண்டாமென எறிந்த நோட்டீஸ் காற்றில் அசைந்து என் காலருகே குருகுருவென சொல்ல… மீண்டும் அந்த நோட்டீசை எடுத்துத் தூரமாக எறிந்தேன். எதிரேறிய காற்று அதை மீண்டும் என் முகத்தோடு முட்டி நிற்க வைத்தது…

‘அடிக்கடி மாருல கையை வச்சி அமுக்கி விடணும்… அப்ப எங்கேனும் சின்ன சின்ன கட்டிகள் இருந்தா… அதை உடனே

என்ன கட்டியின்னு பரிசோதிக்கணும்... கைகளைத் தூக்கி வச்சிட்டு மாருகளைக் கசக்கி விடணும்... சின்ன புள்ளிகளோ, நிற மாற்றமோ இருந்தா உடனே டாக்டரை அணுகி ஆலோசனை கேட்கணும்...' முக்கியமான இரத்த ஓட்ட நரம்புகள் உள்ள இடங்களைத் தொட்டு விடணும். நம்ம உறுப்புகளை நாமளே கொண்டாட தெரியணும். என்றெல்லாம் பல தடவைகள் மார்புகளைக் குறித்து கேட்ட விழிப்புணர்வு கருத்துரைகள் பின் மண்டையில் சுழலத் தொடங்கின...

'நமக்கெல்லாம் நாமா சோதிச்சி பாக்காண்டாம்... அதுக்கெல்லாம் வீட்டுல ஆளு உண்டு... ஆனா ரோசாளுக்கு?' பீடி கம்பெனியில்கூட உள்ள சில பெண்கள் சப்பிளி அடிச்சிச் சிரிக்கவே செய்வாங்க...

'ஏன் ரோசாளுக்க கை புளியங்காய பறிக்க போகும்...'

சுக்கா நிறுக்கும் பவுலோசியாள் சொல்லுகையில் பலரும் நமுட்டு சிரிசிரித்தாங்க...

'ஆமா என்னிக்குன்னாலும் தன் கை தானே தனக்கு உதவி...' இலை நிறுக்கும் சக்கரியா சொல்லுகையில் இன்னும் சிரிப்பாங்க... இதெல்லாம் யோசிச்சிட்டுக் கிடக்கும் என் கைகள் என் மாருகளைத் தொட்டன... அங்கே கட்டிக் கிட்டிப் பிடிச்சுருக்குமா?

எழும்பி பெரையில் போனேன்... பெரை சுவரில் கர்த்தரின் கண்கள் பார்க்கையிலே என் மேலாடையைக் கழட்டினேன்...' மாசில்லாத வான் உலக சம்மனசுகள் போல்' தெரிந்த என் மாருகளை... எங்கோ தொட்டேன் தடவினேன்... அங்கே கட்டி எதுவும் இதுவரைப் பிடித்திருக்கவில்லை.

❍

நள்ளிரவில் இப்படி முழிப்பு வந்திருக்கக் கூடாது... ஆனால் முழிப்பு வந்து விட்டது. அப்பா இன்னிக்கு வீட்டில் இல்லை... மூத்த அக்காளின் மாப்பிளைக்குத் திடீரென நெஞ்சில் வலி என கேள்விப்பட்டு அங்கு போனவர், அங்கு தங்கும் சூழல் வந்து விட... இன்னிக்கு இவ்வீட்டில் தனியே ஆனேன். உறங்கும் வரையில் அப்படி தெரியவில்லை... ஆனால் இந்த விழிப்பு... வீட்டில் கிடக்கும் இருள்... டிங் டிங்கென அடிக்கும் கடிகார முள்ளின் சத்தம் இவ்விரவிற்குத் தேவையே இல்லை. எங்கோ வீட்டு மோட்டில் உஸ் உய் என சில பூச்சிகளின் சத்தம் சங்கை இறுக்கிப் பிடித்தது... 'நீ தனிச்சி தனிச்சி...' என இவ்வுலகே என்னை மிரட்டியது. விசர்த்துக் கொட்டியது... என் கால்களை ஒண்ணுக்கொண்ணு தேச்சிக்கொடுத்தேன்... என் கைகளை

எனக்கு நானே பிசைந்தேன் ... நான் ஒற்றைக்கு இல்லை என்பதை விரட்டியடிக்க... எனக்கு நானே அணைக்க முயன்றேன்...

'கர்த்தாவே...' சுண்டு உலர அழைத்தேன்...

'எனக்கு வேண்டி கை காலோடு ஒண்ணு வாயேன்... என்னை ஆசுபிச்சி கொடேன்... எனக்குப் பேடியா இருக்கய்யா...'

ரோசா இப்படியெல்லாம் ஆனதில்லை... அழுததில்லை அப்பா இவ்வீட்டில் இருந்திருக்கும்போது.

அப்படியெல்லாம் அசாத்திய ஆளாக பலசாலியாக அப்பா இல்லை... ஆனால் அந்த ஒரு மூச்சு சத்தமும் எனக்கான பலத்தைக் கொடுக்கும்... இப்ப தான் நினைக்கிறேன்... ஏதோ ஒரு காலத்தில் வயசின் நிமித்தம் அப்பா என்னைவிட்டு போவுலாம்... அதுக்க பிறகு நான்... நான்... நினைக்கையில்... கொல்லா உச்சியில் ஆந்தை அலறியது... வீட்டில் கரண்ட் இல்லை.

ஆங்காங்கே சிவப்பு காட்டி எரிந்த இண்டிகேட்டரின் வெளிச்சமும் இல்லை... வெளிப்பக்கம் வெட்டி கிடக்கும் தெருவிளக்கும் இல்லை... எழும்பி விளக்கைக் கொழுத்தவும் திராணியில்லை... என் பாய் பிறுத்தைத் துணிகளால் பிணஞ்சி கிடக்கு... அங்கே எனக்காக யாருமே இல்லை. என் மேல் கை கால் போட்டுச் சல்லியம் செய்ய என் பிள்ளைகளில்லை... மாப்பிளையில்ல... நான் ஒற்றைக்கு ஒற்றைக்கு மனசு கூவி கொடுக்கையில் ஏது நல்லுறக்கம்? வெறும் பாயில் குத்தென ஏறி இருந்தேன்... இருளில் முளைத்து நின்றன என் சுவர்கள்... ஒவ்வொரு நிமிசமும் ஒரு யுகம் போலவே போயின... விடியும் போது என் முகம் வீங்கி போயிருந்தது அழுதழுது... காய்ச்சல் அடித்தது. போதா நிலையில் போன வாரமே இடது பக்க குண்டியில் ஒரு பரு வந்திருந்து வேலைக்காட்டி இப்போது அதுவும் பழுத்து விட்டது... ஒரே குத்தலும், காந்தலுமாக வலி...

அப்பா வரணுமே என கெதுவி கொண்டிருந்தேன்... விடியும் போது அப்பா வந்து விட்டார்.

குண்டி பருவுக்கு உள்ளி சுட்டு போட்டால் குறையும் என்கிற பழைய மருந்தை மனசில் வச்சிட்டு, அடுப்பு தீயில் உள்ளியை போட்டுச் சுட்டு சதச்சி எடுத்தேன்... படுக்கையில் போய் கிடந்துட்டு சதச்ச உள்ளியைக் குண்டியில் வைக்க எத்தனித்தேன்... கொஞ்சம் கூட முடியவே இல்லை. பருவின் முகப்பு பார்த்து உள்ளியை வைக்க பின் பக்கம் எனக்கு கண்கள் இல்லையே... பெரை கதவைச் சாத்திப் போட்டுட்டு, கிடப்பாயில் கமந்து உள்ளியை வைக்க எத்தனித்து தோற்கும் என்னை கர்த்தர் பார்க்கத் தான் செய்தார்... அவன் கண்களில் எனக்கான

பரிதவிப்பை பார்த்தேன்... நிச்சயம் நிச்சயமாக அங்கு கிடக்கும் கைகள் உயிர் பெற்று என் குண்டி பருவில் மருந்து வைக்கவே ஏங்கின... ஆனால் அது நடக்கவில்லை.

கமந்து கிடக்கும் என்னில் இயலாமையின் கண்ணீர் பெருகியது... துணை என்கிறது இதுக்குத் தான் தேவை... ஒவ்வொரு மனுசனுக்குன்னு அந்தரங்க பகுதிகள் சரீரத்தில் உண்டு... அதை பார்க்க சினேகமும் உரிமையுமான துணை வேணும்... அந்தரங்கத்தில் வரும் துன்பங்களில் உரிமையாக உதவி புரிய ஒண்ணுக்கொண்ணு துணையில்லாம போனால்... அது தானே அனாதை வாழ்க்கை...

'மோளே... பருவு குறயட்டா ஆஸூத்திரியில போகணும்... பிறகு அது கல்லக்கா பிடிச்சி பழுத்திட்டா பெரும் பாடு...' அப்பா பெரையின் வாசலில் நின்று சொன்னார்.

எனக்கும் ஆஸ்பத்திரிக்குப் போவதே சரியென தோன்றியது. யாரும் பார்க்க முடியாத இடத்தில் வந்திருக்கும் பருவை டாக்டரங்கிலும் பார்க்கணுமே... நானே கவனிக்க மறந்த என் உறுப்புகள். இப்பிடியொரு வியாதியை வருத்தியாவது கவனிக்க சொல்லுது... என்னிடம்.

அப்பாவும் நானுமாக ஆஸ்பத்திரிக்குப் போக வெளியில் இறங்குகையில், பஞ்சாயத்திலிருந்து கணக்கெடுப்பு பணிக்கென சிலர் வந்தார்கள்... எல்லோரின் கைகளிலும் தடித்த புக்குகள் இருந்தன... வந்தவர்களில் ஒரு பெண்...

'வீட்டு நம்பர சொல்லுங்க...' அப்பா சொன்னார்.

'வீட்டுக்க சரியான அட்ரசை சொல்லுங்க...' அப்பா சொன்னார்.

'ஒங்க பேருகளைச் சொல்லுங்க...' அப்பா சொன்னார்.

'வயசைச் சொல்லுங்க...'

'எனக்கு எழுவது... இவளுக்கு இருபத்தியேழு...' அம்மாடி எங்கப்பா பச்சையாகப் பொய் சொல்லுகிறார். எனக்கு முப்பத்திமூணு முடிய போகுது...

அப்பா சொன்னதை காம்பவுண்ட் சுவரில் கேட்டுட்டு நின்றாள் பரிசுத்தம் மயினி. அப்பா கள்ளம் சொன்னதைக் கேட்டு சிரித்தாள்...

'ஏன் மாமோ ஒரு பத்தைக் கூடக் குறச்சி பதினேழுன்னு சொல்லி கொடுக்கப்பாதா? மூத்து நரச்சவளுக்கு இப்பளா இருபத்தியேழு ஆச்சி... எதுக்கு இப்பிடி வயசை குறச்சி

சொல்லுதியளோ...' பரிசுத்தம் மயினியின் பேச்சு அங்கு வந்தவர்களின் முகங்களில் கடினங்களை ஏற்றியது...

'மொவுளுக்கு எத்ர வயசு..?' அதில் ஒரு ஆண் கேட்டான்...

'அவளுக்கு இருபத்தியேழு... தா... ன்...'

'போய் ஆதாரை எடுத்துட்டு வாரும்... கோள்ஸ் சர்டிப்பிக்கெட்டை எடுத்துட்டு வாரும்' அப்பாவோடு இறுவினான் வந்தவன்...

'ஆமா பெரிய வயசு... சட்டியில போட்டு அவுச்சி தின்னக்கா முடியும் இந்த வயசை... அதுக்குப் போய் ஏன் இப்படியொரு கள்ளம்...'

வந்திருந்தவர்களில் ஒல்லியான தேகம் கொண்டவள் சொல்ல... எங்கப்பா அவளருகில் போனார்...

'ஒவ்வொரு வயசுக்கும் ஒரு வாழ்க்கையுண்டு... அந்தந்த வயசுக்கான வாழ்க்கை பாழே கழிஞ்சி அந்த வயசு தன்னிலே கரிஞ்சி போகிற நொம்பலம் ஒங்க யாருக்கேலும் உண்டா? கலியாணப்பருவம் கடந்து, மக்க குட்டிகளெல்லாம் பலுகி பெருகி வாழ வேண்டிய மொவா இன்னும் தரிசாகவே இருக்கம்ப... அவளைப் பெத்தவனுக்கு மனசாட்சியோடு உண்மையான வயசைச் சொல்ல மனசு வராது... இராத்திரி ஆனா... எனக்கெல்லாம் கிடப்பு இல்ல தெரியுமா? என் மொவுளுக்க வயசு என்னைக் குத்தி கொல்லும் தெரியுமா? வாழ்க்கை ஆகாம பரிதவிச்சி போன எனக்க மொவுளுக்க வயசை சொன்னா... அதை வச்சி அப்பிடி என்னத்த செய்வியா? மூச்சுக்கு இல்லாத வயசை இந்தப் பாழாப்போன உடலுக்குத் தானே கொடுக்க முடியும்?'

அப்பா அவர்களோடு கத்தியும் கதறியுமாக அழும் கோலம் கொடுமையாகவே இருக்க... நான் வீட்டிற்குள் போய் என் ஆதாரை எடுத்தேன்... வயசுக்கான ஆவணங்களை எடுத்தேன்...

'இன்னா இதுல இருக்கு ஒரிஜனல் எல்லாம்...' சொல்லும் என்னைப் பார்க்கிறவர்களின் பார்வையில் குறைந்த பட்ச கருணை இல்லாமல் இல்லை. அதனால் எனக்கு என் வயசுக்கு என்ன பலன்?

❍

புனிதா கிளினிக்கில் நான் தான் முதல் ஆளாகப் போயிருந்தேன். டாக்டர் வர எப்படியும் அரை மணி நேரமாகுமென ரிசப்சனில் சொல்லி விட்டார்கள்... அப்பா என்னை விட்டுட்டு வெளியில்

இருக்கும் சாயைக்கடையில் போனார். எனக்கு இருக்கவும் முடியல... நிற்கவும் முடியல. வலி குத்திக் குத்திப் பிடுங்கி எடுத்தது. சரீரம் முழுக்க காய்ச்சல் போல் சூடும், வலியும். தொடை வரைக்கும் கொது கொதுவாக இருந்தது... இந்த நேர உடலின் வதைக்கு எனக்கொரு அணைப்பு வேண்டும் போலவே இருந்தது... அப்படியே அணச்சி வச்சி எனக்க நெத்தியில உம்மா வைக்க எனக்கான பாசம் வேண்டும் போலவே இருந்தது... ஆனால் அது இல்லையென்பதை ஏற்றுக்கொள்ளவே வேண்டும். சுதனோடு ஆன காலங்களில் சும்மா மூக்கு பாஞ்சி தும்மினாலே ஓடி வந்து ஒண்டி வைப்பானே... அக்காலங்களைக் காலதேவன் திருப்பி தந்துர மாட்டானா? நினைச்சிட்டே ஆஸ்பத்திரி ஓடுகளைப் பார்த்தேன்... ஓடு பரப்பில் படர்ந்து கிடக்கும் பிங்க், வெள்ளை, ஆரஞ் நிற தாளு பூக்கள் என்னோடு சிரிச்சன... அவைகளின் பேரழகில் என்னைக் கலக்கத் தொடங்கினேன். போகும்போது இதில் ஒரு கம்பு ஓடிச்சிட்டுப் போய் எங்க வீட்டின் முன் பக்க வேலியில் நட்டு வைக்க ஆசைபட்டேன்...

அப்பூக்களைப் பார்த்துட்டே இருக்கையில்... அங்கே... சோடி அணில்கள் ஓடி பிடிக்கின்றன... துள்ளுகின்றன... இலவசமாகக் கிடந்தாடுகின்றன அவர்களிடம் தெரியும் காதல்... என்னைக் கேவலமாகப் பார்த்தது. எந்த ஒரு தொகை பேசலும் இல்லாமல், பேரம் பேசல் இல்லாமல் சாதி கீதி இல்லவே இல்லாமல் அணில்களில் கிடக்கும் எதார்த்த காதலும், காமமும் மனுச சமூகத்தில் ஏன் இல்லாம போச்சி? பேசாம அணிலா பிறந்திருக்குலாமே... நினைத்தேன்...

ரிசப்சனில் பெயர் பதிவு பண்ணுகிறவர்கள் வர... அங்கே போனேன்... எனக்குப் பின்னே வந்தவர்கள் என் பின்னே வரிசையாக நின்றார்கள்... ரிசப்சனில் இருக்கும் பெண்ணின் நெற்றியில் அழுத்தமான குங்குமம் தெரிந்தது... கழுத்தில் தாலி மாலை. கால் விரல்களில் மெட்டி... தலையில் பூ... முகம் நிறைய சிரிப்பு...

'பேரு என்னம்மா?' சொன்னேன்...

'இடம்?' சொன்னேன்...

'வயசு..?' திக்கென நின்றேன். அப்பா சொன்னது போல் என் உண்மையான வயசு எனக்கு ஓடி வரவில்லை. விழுங்கி நின்றேன்.

'வயசென்னம்மா...' பெயர் பதிவு பண்ணுகிறவள் கொஞ்சம் சத்தமாய் கேட்க...

'முப்பத்தி மூணு...'

‘ஹஸ்பெண்ட் நேம்…’

… … …

‘எம்மா ஒன் ஹஸ்பெண்ட் நேம்…’

அவள் இறுவுகிறாள். ஏன் என் பெயரோடு விட்டுரக் கூடாதா? இதுபோல ஒரு ஆம்புளையிட்ட அவன் பேருக்க பின்னால பெண்டாட்டி பேரை கேப்பாங்களா..? அவன் அப்பனுக்க பேரு தான் கேட்பாங்க… ஆனா எனக்கு மட்டும் ஒண்ணி என் பேருக்க பின்னால அப்பாயிக்க பேரு கேட்குனம்… இல்லியா மாப்பிளையிக்க பேரு…

‘எம்மா ஒங்காது என்ன மந்தமா? ஹஸ்பெண்ட் நேம் சொல்லம்மா…’

‘எனக்கு எனக்கு இன்னும்… இன்னும் கல்யாணம் ஆகல…’

இவ்வளவும் சொல்லி முடிக்கும் முன் பலமுறை தோற்றேன்… மரிக்கிறேன். அவள் என்னை இன்னொரு கணம் பார்த்தாள்… சுற்றி முற்றி என்னைப் பார்த்தார்கள்… வயசு கேட்காத ஒரு உலகம் வேணும் போலவே ஆசைகொண்டேன்… மனுசங்களைத் தவிர வேற எல்லாதுக்குமே பிறப்பு என்கிற ஆரம்பமும், இறப்பு என்கிற முடிவும் தான் உண்டு… ஆனா இங்க தான் வயசு இருக்கு… அது சொல்லியே ஆகணும்.

‘சரி ஒங்கப்பா பேரை சொல்லு…’ சத்தம் குறைவாக இப்போது இருந்தது அவளிடம்…

அப்பா பெயரை சொன்னேன்… எப்படியாயினும் எதோ ஒரு ஆணின் பெயரின் முன்னே பெண்ணை நிறுத்தும் உலகம் இது…

டாக்டர் செக் பண்ணி, கல்லக்கா போட்டிருந்த பருவை கீறி விட்டிருந்தார். அதைச்சுற்றி பேண்டேஜ் போட்டு விட்டிருந்தார்… பருவு இருக்கும் இடத்தில் போட்டுவிட களிம்பு தந்தார்கள்… அப்பாவோடு வீட்டிற்கு கிளம்பினேன்… இன்னும் அந்த அணில் சோடிகளின் காதல் களிப்போடு ஆர்பரித்துக் கிடப்பதைப் பார்த்தேன்…

வீட்டில் போனேன்… பருவில் போட்டுவிட தந்த களிம்பை எடுத்தேன்… ஆனால் அதற்குரிய கைகள் இல்லாமல் ஆக… அந்தக் களிம்பு, பருவுக்கு உதவாமலே கிடந்தது…

22

ஆட்டுக்காரி எலிசபெத் வழியாக வந்தது சம்மந்தம் வந்தது. நான் எவ்வளவோ ஆர்ப்பாட்டம் பண்ணியும் அப்பா விடவே இல்லை.

அவனுக்கு அம்மா அப்பா இல்லை. பெரிய படித்தக்காரனும் இல்லை... ஊரில் சொந்தமாக இரப்பர் பால் வெட்டும் தொழில்காரன்... தொகைப் பற்றியெல்லாம் கேட்டிருக்கவே இல்லை என்பதே எங்க சைடில் எங்களுக்குக் கிடைத்த நல்ல தகவல்.

'இந்தக் காலத்தில தொக பேசாம எவனப்பா கெட்ட வருவான்?' நம்பாமல்தான் கேட்டேன்.

'ஒனக்கொரு விசயம் தெரியுமா மக்கா... மேல விளையில உள்ள வற்கியிக்க பெண்ணை ஒருத்தன் இஷ்டப்பட்டுக் கேட்டிருக்கியான். பெரிய தொகையெல்லாம் கேட்கல. அதை அறிஞ்சி வச்சிட்டுப் பலரும் என்ன சொன்னாங்கன்னு தெரியுமா? பயலுக்கு எதோ குறையாம்... அதான் தொகை வாங்காம கெட்டியான்னு. ஒருத்தன் தொக பேசாம கெட்ட வந்தாலும் ஒடனே அவனுக்கு எதோ குறையிருக்குன்னு சொல்லியதுனால தான் ஒன்ன கேட்டிருக்கியவனும் ஒங்களால முடிஞ்சதை தாருங்கன்னு கேட்டிருக்கியான்... அவனெல்லாம் ஒனக்க படிப்பறிவையோ அழகையோ கேக்கேல. குணமுள்ள பெண் வேணுமுன்னு எலிசோத்துட்ட கேட்டுருக்கியான்.' சொல்லும் போதே அப்பாவின் முகம் மலர்ந்தது.

சம்மந்தக்காரனின் ஃபோட்டாவை என் மொபைலில் அனுப்பி வைத்திருக்க... அப்பா அருகில் இருந்தார்... வந்த படம் லோடு ஆகாமல் கறங்கி கறங்கி கிடக்க... முற்றத்தில் போய் போனை சரிச்சி, தூக்கி என காட்டி எதோ ஒரு வழியாகப் படம் பளிச்சென தெரிந்தது... எனக்கு மாப்பிளை பயலைப் பிடிக்கவே இல்லை.

உதடுக்குள் நிற்க மறுக்கும் கூரிய பற்கள்... பனங்கா போல் ரெண்டு கண்கள்... பாலம் போல் நிமிர்ந்த மூக்கு. நெற்றி புடைக்கும் நரம்புகள்... ஆளு மிகவும் ஒல்லி போலவே முகம் ஒட்டி தெரிந்தது. என்னை விட நிறமும் அதிகம்...

'அப்பா... ப்பா இவனா மாப்பிளை...' கேட்கும் என்னை அப்பா கோபமாகவே பார்த்தார்.

'ஏன் இவனுக்கு என்ன குற?'

'போட்டாயில பாக்கவே பேடியா இருக்குப்பா...'

'நம்மளையும் அங்க பாத்தா அப்பிடிதான் இருக்கும்...'

அப்பா தலையைக் குனிச்சி சொல்லுகையில் என்னைப் பார்த்தேன். எம்புடு அடிச்சி விட்டாலும் அடங்காத நரைகள் வெள்ளையாக... செம்பட்டையாக தெரிந்தன... கறுப்பேறி பருத்து போன தேகம்...

'எல்லாத்துக்கும் மனசுண்ணு ஒண்ணு இருக்கு மக்கா... அழகையும், சந்தத்தையும் பிச்சி தின்னவா ஒக்கும்? பய நல்ல மரியாதியாமே... இதை விட இனி என்ன வேணும். தள்ள தவப்பன் இல்லாம வளந்தவனுக்கு வேளா வேளையிக்கி அவுச்சி கொடுக்கவோ, அன்பு காட்டவோ ஆள் இல்லாம பய பொட்டி போயிருப்பான். நீ ஒரு பெண்டாட்டியா போன பிறகு அவனுக்க பொட்டுன கொவுடெல்லாம் நிமிரும்... அவன் பருப்பாமுட்டி...'

அப்பா சொல்ல... மௌனியாகவே ஆனேன்... பருத்து கறுத்துப்போன என்னோடு ஒல்லியாக ஒருவன் மாப்பிளை யாக அமைவது நல்லவா இருக்கும்?

'சினேகம் தான் எல்லா அருவருப்பையும் தீக்கும்... அஞ்சாறு நாளு பழகுனா பாசம் வச்சா... இதெல்லாம் கண்ணுல தெரியாது ... பின்ன...' அப்பா இழுத்தார்.

... ...

'அவன் ஒன்னவிட நாலஞ்சி வயசு எளப்பம்...'

'ஏன்... ஏம்ப்பா... ஆளு பொருத்தமும் இல்லாம ... வயசு பொருத்தமும் இல்லாம... ஏன் இப்படியெல்லாம் என்னை...'

'பின்ன ஒன் சம வயசுக்கு இப்ப எங்க போய் மாப்பிளை பாக்க? ஒனக்கு முப்பத்தி நாலு பிறந்தாச்சி. அவனவன் இருபத்தியஞ்சி வயசிலே ஒண்ணும் ரெண்டும் பிள்ளையளுக்கு அப்பனாகியாச்சி. நாட்டுல மாப்பிளையே இல்லட்டி. ஒன் வயசுக்கு இப்ப பாக்கணுமங்கி எதோ ரெண்டாந்தரம் தான் பாக்க ஒக்கும்...'

'பின்ன அப்பிடியங்கிலும் பாரும்...'

'ஒ... அவனுவாப் பெத்து வச்சிருக்கியதுகளை பாத்து பரிதலிச்சி... ஒனக்குண்ணு ஒரு நிமிருவே இல்லாம அழிஞ்சி போயிருவ... அங்கெல்லாம் போனா. இப்ப இதுல என்ன குறஞ்சிட்டு. நாலஞ்சி வயசு தானே குறவு. நாட்டுல இதுபோல எம்புடு பேரெல்லாம் வயசுல கூடினவங்களைக் கெட்டியிட்டு வாழேலியாக்கும்...'

'அ.துக்கு... ஒமக்கு எள்ளு போலயங்கிலும் விவரம் உண்டா? சம வயசுக்காரங்களைக் கெட்டினாலே, சமத்துவமான சிந்தனை குடும்பத்தில இருக்காது. பெண்ணுகளைவிட அஞ்சி வயசு ஆணுங்களுக்குக் கூடுதலா இருந்தா தான்...'

எதோ பெரிய விளக்கம் கொடுக்க போகும் என்னை அப்பா கையை மலத்தி நிறுத்து என்பது போல் சொல்லி விட்டார்.

கலியாண கிளாசுகளில், பெண்ணுக்க அக மன வளர்ச்சி சம வயசு ஆண்களைவிட ஐந்து வயசுக்கு அதிகமான வளர்ச்சியாக இருக்கும். சம வயசு ஆண்கள் நினைக்கிறதைவிட ஐந்து வயசு முன்னே போய் நினைப்பாங்க பெண்கள். அதுனாலே ஒத்த வயசு கலியாணங்களெல்லாம் பெரும்பாலும் பிரச்சினையாகவே போயிட்டு இருக்குது. ரொம்ப வயசுல கூடினவங்களைக் கலியாணம் செஞ்சா அவங்க பெண்டாட்டிகளை வாத்தியார் ரோலுக்கு அட்வைஸும், அதிகாரமும், போதனையுமா கொல்லுவாங்க... இப்படியெல்லாம் கேட்டதை மனதில் வச்சிட்டு அப்பாட்ட சொல்லுலாம் என நினைத்தால், என் பேச்சு எதையும் அப்பா கேட்பது போல் இல்லை.

'ஆயிரம் போதனைகள் சொன்னாலும் ஒரு ஆணுக்கும் பெண்ணுக்கும் மனசு ஒத்துப்போகணும்... அன்பு இருக்கணும்... அது இல்லண்ணா ஒரு சுக்கும் செய்ய ஒக்காது. இந்தப் பயலுக்கு நல்ல மனசிருக்கு? ஒன்ன நல்லா பாத்துக்கிடுவான்.'

'அவனுக்குத் தெரியுமா எனக்கு வயசு குறவுண்ணு...'

இல்லை என்பது போல் அப்பா தலையை அசைத்தார்.

'பிறவு அதுவே பிரச்சனையாகும்... நாளொரு காலம் எப்படியும் அறிய தானே செய்வான்...'

'ஒன்ன பிடிச்ச பிறகு அறிஞ்சாலும் ஒண்ணும் ஆகாது...' ஏன் என் அப்பா இப்படி ஆகி விட்டார்.

'போ போய் குளிச்சி ஒருங்கு... அங்கண்டு அஞ்சி பேரு வருவுனம். ஒன்ன பிடிச்சிட்டா உடனே காப்பு போட்டுட்டுப்

போவுனம்... கொவுடெல்லாம் நல்லா சோப்பு போட்டு குளி... போ... நான் கடைவரைக்கும் பெயிட்டு வாறேன்... லே மாசியே...'

அப்பா வெளியே போனார். எனக்கு அழுகையும் வரவில்லை. கோபமும் வரவில்லை... ஒரு விதமான எரிச்சலே முட்டுகிறது. மல்லிகாளோடு பேச ஆசைகொண்டேன்... அவளாலும் மனசில் இப்போது நாலைந்து நாள்களாக அமைதியில்லை. போன் பண்ணினால் போன் போகவே இல்லை. சுச் ஆப் என்கிறது. போனுக்கு என்ன ஆச்சோ? அவளுக்கு என்ன ஆச்சோ..? பிச்சியக்காளும் கலவரத்தில் தான் கிடக்கிறாள்.

மல்லிகாளை நினச்சிட்டு போன் பண்ணினால் அப்பக்கம் குயிங் குயிங் என அணைந்தே போகிறது. நிராசையில் போனை வச்சிட்டுக் குளிச்ச போனேன்... எங்கப்பா சொன்னது போல் கொவுடெல்லாம் சோப்பு போட்டேன். நாள் போகப் போக என் மூஞ்சியில் அழகேயில்ல... களையில்லை... அதில் மினுக்கமே யில்லை.

'அவரு என் பக்கத்தில் உண்டங்கி எனக்க மூஞ்சியெல்லாம் ஃபேசியல் போட்டதுபோல ஆயிரும்... அப்பிடிப் போட்டு முத்துவாரு.' பீடி கம்பெனியில் வரும் அஞ்சலி, யமலியெல்லாம் இப்படிப் பேசி சிரிப்பதைப் பல நாட்கள் கேட்டிருக்கிறேன்...

முத்தம்கூட ஒரு வகையில் அழகு சாதன குறிப்பு தான்... அது இந்த ரோசாளுக்க மூஞ்சியில சுதனோடு முடிஞ்சி போச்சி... அது இல்லாம ஆகி போய் தான் முகம் பாலைவனம் போல ஆயிட்டோ... மூஞ்சியில இரத்த ஓட்டம் குறஞ்சா, அது பின்ன சூம்பி பிடிச்சிட்டுக் களையிழந்துதான் போவும்...' பிச்சியக்கா நேற்றுகூட என் முகத்தைப் பாத்துட்டுச் சொல்லவே செய்தாள்...

களையிழந்து போச்சுண்ணு இனி அதை நடுச்சந்தையில போய் கேட்கவா ஒக்கும்? அதுக்கான உரிமையும், பாசமும் இல்லாம எவனுட்ட போய் கேக்க ஒக்கும்? போகப் போக எனக்க மூஞ்சியில இரத்த ஓட்டம் குறையுதுபோல... அதான் எங்கையை வச்சங்கிலும் தேச்சி தேச்சி இரத்தம் ஓட சொல்லியாரு எங்கப்பா... நினச்சிட்டே சோப்பை பிதுக்கி முகத்தைப் போட்டு ராவியேன் ராவலு... இரத்தம் ஓடட்டுமுண்ணு.

❍

மாப்பிளை ரெகுவோடு அவனின் இரண்டு சகோதரிகள்... மச்சினங்கள் வந்திருந்தார்கள். போட்டோவில் பார்த்ததை விட ஆளு மிகவும் ஒணங்கி தெரிந்தான். என்னைவிட ஆளு நல்ல கட்டையும்கூட... தலையில் முடியும் நெருக்கமாக இல்லை.

ஒடுங்கினவன் போல் இருந்தான் ஒரு இருப்பு… என்னைச் சகிக்கவே முடியாமல் பெரைசுவரில் சாய்ந்தேன்… ஒரு சின்ன ஆறுதல் கூட இல்லாமல் கர்த்தர் என்னைப் பார்த்தார்…

என்னை அவர்களுக்குப் பிடித்து விட்டது… நரம்பு தள்ளி நிற்கும் கையால் என் பருத்த கையில் வளையல் போட்டு விட்டான். கலியாணத்திற்கான தேதியைக் குறித்தார்கள். அவன் போன் நம்பர் தந்தான்…

மலசொரிப்பாட்டுக்காரிகளெல்லாம் பழையது போல் இல்லாமல் ஆக, அப்பா எங்கெல்லாமோ தேடி சில பிள்ளை களைப் பாட்டுப் படிக்க கூட்டியிட்டு வந்தார்… அதுவளும் ‘ரோசா… ரெகு’ என பாட்டுப் படிக்கத் தொடங்கினார்கள். ஆக்குப்பெரை, கலியாணப்பெரையெல்லாம் இப்போது இல்லை… இதனால் அப்பா மண்டபத்துக்கு புக் பண்ணினார். வளையல் மாற்றி இரண்டு வாரங்கள் ஆன நிலையில் அந்த ரெகுவும் என்னோடு பேசி பேசி பழகி விட்டான். அப்பா சொன்னது போல் எனக்கு அவன் மீதான வெறுப்பு போயிருந்தது… நீண்ட பற்களோ, நிமிர்ந்த மூக்கோ, கட்டையோ, நரம்பு தேகமோ எதுவுமே ஓர்மை வரவில்லை…

‘தின்னியா குடிச்சியா… எப்பிடி இருக்கிய… என்ன செய்யுற…’ இப்படியான விசாரிப்புகளும் ரோசா ரோசா என்கிற அவன் அழைப்பும் என்னை நிறைய மாற்றியிருப்பதை உணர்ந்தேன்…

‘என்ன பண்ணுற ரோசா… ஒழுங்கா தின்னு ரோசா…’

இதெல்லாம் என் இறுக்கமான சூழலை உடைத்திருக் கிறது. எங்கப்பாவோடு நின்ற ரோசா என்கிற என் பெயரை ரெகு தினம் பலமுறை சொல்லுகிறான். சுதனுக்க பிறகு என்னைப் பாசமாக அழைக்க உரிமையான ஆண் இதுவரை அமைந்திருக்கவில்லை. என் அழகான பெயரில்கூடத் தூசு படிந்துதான் கிடந்தது விளிப்பாரற்று. பெயரை அழைக்கவும் உரிமையான பாசமான காதல் வேண்டுமென்பதை நினைத்து ஏங்கி போனவளின் பெயர் தான் மிளிரத் தொடங்கியிருக்கு…

‘வாழ்க்கை மாறுமுட்டி…’ பிச்சியக்கா என் களையைப் பார்த்துச் சொன்னாள்.

என் கலியாணச் சமையலுக்கான மல்லி மிளகை உலர்த்தியிட்டு நின்றார் அப்பா…

‘எனக்க மொவுளுக்குக் கலியாணம் முழுத்துட்டு…’ பார்ப்பவர்களிடமெல்லாம் அழச்சி அழச்சி சொல்லுகிறார். எதோ பெரிய நிமிர்வு அவரிடமும்…

மாசியும் அப்பாவுமாக எதோதோ பேசி பேசி மல்லியும் மிளகும் வெயிலில் போட்டுட்டு இருக்கையில் சன்னலோடு சாஞ்சி நின்று என் கையில் ரெகு போட்டு விட்ட வளையலைத் திருக்கித் திருக்கிப் பார்த்தேன் … அதன் வெட்டும் மினுக்கும் எனக்குப் பிடித்திருந்தது… கூடவே கிடந்து பாத்திரம் தேச்சுகையில், துணிஅலவுகையில், கிடக்கையிலென எப்போதும் ஒட்டி கிடக்கும் காப்புமீது காதலே வந்து விட்டது … ஒரு வித ரசனையில் வளையலைப் பார்த்துட்டு நிற்கையில் … வீட்டின் முன் பக்கம் ரெகு வந்தான் பைக்கில்… அவனோடு அவனின் மூத்த மச்சினன்…

'வாருங்கா பிள்ளா …'

அப்பா அவர்களை வரவேற்றார் … நானும் அளவு பிளவுஸை எடுத்துட்டு வெளியில் போனேன். ரெகுவை உன்னிப்பாகப் பார்த்தேன் … அவன் முகம் மாறி போய் இருந்தது. கலவரமும், கோபமும் தெரிந்தது …

'ஏன் ..?' திக்கென பின்னே போனேன் …

'பெண்ணுக்கு வயசு கூடுதலாமே …' மச்சினார் கேட்க … நான் நொறுங்கி போனேன் … அப்பா தளர்ந்து போனார்.

'பிள்ளா அதெல்லாம் ஒரு விசயமா ?' அப்பா உலர்த்தும் சிவப்பு மிளகைவிட ரெகுவின் முகம் மாறியது.

'விசயம் தான் … ஒண்ணி அதை முதலிலே சொல்லி யிருக்கணும். அத ஏன் மறச்சீங்க… நாங்க ஒங்க மொவளைப்பத்தி நிறைய விசாரிச்சிட்டோம்… எல்லாம் மூடி மறச்சி என் தலையில கட்டி விட நினச்சி தானே வயசை மறச்சீங்க …' ரெகுவா இது ? நேத்திக்கு அந்திக்குக் கூட …' ரோசா ஒன்ன எனக்கு ரொம்ப பிடிச்சும்…' சொன்னவன் தானே … ஏன் அதுக்குள்ளால இப்படி ?

கலவரமாகிப் போன ரெகுவையும் கூட நின்ற மச்சினங் காரனையும் மாசி சமாதானம் செய்ய முயன்றான்.

'வயசெல்லாம் இந்தக் காலம் ஒரு விசயமா ? இருபது வயசுக்கார பயலை நாப்பது வயசுக்காரி கெட்டியா … எழுபது வயசுக்காரனுக்க கூட நாப்பது வயசுக்காரி கலியாணம் செய்யுறா ? ஊரு ஒலகத்தில வயசு கூடின பெண்ணுவள கெட்டியிட்டு வாழலியா ? இதெல்லாம் விசயமாக்கி ரோசாளை கலியாணம் செய்யாம இருக்காதீங்க …' மாசி எனக்காகப் பேசினான் …

'இதெல்லாம் விசயமே இல்ல … ஆனாலும் அத முதலில சொல்லுலாம் இல்லியா … அதான் எனக்கு தேச்சியம். எனக்கு இந்தக் கள்ளம் சொல்லியதே பிடிச்சாது. கள்ளம் சொல்லியவங் களையும் பிடிச்சாது. ஒரு வயசுக்கு இப்படி கள்ளம் சொன்னவங்க…

அப்பிடியங்கி என்னெல்லாம் கள்ளம் சொல்லுவுனம்... எனக்கு இனி இந்தக் கலியாணம் வேண்டாமே வேண்டாம்... அதான் கொடுத்துட்டுப் போன காப்ப வாங்கியிட்டுப் போறக்கு வந்தேன்...'

கொஞ்சம்கூட மனசே இல்லாமல் ரெகு சொல்லி விட்டான்... என் வானம் இடிந்தது...

அப்பாவோ அந்த ரெகுவிடம் கும்பிட்டார்...

'இது என்ன அப்பிடி சத்தியம் நிறஞ்ச ஓலகமா? நான் சொன்ன கள்ளத்தால யாருக்க வாழ்க்கை நஷ்டப்பட்டுட்டு... அதை ஒரு காரணங்காட்டி எனக்க மொவளை வேண்டா முண்ணு சொல்லாத பிள்ள... இப்ப அஞ்சாறு நாளா தான் என் மொவா சிரிச்சியா... சந்தோசமாயிருக்கியா... சாவு வீடா கிடந்த வீடு இப்பதான் எள்ளுபோல திளுப்பு விட்டிருக்கு... என் மொவளுக்கு வாழ்க்கைக் கொடு...'

எங்கப்பா ஏங்கி அழுகையிலும் அவன் கிறுங்கவே இல்லை. மாசி அப்பாவைச் சமாதானம் செய்ய முயன்றான்...

அப்பாவின் இந்த அழுகை, யாசகம் என்னைக் கலவரப்படுத்தியது. கையில் அவன் போட்டு விட்ட வளையலை உருவி அவன் முகத்தில் எறியவே நினைத்தேன். இனி இந்தக் கலியாணம் நடக்காது... தெரியும். அவன் போட்ட வளையலை உருவி உருவி பார்த்தேன்... அது வரவே இல்லை. அதுவும் பழகி விட்டிருக்கிறது. இந்த நாள்களில்... பாசம் கொண்டு விட்டது...

'வர மாட்டியா நீ... வா... வா...' உருவி வலிச்சி எடுக்கையில் நகம் என் கையை பிச்சி இரத்தம் கசிந்தது... ரெகுவை நோக்கி போனேன்...

'இன்னா... இன்னா ஒன் வளையலு...' அப்பா என்னை தடுத்தார்...

'மோளே ஏன் அவசரப்படிய? பொறு பொறு...'

'செஞ்சது தப்புண்ணு தெரியுது இல்லியா... ஒரு மன்னிப்பை கேட்டுட்டுக் கையில போட்டுக்க...'

ரெகு சொல்லுகையில் அவனை நிமிர்ந்து பார்த்தேன்...

'இன்னா பிடி ஒனக்க வகையை...' மனசில் இவன் மூலமாக பெற்ற பிள்ளைகள் செத்து மடிவதைக் காண்டேன்... ஆனாலும் அவன் காப்பை நீட்டினேன்...

'மோளே ஒரு மன்னிப்பைக் கேட்டுட்டு ஒங்கையிலே போடு மோளே...' அப்பா கெஞ்சினார்...

'காலம் வரைக்கும், என் உயிரு இருக்கிய கடைசி நிமிசம் வரைக்கும் என்னைச் சித்ரவதை செய்து கொல்லுவானப்பா இவன் இனி... இனி இவன்கூட ரோசாளுக்கும் ஆகாதுப்பா...'

கண்ணீர் சிதறினாலும் சொல்லி விட்டேன்... காப்பை அவனிடம் திணித்தே விட்டேன்...

'செய்யதெல்லாம் செஞ்சிட்டு பெண்ணுக்க கோறை பாக்கேலியா? எதோ ஊரு ஒலகத்திலே பெண்ணு இல்லாதது போல... வாரும் மச்சினா... நமக்கு வேற கிட்டும்...'

ரெகு சொல்லிவிட்டான்... பைக்கை எடுத்தான்... போனான்...

'பிள்ளா நான் மன்னிப்பு கேட்கியேன்... கள்ளம் சொன்னது தப்பு தான்... வா... பிள்ளா என் பிள்ளையை விட்டுட்டு போவாத...' அப்பா அவன் போன திசையில் நின்று அழுதார்... அப்படியே விரிச்சி போட்ட மிளகில் பொத்தென விழுந்தார்...

'அப்பா... ஆ...'

மகள் குறித்த ஏமாற்றத்தில் மல்லி மிளகு லோட்டு விழுந்த அப்பாவின் கண்கள் மேற்சொருகி போயின...

○

அப்பாயை உடனடி அவசரத்தில் பக்கத்தில் இருந்த தனியாரில் கொண்டு சேர்த்து செய்த சிகிட்சையில் என் கலியாணத்துக்கென பூசி மொழுகி வைத்திருந்த சில உருப்படிகள் காலியாகி விட்டன. அவசர பிரிவில் சேர்த்த அப்பாவை இனியும் அங்கு வைத்து காப்பாற்றும் சூழல் இல்லாமல், தர்ம ஆஸ்பத்திரியில் சேர்த்து நான்கு நாள் ஆகியும் அப்பாவுக்கு ஓர்மையே வரவில்லை... மூக்கில் குழல் மாட்டியிருக்கு... அது வழியாகவே நீர் ஆகாரங்கள் கொடுத்து வருது. அப்பாயிக்கி மூளைக்குப் போற இரத்த நரம்பில் கசிவு ஏற்பட்டிருக்காமே... வயசாகி போன நிலையில் அங்கெல்லாம் இனி சிகிட்சை செய்ய இயலாது என்கிற நிலையில், அப்பா பேச்சு மூச்சு இல்லாமல் கிடந்தார். தொண்டையில் கபம் கிருகிருத்தது. அப்பாவுக்கு ஓர்மையே இல்லை... இப்படியொரு சூழலில் அப்பாயைப் பார்க்க எனக்கு வலுவே இல்லை... அப்பா என்றால், எல்லாமே சாதித்து விடும் ஒரு கனவு இருந்தது ஒரு காலத்தில்... இப்போது எதுவுமே இயலாது என்ற நிலையில் ஆகி விட்டவரால் மரத்து போயிருக்கிறேன்... அப்பாயை மூத்தவர்களெல்லாம் பார்க்க வருகையில் என்னைத் தான் குத்தி பேசுகிறார்கள்...

'நல்லா வாழ வேண்டிய மனுசன் இவா ஒருத்தியால இப்பிடி ஆகி கிடக்கியாரு. எல்லாம் இவளால வந்த ஏக்கம்... இவா தான் எல்லாத்துக்கும் காரணம்...'

முகம்படவும் பேசினார்கள். இவங்க எல்லாம் வராமல் இருக்க மாட்டாங்களா? ஏங்கினேன்...

தர்ம ஆஸ்பத்திரியும், அவசர பிரிவும், அங்கு மூச்சுக்காகப் பிடைக்கும் மனுச உடல்களும், ஆங்காங்கே பொட்டி தெறிக்கும் விசும்பல்களும், அய்யோ அய்யோ என்கிற உயிர் வலிப்புகளும் என்னை நிராசைப்படுத்தும் இரவாகவே இப்போது சில இரவுகள்...

'டாக்டர் எங்கப்பாவுக்கு என்ன ஆச்சி? இனி எப்ப எங்கப்பா பிழச்சி வருவாரு...' டூட்டி டாக்டரிம் கேட்ட போது அவரே கையை மலத்தி விட்டார்.

'இவ்வளவு வயசுக்க பிறகு மூளையில போகிற நரம்புல இரத்த கசிவு... அது இனி சரியாகுமா? சான்ஸ் குறைவு. அப்பிடியே ஞாபகம் வந்தாலும் அது வெறும் சில நிமிசங்களோ, கணங்களோ தெரியல... இப்பிடியே ஆஸ்பத்திரியில வச்சி காக்கிறதுக்குப் பதில் நீங்க வீட்டிலே கொண்டு போயிருங்க... அதான் நல்லது...'

வெறும் ஒரு மூச்சிருக்கும் பிணமாக அப்பாவை வீட்டில் அழைத்து போய் நான் பின்னெல்லாம் என்ன செய்வேன்? பேச்சில்லாமல்... சிரிப்பில்லாமல்... என்னோடு ஒரு சூட்டே இல்லாமல் கிடைபாயில் பிணம் போல் கிடக்கும் அப்பாவோடு இனி எப்படி இவள் வாழ்க்கை? கையிருந்த பணமெல்லாம் கரைந்த நிலையில்... இப்போது வெறும் ஒரு பூஜ்யம் போல் ஆகி நிற்கிறேன் தர்ம ஆஸ்பத்திரியில்...

❍

வீட்டுல அப்பாயை கூட்டியிட்டு வந்து நாலு நாள்கள் ஆகி விட்டன... அவர் அப்படியேதான் கிடக்கிறார்... பிச்சியக்காளின் கடைக்கும் போக வாய்ப்புகள் இல்லா நிலையில் ஆகிவிட்டேன்... வேளா வேளைக்கான மருந்து வகைகள், நீர் ஆகாரமென ஓசு வழியே இறக்கி விடுவேன்... உடனிருந்து பார்க்க பணம் தேவைபடும் நிலையில் குழு ஒன்றில் லோன் கேட்டிருந்தேன்... பிச்சியக்கா தான் அதற்கும் ஏற்பாடு செய்திருந்தாள். ஆனால் அதுவும் எனக்குக் கிடைக்கவில்லை.

கயல்குழுவில் லோண் கேட்டிருந்த நிலையில் எல்லா ஆவணங்களும் கொடுத்திருந்தேன்... ஆனால் எனக்கான

நாமினி பெயரைக் கேட்டாங்க ... நானும் படுக்கையில் கிடக்கும் அப்பாயின் பெயரைச் சொன்னேன் ... வயசை கேட்டாங்க ... ஏத்துக்கவே இல்லை.

'ஒனக்கெல்லாம் லோணு இல்லம்மா ... அதவா ஒனக்கு என்னங்கிலும் ஆனா பணத்தைக் கெட்ட யாரு இருக்கா? சரியான நாமினியா மாப்பிளையோ மக்களோ இல்லண்ணா லோணெல்லாம் கிடைக்காது ...' லோணு ஆபிசர் சொல்லிவிட ... கூசி போனேன் ...

அக்கம் பக்கம் யாரோடும் பத்து ரூபா கடன் கேட்டாலும் கிடைக்கவே இல்லை ... தரல யாருமே ...

'நீ எப்பிடி திருப்பி தருவ?' குடும்பம் என்கிற பின்புலம் இல்லண்ணா மனுசனாகூடப் பாக்க மாட்டாங்கபோல ...

நடுதளத்தில் கிடத்தியிருக்கும் அப்பாயின் அருகே அமர்ந்தேன் ...

அப்பாவின் கண்களின் ஓரம் நீர் பெருகி தன்னாலே ஒழுகி பாய்கிறது. இப்போதெல்லாம் கண்களைச்சுற்றி ஈரம் கிடக்கிறது எப்போதும் ...

'அப்போ ...' காதின் அருகே சத்தம் கொடுக்கையில் ...

'ம் ...' நீண்டு ஒரு மூணல் வந்தது ...

'அப்பாயிக்கி என்னைப்பத்தி கவலையாப்பா ... நானெல்லாம் நல்லா தான் இருக்கேப்பா ... இங்கேரம் நான் சிரிச்சியேன் ...' அப்பா நிம்மதிகொள்ள வேண்டுமென என்னைச் சிரிச்சிக் காட்டினேன் ... அப்பா சிரிக்கவில்லை ... பேசவில்லை ...

இப்போதெல்லாம் என் இரவுகள் அதீத சுமையாகவே ஆகி விட்டன ... எப்போது வேண்டுமானாலும் அப்பாயிடமிருந்து உருவி ஓட காத்திருக்கிறது அவர் மூச்சு என்பதால் இரவுகளின் பீதி கொடுமையாகவே இருந்தது ... நிமிசத்துக்கு நிமிசம் அவருக்க மூக்கருகே கையை வைக்கிறேன் ... வயிறு ஏறி இறங்குதா கவனிக்கிறேன் ... 'அப்போ. நான் இருக்கேன் இன்னா ...' சொல்லி சொல்லி முகம் தடவி கொடுத்தேன் ... அப்பா இப்படி ஆன பிறகு மாசி எங்க வீட்டுத் திண்ணையில் வந்து கிடப்பான் ... தூக்கம் வருவது போலும் தூங்குவது போலும் ஆன எனக்குச் சொப்பனமா நிஜமா என்று தெரியாத அளவுக்கு மல்லிகா தெரிந்தாள் ...

வெறுமனே பாயில் கிடக்கும் என் காலடியருகே குத்தவச்சிட்டு இருக்கிறா ... அவள் தலைமுடி பிரிந்து கிடக்கிறது ...

கழுத்தில் செயினில்லை... காதுகளில் கம்மலில்லை... ஜெம்பரில் கை துணி கிழிஞ்சி தொங்கியது. கண்களிலிருந்து தாரையாகக் கண்ணீரு...

'மல்லிகா ஒனக்கு என்னட்டி ஆச்சி?' கேட்டேன்...

...ஒண்ணுமே சொல்லாம நீண்ட அழுகையை வெளியாக்கினாள்... பின் மெதுவாகப் பேசத் தொடங்கினாள்...

'நான் ஏமாந்துட்டேன் ரோசாளே... என்னைக் காதலிச்சிக் கூட்டியிட்டுப் போனவன் மகா கள்ளமுட்டி. ஒனக்கொரு விசயம் தெரியுமா? அவன் என்னை காதலிச்சதுன்னு சொன்ன தெல்லாமே பச்ச கள்ளமுட்டி. அவனுக்குக் கலியாணம் முடிஞ்சி மூணு வயசுல ஒரு பிள்ளையும் இருக்குட்டி... எல்லாத்தையும் மறச்சிட்டு என்னை காதலிச்சதா ஏமாத்தியிட்டாமுட்டி... என் கழுத்துல கிடந்த செயினை எங்கியோ கொண்டு வித்து தீத்துட்டு... பித்தளையில ஒரு மாலையைப் போட்டான். அஞ்சாறு நாளு அங்க இங்கண்ணு டூரு சுத்தினான்... கடைசியில பாத்தா அவனைக் காணேல. வீடு அன்னளிச்சித் தேடி போனா எல்லா விசயமும் தெரியுது... அவன் பெண்டாட்டி என்னை ரொம்ப கேவலமா பறஞ்சாட்டி... எல்லாத்துக்கும் மேல ஒரு உண்மையைச் சொல்லட்டா? அவன் குழந்த என் வயித்துல ஆச்சி... அதைக் கூட அவன் ஏத்துக்க... அழிச்ச சொன்னான்... கடைசியில என்னைத் தெருவுல தள்ளினாமுட்டி... அதான் முன்ன பின்ன பாத்தேன்... இனியும் இந்த ஒலகத்துல வாழணுமான்னு யோசிச்சேன்... ஒண்ணாமவுதே மாசி என்னைக் கடிச்சி துப்ப நிப்பான். இனி என்னை அதுல ஏத்துவானா? எனக்கான ஒரு சின்ன மானிப்பைக் கூட யாருமே தரப்போறதில்ல... அதான் இந்த வாழ்க்கையோட ஆசையெல்லாம் முடிஞ்சி போச்சிண்ணு உறுதி செஞ்சேன்... நானெல்லாம் இனி இஞ்ச எதுக்குட்டி ரோசா. மண்ணறையில போய் சேரவே விரும்புறேன். அந்த ஆறடி இருட்டுக்குள்ள யாருக்க ஓத்திரவமும் இல்லாம ஒளிச்சி கிடக்கவே விரும்பியேன்...'

கண்களில் நீர் கோலமாகச் சொல்லுகிறவளால் அச்சமும் திகிலும் ஏறியது...

'அதான் நானே என்னை அழிச்சிட்டேன்...' அக்குரல் என்னைப் பீதியடைய வைத்தது...

'மல்லிகா... ஆ...' அலறி எழும்பினேன் பாயிலிருந்து...

என் காலருகே இப்போது அவளைக் காணவில்லை... நிஜம் போல் என்னருகே அழுதாளே... அவளுக்கு என்னவும்

ஆகியிட்டோ... பரபரவென போனை எடுத்தேன்... அவளுக்கு அடித்தேன்... எதிர்முனை செத்து கிடந்தது... வெறுப்பில் போனை தூரமா போட்டுட்டு எழும்புகையில் என் சரீரம் முழுவதும் விசர்த்து ஊறியது... மல்லிகாளை உடனே பார்க்கணும் போலிருக்க... பெரை மூலையில் சாச்சி வச்ச அவளின் தைய்யல் சாக்கின்மீது கவனம் போனது... அதைத் தூக்கி எடுத்தேன்... அப்படியே பொல பொலவென அதன் கீழ் பக்கம் உதிர்ந்து போகுமளவுக்குத் தைய்யல் சாக்கை செதில் அரிச்சி வைத்திருக் கிறது... நிலைகுலைந்து போனேன்...

இந்த நேரத்தில் எனக்கு போன் வந்தது பிச்சியக்காளிட மிருந்து...

'பாவி பெண்ணு மல்லிகா இருக்காளே... நம்மளையெல்லாம் ஏமாத்தியிட்டு நீராழிக்குண்டுல போய் விழுந்துருக்காளமுட்டி ரோசாளே... ஏ... ஏ.' பேரழுகையை வெடித்தாள் பிச்சியக்கா... வாழ்க்கையைப் பற்றி அவ்வளவு சொல்லுவாளே என் மல்லிகா. அவளா நீராழிக்குண்டுல சாடுன? ஆகக் கூடி ஒரே ஒரு அன்பை உண்மையாகத் தேடுனவளை அந்த அன்பு தான் அழிச்சோ கர்த்தாவே... பொத்தை சிதஞ்சதுபோல, நீராழிக்குண்டுக்குள்ள ஏன் சிதஞ்சா?

'படிச்சி படிச்சி சொன்னேனே... கேட்டாளா... இப்ப என்ன ஆச்சி?' வெளித்திண்ணையில் கிடக்கும் மாசி அவன் தலையில் அடித்து அழுதான்...

பொழிந்து விழுந்த தைய்யல் சாக்கு என்னைப் பார்க்கையில் என் மல்லிகாவின் அழிதல் கோலமே தெரிந்தது...

'மல்லிகா... ஆ ...' அலறுகையில் காற்று அவள் ஆன்மாவை அணைத்து வைத்திருப்பது போலவே தோன்றியது.

23

‘எப்பொழுதும் மகிழ்ச்சியாக இருங்கள்; என்ன நேர்ந்தாலும் நன்றி செலுத்துங்கள்...’ என்கிற விவிலிய வாசகம் கோயிலில் கட்டி வைத்திருக்கும் ‘கூம்பு பெருக்கி வழியாக என் காதில் விழுந்தது. அப்படியெல்லாம் மகிழ்ச்சியை எனக்கு வெளிப் படுத்த இயலவே வில்லை இப்போதெல்லாம்.

மகிழ்ச்சி என்கிற இலக்கில் தான் வாழ்க்கையை ஆரம்பிச்சேன்... ஆனா அது ஏனோ என்னை விட்டு தூரமாகவே போய் கொண்டிருக்கிறது... கிடைப்பாயில் கிடக்கும் அப்பாவைப் பார்த்துட்டு எப்படி மகிழ முடியும்? நீராழிக்குண்டில் மிதந்தாளே மல்லிகா அவளை இனி எப்படி மறந்துட்டு மகிழ முடியும்? அல்லியக்காளும் பிள்ளைகளும் என்ன ஆனார்களோ எப்படி சந்தோசிக்க முடியும்?

‘கொப்பன் ஒன் ஏக்கத்திலாக்கும் இந்த கெட ஆனது. எப்படியங்கிலும் அவருக்க காலத்தில ஒனக்கொரு மங்கலம் நடக்கணும்...’

சில மூப்புலுகள் புத்திமதி சொல்லுகிறார்கள் என்னோடு... எனக்கெல்லாம் இப்போது அந்த எண்ணமே இல்லை. எங்கோ பறந்து ஓட மனசில் ஆசை வருது... ஆனால் எங்கு என்று தான் தெரிய வில்லை... பால் கொதிக்கிறது... கீழே இறக்கி வைத்தேன்... கப்பில் ஊற்றி ஆற்றி எடுத்துட்டு வீட்டின் பின் பக்கம் போனேன்... அங்கே மல்லிகாவின் கோழிகள் சில கொண்டைகளைத் தூக்கியிட்டுப் பரிதவிச்சி நின்றன... அவள் இல்லாமல் ஆன பிறகு சில கோழிகளைப் பட்டிகள் பிடிச்சிட்டுப் போச்சு... இப்ப சிலதெல்லாம் தேஞ்சி மாஞ்சி நிக்கி. நானும் ஆஸ்பத்திரி அங்கு இங்கென அலைந்த நிலையில் பரமாரிக்க முடியவில்லை. பிச்சியக்கா அப்பப்ப வந்து என்னங்கிலும் போட்டாலே உண்டு. கோழிகளின் மீது இரக்கம் வர... அப்பாயிக்கென ஆற்றிய பாலை

வைத்துவிட்டு, பழஞ்சி பானையில் கிடக்கும் பற்றை அரிச்சி வாரினேன் ... மல்லிகாவின் கோழிகள் என்னைக்கண்டதும் கெக்கரிச்சிட்டு ஓடி வந்தன ...

அங்கே கோழி கூட்டின் முன் பக்கம் ஒழுகலில் வாரி போட்டிருந்த பழைய சீலை மல்லிகாவின் சீலையாக இருக்க... அவளுரு அங்கே தெரிவது போலவே இருக்கு... நெஞ்சு பிசைந்து போனது. ஏமுட்டி என்னை விட்டுட்டுப் போன?' பதிலில்லை. கோழிகளுக்கு ஆகாரம் வச்சிட்டு, எங்க வீட்டு குசுனியில் வருகையில் அப்பா... இருக்காரே... எங்கப்பா பேசினார். மூச்சு மட்டுமே கிடந்தாடும் இந்நாள்களில் அவருக்கு எப்படி பேச்சு வந்தது?

'ஞாபகம் சில சமயம் வருலாம்... அது அப்பிடியே இருக்குமா? போகுமாண்ணு சொல்ல தெரியாது...' டாக்டர் சொன்னது ஞாபகத்தில் வர... 'அப்பா...' அழச்சிட்டு அவரிடம் போக எத்தனிச்ச என் கால்கள் நின்றன... அப்பா மாசியோடு ஏதோ தீவிரமாகக் கேட்கிறார் என புரிந்தது... அப்பாவின் தலைக்கும் மோட்டில் மாசி இருக்கிறான் மிகவும் அழுக்கனாக... கிறுக்கன் போல். அப்பாயின் தலையை வருடி கொடுக்கிற வனிடம்... அப்பா எதோ ஒன்றை யாசிக்கிறார்.

'மா ... சி ... நான் ஒனட்ட இப்ப வரைக்கும் ஒண்ணுமே கேட்டதில்ல...'

'தெரியும் மாமா ... நீரு ஒண்ணும் கேட்டதில்ல. நானும் செஞ்சதில்ல. இதுல வரம்ப எல்லாம் அப்பாயில்லியே ... அம்மாயில்லியேண்ணு உள்ள ஏக்கமெல்லாம் ஒமக்க மொகம் பார்த்ததும் தீந்து போயிரும். நானெல்லாம் ஒம்மள எனக்க அப்பன் ஸ்தானத்துல தான் வச்சிருக்கியேன் ... இன்னும் அப்பிடி தான். ஒமக்கு ஒண்ணாமவுதே பேச முடியேல... அதம் இதம் சொல்லாம அப்பிடியே கெடயும். ஆருமத்த ரோசாளுக்கு ஒரு வீட்டுக்காவலுக்கேனும் கெடயும்... ரெண்டு நாளு களியம்ப ஒமக்கு இத விட கெச்சாப்பு வரும். அப்ப பேசுலாம்...'

மாசி இதமாக சொல்லுகையில் கிடையில் கிடக்கும் அப்பா அவரின் விரலால் மாசியின் சுண்டை அடைத்தார்...

'என ... க்கு ... எனக்கு பேசணும் ... பேச விடு ... எனக்க ரோசா மொவளை ... நீ... நீயங்கிலும் கெட்டுல மாசி...'

திக்கி திக்கியேனும் அப்பா சொல்லி விட்டார்... அடுக்களையில் மறைந்து கேட்டுட்டு நின்ற நான் விழாமலிருக்க சுவரைப் பிடிக்கிறேன்...

‘மா... மோ... என்னது இது... இப்பிடி கேட்டுட்டு...’

‘அவளை இனி எவனும் கெட்டியிட்டு போறது போல எனக்கு தெரியேலல மாசி... காலம் பூராவும் தரிசாட்டே என் மகா ஆகியிருவாளோண்ணு என் கூம்பு இடிச்சுதுல. ஏன் ஒனக்கு அவா முறக்காறி தானே...’

அப்பா கேட்கையில் என் கண்களில் பொலபொலா கண்ணீரு...

அப்பா இப்படியெல்லாம் சுயநலவாதியே இல்லை. பிச்சியக்காளை தன் மகள்போல தான் வச்சிருக்காரு. அவளை இவ்வீட்டில் கூட்டியிட்டு வந்து குடும்பம் நடத்த மாசியோடு பல நாள்கள் சண்டை கூட போட்டிருக்காரு. அந்த அப்பாதான் இப்போது இப்படியொரு வார்த்தையைக் கேட்டிருக்கிறார். இது ஒன்றும் சுண்டிலிருந்து வந்தது இல்ல... மனசிலிருந்து வந்தது. ஓர்ம கெட்டது போல் கிடந்திருந்தாலும் அவருக்க மனசு இந்த எண்ணத்தை எண்ணியிட்டு இருந்துருக்கு... வாழ்க்கை எவ்வளவு கொடுமையாகப் போய் விட்டது.

‘பிச்சியை நீரு மறந்து போச்சோ மாமா...’

மாசி கேட்கையில் அப்பா இல்லை என்பது போல் தலையை ஆட்டினார்...

‘அவளை நான் மறக்கவே இல்ல...’ சொல்லுகையில் இரு கண்களிலிருந்தும் கண்ணீர் ஒழுகி பாய்கிறது அப்பாவுக்கு...

‘எதோ ஒரு வாழ்க்கையை அவா வாழ்ந்து பாத்துட்டா இல்லியா... அவளுக்குண்ணு ஒரு மொவன் இருக்கியான் இல்லியா... ஆனா என் ரோசாளுக்குண்ணு என்ன இருக்கு சொல்லு? இந்த வீடும் வீட்டடியும் வித்தா கிட்டும் ஒரு தொக... அவ்வளவும் உண்டங்கி பிச்சியிக்க கடனை நீ தீக்குலாம். பிறகு நீயும் ரோசாளுமா ஒன் வீட்டுல வாழுங்கல... எதோ ஒரு காலத்தில ஒங்க மக்க குட்டிகளெல்லாம் இதுல பிறந்து வளரட்டுமுல... மாசி என் மொவளை கெட்டுல...’ கிடப்பாயில் கிடந்தவர் மெல்ல எழும்ப முயற்சித்து மாசியோடு கை கூப்பினார். என் இருதயம் திக் திக்கென அடித்தது... மாசி என்ன பதில் சொல்லுவானோ?

மாசியை இப்போது வரைக்கும் மாமியின் மகன் என்று பார்க்கவே இல்லை... மல்லிகாவையும் மயினி என்று நினைக்கவே இல்லை. அல்லியக்கா, மாசியண்ணன், மல்லிகா என்று தான் இவர்களையெல்லாம் என் சொந்தங்களாக நினச்சிருக்கேன். சின்ன வயதில் போலீஸ்காரர் வீட்டில் கலர்

டிவி பார்க்க போகுகையில், கோயிலில் பேசி சிரிச்சுகையில் மல்லிகாளை குற்றம் தண்டிச்சும் போதெல்லாம் என்னையும் மாசி திட்டுவான். அல்லியக்காளுக்கு, மல்லிகாளுக்கென பூ வேண்டுகையில் எனக்கும் வேண்டியிட்டு வருவான். எனக்கும் சுதனுக்குமான காதலைத் தெரியும் மாசிக்கு... மாசியைப் பல தடவைகள் நானும் திட்டியிருக்கிறேன்... வெறுத்திருக்கிறேன். கிள்டக்கா விசயத்தில் அன்பு செய்திருக்கிறேன்... ஆனால் ஒரு நிமிசம்கூட அவனை மாமியின் மகனென்று பார்த்திருக்கவே இல்லை. இப்போது ஏன் அப்பா இப்படியொரு இக்கட்டில் மாசியை விட்டிருக்கிறார்... என்னை சிக்க வைத்திருக்கிறார். மாசியை உளிஞ்சி பார்த்தேன்... அவன் அப்பாவின் முன் தலை குனிந்து இருந்தான் மௌனமாக ... அந்த மௌனம் என்னைப் பயம் கொள்ள வைத்தது...

ரோசாளை ஏத்துக்குறேன் என ஒரு வாக்கு சொன்னாலும் அதை என்னால் தாங்கிக்கொள்ளவே முடியாது...

'சொல்லு மாசி... எம்பிள்ளையை நீ வச்சி காப்பாத்துவியா... இன்னும் எத்ர நாளு நானுண்ணு சொல்ல முடியாது மாசி... எங்கண்ணு அடஞ்சி போகம்ப... என் மகா சுமங்கலியா தெரியணும் எனக்கு...'

அப்பா என்னைப்பற்றி ஆழமான சுயநலத்தோடு யோசிப்பதை காண்கையில் பிச்சியக்காளின் சிரித்த முகம் மனசில் வந்து நின்றது... 'அப்பா என்ன இது?' கேட்கலாமென்று குசுனியிலிருந்து வெளியே வரவும்... மாசி அப்பாயின் கையைப் பிடிச்சிட்டான்...

'நான் ... நான் அவளைப் பாக்குலாம் மாமோ ... நீரு ஒண்ணுக்கும் கவலைப்படாதேயும் ... நான் இருக்கேன் ...' மாசியின் பதிலால் அய்யோ நொறுங்கி போனேன்...

'மாசி... என்ன இது?' மாசியோடு கேட்கையில் அப்பாவின் கண்கள் மெல்ல மூடி போயின... அவருக்கு மீண்டும் அசதியும் ஓர்ம பிசவும் வந்து விட்டது...

'எப்பண்ணு இல்லாம மூச்சு போறவரு எனட்ட இப்பிடி கேட்டா நான் பின்ன என்னத்த சொல்லுவேன். சாவறுதி மூச்சு நல்ல அமைதியா அடங்கட்டுமுன்னு தான் இப்பிடி சொன்னேன்...' முகத்தை நிமிர்த்தாமலே சொன்னான்...

எனக்கு அவன் பேச்சு ஆசுவாசமாக இருந்தது... ஆனால் அடுத்த கணமே இந்த ஆசுவாசம் அடக்கியது...

258 மலர்வதி

‘ஒனக்கு ஆட்பேசணை இல்லன்னா மாமா கேட்டதுல எனக்கு விருப்பம் இருக்கு… அவளுக்க கடன்காரனா வாழ்ந்து வாழ்ந்து வாழ்க்கை மரக்குது…’

மாசி கறாலாக சொல்லி விட்டு என் பதிலை எதிர் பார்க்காமல் வெளியே போனான். எனக்கோ சங்கு அற்று போனது. ஏன் மாசி இப்படி சொல்லி விட்டான். அப்பா சொன்னது போல் இந்த வீட்டடியை விற்று பிச்சியை தலைமுழுக நினைக்கிறானே … அழுகை முட்டியது. ஏன் இப்படி குரூரம் மாசிக்கு… விங்கென ஆன நிலையில் பிச்சியக்காளுக்கு போன் விளித்தேன்…

அவள் குரல் கேட்கையிலே நெஞ்சு உருகி போனது…

‘பிச்சியக்கா… நான் ஒண்ணு சொன்னா நீ கேட்கணும். இனியும் நீ மாசியை விட்டுட்டு ஒன் வீட்டுல வாழியது நல்லது போல இல்ல. இனி அதுக்கான காலமும் நேரமும் பாக்காம… ஒனக்க பயலையும் கொண்டு ஒடனே இஞ்ச வந்துரு…’

‘ஏங்குட்டி ரோசா… என்னங்கிலும் ஆச்சோ?’

‘மாசி இருக்கியானே ஓட்டனுட்ட எதோ வேறு சம்மந்தம் பாக்க சொல்லியான்…’

‘அவன் அப்பிடியா சொல்லியான்… எங்கண்ணனும் இது பத்தி எனட்ட சொல்லியிட்டு தான் இருக்கியான். அப்பிடி அவனை இனி லேசுல விடமாட்டேமுட்டி… நான் வாறேன்… வாறேன்…’

அவள் இப்படி சொல்லுகையில் எனக்கு மாபெரும் நிம்மதியே … போனை வச்சிட்டு அப்பாவை பார்த்தேன்… அப்பாவின் கண்கள் திறந்தே கிடந்தன… நான் அவருக்க அருகில போய் இருந்தேன்…

மெலிஞ்சி கிடக்கும் விரல்களைப் பற்றிப் பிடித்தேன்… அவ்விரல்கள் நடுங்கின … இந்த நடுக்கம் எனக்கானது என்பதை உணருகையில் இன்னுமாக அமுக்கி பிடித்தேன்…

‘ப்பா… நான் நல்லா இருக்கேப்பா… எங்கோ எனக்கான ஒரு ஒலகம் என்னை அழச்சிட்டுத்தான் இருக்குப்பா… நான் அங்க போய் பூத்து குலுங்கி நல்லா தான் இருப்பேன்ப்பா…இப்பிடி அடுத்த ஒருத்தியிக்கி வாழ்க்கையைப் பிடுங்கி எனட்ட தந்தா நான் எப்பிடியப்பா நல்லா இருப்பேன். பிச்சியக்கா பாவம் இல்லியா … எங்க சுகம் கிட்டுதோ அங்க பதுங்கி போகிற

மாசியை என் மனசுக்க ஓரத்துல கூட வச்சுக்க முடியாது இந்த ரோசாளுக்கு... அதுனால பிச்சியக்காளை இங்க அழச்சிட்டேன்...'

சொல்லி முடிக்கையில் அப்பாவின் கை விரல்களில் இன்னும் நடுக்கம் கூடி போனது... சுண்டு விம்மியது... கண்ணீர் சுரந்தது... நான் அப்பாவை அணைத்தேன்... வெளியே வாகனம் ஒன்று வந்து நிற்கும் சத்தம் கேட்டது... மெல்ல வெளியே பார்த்தேன்... குட்டியானை வண்டி ஒன்று வந்து நின்றது. அதன் மேல் பக்கத்தில் வீட்டுக்கான பல வகை சாமான்கள் இருந்தன... முன் பக்கத்தில் பிச்சியக்கா அவளின் மகனோடு இருந்தாள்... வண்டி ஓட்டியிட்டு வந்த அவளின் தமையன் பால்மணி வண்டியை நிறுத்தி விட்டு பொதக்கென சாடினான்.

வண்டியின் மேல் பக்கம் போட்டிருக்கும் வகைகளை ஒவ்வொன்றாக இறக்கினான்... இது எல்லாவற்றையும் வெளித் திண்ணையில் இருக்கும் மாசி பார்த்தான்... அப்படியே இருந்தான்.

ஒவ்வொரு பொருளாக இறக்குகையில், பால்மணி மாசியைச் சீற்றமாகவே பார்த்தான்... பால்மணியின் பெருத்த மீசை... அவனின் குடமண்டி, கௌரம், கறுப்பு இதெல்லாம் பார்த்தாலே ஒரு கம்பீரம் தெரியும். இப்படிப்பட்டவன் செறஞ்சால் மாசி பொசுங்கிதான் போவான்.

'ரெண்டு பேரும் போங்க வீட்டுல...'

கட்டளை போல் சொன்னான் பால்மணி. பிச்சியக்கா அவளின் மகனோடு மாசியின் வீட்டில் வந்தாள். செயறுகள், கட்டிலு, பாத்திர வகைகள், துணிமணிகளென ஒவ்வொன்றாக எடுத்து வந்தான் பால்மணி. எல்லாத்தையும் இறக்கி வைத்தவன், கை மடக்கில் இருந்த சிசரை எடுத்து வாயில் பொருத்தி பற்ற வைத்தான்... சிசர் முனையின் தீக்கனல் வரைக்கும் கோபம் பார்க்க முடிந்தது...

'எதோ வேசகுடியா என் தங்கச்சி நடத்தியா? ஒனக்க தேவை முடிஞ்சதும் கழட்டி விட்டுட்டுப் போக யோசிக்கிற? ஓட்டனுட்ட சொல்லி வேற சம்மந்தமெல்லாம் பாக்க சொன்னியாமே... எதோ நீ சவச்சி துப்பிய கரும்பு சக்கையால என் தங்கச்சி. தோணுனா வச்சிக்கிடவும் தேவ முடிஞ்சா தூக்கியெறியவும் அவா என்ன ஒனக்க மத்தவளா? தாலி கெட்டுனா தான் பெண்டாட்டியின்னு இல்ல... இத்ர வருசமா ஒனக்கு வேண்டியும் ஒன் குடும்பத்துக்கு வேண்டியும் பாரு தூரு பட்டு கடம் பிடிச்சி தெருவுல ஆனவளை கை விட்டுட்டு வேற ஒருத்தியை ஏற போறியாமே... அப்பிடி பெய்ருவியல தா... யெழி. அப்பிடி

என்னஙகிலும் சீமத்தனம் காட்டுனா ஒன் கழுத்துல தலை இருக்காதுல... குட்டே பிச்சி... ஒனக்க ஆதாரு கீதாரெல்லாம் எடுத்து வை... அவனுக்கதையும் கேட்டு வை. நாளைக்கே போய் கலியாணத்தை ரெஜிஸ்டர் பண்ணணும்...' பால்மணி சொல்ல...

'செரி அண்ணா...'

'இனிம நீ இதுல ஒய்வெடு. நாளையிலண்டு கடை காரியங்களை இவன் பாக்கட்டு... நாலு பேருட்டண்டு பணம் மறிச்சி அதுல உள்ள லாப நட்டங்களைப் பாத்து கடை பாடையும் வீட்டு பாடையும் இவன் பாக்கட்டு...'

'செரி செரி அண்ணோ...'

'என்னத்த செரி குரியோ... நாளையிலண்டு ஒன்ன கடையில கண்டனங்கி ஒன்னையும் வெட்டி போடுவேன். ஆணுங்களுக்கு இளக்கம் வச்சி கொடுத்தா... தலையில ஏறி இருந்து நரங்கி போடுவானுவா... இவனை இப்பிடி ஆக்குன ஒனக்கு தான் நாலு சாத்து சாத்தணும்... சரி, எல்லாத்தையும் எடுத்து உள்ள வை...' பால்மணி அலட்டிய அலட்டலில் மாசி சுருண்டு போய் இருந்தான்.

'இனியங்கிலும் பொறுப்பு வரட்டு...'

எனக்குள் சொல்லியபடி பிச்சியக்காளைப் பார்த்தேன்... அவள் என்னோடு சிரித்த சிரிப்பில் அழகு சொலித்தது... ஓடி போய் அவளைக் கட்டியணைத்தேன்... பிச்சியக்காளின் மகன் மாசியின் மடியில்... 'அப்போ' என விழுந்தான்.

24

பஸ்ஸில் போய் கொண்டிருக்கிறேன் லோட்டசின் வீட்டிற்கு. அவள் மகள் வயசுக்கு வந்து முறை கழிக்கும் நாளாக இன்று இருப்பதால் என்னையும் அழைத்திருக்கிறாள். நெருங்கிய உறவுகளுக்கிடையில் மட்டுமே சொல்லியவள் என்னையும் நட்பு நிமித்தம் மிகுந்த விருப்பப்பட்டு அழைத்திருந்தாள். மல்லிகா இருந்திருந்தால் இந்நேரம் அவளும் என்னோடு வந்திருப்பாளே... நெஞ்சில் கனம் ஏறி போனது. சன்னல் வழியே வெளியே பார்த்தேன்... குசு குசான காற்று முகத்தை அடித்தது. குமாரக்கோவில் தாண்டுகையில் அரண் போல் எழும்பி நிற்கும் முகடுகளில் தவழ்ந்து கிடக்கிற மேகங்களை ஊடுருவி பார்த்தேன். தங்களை மலைகளில் இறக்கி வைக்கும் யோகம் கிடைத்திருக்கிறதே... எனக்கும் அந்த மலை முகட்டில் சாய தோன்றியது.

எங்க அம்மையின் பெரியம்மா மகள் ஒருத்தி நாரோல் பக்கம் இருக்க... எங்க சின்ன வயதில அங்கெல்லாம் எதேனும் அவசரங்கள் வருகையில் அப்பா எங்களையெல்லாம் கூட்டியிட்டுப் போவாரு. அப்ப எல்லாம் நீ நானென சன்னல் பக்கம் இருக்கையில் நாரோலுக்கான வழி பாதைகளில் நான் கண்ட காட்சிகளின் அழகில் லயித்துப் போவேன். குமாரக்கோவில் தாண்டியதும் எகதேசம் வடசேரி வரைக்கும் இரு பக்கங்களிலும் குளங்களும் ஏலாக்களும் வாழைத்தோட்டங்களும் ஓவுகளும் விவசாய நிலங்களாக பச்சை பச்சையாகவே தெரியும். கொக்கு, நாரைகளெல்லாம் கூட்டம் கூட்டமாகப் பறக்கும். பஸ்ஸில் இருக்கையில் பச்சையான தொழி வாசனை இருதயம் வரைக்கும் பரவும்... போதா நிலையில் அரண்கள் போலவே நிமிர்ந்து நிற்கும் பெரு மலைகள்...

பார்வதிபுரம் போகுகையில் வளைவுகளான கொப்புகளைப் பரப்பி நிற்கும் மரங்கள் ... இவ்வழகான இடங்களெல்லாம் எங்கே? சன்னல் வழியே கழுத்தை நீட்டினேன் ... நெஞ்செல்லாம் கொத்தி கிளைப்பது போல் அப்படியொரு நொம்பலம். வயல் வெளி பூக்களெல்லாம் கண்களைப் பறிக்கும் வகையில் நின்ற இடங்களிலெல்லாம் வளர்ப்புச்செடிகள் வியாபார நுணுக்கத்தில் தெரிகின்ற ... அவசர உணவுகளின் அணி வகுப்பில் வயல்வெளிகளின் முகங்களைப் பார்க்கவே முடியவில்லை. வாழைத்தோட்டங்களின் நெருக்கங்களில் எல்லாம் காஃபி சாப்புகள், உணவு விடுதிகளென முகங்களை நீட்டியிட்டு நிற்கின்றன... பல வகை இரும்பு கடைகள், கார் கடைகளென வழி முழுக்க அவசர யுகத்திற்கான அலங்கோலம் காணுகையில் மனசு பிடைத்தது...

சுங்கான்கடை பகுதியை நெருங்குகையில் இன்னுமாக நொந்து போகிறேன்... வாதைகளாக எழும்பி நின்ற மலைகளின் மனசை கிழிச்சி போட்டிருக்காங்களே? ஆமா அம்மலைகளின் இதயங்களைத் துளைத்து கீறி, பிளந்து போட்டிருக்கிறார்கள் ... இன்னும் இப்படியே போனால் இன்னும் சில வருசங்களில் இங்கும் எதுவுமே இருக்கப்போவதில்லை. கூவி கூவி விற்கும் வியபாரத்தலங்கள் மட்டுமே இருக்கும்...

யாராக்கும் இதெல்லாம் செய்யுறது? வாழ்ந்துட்டுப் போகிற வாடகைப் பூமியை வரப்போகிறவர்களுக்குக் கொடுக்காமல் சிதைக்க யாரு இவங்களுக்கெல்லாம் உரிமை கொடுத்தது? சன்னல் வழியே தலையை நீட்டி பார்க்கும் என்னை...

‘எம்மா தலையை உள்ள போடு...’

நடத்துநர் இறுவலோடு சொன்னார்...எனக்கோ அங்கலிப்பாக இருந்தது. பொத்தையில் நிற்கும் பாறைகளுக்கும், அங்குள்ள மரங்களுக்கும் மனசு உண்டு என்பவளுக்கு இம்மலைகளின் மனசு புரியாதா? விம்மிபோய் பஸ்ஸுக்குள் பார்த்தேன் ... ஆளாளுக்குச் சீட்டில் சாஞ்சி கிடந்தார்கள். காதுகளில் ஒயர்லெஸ் போல் பொருத்தி போன் வழியே பாட்டு கேட்டுட்டுச் சுகமாகப் பயணித்தார்கள்... இன்னும் சிலரோ அருகில் இருப்பவர்களோடு பழக்கம் விட்டு கொண்டிருந்தார்கள் ... யாரும் என்னைப் போல் பிடைக்கவில்லையோ ... ஒருவேளை பார்த்துப் பார்த்து பழகி விட்டார்களோ ... நீள நெடுவாக்கில் கரை காணாமல் கிடந்த குளங்களைக் கூட வியாபார தலத்திற்கான ஒதுக்கீடு செய்ய தொடங்கியிருக்கிறார்கள் போலும்.

எங்கோ தோத்துப்போனவள் போல் சீட்டில் சாய்ந்தேன்... கண்களை நிராசையில் மூடினேன்... குரலற்றுப் போனவள் போலானேன்.

இதையெல்லாம் உடைக்காதீர்கள்... சிதைக்காதீர்கள் என்று யாரோடு போய் சொல்ல? சொல்லாமலே ஏன் புரியவில்லை... ஓலகத்துல ஆயிரத்தியெட்டு வளர்ச்சி வந்தாலும் வாழ்வுக்கான இயற்கை அழிச்சா என்ன பலன்?

உயர் ரக மருத்துவமனைகள், வளைவுகள்கொண்ட ஆர்ச்சிகள்... கட்டிடங்கள்... பாலங்களென பளுக்காரம் கூடிய நிலையில் ஏதோ ஒரு காலத்தில் கட்டிடங்கள் இருக்கும். ஆனால் அறமோடு உள்ள மனுசர்கள் இருக்க மாட்டார்கள்... இயற்கையின் செழுமையாலே ஒருவனுக்குள் உள்ளொளி ஞானம் கிடைக்கும்... இனிமேல் அது இல்லவே இல்லை...

வடசேரி வந்ததும் இறங்குகினேன்...

'இந்த வடசேரி பஸ்டாண்ட் இருக்கே... ஒரு காலத்தில் பெருங்குளமா கிடந்துருக்கு...' எங்கப்பா என் சின்ன வயதில் சொல்ல கேட்ட நினைவு மேலெழும்ப... சாகடிக்கப்பட்ட குளத்தின் ஆன்மா என்னோடு குசு குசுப்பதைக் கேட்டுட்டே நின்றேன். கொலையுண்டதால் அடங்காத ஆன்மதாகத்தில் அது அழுதது. முகத்தைத் திருப்பினேன். லோட்டசின் வீடு உள் பக்கம் இருப்பதால் அவளுக்கு போன் பண்ணினேன். முன் எப்போதோ ஒருக்கா மல்லிகாவோடு வந்த போது லோட்டசே ஆட்டோ அனுப்பி வைத்திருந்தாள். வழியெல்லாம் இப்போது ஞாபகத்தில் இல்லை.

'பஸ்டாண்ட் வந்துட்டியா? அஞ்சி நிமிசம் வெயிட் பண்ணு... நான் என் ஹஸ்பெண்ட்டை அனுப்பி வைக்கிறேன்...'

'இல்ல நீ சரியான அட்ரசை சொல்லு. பக்கத்தில எதம் ஆட்டோ பிடிச்சி வாறேன்...' ஏனைய பெண்களெல்லாம் அவர்கள் மாப்பிளையை வஞ்சிப்பது போல் என்னை ஒதுக்கும் நிலையில் லோட்டஸ் அவள் மாப்பிளையை அனுப்பி வைக்கிறேன் என்பது எனக்குள் பூரிப்பை ஏற்படுத்தியது.

'ஆட்டோவெல்லாம் வேண்டாம்... இப்ப அவரு வருவாருண்ணு சொல்லியேன் இல்லியா... அவரெல்லாம் மனுச விழுங்கி இல்லம்மா...'

'நான் விழுங்கியிட்டா... அப்படி தான் பலரும் சொல்லி யாங்க...'

மலர்வதி

'பலருக்க கதையெல்லாம் எனக்கெதுக்கு? அப்பிடியே நீ விழுங்கினாலும் எனக்கொரு கவலையும் இல்ல… கொண்டு போவி போடியே … நானங்கிலும் கொஞ்சம் நிம்மதியா இருப்பேன்…'

சொல்லி சிரித்தாள் என் கூட்டுக்காரி லோட்டடஸ்.

என்னை எவ்வளவு நம்புகிறாள்? கணவனை எவ்வளவு விசாலமாக வைத்திருக்கிறாள் … ஆயிரம் பேர் பழிகளோடு விரட்டினாலும் எனக்காக லோட்டடஸ் இருக்காளே… மல்லிகாளும் இருந்திருக்க வேண்டியது. நினைத்த மாத்திரத்தில் லோட்டசின் கணவன் அபினேசு வந்தான்… அவன் பைக்கில் நானும் ஏறினேன். சுற்றி கிடக்கும் சாக்கடையின் மொச்சை அங்கு வீசும் காற்றில் கலந்தாடி கொண்டே கிடந்தது…

லோட்டசின் வீட்டின் முன் பக்கம் என்னைக் கொண்டு நிறுத்தினான் அபினேசு… அப்படியெல்லாம் வீட்டில் பெரிய கூட்டமில்லை. அவள் சொன்னது போல் மிகவும் முக்கியப் பட்டவர்களை அழைத்திருப்பாள் போலும். லோட்டசின் மகளுக்கென வாங்கிய சுடிதாரு பொதி சஞ்சியோடு அவள் வீட்டுக்குள் போகிறேன்…

'வா வா ரோசா…'

இரு கைகளையும் விரிச்சிட்டு என்னை நோக்கி வந்தாள். அவள் இன்னும் குளித்திருக்கவில்லை. அவசர வேலைகளில் கடஞ்சிருப்பாள் போலும்… என்னை அணைத்தவளிடமிருந்து உள்ளி மொச்சை வீசியது…

'ஒன் மகா எங்க?'

'வா இப்பிடி…'

அவள் மகள் இருக்கும் அறையில் அழச்சிட்டுப் போனாள்… ரொம்ப பொடி பெண்ணாகவே இருந்தாள் லோட்டசின் இளைய மகள்…

'எத்ர வயசு இருக்கும்..?'

'ஆக ஒன்பது தான் ஆச்சி? நாம எல்லாம் எவ்வளவு பிந்தி வயசுக்கு வந்தம். இப்ப எல்லாம் எட்டு ஒன்பது பத்து வயசுக்குள்ள ஆகியிடுறாங்க… எல்லாம் சூழல் மாற்றம் செய்யுற வேல? இவா இந்த வயசிலே எப்பிடி நாப்கின் பொருத்துவா? அப்பிடிப் பட்ட நாளில எப்பிடி பள்ளிக்குப் போவா? உண்மை யிலே ரோசா எனக்கு இப்ப இவளைப்பத்தி நிறைய கவலை வந்துட்டு.'

‘கவலையெல்லாம் படாத ... அதுக்குள்ள ஊக்கம் அவங்க மனசிலேயும் உடம்பிலேயும் இருக்கவே செய்யும் ...’ சொல்லியபடியே லோட்டசின் மகளை அணைத்தேன். கையில் இருந்த சுடிதாரை கொடுத்தேன் ...

‘ஏன் நீ சும்மா வந்துருக்குலாம் இல்லியா ... மல்லிகா இருந்திருந்தா இப்ப அவளும் வந்திருப்பா ... ஏன் தான் இப்பிடி ஆகி போச்சோ அவளுக்க வாழ்க்கை. நினச்சாலே மனசு தாங்கல ரோசா ... நீயெல்லாம் எப்பிடி தான் சகிச்சி வாழுறியோ ... சரி வந்த இடத்துல இன்னும் அதையே சொல்லி ஒன் மனசு வேதனையைக் கூட்டிக்கல ... சரி அப்பா எப்பிடி இருக்காரு?’

அப்பாவின் நிலவரத்தைச் சொன்னேன் ...

‘என்ன ஆனாலும் நீ இன்னிக்குத் தங்கியிட்டுத்தான் போகணும் ... அதான் பிச்சி அங்க இருக்கா இல்லியா பாத்துக்குவா அப்பாவை ...’

நான் கிளம்பும்போதும் பிச்சியக்கா என்னோடு இப்படி தான் சொல்லி விட்டாள் ...

‘சும்மா ஒரே இடத்துல அடஞ்சி கிடக்கிற இல்லா ... லோட்டஸ் கூப்பிட்டிருக்கா இல்லா ... போ போய் இரண்டு நாள் தங்கியிட்டு வா ... அப்பாயை நான் பாக்குலாம் ...’ சொல்லி தான் அனுப்பினாள். ஆனாலும் தங்கி கொள்ள மனசு வர வில்லை. அவசரம் முடிந்ததும் கிளம்பவே நினைத்தேன் ...

‘சுதன் வருவான்போல இருக்கு ... காலையில எனக்கு மெசேஜ் அனுப்பியிருந்தான் ...’ சுதன் என்று சொன்னதும் அவள் முகத்தைக் கூராகப் பார்த்தேன் ...

‘எப்பிடியும் ஏதோ ஒரு கேள் பிரண்ட்கூடத் தான் வருவான். நீ அதையெல்லாம் கண்டுக்காம ஒன் பாட்டுக்குச் சந்தோசமா நிக்கணும். அடிக்கடி இங்க வருகிறவன் தங்குறது மேலிருக்கே அந்த ரூம் தான் ... நீ வேணுமுண்ணா அங்க தங்குறியா இன்னிக்கு ...’

‘எனக்கு வேணாம் ... மா ...’

‘ஏன் வேண்டாம் ... முதல்ல குளிச்சி டிரஸ் மாத்தியிட்டு சாப்பிட வா ... சாயங்காலம் நாலு மணிக்கு தான் பங்சன் ...’ என்னை இழுத்துட்டுப் போக பார்த்தாள் மேல் மாடிக்கு. . .

‘இல்ல அவன் வந்தா அங்க தங்கட்டும் ... எனக்கு இங்க எங்கியாவது இடம் தா ...’

நான் சொல்ல ஏதோ யோசித்தாள் ...

'பின்ன ஒண்ணு பண்ணுதியா? என் வீட்டுக்காரருக்க மூத்த அக்கா ஒருத்தங்களைப் பத்திச் சொல்லுவேனா... அவங்கக் கூடக் கலியாணம் ஆகாம இருக்காங்க... பெயர் கூட பாரதியிண்ணு... அவங்களுட்ட போ...'

பாரதி என்கிற பெயரை அடிக்கடிக் கேட்டிருக்கிறேன். இவளும் சொல்லியிருக்கிறாள்... ஆனால் இதுவரை பார்க்க வில்லை. பெண்கல் ஸ்பெசலிஸ்ட் டாக்டர் என்று கேள்விப் பட்டிருக்கிறேன்... லோட்டசின் மாமனாருக்கு ஏகப்பட்ட சொத்தும் சுகமும் இருந்த படியால் விகிதம் வைக்கும்போது பாரதிக்கான விகிதத்தை அப்போதே கொடுத்து விட்டார்.

என்னை அழச்சிட்டு வீட்டின் பின் புறமாகப் போனாள்... அங்கே ஒரு ஒடுங்கிய வாசல்... அதன் வழி முடிவில் விரிவாகத் தொறந்தது. வட்டையான நிலம். அதில் ஒரு வீடு... அதுவும் ஓடு வீடு... அதன் பின் பகுதியில் பெரிய ஒரு குளம்.

'பாரதியம்மா...'

லோட்டஸ் அழைக்கையில் ஓடு வீட்டின் கதவு திறக்கப் பட்டது... கதவை திறந்து கொண்டு பத்து பதினொரு வயதில் பெண் குழந்தை சிரித்தாள்.

' குழலி பாரதியம்மா எங்க?...' லோட்டஸ் குழந்தையிடம் கேட்டாள்.

அக்குழந்தை வீட்டிற்குள் ஓடினாள்... அதே வேகத்தில் அங்கே ஒரு பெண்மணி தென்பட்டாள்.

'பாரதியம்மா... இவா என் கூட்டுக்காரி ரோசா... என் பொண்ணோட பஃங்சனுக்கு வந்திருக்கா... அது வரைக்கும் உங்கக் கூட இருக்கட்டுமே...'

'வா... வா...' எதோ முன்பே பார்த்தது போலவே அழைத்தான்...

'போ ரோசா. பாரதியம்மா எனக்கு அண்ணி முறை வரும். ஆனா அவங்களை அம்மாண்ணே அழச்சி பழகினேன்... அவங்கக் கூடப் பழகு ரொம்ப அருமையானவங்க... ஒன்னப்பத்தி நான் நிறைய சொல்லியிருக்கேன். எனக்கு வேலையிருக்கு. சாயங்காலம் மறுபடியும் ஒன்ன வந்து அழைக்கிறேன் சரியா...' என் தோப்பியத்தில் தட்டி விட்டுப் போனாள்.

பாரதியம்மா சிரித்த முகமாக வரவேற்றாள். அவர்களோடு குழலி, இலக்கியன், இளன், நந்தனா என்று நான்கு பிள்ளைகள் தெரிந்தார்கள். வகிடு எடுத்த உச்சி முடி முழுவதும் வெளீர்

ஆகி தெரிந்தது பாரதியம்மாவுக்கு. நெற்றியில் சில சின்ன சுருக்கங்கள்... எப்படியும் பாரதியம்மாவுக்கு ஐம்பது வயது கழியும்... நினைத்தேன்

'ஒன்னப்பத்தி லோட்டஸ் அடிக்கடி சொல்லுவா...'

வீட்டுக்குள் கூட்டியிட்டுப் போனாங்க. வெளியிலிருந்து பார்க்கையில்தான் ஓடு வீடு போல் தெரிந்தது. வீட்டுக்குள் நுழைகையில் அதன் விரிவும், தரையும், சுவருகளும், அறைகளும், திரைச்சீலைகளும், தளமும் மிகவும் ரம்மியமாகத் தெரிந்தன...

'இப்பிடி உட்காரு...'

தளத்தில் கிடந்த சோபாவில் இருக்க வைத்தாள். நந்தனா பாரதியம்மாவின் சீலை தும்பைப் பிடிச்சி ஒளிச்சிச் சிரித்தாள்.

'பிள்ளைங்களோடு இரு... இப்ப வாறேன்.'

சொன்ன பாரதியம்மா குசுனியில் போனாள். சாயைப் போடுகிறாள் போலும்... சிறிது நேரத்தில் சாயையும், வட்டமான கேக்குமாக வந்தாள்.

சாயையும் குழந்தைகளுமாகச் சிறிது நேரம் போனது.

'வா ரோசா நீ ரெஸ்ட் எடு' முன் பக்க அறையைத் திறந்து தந்தாள்... அறை சன்னல் வழியே பார்க்கையில் அப்படியொரு அழகான குளம் தெரிந்தது... நீரை மூடி ரோஸ் நிறத்தில் பூத்துக் கிடக்கின்றன தாமரைகள். இதுபோலவே அல்லிகள்... கரையோரம் முழுக்க தென்னந்தோப்புகள்... வயல்வெளிகள்... வாழைத்தோட்டங்கள் ... நாரை கொக்குகள்... ஊடு ஊடாக மாக்கானின் கரச்சல்கள்... மேய்ச்சலுக்குக் கட்டியிருக்கும் ஆடு மாடுகளின் கனைப்பொலிகள்... எல்லாம் அழியுதோ... என மனசு ஒரு பக்கம் ஏங்கும் போது இன்னும் வாழ்கிறேன் என்பது போல் கண்களில் தெரியும் இந்தப் பச்சை காட்சிகள் வாழ்க்கையில் எவ்வளவு நம்பிக்கையைக் கொடுக்கிறது ... உண்மையிலே பாரதியம்மாவும் இவங்க சூழலும் மிகவும் சுகம்...

'கதவை வேணுமுண்ணா சாத்திக்கம்மா...'

வெளியில் நின்ற பாரதியம்மா சொல்லுகையில்... நானும் சாத்தலாமா என திரும்பினேன்...

'ஒங்க... பிள்ளைகளோட அப்பா...' கேட்டேன். பளீரென சிரித்தாள்....

'பிள்ளைக்குத் தந்தை ஒருவன் ... நம் எல்லோருக்கும் தந்தை இறைவன் ... நீ ஒருவனை நம்பி வந்தாயோ இல்லை

இறைவனை நம்பி வந்தாயோ...' பழைய பாட்டைப் பாடினாள்... அப்படியே பொத்தென சோபாவில் போய் இருந்தாள்.

'நாங்க எல்லாம் காட்டுப்பூக்கள் ரோசா... இவங்களுக்கு நான் அம்மா... ஆனா வயிறால பெறல... அவ்வளவு தான்...'

பாரதியம்மாவிடம் பல மர்ம முடிச்சுகள் கிடப்பது புரிந்தது.

ஒனக்கொரு விசயம் தெரியுமா? எப்ப சாதாரண வாழ்க்கையை காலம் நமக்கு தரலியோ... அப்பவே காலத்தால் நாம ஆசிர்வதிக்க படுறோமுண்ணு நினைக்கணும்...' பாரதியம்மாவின் பேச்சு என்னை நிமிர வைத்தது.

'ஒனக்கும் கலியாணம் அமையலண்ணு லோட்டஸ் அடிக்கடி சொல்லியிட்டு இருப்பா... அமையலண்ணா அத எதுக்கு இழுத்து பிடிச்சணும். சாதாரணமா கிடைக்கலியா... காலம் நம்மளை அதுக்கு அழைக்கலண்ணு புரியணும்...'

பாரதியம்மா எனக்காகவே பேசுகிறாளோ?

'சரி விருந்துக்கும் விசேசத்துக்கும் வந்தவளுட்ட நான் என்ன பேசியிட்டு இருக்கேன். போ போ நீ போய் குளிச்சி ரெஸ்ட் எடு...'

சோபாவில் இருந்தவள் எழும்பினாள்... நான் அவளருகே போனேன்... அவள் கையைப் பிடித்தேன்...

'நீங்க நிறைய பேசுங்கம்மா... நான் கேட்கணும். எனக்குக் கேட்கத் தோணுது...'

என் தேடலைக் கண்களில் கண்டவள் என்னை இதமாக அணைத்தாள்.

'வாழ்க்கையை இப்ப வரைக்கும் தேடியிட்டு இருக்கேன் ரோசா. அப்பிடி தேடி கிடச்சவங்க தான் இவங்க எல்லாம். குழலி எப்பிடி எனக்குக் கிடச்சாண்ணு கேக்கிறியா? நான் முத முதலா வேலைப்பார்த்த ஆஸ்பத்திரியில டூட்டி முடிச்சிட்டு வரும் போது அங்க கிடந்த குப்பைத்தொட்டியில கிடந்தா... சட்டப்படி அவளைத் தத்து எடுத்தேன். இலக்கியனும் இதுபோல தான் ஒரு இராத்திரி டூட்டி முடிச்சிட்டு வரம்ப பஸ்டாப்புல கிடந்தான்... இதுபோலவே இளனையும், நந்தனாளையும் ஆஸ்பத்திரி கக்கூஸுலியிருந்து எடுத்தேன். எதோ ஒரு வகையில அப்பா நாமம் கிடைக்காம பிறந்த இந்தக் காட்டுப்பூக்களை நாம தானே பாக்கணும்.'

இன்னும் நான் நிமிர்ந்தேன்...

'பாரதிக்குண்ணு சில தோல்விகள் இருக்கு... வலிகளிருக்கு... ஆனா அது எல்லாத்தையும் இந்தப் பிள்ளைகளுக்காக மறச்சி வச்சிருக்கேன். எப்பமங்கிலும் வாய்ப்பு கிடைக்கிறப்ப... அதோ அந்தக் குளத்தில சொல்லுவேன்... அழுவேன்.'

'பாரதியம்மா...'

நான் அவள் கையைப் பிடித்தேன்...

என் கண்களில் பொலபொலவென கண்ணீர் வழிந்தது. துக்கத்தில் அழுறேனா... சந்தோசத்தில் அழுறேனா தெரியல...

'ஏன் அழுற ரோசா...'

'தெரியலம்மா... நீங்க பேசுறப்ப அது என் வலியை ... என் சோகத்தை வருடி விடுது. தொலஞ்சி போன என் நம்பிக்கையைத் தேத்துது...'

'ஒனக்கொரு உண்மை தெரியுமா ரோசா... எந்த ஒரு ஆணாலும் பெண்ணைச் சந்தோசிக்க முடியாது... நிறைவு படுத்த முடியாது. ஒரு வகையில நாம எல்லாம் நிறைவு கெட்டவங்கடி...' சிரித்தாள்...

'ஒனக்குண்ணு ஆயிரத்தியெட்டு ஆசைகளையும், கனவுகளையும் சுமந்துட்டு இருப்ப... இது எதுவுமே இல்லாத ஒருத்தனுட்ட போய் என் கனவை நனவாக்கு... என் ஆசையைப் பூர்த்தி செய்யுண்ணு எப்பிடி கேக்குலாம்... எப்பிடி எதிர் பார்க்கலாம். அவன் பாவம் இல்லியா?' சொல்லி விட்டு இன்னும் சிரித்தாள்...

'பெரும்பாலுமே ஆணுங்களுக்கான உலகமே வேற... அங்க எல்லாம் நம்மளைபோல பெரிய ஆசை உள்ளவங்கெல்லாம் ஒரு நிமிசம் கூட நிக்க முடியாது... முடிஞ்சா ஆணை காப்பாத்து ரோசா. இல்லாம அவனுட்ட போய் ஒன் வாழ்க்கையைத் தேடாத... கலியாணமெல்லாம் இதை தானே செய்துட்டு இருக்கு. பெண்ணுக்கான பாதுகாப்பையும் இளைப்பாறலையும், சந்தோசத்தையும், குடும்பம் கொடுத்துருக்கா? ஆண்களால கொடுக்க முடியுதா? அதைக் கட்டி இழுக்கியது பெட்டச்சியள் தானே...'

பாரதியம்மா சொல்லுகையில் எனக்குள் அல்லியக்கா வந்தாள்... பிச்சியக்கா வந்தாள்.

'நமக்கான சாய்வு நாம தான் ரோசா... எப்ப எல்லாம் விழுந்தாலும் நம்மாள எழும்பிக்கிற வலிமை பெறணும்... எதோ ஒரு ஆணு வருவான்... அவன் காதலனா வருவான்... கலியாணத்துல வருவான்னு எல்லாம் தேடி போய் கலியாணம்

செய்தா அது பெரும் தோல்வியா போயிரும்... உடலுக்காக ஒருத்தன் வேணும் என்கிற கட்டாயமெல்லாம் இப்ப இல்ல தெரியுமா?'

அவளை நிமிர்ந்து பார்த்தேன்...

'ஆணுறுப்பு இல்லாமலே பெண் உடலை சந்தோசமா வச்சிக்கிற உபகரணங்கள் இருக்கு அதெல்லாம் தெரியுமா ஒனக்கு..?

தெரியாது என்று தலையை ஆட்டினேன்.

'தெரியணும் அதெல்லாம்... பெண்ணும் பெண்ணும் சேர்ந்து வாழுறாங்களே... அதாவது கேள்விப்பட்டிருக்கியா?'

'ம்...'

'குழந்தை எங்க வாழ்க்கையை அடிமைப்படுத்துதுண்ணு கர்ப்பபையை அறுக்கிற பெண்கள் இருக்காங்க தெரியுமா? கேள்விப்பட்டிருக்கியா?'

'ம்...'

'ஆண் துணையில்லாம குழந்தைப் பெத்துக்கிறாங்களே கேள்விபட்டிருக்கியா?'

'ம்...'

'குழந்தைக்காவும், சுகத்துக்காவும் மட்டுமே கலியாணம் தேவை என்கிற காலமெல்லாம் மலையேறி போயிட்டு இருக்கிற காலத்தில இன்னும் குடும்பம், கலியாணமெல்லாம் பெரிய விசயமா? சமீபத்துல ஒரு ஆய்வுல இளம்பெண்கள் குடும்ப வாழ்க்கையிலிருந்து வெளியே வந்துட்டு இருக்காங்கன்னு தெரியப்படுத்தினாங்க... போக போக பெண்களுக்கு கலியாண வாழ்க்கையே பிடிக்காம தனியே வாழ துவங்கியிருக்கான்னு சொல்லுது அந்த ஆய்வு. சம்பாதிக்கும் பெண்களெல்லாம் இல்லற கூட்டில் அடையாமல் வாழுற ஒலகம் வந்தாச்சி... தெரியுமா?'

என் தலையை நிமிர்த்தி கேட்டாள். லோட்டஸ் என்னைப் பற்றி விலாவாரியாகச் சொல்லி விட்டாள் போலும்.

'ஒருத்தன் அப்பா என்கிற ஸ்தானம் பெற ஒரு பெண்ணு தேவ... ஆனா ஒருத்தி அம்மா என்கிற ஸ்தானம் பெற ஆணு தேவையே இல்ல தெரியுமா ஒனக்கு...'

கலியாணம் ஆகாமல் இழுத்தடிக்கும் என்னைப் பற்றியே நான் சுமக்கும் எல்லா கனங்களையும் பாரதியம்மா அடிச்சி உடச்சிட்டே இருந்தாங்க...

'கலியாணம் அமையலண்ணு இந்தச் சமூகம் என்னை எப்பிடி ஒதுக்குது தெரியுமா?' நான் சொல்ல அவள் சிரித்தாள் சத்தமாக...

'நீ வாழுற இடம் தப்பா இருக்குலாம் ரோசா... அதெல்லாம் சராசரியான உலகம்... ஒனக்கு எப்ப வேணுமங்கிலும் இந்த பாரதியம்மையிட்ட வல்லாம்... இந்த வீட்டுல வாழுலாம்...'

நிற்க கதியற்ற என் பாதங்களுக்கான ஒரு நிற்பிடம் சொல்லுகிறாள் பாரதியம்மா... ஆனாலும் என் மனசுக்குள் எதோ குடைசல்... என் கண்களைப் பார்த்தாள்.

'எல்லாத்தையும் முடிச்சிட்டு... போதுமென நிறைவு வாறது வரைக்கும் வராத. அதை வாழ்ந்துருக்குலாமே... இப்பிடி வாழ்ந்துருக்குலாமேண்ணு மனசு குறைப்பட்டுட்டு இருக்கிறது வரைக்கும் ஒனக்கான உலகை செய்யாத...'

மீண்டும் என் தோளைத் தட்டினாள்... சிரித்தாள்... என் கண்களையே பார்க்கிறாள்.

'ஒனக்கு இன்னும் சில குறைபாடுகள் இருக்கு ரோசா... காதலைத் தேடுது ஒனக்க கண்ணுகள்...'

'அது தேவை தானே பாரதியம்மா...'

'தேவை தான்... இல்லண்ணு சொல்லிக்கலியே. நீ தேடுற காதல் கிடச்சுண்ணா நீ ஆசிர்வதிக்கப்பட்டவள்தான்... ஆனா இந்த ஐம்பது வயசு வரைக்கும் நானும் எங்காதலைத் தேடியிட்டுத் தான் இருக்கேன்... ஏனோ அது கிடைக்கல பாரு. ஒருவேளை என் காதல் ஆசை பெரிசா இருக்குமோண்ணு நினைக்கிறேன்.'

சொன்னவள் வசதியாகச் சாய்ந்தாள் இன்னும்...

... ...

பாரதியம்மாவின் பேச்சு என்னை இடிக்கிறது; கட்டுகிறது; குலைக்கிறது... ஒன்றும் இல்லாமல் ஆக்கி விடுகிறது. உயிர்க்க வைக்கிறது... குழப்புகிறது... சந்தோசிக்க வைக்கிறது...

'என்ன ரொம்ப குழம்பி போகிறியோ... அப்படியெல்லாம் குழம்பாத... நான் என்னைப்பத்தி தான் சொன்னேன். நீ நீயா இரு... சரியா? சரி நீ போய் ரெஸ்ட் எடு...'

சொன்னவளை மீண்டும் இருத்தினேன்... என் ஆன்மா பசியோடு அலைவது போலவே இருக்கு... என் தலையைத் தடவி கொடுத்தாள்.

'போ போ போய் ஓய்வெடு...'

சொன்னவளுக்கு போன் வந்தது…

'அவளை இங்க அனுப்பி வைங்க… நான் பாத்துக்கிறேன். இது எல்லாம் இப்ப சகஜம் தான்… இதை பெரிசு படுத்தி அவளை டார்ச்சர் பண்ணாதீங்க… அனுப்பி வைங்க…'

யாரையோ அவளிடம் அனுப்ப சொல்லுகிறாள், எதிர்முனையில் என்ன பிரச்சினை எனக்குத் தெரியவில்லை. போனை வைத்தவள் நெற்றியைப் பிடிச்சிட்டு சோபாவில் இருந்தாள்.

'இப்ப எல்லாம் கருத்தடைக்கு ஆயிரத்தியெட்டு வழிகளிருக்கு… அது எதுவும் தெரியாம… அதுகளா போய் மாட்டியிட்டு செத்துடுறேண்ணு வீட்டுல உள்ளவங்களைப் போட்டுக் கொல்லுறது… என்னிக்குத் தான் இதுவா திருந்துமோ…' சோபாவை அமுக்கி அழுத்தி தல்லினாள் பாரதியம்மா…

நான் அவளை எதுவும் புரியாமல் பார்த்தேன்…

'காதலுண்ணா உடனே போய் படுத்துர வேண்டியதா? இதுகளையெல்லாம் என்ன செய்யுறது?'

… … …

'எனக்கு தெரிஞ்ச ஒருத்தரோட மகா காலேஜ் படிச்சிட்டு இருக்கா. இப்ப மூணுமாசமாம். இப்ப அவன் பேச்சுலே இல்லியாம். இவா சாக போறாளாம்… ஆ ஊண்ணா செத்து போயிடுறது… இதுகளையெல்லாம்…' மீண்டும் தலையை அமுக்கி பிடித்தாள். எனக்கு மல்லிகாளின் ஞாபகம் வந்தது.

'முதல்ல இந்தக் கல்வி நிலையங்களுல இதுபத்திய கிளாசுகளை வைக்கணும், காலேஜ் தோறும் இதுக்காகவே வழிகாட்டிகளை வச்சுக்கணும்… இதெல்லாம் சொன்னா யாரு கேட்கிறது? மார்க் மார்க்கா வாங்கணும் அதுதானே இப்பளத்த கல்வி' என்னிடம் சலித்தப்படியே அலைபேசியில் யாருக்கோ அழைத்தாள்…

'ஆமா ஈவினிங் ஒரு அபார்சன் கேஸ் இருக்கு… ஒகே…'

பார்த்து நின்ன என்னிடம் ஒரு வித விரக்தியில் சிரித்தாள்.

'எப்படியும் மாசத்துல குறையாம பத்துக்கும் மேல இது போல இந்தக் கையால செய்ய வேண்டியிருக்கு… அவசர காமம் இதுகளுக்கெல்லாம்… அழிச்சி விடலண்ணா இதுகளுக்க எதிர்காலம் யோசிச்சி பாரு…'

சொல்லிவிட்டு என்னைக் கடந்து போனவளை வியப்பாகவே பார்த்தேன். பாரதியம்மா ஒரு பெண்ணியவாதியா? சமூக

வாதியா? நாலு பிள்ளைகளின் அம்மையா... யாரிது? இத்தனைக்கும் முழு சீலைதான் உடுத்தியிருந்தாள். பாப் கட்டிங் போட்டிருக்கவில்லை... சுண்டில் சிவப்பு சாயமில்லை... நுனி நாக்கில் ஆங்கிலம் இல்லை... நீளமான கூந்தல் போட்டிருக்கிறாள். நெற்றியில் பொட்டு சாத்தியிருக்கிறாள். பெண்ணியத்தின் விடுதலை ஆடையிலோ, முடி வெட்டிலோ இல்லை என்பது போலவே இயல்பாகவே இருந்தாள்...

லோட்டஸ் இவளைப்பற்றி ஊடு ஊடாகச் சொல்லும் போதெல்லாம் வெறுமனே கேட்டுக் களைவேன். ஆனால் இவள் பெரிய வல்லமை படைத்தவள்.

குளிச்சி தயாராகி விட்டேன். மனசில் எதோ சில பறவைகளின் சிறகடிப்பு இந்த பாரதியம்மாவால்.

'எனக்கு ஆஸ்பத்திரி வரைக்கும் போயிட்டுதான் பங்சன் வர முடியும்... நீ போ...' வாசல்வரை என்னை அனுப்பி வைக்க வந்த பாரதியம்மா என் கண்களை மீண்டும் பார்த்தாள்.

'தேடுனதை சீக்கிரம் முடிச்சிரு... அதுக்கப்புறம் ஒன் கண்ணுகள் இப்பிடி அலையாது...' என் காதருகே இவ்வாக்கை சொல்லி விட்டு கண்ணைச்சுருக்கி சிரித்து விட்டாள் பாரதியம்மா ... எனக்கும் சிரிப்பு தான் வந்தது...

'நீ தேடுற காதலும், அவளும் ஒரு மனுசியிண்ணு ஒன்ன ஏத்துக்கிற ஆணும் சீக்கிரம் ஒனக்குக் கிடைக்க மனசார வாழ்த்துறேன். ' பாரதியம்மாவிடமிருந்து விலகி வருகையில் மனசு அவளிடமே போனது... திரும்பி திரும்பி பார்த்தேன்... அவள் எனக்கு டாட்டா காட்டியிட்டே நின்றாள்.

25

நிகழ்வு நடந்துகொண்டே இருந்தது... விழா மேடையில் லோட்டசின் மகள் இருந்தாள்... லோட்டஸ் அங்கே என்னை அழைக்க... நானும் ஏறி போனேன். ஏறுகையில் எதிர்பக்க படிகளில் ஏறி வந்தான் சுதன். ஆச்சரியப்பட்டுப் போனேன்.

மேடையில் இருவரும் போனதும், லோட்டஸ் சிரித்தான்...

'பழையது போலவே சோடியா இல்லியா ஏறி வாரீங்க...' லோட்டஸ் சொல்லும் போது, எவ்வளவு அமுக்கி பிடித்தாலும் அடங்காமல் என் காதல் எழுந்தது.

'ஆமா... பழைய சோடி இல்லியா...'

சுதன் சிரிச்சிட்டுச் சொல்லுகையில் என் மனசில் பொத்தையில் பறந்த பறவைகள் இப்போதும் பறந்தன.

'பொத்தையும் கலியாணமும் காதலும் இன்னும் மறக்கல...' லோட்டஸ் அவனோடு கேட்க...

'அதெல்லாம் மறக்க முடியுமா? வா ரோசா இப்பிடி... போட்டோவுக்கு...'

நான் சிலிர்த்துப் போனேன். சோடியில்லா என் தோளருகே என்னோடு நெருங்கி நின்று பலவித போட்டோக்களுக்கு போஸ் கொடுப்பவனை மிரட்சியாகப் பார்த்தேன். சுதனுக்குள் நான் இருக்கேனா? இருக்கேனா... அவன் முகத்தை ஆர்வமாகப் பார்க்கும் என்னை லோட்டஸ் கவனித்தாள். எதோ ஒரு போன் வர என்னிடமிருந்து விலகி பேசினான் சுதன். லோட்டசோ என் கையைப் பிடித்தபடி மேடையின் பின் பக்கம் போனாள்.

‘சுதன்… சுதன்… என்னை இன்னுமே மறக்கேல லோட்டஸ்…’ பரவசம் ஆனேன்.

‘அவன் எப்பவுமே ஒன்ன மறக்கவும் இல்ல நினைக்கவும் இல்ல. இதே இடத்துல இப்ப அவனுக்குள்ள எதோ ஒரு பிரண்ட் நிம்மியோ சும்மியோ எவாண்ணாலும் இப்பிடி சிரிச்சி சிரிச்சி நிப்பான்… செல்பி எடுப்பான். அதுனால அவன் பழைய சுதனா கிடைப்பாண்ணு நம்பி மனசை விட்டுராத. எவ்வளவு சிரிக்க முடியுமோ சிரி அவங்கூட… எவ்வளவு பேச முடியுமோ பேசு…’

‘ஒனக்கு நீயே ஒரு கவசம் போட்டு வச்சிட்டு இருக்கியே… அதெல்லாம் உடச்சிட்டு சுதன் கூட பழகு… ஆனா அவனுட்ட ஒனக்க எந்த எதிர்பார்ப்பையும் பாசத்தையும் தேடாத…’

‘லோட்டஸ்…’ என்னையறிமால் அவளை அணைத்தேன்…

‘லோட்டஸ்… நான் கிளம்புறேன்… எனக்கு நேரமாச்சி…’ போனை அணைத்த சுதன் சொன்னேன்…

‘அப்பிடி என்ன ஒனக்கு அவசரம்… நில்லு…’

அவன் போகப் போகிறான் என்பது என்னை என்னவோ செய்தது…

‘பை ரோசா…’ என்னோடும் கையை அசைத்தான். எதோ நினைவு வந்தவன் போல்…

‘நீ ஊருக்கு தானே போற… வாறியா எங்கூட ஒன்ன டிராப் பண்ணுறேன்…’ எனக்குத் தூக்கி வாரி போட்டது. நானெப்படி?

‘கொஞ்சம் வெயிட் பண்ணு… ரோசா சாப்பிட்டுட்டு வருவா…’ லோட்டஸ் என்னை அவனோடு அனுப்புவதிலே குறியாக இருந்தாள்.

‘ஒனக்குண்ணு டிமாண்ட் வச்சி, வச்சி நல்ல நல்ல நட்புகளை இழக்காத… சுதனுட்ட ஒரு நட்பா இரு… போ போ…’

கிசுகிசுத்தாள்…

நானும் அவனோடு கிளம்பினேன்…

சுதனின் காருக்குள் எதோ ஒரு வித நறுமணம் கிடந்தது… என்னை உரிமையோடு முன் சீட்டில் இருத்தியிருந்தான். கார் ஓட்டும் அவனையே நான் பார்த்தேன்… கையில் சுருள்சுருளாக முடிகள்… கன்னப்பரப்பில் வெட்டி விட்டிருக்கும் புற்களைப் போல் மினுங்கும் முடிகளில் நரை மினுங்கவே செய்தன… முன் தலையில் லேசான வழுக்கை… அழகாகவே இருந்தான்.

என்னைப் போல் தான் இவனும் இது வரைக்கும் வீடு குடும்பம் கலியாணம் மனைவி மக்களென ஆகியிருக்கவில்லை. அதையெல்லாம் நினச்சி அவன் கவலைப்பட்டுட்டு இருப்பது போலும் தெரியவில்லை... செழிப்பாக... வளமாக... எல்லா வற்றிற்கும் மேலாக மகிழ்ச்சியாக இருந்தான்...

காரில் கிடக்கும் மிதமான இருள்... அங்கு முன் பக்கம் கிடந்தாடும் முல்லை பூ... சின்ன சத்தத்தில் போட்டு விட்டிருக்கும் இசை... அருகில் சுதன்... வெளியில் பெய்யும் லேசான தூறல்... இதுபோன்ற ஒரு சூழலை நான் எதிர்பார்க்கவே இல்லை. முன்னெல்லாம் பொத்தையில் இப்படி ஆகுகையில் எங்களைப் பார்க்க சில பாறைகள், மரங்கள், காட்டுச்செடிகள்... பூக்கள் எல்லாம் இருந்தன... இப்போது அப்படி கூட யாருமே இல்லை.

மிதமான வேகத்தில் போகும் காரின் முன்பக்க கண்ணாடியில் விழும் துளிகள் ... உருண்டு திரண்டு நிற்கின்ற... இச்சூழலெல்லாம் என்னை ஏதோ செய்வதை உணர்ந்தேன்...

அங்கே மழை...
இங்கே...
பெண்மை
விழித்துக்கொள்கிறது...

என்னையறிமாலே என் உதடு முனக... அவன் என்னைத் திரும்பி பார்த்தான்...

'நீ எதோ சொன்ன இல்ல ரோசா...'

'இல்ல... இல்ல... நான் சொல்லேல...' காரை ஓரமாக நிறுத்தினான்.

'நீ கவிதை தானே சொன்ன...'

அவன் இப்படி கேட்டதும் என்னில் பொல பொலா அழுகை பீறிட்டது... ஆனால் அழவில்லை. அவன் இது போல் கவிதை கேட்டு காலங்கள் எவ்வளவோ ஆகிவிட்டது...

இவனுக்கு பிறகு யார் கவிதை கேட்டார்கள் என்னிடம்.

'சொல்லேன்... நீ சொன்ன கவிதையை மறுபடியும்...'

முகத்தைச் சரித்து கேட்டவனின் கண்களில் ஒரு வினாடி பொத்தையில் தெரியும் என் சுதன் தெரிந்தான்...

'ஒனக்கெல்லாம் நானும் கவிதையும் பெரிசா சுதா... ஒண்ணுமே வேண்டாமுண்ணு அன்னிக்கு என்னை விட்டுட்டுப்

போனியே ஓர்மையிருக்கா? அன்னிக்கி குலஞ்சி போன என் வாழ்க்கை இப்ப வரைக்கும் சரியாகல தெரியுமா ஒனக்கு... இப்ப வரைக்கும் எனக்குக் கலியாணம் ஆகல... அதாவது தெரியுமா?'

நான் சொல்ல... அவன் சாஞ்சி போய் சிரித்தான்.

'வாழ்க்கையிண்ணா எதோ ஒரு வட்டம் போட்டுட்டு அதுக்குள்ள நிக்கிறதா சொல்லு. நீ நினைக்கிற மாதிரியே எல்லாமே நடந்தா மட்டும் தான் வாழ்க்கையா சொல்லு... வாழ்க்கையிண்ணு ஒரு கோட்பாடு இல்லவே இல்ல தெரியுமா ஒனக்கு..? காட்டாறு போல... அது எங்க பாயுதோ... ஓடுதோ... அதுக்க கூட ஓடியிட்டுப் போகணும்...'

'ஒனட்ட நான் தத்துவம் கேட்க வரல சுதா... நானும் நீயும் காதலிச்சோமே அதங்கிலும் உண்மையா இல்லியா?' விரல் நீட்டி கேட்கையில் என் விரலைப் பிடித்தான்...

'இல்லண்ணு சொல்லேலியே... அதுக்காக அங்கே நிக்க முடியுமா? அப்பிடியே ஒன்ன மட்டுமா என் வாழ்க்கையை முடிச்சிருந்தா என்ன ஆகியிருக்கும். எதோ ரெண்டு பிள்ளைங்க இருந்திருக்கும்... நீ என் வீட்டுக்காரியா இருந்திருப்ப... நான் அந்த வீட்டுக்காகவும் குடும்பத்துக்காகவும் வாழ்ந்து முடிஞ்சி இருக்கணும்... அப்படியெல்லாம் ஒரு சின்ன வாழ்க்கைக்குள்ள என்னை அடைக்க முடியாம ஆயிட்டேன் ரோசா. என் உலகம் பெரிசு... என் பயணம் எங்கேயுமே நிற்கிறத விரும்பல நான்...'

'அப்ப நீ ஏன் அப்புவை அன்னிக்கி அடிச்ச... ரோசா எனக்கு மட்டும் தாண்ணு ஏன் சொன்ன?' சொன்ன என் தலையைத் தட்டினான்...

'அன்னிக்கு என் மனசு அப்பிடி இருந்திருக்கு... அது அப்படியே தான் இருக்கணுமா சொல்லு... சின்ன பிள்ளையில போட்ட சட்டையை வளர வளர போட முடியுமா?'

'அன்னிக்கு இருந்த இருதயம் தானே இன்னிக்கும் இருக்கு...'

'அதுல எப்படியான அனுபவங்கள், காட்சிகள் பரவி பதிஞ்சி போயிருக்கும்... முதலில பிடிச்சதெல்லாம் பிறகு பிடிக்காமகூடப் போகுலாம் இல்லியா... ஏய் எத்ர வருசம் கழிச்சி இன்னிக்கு நாம பேசிக்கிறோம்... இன்னும் பழைய கதையே பேசியிட்டு இருக்க... புதுசா ஏதாவது பேசுடி...'

'ஒனக்கு எங்காதலும் நானும் பழைய கதை... ஆனா அது எனக்கு வாழ்க்கையோட ஒரு பாகமா கலந்து போச்சி தெரியுமா?'

'இப்ப எங்கிட்டயிருந்து நீ என்ன எதிர்பார்க்கிற?'

'ஒங்கர்தலை...' சொல்லி விட்டேன் படக்கென...

'ரோசா ஒன்ன நான் எப்பவும் ஏன் இந்த நிமிசமும் காதலிக்கிறேன்... ஆனா அந்தக் காதல் என்னை இறுக்கி வைக்குமோண்ணு பயப்படுறேன்...

'தெரியும்...' சொன்ன என்னை பார்த்தான் ஒருவிதமாக...

'ஒன்னப்போல வெளியுலகம் தெரியாத பல பெண்கள் இருக்காங்களே... காதலென்கிற கமிட்மெண்ட் வந்துட்டுண்ணா நொய் நொய்யுண்ணு போட்டு கொன்னுட்டு இருப்பாங்க...' ஒரு பொத்தையும், நீராழிக்குண்டும் மாசியும், பிச்சியும், மல்லிகாளும் அப்பாவுமான சின்ன உலகம் ஒன் ஒலகம். ஆனா எங்கூட அமைப்புல இருக்கிற பெண்களெல்லாம் ரொம்ப மெச்சூடா இருக்காங்க... என் மேல அன்பை பொழியிற நிம்மி, லாலி, விற்றில், அவா இவாண்ணு எல்லாருமே என் பர்சனலுக்குள் வாறதேயில்ல... நானும் அவங்க பர்சனலில போகிறது இல்ல...' என்னை என் இயல்பில இருக்க விடுறதும், நான் விரும்புற பெண்ணை அவள் இயல்பிலும் விடுறது தான் காதலுண்ணு நினைக்கிறேன்.

ஆச்சரியும் திகைப்புமாக அவனைப் பார்த்தேன்...

'இன்னா பாக்கிற இல்லா... அது தான் ஒனட்ட நான் பின் வாங்கி நிற்கிறேன். ஊருக்கு அப்பப்ப வரம்ப பேச நினைப்பேன்... ஒனக்க பழைய சுபாவம் என் மனசுல அப்பிடியே இருக்கு. இன்னும் அன்பா பேசி அவா மனசை கலச்சி விடுறதுக்கு இப்படியே போயிருவோமுண்ணு ஒதுங்கி போகிறது போல போயிடுவேன். சுதன் எப்ப வேணுமோ வரட்டு... எப்ப பேசணுமோ பேசட்டுண்ணு என்னை லூசா விடுற பக்குவம் ஒனக்கு இருந்தா இப்ப கூட ஒன்ன காதலிக்கிறேண்ணு சொல்லுவேன்...'

இவன் என்ன பேசுறானேண்ணே தெரியலியே கர்த்தாவே...

பதில் இல்லாமல் ஆனேன்.

'காதலுன்னா எதோ ஒரு சந்தர்ப்பத்தில ஒன் தோளுல சாஞ்சி அழணுமுன்னு தோணும்... நான் பாக்கிற எதோ ஒரு காட்சியை... நான் அனுபவிக்கிற எதோ சந்தோசத்தை ஒங்கிட்ட சொல்லணுமுன்னு தோணம்ப ஒன்ன நான் தேடுவேன். இது கூட ஒங்கிட்ட இல்லியா?' கேள்வியோடு நிமிர்ந்தேன்.

என் பார்வை எதை உணர்த்தியதோ...

'ஒன்னால முடியாது ரோசா... நீ இன்னும் பழைய சித்தாத்தம் கொண்ட வெறும் ஒரு சாதாரண பெண்ணு. ஒழுக்கம், மனசாட்சி, என்கிற அடியாழ வேரெல்லாம் ஒனட்ட அப்பிடியே இருக்கு... அதை நான் முறியடிக்க விரும்பல... மனசு, மனசாட்சியின்னு வாழுற பெண்ணு நீ...

எனக்கு விங்கென இருந்தது... என்ன சொல்லுகிறான் புரியவே இல்லை.

'சுதா...' மெதுவா அழைத்தேன்...

'ம்... சொல்லு...'

எனக்கு எதுவும் பேச தோணல... எனக்கான பொத்தை உலகம் போதுமென்றே நினைத்தேன்... இவன் பேசும் உலகில் நிற்க எனக்கு வலுவே இல்லை என்பது புரிந்தது...

'என்ன மௌனமாக இருக்க.'

'சுதா ஒன்னப்போல எல்லாம் நான் இல்ல தான்... ஒன்னப்போல விழிப்புணர்வு புரட்சியெல்லாம் பேச எனக்குத் தெரியல... நீ சொன்னது போல என்னைச் சில பாறைகளும் சில மரங்களும் தான் வளத்துச்சி... அதுனால எனக்கு மெச்சூடு இல்ல தான்... ஆனா நீ சொன்னியே ஒரு மனசு... பெட்டச்சிக்கி மட்டும் ஏன் அந்த சித்தாந்தமுன்னு... அது என்னை ஏதோ சொல்ல சொல்லுது... அவளுக்கு மட்டும் மனசு இல்லாம போச்சின்னா இந்த உலகமே அழிஞ்சிரும்... இந்த மண்ணுல கூட புல்லு பூண்டு முளச்சாதோன்னு தோணுது...'

நான் சொல்ல அவன் சிரித்தான் சிரி...

'அது கெட்டு போட்டுமே ரோசா... இந்த மனசு கெட்ட சமூகத்தைத் தனக்க தியாகத்தாலும், அன்பாலும் தாங்கிப் பிடிச்சிட்டுச் சொந்த வாழ்க்கையை அழிக்கிற பெண்களெல்லாம் தனக்க சந்தோசத்தை நினைக்கணும். தனக்க சுதந்திரத்தைத் தேடணும்... அதை அனுபவிக்கணும். குடும்பம் சமூகம் எப்படி போனா அவளுக்கென்ன ?ஒனக்கென்ன... ஒனக்கு ஒன் சந்தோசம் தான் முக்கியம்... ஒனக்கு எப்பிடி வாழ ஆசையோ வாழு... ஒனக்கு யார் கூட இருக்கணுமுன்னு ஆசையிருக்கோ இரு...

பிரமித்துப் போனேன்...

இப்படி பேசுகிறவனோடு நான் என்ன பதில் சொல்ல ? இவன் உண்மையிலே பெண்கள் மீதான கரிசனையில் பேசுகிறானா ? இல்லை... இவனுடைய எல்லைகளற்ற வாழ்க்கைக்குத் தடை சொல்லாமல் பெண்களைப் பழக்குகிறானா ?

'அதிகமா பெண் விடுதலையைப் பேசுற ஆணுங்களுட்ட கவனமா இருக்கணும்...' எங்கோ கேட்ட வாக்கு நினைவில் சுழன்றடித்தது... சுதனோடு நிறைய பேச தோணுது... ஆனால் முடியவே இல்லை... அவன் உலகம் சரியா? தெரியவில்லை. என் உலகம் முட்டாள்தனமா அதுவும் தெரியவில்லை...

பெண்களென்றால் எப்படி இருக்கணும் என்கிற ஒரு உலகை அவன் வனஞ்சி வச்சிருக்கியான். அதில் லோட்டஸ் சொன்னதுபோல ஒண்ணுக்கொண்ணு அன்பு இல்ல... கரிசனை இல்லை... தேடல் இல்லை... அக்கரைகூட இல்லை. தோணுனா சேருலாம்... பிரியுலாம்.

ஏஸி காருக்குள் இருந்த போதும் எனக்கு வியர்த்தது...

பாரதியம்மா சொன்னது போல் என் காதல் ஆசை பெரிசோ?

கார் மெதுவாக போகத் தொடங்கியது... பொத்தையைப் பேச முடியல... நீராழிக் குண்டு பேச முடியல. மல்லிகாவின் சாவைப்பற்றி பேச முடியல... பிச்சியக்கா மாசி எதுவும் இவனோடு பேசினாலும் எடுபடாது... இவன் முற்றிலும் வேறு...

மணி பத்துக் கழிந்து விட்டது...

'இனிமே ஊருல போக பிடிக்கல... இங்க எனக்கு ஒரு ஆபிஸ் இருக்கு... தங்கியிட்டு நாளைக்குப் போலாமுன்னு நினைக்கிறேன்... பஸ்டாண்ட் போனா ஒனக்கு அடிக்கடி பஸ் இருக்கும்... நீ போறியா?' கேட்டான்...

இந்த இராத்திரியில் வீட்டுக்கு நீராழிக்குண்டு, வழியே போகணும்... அப்பாவும் பஸ் டாப்பில் வந்து நிற்க முடியாது... ஒரு இராத்திரி தானே...

'எங்கூட தங்குறதுல ஆட்பேசணை இல்லண்ணா தங்கியிட்டு போ...' போனேன் அவனோடு...

முன் பக்கம் இருந்த அறையை என்னிடம் காட்டினான்... அவனோ என்னை எதிர்பார்க்காமல் அவனுக்கான அறையில் போய் கதவை சாத்தினான். சிறிது நேரத்தில் வெள்ளம் சலம்பும் சத்தம் கேட்டது... குளிக்கிறானோ? இருக்கலாம்.

ஹாலில் கிடக்கும் சோபாவில் போய் இருந்தேன்... சுதனின் ஆபிஸ் ஆபிஸ் போல் இல்லாமல். ஒரு குட்டி வீடாகவே தெரிந்தது. தரை முழுக்க பளிங்கு மினுங்குது... சோபா செட்டுகள். வண்ண விளக்குகள்... சொலிக்கின்றன.

சுதனின் ஆடம்பர வாழ்க்கை... அவனின் சுக போகம்... இதெல்லாம் உற்றுப்பார்க்கையில் சமூகம் என்பதற்காக இவன் இவனிடமிருந்து என்ன விட்டுக்கொடுத்திருக்கியானோ? பள்ளி பாடங்களில்லெல்லாம் பல தலைவர்களைப் படிச்சிருக்கேன். மக்கள் பணி, சமூக பணிக்கென வந்தவங்களெல்லாம் கந்தலோடும், அன்ன ஆகாரமும் இல்லாம பசியாலும் பட்டினியாலும், செயிலுலிலும் வாழ்ந்திருக்காங்க... பொது வாழ்வுக்கென வருகிறப்ப... தரை தானே வாழ்க்கையாக இருக்குமாம்... அப்ப சுதன் வாழ்றது?

நினச்சிட்டு இருக்கவே கரண்ட் போனது... புது இடம், புதுசூழல்... எங்கு விளக்கு இருக்கோ?

'இன்வெட்டர் செட் பண்ணி வைக்க சொல்லி எவ்வளவு நாளாகுது..?'

சொல்லியபடியே குளிச்ச உடலில் ஈர டவ்வலோடு வந்தவன்... மேசையில் இருக்கும் மெழுகு விளக்கைக் கொளுத்தினான். திரியின் முனைகளை நீட்டி எரியத் தொடங்குகிறது விளக்கு... அதன் உருகலில் ஒளி நிமிர்ந்தாடியது... அந்த மெழுகைப் பார்த்தேன்... அதை அசைய வைக்கக்கூட ஒரு ஒளி இருக்கே? கண்களைத் திருப்பினேன்... இன்னுமாக வானைப் பார்க்கையில் மேக துண்டுகள் மழையாக உடைய துவங்கின...

கண்களை உள் நோக்கி திருப்புகையில் சுதனின் மேசையில் பல புத்தகங்கள் விரிக்கப்பட்டுக் கிடக்கின்றன... அதன் உள் பக்கங்கள் வாசிப்பில் பழகி கிடந்தன... அறையின் வெளிப்பக்கம் வாளிப்பாகச் செதுக்கி வைத்த சிலை ஒன்று தெரிந்தது...

விளக்குக்குத் திரி, நிலத்திற்கு உழுதல், மேகத்திற்கு மழை, புத்தகத்திற்கு வாசிப்பு, கல்லில் சிலை... ஆனால் நான்...

உழாத நிலம்...
வாசிக்காத புத்தகம்...
கொளுத்தாத விளக்கு...
உரசாத கல்...
முகராத பூ
பூக்காத செடி...

என் உதடுகள் என் வாழ்க்கையை சொல்லிக்கொள்ள ஈர டவ்வலோடு என்னருகில் நெருங்கி வந்தான்...

'நீ இப்ப சொன்னதெல்லாம் கவிதை தானா...'

என் தோளை உலுக்கினான்...

'சொல்லு ரோசா... கவிதை தானா...'

'ஆமா கவிதை தான்... அதுல எனக்க வாழ்க்கைக் கிடக்கு... நாளெல்லாம் தரிசாகக் கிடக்கிற என் சரீரத்துக்க ஒப்பாரு கிடக்கு... எங்கேயும் திறக்கப்படாத எனக்க பெண்மையின் அழுகையிருக்கு... அதுக்கு இப்ப ஒனக்கு என்ன?'

கோபமாகவும் அழுகையுமா கேட்ட என் கண்களை சுதன் பார்த்தான்... என்ன புரிந்துகொண்டானோ... என்னை அணைத்தான்... மானாடும் பொத்தையில் பாறை இடுக்குகளில் வைத்து இப்படியெல்லாம் அணைக்கையில் அவனிடமிருந்து வீசுமே வாசம்... அது எங்கோ மணத்தது... நாளெல்லாம் சுமையாகக் கிடந்தலையும் தேகம் அவனோடு பேச எழும்பி விட்டது உடலுக்கான விடுதலை கீதம் அரங்கேறியது இந்த இரவில்...

26

நேரம் விடியற்காலை நான்கு மணி... சுதனோடு படுத்துக் கிடந்த கட்டிலில் இப்போது அவனைக் காணவில்லை. குளியலறையில் வெள்ளம் சலம்பும் சத்தம் கேட்கிறது...

கதவைத் திறந்துகொண்டு அவன் வருகையில் ஓடிப் போய் அணைத்தேன்...

'ஏய் என்னது இது ... எனக்குக் கிளம்பணும் ... என் பிரண்ட் கீர்த்திக்குத் திடீரென உடம்புக்கு முடியலியாம்... அதான் அவசரமா கிளம்பியிட்டு இருக்கேன் ...'

முகம் பார்க்காமலே என்னைத் தள்ளி விட்டான் ...

எனக்குள் அவமான சுருள் காலிலிருந்தே ஏறி வந்தது ... என்னை மிகவும் புதுசாகவே அவனுக்குக் கொடுத்தேன் ...

'சுதா ... இப்ப ... வரைக்கும் என்னை நான் யாருக்குமே ... கொடுக்கல சுதா ... நீ தான் ... என்னை முத முதலா ...'

'இப்ப அதுக்கு என்ன ...'

முள் முடியை டவ்வலால் துவட்டிய படியே கேட்கிறவனின் முகத்தில் ஒரு வித எரிச்சல் வடிந்தது ...

'என்னை ஒனக்குப் பிடிக்கலியா ?'

கேட்கையில் அவனின் முகத்தில் இளங்காலையை மீறிய கோபம் வந்தது ...

'இப்ப ஒனக்கு என்ன வேணும் ? நான் நேத்தே ஒங்கிட்ட என்ன சொன்னேன் ?'

கேள்வியில் கிலோ கணக்கில் ஆத்திரம் தெரிந்தது.

'ஒனட்ட மட்டுமா எனக்குப் பதில் சொல்லியிட்டு இருக்க முடியாது.'

'ஏன்..?'

'எனக்கு என்னை யாருக்கும் அடிமையா வைக்கிறது பிடிக்காது...'

'காதலிச்சா அடிமைத்தனமா?'

'என்னைப் பொறுத்தவரை அப்பிடிண்ணே வச்சிக்க...'

முகத்தில் தெரியும் ஈர சொட்டுகலெல்லாம் நெருப்பு துளிகள் போலவே தெரிந்தன...

'இங்க பாரு நீ என்ன குற்றப்படுத்தி மட்டும் பேசியிராத... வரும்போது காருலே என்னைப்பத்தி ஒனட்ட எல்லாமே சொன்னேன் ... அதையும் மீறி நீ எங்கிட்ட வாசிக்காத புத்தகம்... கொளுத்தாத விளக்குண்ணு கவிதை சொன்ன? ஒங்கண்ணுல எனக்கான தேவையை வெளிப்படுத்துன. . . கலியாணமும் ஆகாம. ஆண் ஸ்பரிசமும் கிடைக்காம அவதிப் படுறதா நீ தான் பேசுன ஒங்கவிதையில... ஒனக்குத் தேவையிருக்குன்னு தான் நினச்சி... ஒனக்கு ஒரு சப்போட்டு வெறும் ஒரு ஹெல்ப் பண்ணினேன் ரோசா...'

சுதன் இப்படி சொல்லுகையில் என் மனவனமெங்கும் ஒரே இடி முழக்கம் முழங்கியது... சுதன்மீது வைத்த காதல் வனத்தில் யாரோ பரிகாசமாகச் சிரிப்பது கேட்டது...

'அப்ப இப்பிடியொரு சப்போட்டை யாரு கேட்டாலும் செஞ்சி கொடுப்பியா?'

'ஈஸ் அப்பிடியே வச்சிக்க...'

'நீ வாழுற வாழ்க்கைக்க பேரு என்னா சுதா...' இதயம் எகிறினாலும் பலதும் கேட்கத் தோணியது.

'சுதா, வலுக்கட்டாயமா இல்லாம, ஒனக்கேத்த வசதியில் எந்த பெண்ணு வந்தாலும் நீ உதவி செய்வியா... அதுக்கு ஏத்தது போல் தான் ஒன்ன சமூகவாதியா... பெண்ணியவாதியா காட்டிக்கிறியா... தூரமா இருந்து பாக்கிறப்ப, நீ பளபளண்ணு தான் தெரியிற...இந்த பளபளப்ப பலரும் நம்புறாங்க. விழிப்புணர்வு அமைப்பு எல்லாம் வச்சிருக்க இல்லா?

கண்கள் அதீத கோபத்தில் உருண்டன சுதாவுக்கு...

‘ஒன்ன மாதிரி காதல் கத்தரிக்கான்னு வாழுற முட்டாள் பெண்களுக்குத் தான் என்னைப் புரிய முடியாது. ஆணைபோல சுதந்திரம் வேணுமுன்னு ஆசைப்படுற உங்களுக்கெல்லாம் அதைபோல வாழ தெரியுதா?

‘எனக்கு நானா வாழ மட்டும் தான் ஆசை. உடலையும், மனசையும், ஆன்மாவையும் பிரிக்கத் தெரியாத பெண்ணாகவே வாழ்ந்தது தப்பா சுதா…

‘நீயும் விரும்பின… நீயும் மறைமுகமா கேட்ட…’ இப்ப ஏதோ நானா ஒன்னைத் தொட்டதுபோல பேசுற.

‘ஆமா கேட்டேன்… நான் ஒன்ன காதலிச்சேன்… அதுனால கேட்டேன்… ரோட்டுல போற எவனோ ஒருத்தனா ஒன்ன நினைக்கல… என் சுதன்… என் காதலுன்னுதான் கேட்டேன்…’

‘எஸ்… இதை ஒத்துக்க. ஏதோ திட்டமிட்டு ஒன்ன தொட்டது போல என்னைக் குத்தப்படுத்தாத… ஒன்ன றெஸ்பெக்ட் பண்ணி தான் ஒனக்காக மட்டும் தான் நான்…’ வெறும் ஒரு ஹெல்ப் மைண்ட் அவ்வளவு தான்.

சொன்னவனால்… என் விரல்கள் நடுங்கிபோயின… தேகம் சுருங்கி போனது…

‘வெறும் ஒரு கெல்ப் மைண்ட் அவ்வளவுதான்…’

ஆண் ஸ்பரிசம் இல்லாமல் அல்லோல் படியது போலும் போகிற போக்கில் எனக்கு இரங்குவது போலும், ஏதோ சமூக தொண்டு, என் உடலுக்குச் செய்தது போலும் சொன்னவனால் வெளிறினேன்.

‘ஒங்கூட அப்பிடி இப்பிடி இருந்துட்டு நாலு பேருட்ட சொல்லக் கூடிய ஆண்கள் உள்ள உலகத்தில நான் ரொம்ப டீசண்ட் தான்… ஒங்கூட இருந்ததை அப்பிடியே மறந்துடுவேன் ரோசா… என் மனசுல கிடக்கிற நிறைய ஃபைல்களுல போட்டு எங்கோ வச்சிருவேன்… ஓகேவா… இதைப் பெரிசா எடுக்காத… எப்பவும் ஒரே இடத்துல நிக்காம ஓடியிட்டே இரு… ஓகே…’

என் கன்னங்களில் தட்டியிட்டு அவன் அறைக்குள் போனான்… ஆடை மாற்றினான்… வெளியே கிளம்பினான்…

‘எனக்கு நேரமாச்சி ரோசா… நீ போகிறப்ப இந்த கீயை இதுல வச்சிட்டு போயுரு… ஓகே…’

உண்மையிலே அவன் போய்விட்டான்… வெறும் ஒரு கனவு போலவே போய்விட்டான்… நான் இனி எங்கோட்டு போகத் தெரியவில்லை… எங்கேவாது அழ தோணுது. யாரோடு

அழ? பாரதியம்மாவின் ஓர்மை வந்தது. போனை எடுத்தேன்... இந்த காலைவேளையில் எடுப்பார்களா? ரிங் போனது...

'பார... தியம்மா...' ஓவென அழுதுவிட்டேன்... எதிர்முனையில் அவங்க சிரித்தாங்க...

'ரிலாக்ஸ் பேபி... இப்ப என்ன நடந்து போச்சிண்ணு அழுற...'

'ஒனக்கு தேவையிண்ணு ஒரு கெல்ப் பண்ணினேன் சொல்லிட்டாம்மா... இதுவும் அவனுக்கு சோசியல் ஓர்க்காம்மா... எனக்குத் தேவையிண்ணா பாலுக்காரன் கூட உதவுவாம்மா... எதோ ரோட்டுல போற பைத்தியாறன் கூட இந்த உதவியைச் செய்வானே... ஆனா என் மனசுக்குப் பிடிச்சி தானே அவங்கூட அப்பிடி ஆனேன்... என் காதலைக் காலடியில போட்டு சவுட்டி பிதுக்கியிட்டு ஒனக்கு தேவையா இருந்துன்னு சொல்லிட்டாம்மா என் மனசு வெடிச்சி போயிட்டு...'

'ரோசா ரிலாக்ஸ்... ரிலாக்ஸ்...'

அவர்கள் சொல்லச் சொல்ல என் விசும்பல் இதமாகிக் கொண்டே போனது.

'மனித உடல்களளெல்லாம் ரொம்ப மலிஞ்சி போச்சி ஆணுக்கும் பெண்ணுக்கும். சுதனுக்கும் இதுல பஞ்சமே இல்ல...'

பாரதியம்மா சொல்லுகையில் பலதும் நினைத்தேன்... சுதனின் கூடுகையில் இல்லாத ரசிப்பு தனம்... எல்லாம் முடிஞ்சதும் குறட்டை விட்டுத்தூங்கிய கொடுமை... பெண்ணுடல் அவனுக்குப் புதுசே இல்ல...

'நீ அழாம முதல்ல போய் குளிச்சிட்டு சூடா காபி குடிச்சிட்டு இவ்வுலகைப் பாரு... அங்க ஒங்கூட பேசுற ஒரு குரல் இருக்கும்... வாய்ப்பு கிடைக்கிறப்ப பாரதியம்மாட்ட வா...'

அவ்வளவுதான் பாரதியம்மா போனை வைத்தாங்க... வெளியில் மழைத்துளிகள் மரக்கிளைகளின் இலைகளில் விழும் அரவம் கேட்டது... அடிவானின் நிலா வெளுத்து வந்தது... ஈரம் அப்பிய காற்று என்னை அணைந்தது... நான் எழும்பினேன்... மேசையின்மேல் இருந்தது ரேடியோ... அதை மெல்ல திருகினேன்...

'தங்களுக்கான வசதிக்கேற்றபடி பெண்களை மாற்றிக்க போலி புரட்சிகள் வந்துட்டே இருக்கு... அவங்கவங்கத் தங்களுக்கான மனநிலையில் பெண்களை மாற்றும்போது பிறகு எவ்வளவு வேண்டுமனாலும் பயன்படுத்துலாம்... நவீன புரட்சி பேசும் பலருமே பெண்ணுக்காகப் பேசல... அவங்கவங்க சாதகத்துக்காக மட்டுமே பேசுறாங்க... தான் எப்பிடி இருக்கணும், எப்படி

வாழணும் என்கிறதை பெண் தீர்மானிக்கட்டும்... அங்க போய் ஆண்களுக்கு என்ன வேலை?'

மங்கையர் நேர மறு ஒலிபரப்பில் எதோ ஒரு பெண் பேசுவது என் காதில் விழுந்தது... சுதன் அவன் உலகத்தில் சரியானவனா இருக்கட்டும் எனக்குக் குளிக்கத் தோன்றியது.

குளிக்கப் போனேன்... திரும்பி வருகையில் போன் வந்தது...

'ரோசா நீ எங்க இருக்கிய? பெரியப்பாயிக்கி நல்ல கூடுதலா இருக்குட்டி... மூச்சு முட்டி பிராயசப்படியாரு...' பிச்சியின் குரல்.

'வாறேன்... வாறேக்கா... இப்ப வாறேன்...' சொல்லும் முன் என் கைகள் நடுங்கிப் போகின்றன...

'அப்பா... ப்பா...' விசும்பினேன்...

❍

வீட்டில் போய் சேருகையில் அப்பாவின் மூச்சு போயிருந்தது... அங்கே எனக்கும் மூத்தவர்களெல்லாம் நின்றுகொண்டிருந்தார்கள்...

'அவளுக்க ஏக்கத்தில தான் போனது... இல்லிங்கி அப்பன் இன்னும் பத்து வருசம் இருந்திருப்பாரே...' மூத்தக்கா ஒப்பாரி வைத்தாள்...

'அவளுக்கு இனி நல்ல தோது... கேப்பாரும் கேள்வியும் இல்லாம இப்பளே சுத்தியடிச்சிட்டுத் திரியவா இனி எங்கெல்லாம் போய் கிடக்கியாளோ அப்போ... ஒ...'

சின்ன அக்கா அழுவது இப்படி... எனக்கு வீட்டிற்குள் போகவே முடியவில்லை. அப்பா என்கிற ஜீவன் இல்லாமல் அங்கே இனி எனக்காக யார் இருக்க முடியும்? ரோசா ரோசாண்ணு காத்திருக்கும் கண்கள் அடஞ்சி போன பிறகு இவள இனி யாருக்க கண்ணுகள் தேடும்...

'ரோசாளே...'

வெளியில் நிற்கும் என்னைப் பிடிச்சிட்டு பிச்சியக்கா உள்ளே போனாள்... அங்கே அப்பாவின் அருகே மாசி கையைக் கும்பிட்டுட்டு இருந்தான்...

'மாமோ... மாமோ...'

அவன் கரச்சலில் கிடக்கும் துயரம் எனக்குப் புரிய முடிந்தது...

'என்னங்கிலும் நாலு வேளம் சொல்லி கரையிட்டி... என்னத்துக்கு இப்பிடி ஒன்ன கல்லா மாத்தியிட்டு நிக்கிய?'

பிச்சியக்கா என்னை அடித்தாள்... எனக்குக் கரச்சி வரேல ... மனசு கட்டி பிடிச்சி போனது... அப்பா போகட்டுமென்றே நினைத்தேன்...

காலமெல்லாம் ஒத்தைய்க்கி வாழ போகிறவளை கண்டு இழுவலியா அவஸ்தை படுறதுக்கு, அவருக்கான கல்லற இருட்டுல யாருக்க ஓத்திரவமும் இல்லாம என் அப்பன் சுகமா உறங்கட்டு என்றே நினைத்தேன்... எதோ ஒரு நாள் அப்பிடியொரு கல்லறக்குண்டு இந்த ரோசாளுக்கும் இருக்கு என்பதை நினைத்தேன்... அந்த இருளும், தனியே கிடக்கும் கிடையும்... இறுக்கி பிடிச்சிருக்கும் மண்ணும்... சுகம் போலவே தோணியது... சாவு நாதனை நினைக்கையில் ஏனோ சுகம் வந்தது ... எனக்காக அப்படியொரு காலகிரகன் இருப்பதை ஓர்மையிக்கையில் இளைப்பாறுதலே வந்தது...

எத்தனைப் பேரு பிடிச்சி வச்சாலும் நிற்காம... எந்த ஒரு பேரமும் பேசாம... தொகை விகிதம் பேசி ஏலி கூறாம... என்னை கவ்விக்கொள்ளும் சாவு நாதன் எப்பிடிப்பட்ட உரிமைக்காரன்... சேர்த்தணச்சி அவன் மாருல கம்பீரமா கொண்டு போகிறவனை விட எனக்கு யாரு உரிமைக்காரனா இருக்க முடியும்..?

ஆழ்ந்து நின்ற என்னை பிச்சியக்கா கலைத்தாள்...

'அடக்கம் அஞ்சி மணிக்கு வச்சிருக்கு...'

'ம்...' என்றேன்... அப்பா தனி வழியே தன் வாழ்வை ஒருக்கி போகிறார் எங்கள் வீட்டிலிருந்து... கண்கள் வெறிக்க அப்படியே நின்றேன்...

○

அப்பாவுக்கு மோச்சவிளக்கு நடக்கிறது... இந்த பதினைந்து நாட்களாக பிச்சியக்காளோடும் அவ்வளவாக பேசவில்லை.

என்னைக் கலியாணத்தில் பிடித்து தள்ள என் இளைய அண்ணா களம் இறங்கினாள்... சின்னவன் ஒரு முடிவு எடுத்தால் அதில் பின் மாற்றமே இல்லை. என்ன நினைத்தானோ? அவன் வங்கியில் கெல்ப்பர் வேலை பார்க்கும் கதிர் என்பவனை எனக்குப் பேசி முடித்திருக்கிறான்... வயசு என்னை விட இரண்டு வயசு இளப்பம் என்கிறார்கள்... அவன் சரி என்று சொல்லிவிட்டானாம்.

அப்பா செத்து நாப்பத்தியொண்ணு ஆன பிறகு கலியாணம் எடுக்கலாம் என்பது போல் பேச்சு...

பிச்சியக்கா இதைப்பற்றி சொல்லிச் சொல்லி என்னை உற்சாகப்படுத்த முயன்றாள்...

‘போன கிழம பேங்குல போம்ப நான் அவனை பாத்தேமுட்டி... ஆளு நல்ல கெளரம்... ஒனக்கு நல்ல சோடி. அவனுக்குப் பெரிய வீடு கூட உண்டாமே... தாலி மாலை பதினஞ்சி பவுனுக்குச் செய்வானாம்... இருந்து இருந்து ஒனக்கு யோகம் தான்...’ சொல்லி விட்டு அவளாகவே சிரித்தாள்... நான் சிரிக்கவில்லை.

‘ஏங்குட்டி இடிச்சி வச்ச சம்மந்திபோல இருக்கிய? எரும மாட்டுக்க மேல வெள்ளம் விழுந்ததுபோல ஒரு சீலம் ஒனக்கு வந்துருக்கு...’ சொன்னவளோடு

‘மரத்துப்போச்சி... எனக்கு ஒங்க ஒலகத்துல உள்ள கலியாணமோ, மாப்பிளையோ வேண்டாம்.

‘என்னத்த மரத்துப்போச்சி... அப்பிடியெல்லாம் மரக்க நீ இன்னும் கிழவியாகேல...’

‘அனுபவம் போருமுண்ணு நினச்சியேன் மரக்கக்கு...’

‘ஆமா பெரிய அனுபவம்... எப்படியங்கிலும் இப்பளங்கிலும் ஒனக்குன்னு ஒரு நல்ல வாழ்க்கை அமையுது இல்லியா?’

‘எனக்கு இப்ப சந்தோசிக்க வரலியே பிச்சியக்கா. கிடைக்க வேண்டியது கிடைக்கக் கூடிய சமயத்தில கிடைக்காம பிறகு கிட்டினா... அது பிறகு எப்படி ஜீரணமாகும். சொல்லு? கலியாணத்தைப் பற்றிய ஒரு கனவு எனக்கு இருந்து? ஆணுக்கான ஸ்பரிசத்தை குறித்த ஒரு எதிர்பார்ப்பு இருந்து... ஆனா இப்ப எல்லாமே போயிட்டு...’

‘குட்டே இப்பிடியெல்லாம் பேசுனா எனக்குத் தேச்சியம் வரும் பாத்துக்க.’

‘மரத்துப்போயிட்டேன்னு சொல்லியேனே... இப்படியொரு மரப்பை எனக்குத் தந்தது யாருன்னு சொல்லு? பெட்டச்சி மரக்கிறான்னா அவளுக்கு ஞானம் வருதுன்னு அர்த்தம்... இந்த ஒலகத்தில எல்லாம் போதுமுன்னு நிறைவு அடஞ்சிட்டான்னு அர்த்தம்...’

‘ரோசா இது நல்ல போக்கே இல்ல...’ சொன்னவளின் கையை இதமாகப் பிடித்தேன்.

‘எனக்கு இது பிடிச்சிருக்கு பிச்சியக்கா... இப்ப பாரு ரோசாளுக்குன்னு எந்த எதிர்பார்ப்பும் இல்லாம இருக்குது மனசு. போதுமுன்னு நிறஞ்சி போயிருக்கேன் என் பாட்டுக்கு கை காலை நீட்டி, எனக்கு நானே சாஞ்சி ஒதுங்கி பலப்பட்டு போயிட்டேன்... ரோசாளுக்கு இனி யாருமே வேண்டாமுட்டி. இந்த நிலையை அடையிறது வரைக்கும் இந்தச் சமூகத்தில

மூதேவியா அனுபவிச்ச எல்லா நொம்பலங்களையும் இனி ஒரு கலியாணம் செய்து மறந்து போக விரும்பல... இந்தக் காயங்களெல்லாம் எனக்குத் தேவை... அதையெல்லாம் பத்திரமா வச்சிருக்க பலமிருக்கு... எனக்காக இன்னும் கொஞ்சம் ரோசமெல்லாம் இருக்கு... அதை இழக்க விரும்பேல... மாசிகூட நீ சந்தோசமா வாழு... ரோசாவுக்கான இன்னொரு பாதை வேற...'

சொல்லுகையில் பிச்சியக்கா கண் கலங்கி போனாள்... நான் அவளை அணைத்தேன்...

○

தீவிரமான முடிவில்... பெரையிலிருந்து இறங்குகையில் என் சுவரில் ஒட்டி வைத்திருக்கும் கர்த்தரைப் பார்த்தேன்... எத்தனையோ பாடு சூடுகளில் எனக்க தொண தொணப்பைக் கேட்ட கண்களைப் பார்க்கையில் சங்கடம் வந்தது...

'முடிஞ்சா நீயும் தப்பிச்சி போ கர்த்தாவே...' சொல்லிவிட்டு விறுவிறுவென வெளியே வந்தேன்... சின்ன அண்ணன் கலியாண பேச்சு வாக்கில் நின்றான்... நான் எதுவும் சொல்லவில்லை... அப்பா இருந்தபோது காட்டாத இவர்களின் அக்கரை என்னைக் கவரவில்லை...

செடிகளருகே வந்தேன்... அவைகளைப் பராமரித்து வெகுநாள்கள் ஆகி விட்ட நிலையில் சுற்றிச் சுற்றி புல்லுகளும் பலவித காட்டுச்செடிகளும் சூழ வளர்ந்து தெரிந்தன... ஏனோ ஒன்றையும் பிடுங்கவில்லை... காட்டுப்பூக்களும் கடவுளின் பூக்கள் தானே...

சம்மனசின் இருப்பிடம் அருகே வருகையில்... அவன் வீட்டு பேந்த கதவில் சில கிறுக்கல்களைக் கவனித்தேன்... வந்திருப்பானோ? அருகில் போனேன்...

தாலியென்னும் இறுக்கமில்லை...
குடும்பமென்னும் பந்தமில்லை...
தனியே தன்னை செதுக்கி கொண்டவளே...
ரோசா...
ஏனெனில் அவளொரு மனுசி...

யாரு இதை எழுதினது... சம்மனசா? சம்மனசுக்கு இப்படி எழுத தெரியுமா? அப்பா செத்த நேரம் அதுல இதுல சுழன்றவன் என்னை யோசிச்சா இப்பிடி எழுதினான்... திகைப்போடு நிற்கையில் ஊரில் சிலர் அரக்க பரக்க நீராழிக்குண்டை நோக்கி ஓடினார்கள்... பிச்சியக்கா, மாசி என அங்கு தான் விரைந்தார்கள்...

'பிச்சியக்கா அங்க என்னவாம்?'

‘குட்டே யாரோ ஒருத்தி கள்ளப்பிள்ள பெத்து அம்பலத்துல போட்டுட்டுப் போயிருக்காம்... இந்த சம்மனசு பய இருக்கியானே... அதை எடுத்து வச்சி தாலோலிச்சிட்டு இருக்கியானாம்...’

பிச்சியக்கா சொன்ன செய்தியால் என் கால்களும்... அங்கு ஓடின.

‘ஒரு பெட்டப்பிள்ளையை இவன் எப்பிடி வளப்பான்? அவனே ஒரு கிறுக்கன்... அரவெட்டு... அதான் ரெத்தினம் மனுசருட்ட ஆளு போயிருக்கு... போலீசுல என்னங்கிலும் அறிவிப்பு கொடுத்து குழந்தையை கெவர்மெண்ட்ல ஏப்புச்சணுமே...’

ஆங்காங்கே இப்படிதான் சொன்னார்கள்... நானோ கூட்ட நெரிசலை தள்ளிக்கொண்டு போனேன். எல்லோரும் சொன்னது போலவே சம்மனசு இருந்தான். அவன் கையில் பிறந்து சில நாள்கள் மட்டுமே ஆன பிள்ளை இருந்தது... அது வீறிட்டு அழ... இவனால் முடிந்த அளவு நெஞ்சோடு அணைத்து பார்த்தான்... ‘உண்ணி வா வாவோ... பிள்ளே வா வாவோ...’ தாலாட்டினான்...

என் கண்களில் பொல பொலா வடிந்த கண்ணீரு... கசங்காத ஆடையிலும், தெளிவான பேச்சிலும் பெண்ணியம் பேசும் ஆள்களைவிட எங்கேயுமே படிச்சாம மனிதம் பேசும் ஒரு ஆணைக் கண்ட சந்தோசம் என்னில் பொங்கி மறியுது. என்னையும் ஒரு மனுசியாக எழுதியவனை நன்றியோடு பார்த்தேன். சுதனுக்கும் இவனுக்குமான வேறுபாடு என்னை உலுக்கின... அழுக்கோடும் கந்தலோடும் மனிதம் சொல்லுகிறவனுக்கு இவ்வுலகம் கொடுக்கும் பேரு என்னவோ கிறுக்கன்தான்... இருக்கட்டுமே இந்தக் கிறுக்கன்...

உலகம் ஒதுக்கிய கய்த பூக்களை போல நானும், சம்மனசும் சில அனாதைகளுக்குத் தேவை. நினைத்த படியே சம்மனசின் அருகே போனேன். உலகம் ஒதுக்கியவனைப் பார்த்தேன். ஏனோ அவனை அணைக்க தோன்றியது. என் அரவணைப்பில் அவன் கண்கள் கசிந்தன... அதில் நன்றியை கண்டேன்.

வாழ்க்கைக்காக அவன் கையில் இருக்கும் குழந்தை அழத் தொடங்கியது.

என் கைகளை அவன் முன் நீட்டினேன்...

‘இது... இது காட்டுப்பூ...’ சொன்னான் என்னோடு... நான் இன்னும் கைகளை நீட்டினேன்...

என் கையில் தந்தான். யாரோ பெற்ற காட்டுப்பூவை...

'பிள்ளை பெறாதவளே மகிழ்ந்து பாடு; பேறுகால வேதனை அறியாதவளே அக்களித்துப் பாடி முழங்கு; ஏனெனில் கைவிடப்பட்டவர்களின் பிள்ளைகளுக்கெல்லாம் நீயே தாய்...' என்கிற விவிலிய வாசகம் எங்கள் கோயில் கூம்பு ரேடியோவில் ஒலித்தது...

சிதைந்து போன பொத்தையைத் தேடி அலைந்த காற்று இதம் தேடி என்னை அணைத்தது... மூதேவியை முக்கிய தேவியாக என் பூமி தாங்கி கொண்டது... நீராழிக் குண்டருகே ஒதுங்கி நின்ற கய்த பூக்களின் வாசம் என்னை அணைத்தது. கய்த பூக்கள்.

'ரோசா எங்க போற?'

பிச்சியக்கா என்னை அழைத்தாள்...

நான் அவளுக்கு டாட்டா காட்டினேன்.

சம்மனசு என்னைப் பார்த்தபடியே நின்றான்.

என் கையில் இருக்கும் சம்மனசு தந்த குழந்தையை அணைத்தப்படியே என் கால்கள் பாரதியம்மாவை நோக்கி நடந்தன.

●

சொற்குறிப்புகள்

கய்த பூ	–	தாழம் பூ
முக்கு	–	ஓரம்
பொத்த	–	ஓட்டை விழுந்த
பிறுத்த	–	ஒழுங்கமைவு இல்லாத
மோளு	–	சிறுநீர்
கிடையில்	–	படுக்கையில்
பிரத்யேக	–	தனிப்பட்ட
கூட்டுக்காரி	–	தோழி
நக்காபிச்சைகள்	–	உதவிகள்
அவியல்	–	காய்கறிகளால் சமைத்த கூட்டுவகை
அழியா	–	மச்சான்
ஒத்து	–	சேர்ந்து
மறுவால்	–	நீர்நிலை நிரம்பி வழிவது
யாத்திரிகள்	–	பயணிகள்
அல்லோலம்	–	அலைவது
கௌரம்	–	உயரம்
பிந்தி	–	காலதாமதம்
சஞ்சி	–	பை
தொப்பு தொப்பாக	–	நீரில் நனைவது
பவுந்து	–	பங்கு வைப்பது

பேரக்காய்	–	கொய்யா
பொட்டு பொடியாக	–	சிறிது சிறிதாக
முறுக்கான்	–	வெற்றிலை போடுதல்
நஞ்சி	–	விசம்
காட்டுக்குட்டி	–	அப்பா அடையாளம் கிடைக்காத பிள்ளை
நாணுதூங்கி	–	தூக்கு போட்டு தற்கொலை செய்வது
உறியில்	–	உணவுப் பொருட்களை உயரமான இடத்தில் பாதுகாப்பாக தொங்க விடுவது
பரிவாடிகள்	–	நிகழ்ச்சிகள்
கண்டமானம் / கண்டமட்டுக்கு	–	அதிக அளவில்
கருக்கு	–	இளநீர்
மருச்சினி	–	மரவள்ளி கிழங்கு
நவுடக்கள்ளி	–	வேலியில் நிற்கும் கள்ளிச் செடி
பிரேதங்கள்	–	பிணங்கள்
மோச்ச விளக்கு	–	இறந்தவர்களுக்கு நிகழ்த்தும் சடங்கு
சக்கச் சொளைகள்	–	பலாச்சுளைகள்
தொளிந்து	–	உதிர்ந்து
செரட்டை	–	கொட்டாங்குச்சி
கொம்பில்	–	மரக்கிளையில்
மலசொரி பாட்டு	–	திருமண வாழ்த்து பாட்டு
கரச்சி	–	அழுகை
பேடி	–	பயம்
தாலோலிக்க	–	தாலாட்ட
குசும்பு	–	பொறாமை
சுண்டு	–	உதடு
கொவுட்டில்	–	கன்னத்தில்

பிருபிருப்பாக	–	தெளிவில்லாமல்
தாளுகள்	–	காகிதங்கள்
கொத்தன்	–	கட்டிடத் தொழிலாளி
கையாளு	–	சித்தாள்
பறக்க	–	பொறுக்க
அறுத்து உரிப்பா	–	திட்டுவாள்
கொறுக்கு	–	சாடை பேசுவது
வெட்டோத்தி	–	வெட்டுக் கத்தி
தோர்த்து	–	துண்டு
மிரையல்	–	சுழன்று கொண்டிருப்பது
ஓம்பியிட்டு	–	கொஞ்சுவது
சூலுல	–	பிரசவத்தில்
செணம்	–	சீக்கிரம்
பெரை	–	அறை
ஒக்காது	–	முடியாது
பரியெடு	–	அவமானம்
அவிச்சி பறக்கி	–	சமையல் செய்வது
உருப்படி	–	நகை
பப்படம்	–	அப்பளம்
பேர்சியா	–	வெளிநாடு
வண்டிப் பண்டம்	–	தேன்குழல்
மலத்துன	–	கோபத்தில் ஏளனமாகப் பேசுவது
புதுநன்மை	–	நற்கருணை விழா
ஞானம்மா	–	ஞானம் கற்று கொடுப்பவள் (பக்தி மார்க்கத்தில் குழந்தையை வளர்ப்பவர்)
அரிந்து	–	நறுக்கி
மரக்கறி	–	காய்கறிகள்
எள்ளுபோல	–	சிறிதளவு

பேளபெட்டி	–	மணமகளுக்குரிய பொருட்கள் வைத்திருக்கும் பெட்டி
பட்டாள கொட்டு	–	கொட்டுமேளம்
இடஞ்சாடி	–	இரு வீடுகளுக்கான இடைவெளி
வாட விளக்கு	–	மணமகனின் சகோதரி மணப்பந்தலில் வைக்கும் விளக்கு
சவுட்டு	–	காலால் மிதிப்பது
மட்டக்கூட்டம்	–	விறகுகள் அடுக்கி வைத்திருக்கும் இடம்
பழஞ்சி	–	பழைய சோறு
பழஞ்சிலை	–	பழைய துணி
நம்மாட்டி	–	மண்வெட்டி
கிடுவெட்டம்	–	பயந்து நடுங்குவது
ஆக்குக்காரன்	–	சமையற்காரர்
அனக்கம்	–	அசைதல்
செறைந்தாள்	–	சீற்றமாக பார்த்தாள்
காச்ச	–	விழித்ததும் பார்க்கும் முதல் நபர்
கொவுர	–	ஊற வைப்பது
பொட்டி	–	உடைதல்
கெச்சாப்புக்கு	–	உடல் ஆரோக்கியம்
களியேல	–	உடல் சோர்வு
மண்டவெட்டு	–	தலைவலி
தொறப்பா	–	விளக்குமாறு
ஒதவலுகள்	–	குப்பைகள்
மங்கட்டை	–	பாழடைந்த வீடு
ஒடுக்கத்த	–	அலட்சியம்
தோடு	–	நீரோடை
ஓட்டன்	–	கல்யாணத் தரகன்
ஆவேறி	–	திடுக்கிட்டு
கலுங்கு	–	அமரும் கல்

குண்டணி	–	பேசுவது
வலிச்சி வச்ச	–	இறுக்கமாக முகத்தை வைத்திருப்பது
மூஞ்சி	–	முகம்
வேளம்	–	உரையாடுதல்
வலிய	–	தானாக
சிங்கிடி	–	ஜால்ரா
நவுடினான்	–	பிசைந்தான்
ஒத்திரவம்	–	தொந்தரவு
கோமுட்டி	–	அறிவு கெட்டவன்
ஊம்பி பிழைக்கிற	–	தர குறைவான வார்த்தை
அவசானிக்குமோ	–	முடிவது
குட்டி	–	சிறிய
ஒருக்கினாள்	–	அலங்கரித்தல்
அபத்தம்	–	தவறு
அன்னளிச்சி	–	விசாரித்து
தோப்பியம்	–	தோள்பட்டை
ஒறப்பிச்சவன்	–	உறுதி செய்தவன்
இஞ்ச	–	இங்கே
அக்குருமி	–	குறும்பு செய்தல்
கட்டங்காப்பி	–	கடுங்காப்பி
சீலம்	–	பழக்கம்
தறிகுத்தற	–	நடுப்பகுதி
கலியாண சீட்டு	–	திருமண அழைப்பிதழ்
செத்தைக்குள்	–	வேலிக்குள்
பக்கிகள்	–	வண்ணத்துப் பூச்சிகள்
பீக்கிறி	–	மதிப்பற்ற
மேத்திரம்	–	மேன்மை
நளியடிக்கிறாங்க	–	ஏளனம் செய்கிறார்கள்

அடிச்சான் பிடிச்சானாட்டு	–	தொந்தரவு
கெதிப்பான்	–	ஆசை கொள்வான்
முறி பீடி	–	துண்டு பீடி
செமச்சி	–	இருமுதல்
பைத்தியாறன்	–	மனநிலை சரியில்லாதவன்
பரம்பு	–	பாய்
அம்மணம்	–	நிர்வாணம்
குருத்த	–	முளைத்த
ஆத்தியமே	–	முன்கூட்டியே
கல்லக்கா	–	கட்டிப்பிடித்து
மூத்து	–	முதிர்ந்து
பரிதலிச்சி	–	பரிதவிப்பது
ராவியேன்	–	தேய்க்கிறேன்
ஒணங்கி	–	மெலிந்து
கலியாணம் முழுத்துட்டு	–	திருமணம் ஒழுங்கானது
கிறுங்கவே இல்ல	–	அசையவே இல்லை
திளுப்பு	–	தளிர்
காப்பு	–	வளையல்
கோறை	–	திமிர்
தர்ம ஆஸ்பத்திரி	–	அரசு மருத்துவமனை
கூம்பு	–	இதயம்
உளிஞ்சி	–	உற்று நோக்குதல்
குடமண்டி	–	தொப்பை
மாக்கான்	–	தவளை
தல்லினாள்	–	கையால் இடிப்பது
ஏலி கூறாம	–	இழுபறி
கல்லற	–	கல்லறை
பிராயசம்	–	கஷ்டம்

தன்றேடமாக	–	தைரியமாக
நீக்கம்போ	–	தீராத நோய்
வெடந்தலையன்	–	சீர் கெட்டவன்
ஏப்புச்சிட்டான்	–	ஒப்படைத்தான்
ஒருவாடு	–	அதிகம்
மிடுதம்	–	தலைவன்
மூக்களை	–	மூக்கு சளி
வெள்ளம்	–	தண்ணீர்
தரிப்பு	–	வலி
விறங்கறியை	–	தண்ணீர் போன்ற குழம்பு
நாரந்தி	–	நார்த்தங்காய்
தேச்சியம்	–	கோபம்
தோணிய வசம்	–	தோன்றுவதுபோல்
கொள்ளாம்	–	நல்லது
முதலு	–	தொகை
ஓசுல	–	இலவசம்
பாருதூருகளில்	–	இன்ப துன்பங்களில்
ஏணலை	–	ஏந்துதலை
கொலவாதம்	–	கைகலப்புடன் கூடிய சண்டை
பீத்தினாள்	–	பெருமையான பேச்சு
துக்குருமம்	–	துன்பம்
பீமாத்து	–	பெருமை
சம்சியம்	–	சந்தேகம்
விளிச்சா	–	அழைத்தாள்
பெடலிகளுல	–	ஒருவர் மீது
மானிப்பு	–	மதிப்பு
வண்ணம்	–	உடல் பருமன்
ஆங்கு	–	பலம்

ஈங்காணிச்சவளுக்கு	–	ஏளனம் செய்தவளுக்கு
எலக்கறி	–	முருங்கைக்கீரை
அடத்து	–	உருவி
தீனம்	–	நோய்
தானகடு	–	கெட்டவார்த்தை
வெள்ள பொக்கம்	–	வெள்ளப் பெருக்கு
பரணம்	–	உலகம்
கிட்ட	–	பக்கம்
விறுத்தி கெட்ட	–	ஒழுக்கம் இல்லாத
மாவுல ஏறி	–	மா மரத்தில் ஏறி
சுள்ளி	–	உலர்ந்த விறகு
பச்சாதாபம்	–	இரக்கம்
வெள்ளனிய	–	கொஞ்ச நேரத்திற்கு முன்
ஒக்கியன்	–	நல்லவன்
இறுவி	–	சத்தம் போட்டு
திப்பே இல்லை	–	திசையே இல்லை
உருத்தோடு	–	பொறுப்போடு
மக்க குட்டி	–	குழந்தைகள்
பூவணம்	–	உளுத்து
ஆசுபிச்சி	–	இதமளிப்பது
கெதுவி	–	அஞ்சி ஒடுங்கி
உள்ளி	–	வெங்காயம்